பெண் எழுத்து

1901-1950 காலத்தில் உருவான பெண் படைப்புகள்
குறித்த உரையாடலும் ஆவணமும்

இரெ. மிதிலா

அடையாளம்

முதல் பதிப்பு: 2010
இரண்டாவது மீளச்சு 2020
© மிதிலா
வெளியீடு: அடையாளம், 1205/1 கருப்பூர் சாலை, புத்தாநத்தம் 621310,
திருச்சி மாவட்டம், இந்தியா. தொலைபேசி: 04332 273444.
நூல் வடிவம்: த பாபிரஸ், அச்சாக்கம்: அடையாளம் பிரஸ், இந்தியா.
ISBN 978 81 7720 157 4
விலை: ₹ 200

Pen Ezhuthu, A Monograph of Women's Writing in Tamil by Mithila, Published by Adaiyaalam, 1205/1 Karupur Road, Puthanatham 621310, Trichy Dist., Tamilnadu, India. email: info@adaiyaalam.net

அம்பைக்கு...

பொருளடக்கம்

	நன்றி	7
	தமிழ்ப் பெண் ஆக்கங்கள் குறித்த புதிய வரவு – வீ. அரசு	9
	ஆய்வுக் களன்	15
1	அச்சு ஊடகத்துடனான பெண்களின் ஊடாட்டம்	19
2	இதழ்களும் பெண் எழுத்தாளர்களும்	32
3	பெண் எழுத்தாளர்கள் மீதான மதிப்பீடு	76
4	பெண் எழுத்துகளின் வடிவமும் உள்ளடக்கமும்	106
	தொகுப்புரை	156
	துணைநூற்பட்டியல்	163
	பின்னிணைப்புகள்	
	1 பெண் எழுத்துத் தரவுகள்	169
	2 இதழ்கள்	215
	3 இதழ்களின் முன் அட்டைகள்	216
	சுட்டி	222

நன்றி

சென்னைப் பல்கலைக்கழகத் தமிழ் இலக்கியத் துறையில் 'தமிழ்ப் பெண் எழுத்துகளின் வரலாறு (1901-1950)' என்ற தலைப்பில் நிகழ்த்தப்பட்ட ஆய்வுதான் இந்த நூல். இது ஐந்து ஆண்டுகளாக நூலகங்களில் தொடர்ந்த தேடுதல் மூலமாகவும் சிரத்தையான உழைப்பின் மூலமாகவும் உருப்பெற்றதாகும். ஆயினும் அதற்குக் கிடைத்த பொருத்தமான நெறியாளரின் ஆதரவும் உறவுகளின் துணையும் நட்புகளின் ஆத்மார்த்த உதவிகளுமே விரைவில் ஆய்வேடாகச் சமர்ப்பிப்பதற்குச் சாத்திய மாக்கின. எனது நிலைமை என்னவென்பதை என்னைவிட நன்கு உணர்ந்துகொண்ட நெறியாளர் வீ. அரசு அவர்களின் தன்மையினாலும் என் மீது அவர் கொண்டிருந்த நம்பிக்கையினாலும் இரு தரப்பிற்கும் எந்தத் தடையும் சிரமமுமின்றி விரைவாக முடிந்தது. நடைமுறைச் சிக்கல்களின் எந்தச் சிரமமும் ஏற்படாமல் ஆய்வேட்டில் மட்டுமே முற்று முழுதாகக் கவனத்தைச் செலுத்த அவரது புரிதலும் ஒத்துழைப்பும் மிக இன்றியமையாததாக இருந்தது. மனிதனின் சமூகச் சார்புத்தன்மை யையும் அதே நேரத்தில் சுயச்சார்புத் தன்மையையும் தனித்துவத்தைத் தக்கவைத்துக்கொள்ள வேண்டிய தேவையையும் இந்த ஆய்வுமுயற்சி யும் அதன் விளைவும் கற்றுக் கொடுத்தன.

ஆய்வேடு, வாய்மொழித்தேர்வு ஆகியவை முடிந்து அடுத்த கட்டமாக ஆய்வேட்டை நூல்வடிவில் கொண்டுவரும் பணி. ஆய்வேட்டை முடிப்பதில் இருந்த விறுவிறுப்பும் சுறுசுறுப்பும் இதில் இல்லை என்றாலும் இந்த நிதானமான (மறு) வாசிப்பு, ஆய்வேட்டிற்கும் நூலாக்கத் திற்குமான இடைவெளியில் ஏற்பட்ட அனுபவங்கள், சில அறிவுத் தெளிவுகள் இதனை இன்னும் செழுமைப்படுத்தவும் செறிவாக்கவும் தெளிவாக்கவும் உதவின. வாய்மொழித்தேர்வு முடிந்தது முதலே நெறியாளர் நூலாக்குவது குறித்து வலியுறுத்திப் பணிசெய்ய ஆலோசனை கூறியும் அதற்கு ஓராண்டு கழித்தே இப்பணியைத் தொடங்க முடிந்தது. எழுத்துப்பிழை, சொற்பிழை, தொடர்ப்பிழை, பொருட்பிழை, கருத்துப் பிழை என மொழியின் அமைப்பு சார்ந்த பிழைகளைத் திருத்துதல் தொடங்கி ஆய்வேட்டிற்கான மொழிநடை யிலிருந்து நூலுக்கான சுதந்திர மொழிநடையைக் கொணர்தல் உள்ளிட்ட

பல கட்டப் பயணம் இதமானதோர் அனுபவத்தைத் தந்தது. ஒரேயடி யாக இதனைச் செய்யாமல் விட்டுவிட்டுச் செய்ததும் ஆயாசத்தைத் தவிர்க்க வழிவகுத்தது. இயந்திரத்தனமான பிழைதிருத்தப் பணியைச் செய்வதைவிட மொழிநடை, கருத்துச் செறிவு போன்றவற்றைக் கண்டுகொண்டும் உணர்ந்தும் அவற்றைச் சரியாக வெளிப்படுத்தவும் செம்மையாக்கத்தின் முறைமைகளைக் கண்டெடுக்கவும் இந்த ஓராண்டு இடைவெளி உதவியது. எனது பணி நூல் வடிவிற்கான பிரதியைக் கொடுப்பதுடன் அநேகமாக முடிந்துவிட்டது எனலாம். இதனை நூலாக்கம் செய்வதில் எனது நெறியாளரும் அடையாளம் பதிப்பகத்தாரும் காட்டிய ஆர்வமும் முயற்சியுமே இதனை உண்மையில் சாத்தியமாக்கியது.

அவ்வகையில் பேராசிரியர் வீ. அரசு அவர்களுக்கும் மிக அழகான முறையில் இதனை அச்சிட்டு வெளியிட்டுள்ள அடையாளம் பதிப்புக் குழுவினருக்கும் எனது முதல் நன்றி உரித்தாகும். சிந்தாமணி, ஜகன்மோகினி, மாதர்மறுமணம், மங்கை ஆகிய இதழ்களின் முன்னட்டையின் ஸ்கேன் படியை எடுத்துக்கொடுத்து இந்த நூலில் பயன்படுத்த வகை செய்து கொடுத்து இது சிறப்புற உதவிய ரோஜா முத்தையா நூலகத்துக்கும் அதன் இயக்குநர் க. சுந்தர், உதவி இயக்குநர் இரா. பிரகாஷ், எஸ். முத்துமாலதி ஆகியோருக்கும் எனது மனமார்ந்த நன்றி. நன்றிக்கு அப்பாற்பட்ட எனது குடும்பத்தாரையும் நட்பு வட்டத்தினரையும் என்றும் உள்ளத்தில் பொதிந்துவைப்பதும் அவர்களது நன்மையை மனதார நாடுவதும் அதனை இயன்ற அளவு செய்வதுமே நன்றிகூறலைவிடச் சாலச்சிறந்தது என எண்ணுகின்றேன். என்னோடு தோழமை பாராட்டுகிற, என்னைத் தோழியாக உள்ளார்ந்து உணர்கின்ற யாவருக்கும் நன்றி.

தமிழ்ப் பெண் ஆக்கங்கள் குறித்த புதிய வரவு

பெண் எழுத்தைப் பொறுத்தவரையில் தமிழிலக்கியப் புலத்தில் நிலவும் இடைவெளியைப் போக்குவதற்கு ஆங்காங்கே சிதறிக் கிடப்பவற்றை ஒன்றுசேர்ப்பதும் அறியப்படாது இருப்பவற்றை வெளிக்கொணர்ந்து தொகுத்துக் கொடுப்பதும் இன்றியமையாதது. இதன்மூலம் தமிழ்ப் பெண் எழுத்துகளின் வரலாற்றை இயன்ற அளவு கட்டமைக்க இயலும்.

மிதிலா இந்த நூலில் மேலே கண்டவாறு பதிவுசெய்கிறார். ஆம். தமிழில் பெண்களால் எழுதப்பட்ட ஆக்கங்கள் அனைத்தும் அறியப் பட்டுள்ளனவா என்ற கேள்வியை எழுப்பிக்கொண்டு, இந்த நூலை வாசிக்கத் தொடங்கலாம். 1900-1950 இடைப்பட்ட காலங்களில் வெளி வந்த ஐம்பத்தெட்டு இதழ்களில் சுமார் 575 பெண்களால் எழுதப்பட்ட ஆக்கங்களை இந்நூல் பதிவு செய்திருப்பதைக் காண்கிறோம். சென்னை ஆவணக் காப்பகம், ரோஜா முத்தையா ஆராய்ச்சி நூலகம் மற்றும் மறைமலையடிகள் நூலகம் ஆகியவற்றில் 1950க்கு முன் வெளிவந்த இலக்கிய இதழ்கள் சுமார் 200 உள்ளன. இவற்றில் உள்ள ஆக்கங்கள் குறித்த பதிவுகள் இன்னும் அறியப்படவில்லை. இதில் ஒரு பகுதியாக இந்நூல் பெண்கள் ஆக்கங்களை முதல் முறையாகப் பதிவுசெய்கிறது. இப்பதிவுமூலம் அறியப்படும் பெண்கள் குறித்துப் பின்வரும் வகையில் தொகுத்துக்கொள்ள இயலும்.

- எழுத்துப் பயிற்சி எல்லோருக்கும் இயல்பாக வழங்கப்படவில்லை. யார் யார் எழுத்துப் பயிற்சி பெறலாம், பெறக்கூடாது என்பது குறித்த விவரணங்களை நமது நிலவுடைமைச் சமூகப் பண்பாட்டில் காணலாம். எழுத்துப் பயிற்சி பெறக்கூடாதவர்களைச் சாதியப் படிநிலையில் வரையறை செய்தது ஒரு பக்கம். இன்னொரு பக்கம் பெண்களுக்கும் எழுத்துப் பயிற்சி இயல்பாக வழங்கப்படவில்லை. 1843இல் கிறித்தவச் சபையினர் பெண்களுக்கான பள்ளிக்கூடம் ஒன்றைச் சென்னையில் உருவாக்கினர். இப்பள்ளியிலும் ஆங்கிலப் பெண்களே அதிகம் படித்தனர். இத்தடைகளை மீறி நமது பெண்கள் எழுத்துப் பயிற்சி பெறுவது என்பது பத்தொன்பதாம் நூற்றாண்டின் இறுதியில்தான் உருப்பெற்றது. அச்சுக் கருவியும் பத்தொன்பதாம்

9

நூற்றாண்டின் இடைக்காலத்தில் பரவலாகத் தமிழ்ச் சூழலில் புழக்கத்துக்கு வரத் தொடங்கியது. இதழியல் பத்தொன்பதாம் நூற்றாண்டின் இறுதிக் காலங்களில்தான் தமிழில் உருப்பெற்றது. இப்பின்புலத்தில் பத்தொன்பதாம் நூற்றாண்டில் எழுத்துப் பயிற்சி பெற்ற பெண்களின் எண்ணிக்கை மிகக் குறைவு. கிறித்தவப் பின்புலத்தில் வளர்ந்த பெண்களே மிகுதியாக எழுத்துப் பயிற்சி பெற்றனர். சாதியக் கட்டுமானங்களில் இயங்கிய இந்தியப் பெண்களுக்கு இயல்பாக எழுத்துப் பயிற்சி கிடைக்கவில்லை. பத்தொன்பதாம் நூற்றாண்டின் இத்தன்மையை மீறி, இருபதாம் நூற்றாண்டின் தொடக்கத்தில் பெண்கள் எவ்வகையில் எழுத்துப் பயிற்சியும் அதன் விளைவாக வாசிப்புப் பழக்கத்திற்கும் ஆளாயினர் என்பது குறித்த உரையாடல் நிகழ்த்துவது அவசியமாகும். மேலும் இவர்கள் இதழியலோடு தொடர்பு கொண்டிருந்த முறைகள் குறித்து அறிவதும் தேவை.

- எழுத்துப் பயிற்சி பெற்ற பெண்கள், எவ்வகையில் சுயப்பிரக்ஞை பெற்றவர்களாக உருப்பெறத் தொடங்கினர்? எழுத்துப் பயிற்சி அவர்களை, சமூகத்தில் தனித்து தமது சொந்தக் காலில் நின்று செயல்படுவதற்கு உதவியதா? காலங்காலமாக இருந்துவரும், பெண்களை இரண்டாம் தரமாகக் கருதும் மனநிலையைப் பெண்கள் பெற்ற எழுத்துப் பயிற்சி வெற்றிகொள்ள முடிந்ததா? காலனியத்தின் மூலம் கிடைத்த எழுத்துப் பயிற்சி மற்றும் வாசிப்புப் பழக்கம் ஆகியவை நமது பாரம்பரியப் பெண் அடிமைத்தனத்தைத் தளர்த்த உதவியதா? எனப் பல்வேறு உரையாடல்களை நிகழ்த்துவதும் அவசியம்.

- பிரித்தானியர்கள் ஆட்சிக்கு எதிரான மனநிலை என்பது பல்வேறு பரிமாணங்களில் படிப்படியாக உருப்பெற்று, பத்தொன்பதாம் நூற்றாண்டின் இறுதியில் வடிவம் பெற்றது. வளர்ந்து வந்த அச்சு ஊடகத்தில் சமயம், பண்பாடு, பெண்கள் ஆகிய பல தளங்களில் காலனியக் கருத்துநிலைகளுக்கு எதிரான பதிவுகள் வெளிப்பட்டன. மதமாற்றம் தொடர்பான விவாதங்கள், காலனியப் பண்பாட்டை நமது மக்களும் பின்பற்றிவிடுவார்களோ என்ற பயம், பெண்கள் எழுத்துப் பயிற்சி பெற்று வாசிக்கத் தொடங்கினால் கெட்டுப் போய்விடுவார்கள் என்ற மனநிலை ஆகிய பல உரையாடல்கள் பத்தொன்பதாம் நூற்றாண்டின் இறுதியிலும் இருபதாம் நூற்றாண்டின் தொடக்கத்திலும் வலுப்பெற்றன. இவ்வகைத் தன்மைகளைப் பெண்கள் தங்கள் ஆக்கங்களில் எவ்வகையில் வெளிப்படுத்தினர்? அச்சு ஊடகத்தில் செயல்பட்ட பெண்கள்

தங்களது கருத்துநிலைகளில் உறுதியாக நின்று செயல்பட முடிந்ததா? அச்சு ஊடகத்தில் காணப்படும் பெண்களின் ஆக்கங்களை மேற்குறித்த பின்புலத்தில் நாம் உரையாடலுக்கு உட்படுத்த வேண்டும்.

- 1925இல் உருவான சுயமரியாதை இயக்கம், பெண்களுக்கு அச்சு ஊடகத்தில் கொடுத்த இடம் யாது? காங்கிரஸ் கட்சி போன்ற பிற அமைப்புகள் பெண்களுக்கு வழங்கிய இடம் யாது? புதிதாக உருவான ஊடகத்தில் பெண்கள் செயல்படுவதை, சமூகத்தில் உருவான இயக்கங்கள் இயல்பாக எதிர்கொண்டனவா? ஆகிய உரையாடல்களையும் நாம் நிகழ்த்த வேண்டும்.

மேற்குறித்த அனைத்து வகையான உரையாடல்களையும் நிகழ்த்து வதற்கான அடிப்படையான தரவுகளை மிதிலா இந்நூலில் முன்வைக் கிறார். ஆவணக் காப்பகங்களில் மறைந்து கிடந்த தரவுகளை ஆவணப் படுத்துவதை முதன்மை நோக்கமாகக் கொண்டிருக்கும் இந்நூல், தரவு களின் வழி வெளிப்படும் செய்திகளை உரையாடலுக்கு உட்படுத்துவதை இரண்டாம்பட்ச நோக்கமாகவே கொண்டிருப்பதைக் காணலாம். இந்நூல்/ஆய்வு உருவாக்கத்தின் அடிப்படையான நோக்கமும் அதுவாகவே அமைந்திருக்கிறது. வரும் காலங்களில் ஆய்வுசெய்வோர் அந்த இடைவெளியை நிரப்பலாம்.

எழுத்துப் பயிற்சி, இதழியல், வாசிப்புப் பழக்கம் ஆகிய செயல் பாடுகளில் பெண்களுக்குக் கொடுக்கப்பட்ட இடம் குறித்த செய்திகளை இந்நூல் விவாதிக்கிறது. எழுத்துப் பயிற்சி பெற்றால் பெண்கள் குடும்பத்தைப் பேணுவதற்கு வசதியாக இருக்கும் என்ற நோக்கில் தான் 'பெண்கல்வி' குறித்த கருத்துநிலை செயல்பட்டது. அவர்களது சுய ஆளுமைகளை எழுத்துப் பயிற்சி வளர்த்தெடுப்பதாகக் கருதும் சூழல் இல்லை. ஹிதகாரிணி இதழில் (ஜூலை 1910) வெளிவந்துள்ள கீழ்க்காணும் செய்தி இதனை உறுதிப்படுத்துகிறது.

> நற்குணமும் கல்வியறிவும் உள்ள மடந்தை தன் கணவனுக்கு இன்பமான தோழியாகிறாள். தங்கள் தேச க்ஷேமத்தைக் கோரி உழைப்பதற்கு முன்னுக்கு வருகிறாள்... படித்த ஸ்திரீயால், படித்த நற்குணமுள்ள புருஷனுக்குண்டாகும் இன்பமும் லாபமும் கொஞ்சநஞ்சமல்ல. சகல விஷயங்களைப் பற்றியும் அவளுடன் பேசலாம். கல்வியறிவுள்ள ஸ்திரீ தன் கணவனின் மனப்பெட்டி யின் திறவுகோலாகிவிடுகிறாள்.

இக்கருத்துநிலை, தொடக்க கால இதழ்களில் வலுவாக இடம் பெற்றிருப்பதைக் காண்கிறோம். 'பெண்' தனக்கென அடையாளங் களைக் கொண்டிருக்க இயலாது என்ற நிலவுடைமைக் கருத்தாக்கம்,

11

நவீன கருவிகள் உருப்பெற்ற சூழலிலும் மாறவில்லை என்பதை அறிகிறோம். மேலும் பெண்களுக்கு வழங்கப்படும் எழுத்தறிவு அவர்களின் சேவை மனப்பான்மையை வளர்த்தெடுக்கும்; அதனால் அவர்களுக்குக் கல்வி அறிவு வழங்க வேண்டும் எனும் கருத்தும் நடைமுறையில் இருந்ததை இதழ்களில் காணப்படும் கட்டுரைகள் உறுதிப்படுத்துகின்றன. 'சேவை செய்யப் பிறந்தவள் பெண்' என்பது பெண்களை அடிமைப்படுத்தும் நவீனத் தந்திரமாகும்.

பண்டிதை விசாலாட்சி அம்மாள், சகோதரி வி. பாலம்மாள், வை.மு. கோதைநாயகி அம்மாள் ஆகியோர் தொடக்க காலத்தில் இதழாசிரியர்களாகச் செயல்பட்டனர். 'லோகோபகாரி' இதழாசிரியர் தனி நூலாக வெளியிட்ட விசாலாட்சி அம்மாள் எழுதியனுப்பிய புதினம் மிக விரிவாக வாசிக்கப்பட்டது. அவர் அந்த இதழின் துணை ஆசிரியராகவும் பணிபுரிந்தார். ஆனால் அந்த இதழ் வைத்தியநாத ஐயர் என்பவரின் நிர்வாகத்தின்கீழ் வந்தபோது, அங்குச் செயல்படும் வாய்ப்பை இழந்தார். விசாலாட்சி அம்மாள் அடையாளத்தோடு செயல்படுவதை இதழின் நிர்வாகம் அங்கீகரிக்கவில்லை; எனவே 'ஹிதகாரிணி' எனும் இதழைத் தாமே தொடங்கி நடத்தினார். வை.மு. கோதைநாயகி அம்மாள் எழுதுவது தன்னால் தான் என்ற பதிவை வடுவூர் துரைசாமி அய்யங்கார் வெளிப்படுத்தினார். 'பெண்ணால் செயல்பட முடியாது' எனும் ஆண் ஆதிக்கக் கருத்துநிலையை வை.மு. கோதைநாயகி அம்மாள் எதிர்கொள்ள வேண்டி வந்தது. இவ்வகையில் இதழாசிரியர்களாகச் செயல்பட்ட பெண்கள் எதிர்கொண்ட போராட்டங்களை இந்நூல் விரிவாகப் பதிவுசெய்துள்ளது. இதிலிருந்து பெண்கள் இன்றும்கூட விடுபட்டுவிட்டார்கள் என்று கூறமுடியாது.

பெண்களால் எழுதப்பட்டுள்ள ஆக்கங்கள், சமகால அரசியல் சூழல்களை எவ்வகையில் எதிர்கொண்டுள்ளன என்ற உரையாடலை நிகழ்த்தலாம். பெரும்பாலான பெண்களின் ஆக்கங்கள், நிலவுடைமைக் கருத்துநிலையிலிருந்து விடுபட்டதாகக் கருதமுடியாது. மதம் சார்ந்த கருத்துநிலைகள் பெண்களுக்கு விடுதலை வழங்க முடியாது. இக்காலங்களில் செயல்பட்ட பெண்கள் மதமறுப்பு உடையவர்களாகச் செயல்படவில்லை. அவ்விதம் செயல்படுவதற்கான மனநிலையை அவர்கள் வளர்ந்த சூழல் அவர்களுக்கு வழங்க வாய்ப்பில்லை; இருந்தாலும் 'சுயப்பிரக்ஞை' உடையவர்களாகச் செயல்பட்டிருப்பதைக் காண்கிறோம். இத்தன்மை எழுத்துப் பயிற்சியில் வலுப்பட்டதாகக் கருத இயலும்.

1931இல் திராவிடன் இதழின் ஆசிரியராக அலர்மேல் மங்கை தாயாரம்மாள் இருந்தார். *1936இல் மாதர் மறுமணம்* இதழுக்கு

மு. மரகதவல்லி அவர்கள் ஆசிரியராக இருந்தார். இதில் முன்னது அரசியல் சார்ந்த இதழ். பின்னது சுயமரியாதை இயக்கம் சார்ந்த சீர்திருத்த இதழ். 1920களுக்குப் பின்பு உருப்பெற்ற தமிழக அரசியல் சூழலில் திராவிட இயக்கம் மற்றும் சுயமரியாதை இயக்கம் சார்ந்து இதழியலில் செயல்பட்ட பெண்கள் மேற்குறித்த இருவர். இவர்களது செயல்பாடுகளுடன், இவர்களுக்கு முன்பும் இவர்களது சமகாலத்திலும் இன்றும் செயல்படும் பெண்களை நாம் ஒப்பாய்வு செய்யலாம். சுயமரியாதை இயக்கத்தில் செயல்பட்ட பெண்களால் மதத்தை மறுக்க முடிந்தது. மனுதர்மம் போதித்ததைத் தூக்கி எறிய முடிந்தது. பெண் அடிமைத்தனத்தை அதன் அடிப்படையிலிருந்து எதிர்கொள்ள முடிந்தது. ஆனால், சுயப்பிரக்ஞை மிக்கவர்களான பண்டிதை விசாலாட்சி அம்மாள், சகோதரி பாலம்மாள் மற்றும் வை.மு. கோதைநாயகி அம்மாள் ஆகியோரால் நிலவுடைமை மற்றும் மதம் சார்ந்த கருத்துநிலைகளி லிருந்து ஏன் விடுபடமுடியவில்லை. அவர்கள் பெற்ற எழுத்தறிவு ஏன் அவர்களுக்கு உதவவில்லை எனப் பல்வேறு சிந்தனைகளை முன்வைத்து உரையாடுவதற்கு மிதிலாவின் இந்நூல் களமாக அமைந்திருக்கிறது.

இந்நூல் தமிழுக்கு முற்றிலும் புதுவரவு. இதற்கென மிதிலா மேற்கொண்ட உழைப்பு அபாரமானது. ஐந்து ஆண்டுகளில் தொடர்ச்சி யாகச் செயல்பட்டதின் விளைவு இந்நூல். இதில் இருக்கும் ஒவ்வொரு சொல்லும் இதற்குமுன் உச்சரிக்கப்பட்டதிலிருந்து வேறு நிலையில் உச்சரிக்கப்படுகிறது. இவரோடு நந்தமிழ்நங்கையும் செயல்பட்டார். அவரது ஆய்வும் விரைவில் நூல்வடிவம் பெறும். இவ்விருவர் இருபதாம் நூற்றாண்டு முழுமைக்குமான 'பெண் ஆக்கங்களை'ப் பதிவு செய்துள்ளனர். நேரடித் தரவுகள்வழி செய்யப்பட்ட இப்பதிவுகளைத் 'தமிழ்ப் பெண் ஆக்கங்கள்' குறித்த மிக அரிய செயலாகக் கருதுகிறேன். மிக அரிய நூலை உருவாக்கியுள்ள மிதிலாவை மனதாரப் பாராட்டு கிறேன். மொழியாக்கம் செய்பவராகவும், கவிஞராகவும், இதழாசிரிய ராகவும் செயல்படும் மிதிலா, தமிழியலுக்குக் கிடைத்த அரிய சொத்து. இந்நூலை வெளியிடும் அடையாளம் பதிப்புக்குழுவினருக்கு நன்றி.

வீ. அரசு

பேராசிரியர்
தமிழ் இலக்கியத் துறை
சென்னைப் பல்கலைக்கழகம்
10.08.2010.

ஆய்வுக் களன்

தமிழ்ச்சூழலில் 1990க்குப்பின் மிகப்பரவலாக முன்னெடுக்கப்படுகின்ற இரு பொருண்மைகள் பெண்ணியமும் தலித்தியமும். உரிமை கோரியும் விடுதலை நோக்கியும் செயற்படுபவை இவை. மேலை நாடுகளில் பெண்கள் சமூகப் பொருளாதாரக் கரணங்களால் வெளியுலக வாழ்வில் பங்கேற்க முற்பட்டபோது, பாரம்பரியமாக இருந்த சமூக உறவுகள் மாற்றியமைக்கப்பட்டன. பெண்கள் தங்களது ஒடுக்கப்பட்ட நிலையை உணர்ந்து போராடத் தொடங்கினர்; பெண்ணியச் சிந்தனைகள் தோன்றின. இந்தியாவிலும் பெண்ணியம் பரவியது. பெண்ணியம் குறித்த சொல்லாடல்கள் தமிழ்ச்சூழலிலும் முன்னெடுக்கப்பட்டன. 1990களில் பெண்ணியம் முக்கியப் புலங்களுள் ஒன்றானது. இருபதாம் நூற்றாண்டைக் கடந்து வந்துள்ள இவ்வேளையில் அந்த நூற்றாண்டின் மீதான ஒரு மீள்பார்வை அது பற்றிய புரிதலை உள்வாங்குவதற்கு அடிப்படையாகிறது. சென்ற நூற்றாண்டில் அறிவியல், அரசியல், சமூகம், பொருளாதாரம், கலை, இலக்கியம் எனப் பல தளங்களிலும் மாற்றங்கள் ஏற்பட்டன. இந்தப் பின்புலத்தில்தான் இலக்கியப் பரப்பில் பெண்களின் பங்களிப்புக் குறித்த ஆவணத்திற்கும் ஆய்விற்குமான தேவை உருப்பெறுகின்றது.

தமிழ் இலக்கியப் பரப்பின் இரண்டாயிரம் ஆண்டுக் கால வரலாற்றில் பெண்களுக்கான இடமும் அவர்களுடைய இலக்கிய வெளிப்பாடும் குறுகியதாகவே இருந்துள்ளது. சங்க இலக்கியம் தவிர்த்து, விரல்விட்டு எண்ணக்கூடிய அளவிற்கே பெண்களின் பங்கு தமிழிலக்கியத்தில் பதிவாகியுள்ளது. அதன் பிறகு பத்தொன்பதாம் நூற்றாண்டின் இறுதியில் தான் பெண் எழுத்துகளின் பதிவுகள் கிடைக்கின்றன. ஐரோப்பியக் கல்வி, பரவத் தொடங்கிய சமூகச் சீர்திருத்தக் கருத்துகள் ஆகியவற்றால் பெண்ணுரிமையும் பெண் கல்வியும் மெல்ல உருக்கொண்டன. ஐரோப்பியர் வருகையாலும் அதனைத் தொடர்ந்த கிறித்தவ மதத்தின் செயல்பாடுகளாலும் தொடர்ந்து கலை, இலக்கியம், அரசியல் எனப் பல துறைகளில் பெண்கள் கால் பதிக்கத் தொடங்கினர். இங்ஙனம் பல துறைகள் சார்ந்து செயல்படத் தொடங்கிய பெண்களைப் பற்றிய தரவுகள் சேகரிக்கப் படவில்லை. இந்திய விடுதலைக்குப் பின்னான காலகட்டத்தில் பெண்கள் பலர் படைப்பாளர்கள் என்று அடையாளப்

படுத்தப்படும் அளவிற்கு அதற்கு முந்தைய காலகட்டத்தில் அறியப்பட வில்லை. ஒப்பீட்டு நிலையில் பெண்களின் பங்கைப் பதிவு செய்வதில், பேசுவதில் மௌனம் நிலவியதையே உணரமுடிகிறது.

இருபதாம் நூற்றாண்டின் முற்பாதியில் இலக்கியப் புலத்தில் இயங்கிய பெண்கள் குறித்த தரவுகள் மூலம் இவ்வாய்வு முன்னெடுக்கப் படுகின்றது. இந்நூற்றாண்டின் குறிப்பிடத்தக்க இலக்கியப் போக்கு புனைகதையைச் சார்ந்தே செயல்பட்டது எனலாம். அச்சு ஊடகம், உரைநடை வளர்ச்சி, இதழ்களின் பெருக்கம் ஆகியவற்றால் செய்யுள் வடிவம் அருகிப் புனைகதை வடிவம் தமிழில் மலரத் தொடங்கியது. புதினமும் சிறுகதையும் முக்கியப் புனைகதை வடிவங்களாயின. இதழ்களின் தேவையைச் சார்ந்து இவை பல்கிப் பெருகின. இதழ்களின் பெருக்கத்தால் எழுந்த வாசகத் தேவையால் தொடர்கதை உருவானது. மேலைத் தாக்கத்தால் தமிழில் உருவான புனைகதை வடிவங்கள் இங்குள்ள படைப்பாளர்களாலும் கைக்கொள்ளப்பட்டன. ஒவ்வொரு வடிவத்தின் முதல் முயற்சியும் ஆண்களால் மேற்கொள்ளப்பட்டுப் பின்னரே பெண்களால் கைக்கொள்ளப்பட்டது. இந்நிலையில், புனைகதை வடிவங்களையும் புனைவு அல்லாத வடிவங்களையும் கையாண்டவர்களாகப் பெண்களெவரும் அதிகம் குறிக்கப்பெற வில்லை. *1950*க்குப் பின்னர், வெகுசனத் தளத்தில் பல பெண் எழுத் தாளர்கள் தொடர்கதை வடிவத்தால் பரவலாக அறியப் பெற்றாலும் அதற்கு முன்னர் எழுதியவர்கள் (வை. மு. கோதைநாயகி அம்மாள் போன்ற ஓரிருவர் தவிர) பற்றிய பதிவும் மதிப்பீடும் முழுமையாக உருப்பெறவில்லை. இருபதாம் நூற்றாண்டின் முற்பகுதியில் இயங்கிய பெண்களைப் பற்றிய தரவுகள் சரிவர வகைதொகை செய்யப் படாமையே இதற்குக் காரணம்.

புதின இலக்கியத்தைப் பொறுத்தவரையில் தமிழில் அதன் முதல் முயற்சி ஆண்களால் மேற்கொள்ளப்பட்டது தெரிந்ததே. அதேபோல் முதன்முதலில் புதினம் எழுதிய பெண் யார் என்பது தமிழ்ப் புதின வரலாற்றில் உறுதிப்படுத்தப்பெறவில்லை. புதின இலக்கியத்தின் தோற்றம், வளர்ச்சி, வரலாறு கூறும் ஆய்வு நூல்களில் பெண் படைப் பாளர்கள் பற்றிய தரவுகள் கொடுக்கப்பட்டாலும் அவற்றுக்கான மூலம் சரிவர குறிக்கப்படவில்லை. சிறுகதை வடிவத்திற்கு முதன்மை கொடுத்ததாகச் சொல்லப்படும் *மணிக்கொடி (1933-1937)* இதழுக்கு முன்பும் அதன் சமகாலத்திலும் வெளிவந்த *லக்ஷ்மி (1923)*, *சிந்தாமணி (1924)*, *மாதர் மறுமணம் (1936)*, *கிரஹலக்ஷ்மி (1937)* ஆகிய இதழ்களில் பெண்கள் சிறுகதை எழுதியிருப்பினும் *மணிக்கொடி*யில் எழுதியோர் பெற்ற கவனத்தைப் பிறர் அதிகம் பெறவில்லை. 1930களிலும்

1940களிலும் கணிசமான பெண் எழுத்தாளர்கள் பிரபலமாகியுள்ளனர். இதழ்கள் நடத்திய பரிசுப் போட்டிகளில் பங்கேற்றுச் சிறுகதைகள், புதினங்கள் எழுதிப் பரிசுபெற்றுள்ளனர். அவர்களின் தடம் இன்று சுவடற்று இருக்கின்றது. பெண் எழுத்தைப் பொறுத்தவரையில், தமிழிலக்கியப் புலத்தில் நிலவும் இடைவெளியைப் போக்குவதற்கு ஆங்காங்கே சிதறிக் கிடப்பவற்றை ஒன்றுசேர்ப்பதும் அறியப்படாது இருப்பவற்றை வெளிக்கொணர்ந்து தொகுத்துக் கொடுப்பதும் இன்றி யமையாதது. இதன்மூலம் தமிழ்ப் பெண் எழுத்துகளின் வரலாற்றை இயன்ற அளவு கட்டமைக்க இயலும்.

1901-1950 வரையிலான காலகட்டத்தில் தமிழ் மொழியில் வெளி வந்த 58 இதழ்களிலிருந்து பெண்களால் எழுதப்பட்ட கதை, கட்டுரை முதலிய அனைத்து எழுத்து வகைகளும் ஆய்விற்குத் தரவுகளாக எடுத்துக்கொள்ளப்பட்டுள்ளன. அந்தக் காலகட்டத்தில் பெரிதாகப் பேசப்பட்ட *மணிக்கொடி*, *சுதேசமித்திரன்* ஆகிய மாதமிருமுறை இதழ்கள் தவிர மற்ற அனைத்தும் மாத இதழ்களே. சில பெண் எழுத்தாளர்களின் எழுத்துப் பணியையும் பங்களிப்பையும் மதிப்பிடும் பொருட்டு அவர்கள் எழுதி வெளியிட்டுள்ள அச்சு நூல்கள் பயன்படுத்தப்பட்டுள்ளன. இருபதாம் நூற்றாண்டின் முற்பகுதியில் அதிகம் அறியப்பட்டிராத, தமிழ் இதழ்களில் எழுதிய பெண்களின் எழுத்துகளை வரலாற்று ரீதியில் ஆவணப்படுத்தி ஆராய்கின்றது இந்நூல். பெண்கள் அச்சு ஊடகத்தில் செயல்பட்ட விதத்தை வரலாற்றுப்பூர்வமாக ஆராய்வதை ஒரு பகுதி யாகவும் இதழ்களில் பெண்கள் எழுதியவற்றை ஆராய்வதை ஒரு பகுதியாகவும் கொண்டு இந்நூல் அமைகின்றது. பெண்களுக்கும் அச்சு ஊடகத்திற்குமான ஊடாட்டங்கள், இதழ்களுக்கு ஆசிரியராக இருந்து அவற்றைப் பொறுப்பேற்று நடத்திய பெண் எழுத்தாளர்கள், பெண் எழுத்தாளர்கள் மீதான கருத்துகள் மதிப்பீடுகள் ஆகியவை முதல் பகுதியிலும் இதழ்களில் வெளிவந்த பெண் எழுத்துகளின் வடிவமும் உள்ளடக்கமும் இரண்டாவது பகுதியிலுமாக இடம்பெறுகின்றன.

இதனையடுத்து, மூன்று இணைப்புகள் கொடுக்கப்பட்டுள்ளன. முதல் இணைப்பில் ‘பெண் எழுத்துத் தரவுகள்’ இடம்பெறுகின்றது. அதில் பெண் எழுத்தாளர்களின் பெயர் அகரவரிசையில் வரிசைப்படுத்தப் பெற்று, அவர்கள் பல இதழ்களிலும் எழுதிய கட்டுரை முதலியவை முறையே அவர்கள் பெயரின்கீழ் காலவரிசையில் தொகுத்துக் கொடுக்கப் பட்டுள்ளன. இரண்டாம் இணைப்பில் 58 இதழ்களின் பட்டியல் அகர வரிசையில் கொடுக்கப்பட்டுள்ளது. மூன்றாம் இணைப்பில் பழைய இதழ்கள் நான்கின் அட்டைப்படப் படிகள் கொடுக்கப்பட்டுள்ளன.

1

அச்சு ஊடகத்துடனான பெண்களின் ஊடாட்டம்

படித்தல்/வாசித்தல் என்ற பழக்கம் இன்று பரவலானதாக இயல்பான தாக இருந்தாலும் இதற்கு ஒரு குறிடபிடத்தக்க பின்னணி உண்டு. கல்வி யின் எழுத்தறிவின் பரவலும் அச்சு ஊடகப் பயன்பாடு நடைமுறைக்கு வந்ததும் சமூகத்தில் படிப்படியாக ஏற்பட்ட மாற்றத்தினால் உருவான நடுத்தர வர்க்கமும் என இவற்றின் நிகழ்வால் கல்வி கற்றலுக்கு அப்பாற்பட்ட வாசித்தல் சாத்தியமாயிற்று.

பதினாறாம் நூற்றாண்டிலேயே முதல் தமிழ் அச்சு நூல் வெளி வந்தாலும் பத்தொன்பதாம் நூற்றாண்டின் தொடக்கப் பகுதிவரை சுதேசிகள் அச்சுப் பொறிகளைச் சொந்தமாக்கிக் கொள்வதற்கு உரிமை இல்லை. அரசு, கிறித்தவ சமயப் பணியாளர்களுக்கு மட்டுமே அச்சுப் பொறிகளும் அவற்றின் பயன்பாடும் உரியதாக இருந்தது. கி. பி. 19ஆம் நூற்றாண்டிலேதான் நமது நாட்டவர் அச்சியந்திரம் அமைக்கும் உரிமை பெற்றனர். கி. பி. 1835க்குப் பிறகுதான் நம்மவர் அச்சியந்திரங்களை அமைத்து 'எழுதா எழுத்தினால்' அச்சுப் புத்தகங்களை அச்சிடத் தொடங் கினார்கள் (மயிலை சீனி. வேங்கடசாமி, 1962: 17). அச்சுப் பொறிகள் வைத்துக்கொள்ளும் உரிமை சுதேசிகளுக்கும் ஏற்பட்ட பின்னரே அச்சு நூல்களும் இதழ்களும் பெருமளவில் வெளிவரத் தொடங்கின.

பத்தொன்பதாம் நூற்றாண்டின் பிற்பகுதியில் அச்சு நூல்கள் வரத் தொடங்கினாலும் அவற்றுடன் பனையோலைகளும் புழக்கத்தில் இருந்தன. மனப்பாடம் செய்வதையும் நினைவாற்றலையும் முதன்மைப் படுத்திய மரபு சார்ந்த (ஓலைச்சுவடிகளின்) வாசிப்பு முறையும் அது சார்ந்த வாசிப்புப் பழக்கங்களும் அச்சு ஊடகத்தின் நிலைபேற்றால் சிறிதுசிறிதாக வலுவிழக்கத் தொடங்கின. அச்சு நூல்கள் தோன்றுமுன் படிப்பதற்கும் பார்வையிடுவதற்கும் குறிப்பிட்ட அளவு நூல்களே இருந்தன; அவற்றைத் தேடியெடுப்பதும் படியெடுப்பதும் சிக்கல் மிகுந்ததாக இருந்தன. அவை கல்வி கற்றலுக்கான பிரதிகளாக மட்டுமே இருந்தன. பொழுதுபோக்கிற்கான வாசிப்பும் கல்வி வட்டத்திற்கு வெளியிலான வாசிப்பும் அப்பொழுது இல்லை. இந்நிலையில் அச்சு ஊடகத்தின் வரவும் பயன்பாடும் நூல்களின் எண்ணிக்கையைப் பெருக் கியது. அத்தகைய நூல்கள் பாடநூல்களாக மட்டும் இருக்கவில்லை.

வாய்மொழிப் பாரம்பரியத்தில் கதைசொல்வதும் கதைகேட்பதும் மரபு. இம்மரபு அச்சு ஊடக வருகையால் கதை எழுதுதல், கதை வாசித்தல் என மாற்று வடிவம் கொண்டது. வாய்மொழி மரபில் கதைகளாக இருந்தவை அச்சு வடிவில் உருப்பெறும்போது புனைகதை என்ற பெயரைப் பெற்றன. அடிப்படையில் இரண்டு வடிவிலும் கதைக்கூறு களின் பல்வேறு தன்மைகள் ஒன்றாகவே உள்ளன. பெறும் முறை களிலும் உருவாக்கும் முறைகளிலும் மட்டுமே மாற்றங்கள் நிகழ்கின்றன (வீ. அரசு, 2001: 11). படைப்பாக்கத்தில் எழுத்தறிவும் அச்சின் வருகை யும் ஏற்படுகையில், இலக்கியப் படைப்பிலும் வடிவத்திலும் சில மாற்றங்கள் ஏற்பட அவை வழிவகுக்கின்றன. இலக்கியத்தைப் படைத்தல் என்பது 'எழுதுதல்' என்ற வினையினூடாக நிகழும்போது அது எழுத்தறிவின் பல பரிமாணங்களை உள்ளடக்கியதாக உள்ளது. எழுதுவோரின் எழுத்தறிவு, வாசிப்போரின் எழுத்தறிவு போன்ற கூறுகள் புனைகதைக் கட்டமைப்பில் முக்கியப் பங்காற்றுகின்றன.

எழுத்தறிவு என்பது புதிதாக உருப்பெற்ற ஒரு பௌதிகச் செயல்பாடு என்பதால் அதற்கான தன்மைகளை கொண்டு வாசித்தல் என்ற புதிய செயல்பாட்டைக் கட்டமைத்தது. கேட்டல் என்பதிலிருந்து வாசித்தல் என்பது சில அடிப்படைக் கூறுகளில் முரண்பட்டது. கூட்டமாக இருத்தல் என்பது போய் தனித்து இருப்பது உருவாகிறது. ஒலி ஏற்ற இறக்கம் போன்ற கேட்டலின் வெளிப்பாடுகள் இல்லாமல் போனதால், தனித்த மனநிலையில் அதற்கான மாற்று தேவைப்படுகிறது. புதிராகக் கூறுதல், பின் நிகழ்வைப் பூடகமாகச் சொல்லுதல், வாசிப்போரின் புனைவுத் திறனுக்கு அவரது மனவெளியில் இடமளித்தல் போன்ற கூறுகளைப் புனைகதைகள் பெறவேண்டி நேரிட்டது (வீ. அரசு, 2001: 15). இவை ஐரோப்பிய புனை கதைகளில் இருப்பதை அறியக்கூடிய சாத்தியம் ஐரோப்பிய முறையில் கல்வி கற்றவருக்கு இருந்தது. அதன் விளைவாக அவற்றைத் தமது தாய்மொழிக்குக் கொணரும் ஆர்வம் பல இந்திய மொழி இலக்கியவாதிகளுக்கும் ஏற்பட்டது. வாசகத் தேவையை நிறைவு செய்ய வேண்டிய அவசியமும் மேற்குறிப்பிட்ட ஆர்வமும் புனைகதை வடிவங்களை இந்திய மொழிகளுக்குக் கொண்டு வந்தன. இதற்கு இதழ்கள் பெரிதும் துணைபுரிந்தன.

அச்சு ஊடக வருகைக்கும் அச்சினால் இத்தகைய மாற்றம் ஏற்படவும் மேலைநாட்டினர் காரணமாக அமைந்தனர். இந்நூல் எடுத்துரைக்கின்ற பெண் எழுத்துகள் சாத்தியமாவதற்கு மூல காரணமான பெண்கல்விக்கு ஆங்கிலேய அரசும் அவர்களைச் சார்ந்த கிறித்துவச் சபைகளுமே தொடக்கத்தில் தூண்டுதல் கொடுத்தனர். ஆங்கிலேய அரசின் முயற்சி கல்வியையும் எழுத்தறிவையும் ஒரு சிறிய வட்டத்திலிருந்து அனை வருக்குமானதாக மாற்ற, அந்தக் கல்வியையும் எழுத்தறிவையும் மூலதன

மாகக் கொண்ட அச்சு ஊடகம் எழுத்தை வாசிக்கத் தெரிந்த எவருக்கும் தகவலை, செய்திகளை, கதைகளை, இன்னும் பல பகிர்வுகளைக் கொண்டுசெல்லும் ஜனநாயக, ஜனரஞ்சக இயல்புகளைப் பெற்ற ஓர் ஊடகமாயிற்று. குறிப்பிட்டவொரு கல்விசார் குழுவுக்காக அன்றி, பரவலான எழுத்தறிவு பெற்ற மக்களை நம்பிய அச்சு ஊடகத்தின் ஒரு வடிவான இதழ்களுக்கு வாசகர் என்ற நுகர்வோர் தேவைப்பட்டனர். இத்தகைய நுகர்வுக்கேற்றதோர் இலக்கிய வடிவமும், அதனை நுகர் வதற்குரிய மனச்சமைவும் கால அவகாசமும் உடைய ஒரு வர்க்கமும் தேவைப்பட்டன. அதேபோல், ஆங்கில முறையிலான புதிய கல்வியைக் கற்று ஆங்கிலேயே அரசுசார் பணியில் சேர்ந்து பொருள் ஈட்டி, நிலம் சாராத நாகரிகம்சார் சமுதாய உற்பத்திமுறையில் ஈடுபட்ட நடுத்தர வர்க்கத்திற்கு வாசிப்பும் அச்சு ஊடக நுகர்வும் தேவையாயிற்று.

மரபு சார்ந்த கல்வியில் இருந்த வாய்விட்டுப் படித்தல், கல்வி கேள்வி முறை ஆகியவற்றுக்குத் தேவையான புலமைக் கருவியாக யாப்பிலக்கணம் இருந்தது. நிகண்டுகளை மனப்பாடம் செய்வதும் தேவையாய் இருந்தது. புள்ளியில்லாத எழுத்தைப் படிக்கும் பயிற்சியும் தேவைப்பட்டது. அதன்படி, ஓலைகளைச் சரிவர படிக்க ஏதுவாக அசை, சீர், அடிகளைப் பிரித்துப் பார்க்க யாப்பு உதவ, செய்யுளிலுள்ள சொற்பொருளை அறிந்துகொள்ளவும் சொற்களஞ்சியமாய்த் திகழவும் நிகண்டுகள் உதவின. இத்தகைய பயிற்சிகள் எதுவுமின்றி வெறும் எழுத்தறிவு மட்டுமே போதுமான அச்சு நூலானது ஒருவரது கைக்கு அடக்கமாய், எளிதில் கையாளக்கூடியதாய், தனிமையான, மௌன வாசிப்பிற்கான சாத்தியத்தை ஏற்படுத்திற்று. அச்சு நூல்களின் கைக்கு அடக்கமான தன்மை தனியொரு வாசகர் ஒற்றையில் வாசிக்க ஏற்றதா யிருக்க, அச்சாக்கத்தினால் கட்புல அளவிலேயே மாற்றமுற்ற பனுவலை வாய்விட்டுப் படிக்காமலேயே மௌனமாக வாசிக்க இயன்றது (ஆ. இரா. வேங்கடாசலபதி, 2002: 57). அச்சு வடிவம் பெற்றதன் விளைவாக இலக்கியப் பனுவல்கள் மௌன வாசிப்புக்குத் தயாராகின. குரு வாசிக்க சீடர்கள் கேட்டு வாசிக்கும் கேள்வி முறையிலான 'செவி வாயாக நெஞ்சு களனாக' இருந்த கல்வி முறை வாசிப்பு, தனிமை சார்ந்த மௌன வாசிப்பாகவும் கல்வி சாராத பொழுதுபோக்கு வாசிப்பாகவும் மாறுவதற்குப் பனுவல்களின் ஊடக மாற்றம் – ஓலையிலிருந்து அச்சுக்கு – காரணமாயிருந்தது. இந்த ஊடக மாற்றத்தின் இணைவாக, மொழியைப் பயன்படுத்தும் தன்மையும் வடிவமும் மாறின. மொழியை எளிமைப் படுத்துவதற்கான தேவை எழுந்தது. அச்சுப் புலத்தில் மொழிக் கையாள்கையானது செய்யுள், யாப்பு என்ற கட்டிலிருந்து (வெகுசனத் தன்மை பொருந்திய) உரை நடைக்கு மாறியது. இது இதழியல் தேவை யைப் பூர்த்தி செய்யவும் ஏதுவாயிருந்தது.

இந்த அச்சாக்கத்தின் விளைவாக நூல்களை அச்சிடுதல் இரு வகைகளில் நடைபெற்றது. தொல்காப்பியம், சங்க இலக்கிய முதலான பழந்தமிழ் நூல்களைப் பதிப்பித்தல் ஒருபுறம் நடைபெற, சமூகத்தில் வழங்கிய வாய்மொழிக்கதைகள், புதிய புனைகதை வடிவங்களான புதினங்கள்/ சிறுகதைகள் இதழ்கள் ஆகிய உரைநடைசார் நூல்களும் இதழ்களும் மறுபுறம் அச்சிடப்பட்டு வெளிவந்தன. இதழ்களும் புனைகதைகளும் ஒன்றையொன்று சார்ந்தே இயங்கிய தன்மையையும் இது இருபதாம் நூற்றாண்டின் தொடக்கம் முதல் (வணிகம் சார்ந்து) வளர்ச்சி பெற்ற நிலையையும் கண்கூடாகக் காணவியலும். *1900-1940* வரையிலான காலகட்டம் இதழ்களை வாசிக்கின்ற வாசகர்களின் எண்ணிக்கை பெருகிய காலம். இந்தப் பெருக்கத்திற்குக் காரணம் பரவலான எழுத்தறிவு, மேலைத் தாக்கம், ஓய்வு நேரம், பொழுது போக்கு ஆகியவை. பத்தொன்பதாம் நூற்றாண்டைவிட இருபதாம் நூற்றாண்டிலேயே இதழ்களின் செல்வாக்கு பெருகத் தொடங்கியது. புதினத்தின் வளர்ச்சியும் உரைநடை சார்ந்த புனைகதை வடிவங்களும் அவற்றைப் பயன்படுத்திய இதழ்களும் நடுத்தர வர்க்கத்தின் எழுச்சியும் தமிழ்ச் சமூகத்தில் மௌன வாசிப்புக்கு வழி செய்தன. இதில் பெண்களும் பங்கெடுக்கும்போது இதே விஷயங்களின் தாக்கமும் சமூகத் தாக்கமும் அவர்களின் எழுத்தில் பிரதிபலிக்கின்றன.

பெண் கல்வியும் பெண் வாசிப்பும்

சங்ககாலத்திலிருந்து தமிழ்ச் சமூகத்தில் பெண் கல்வி புழக்கத்தில் இருந்திருந்தாலும் காலப்போக்கில் அருகிப் போயிருப்பதையே பத்தொன்பதாம் நூற்றாண்டு வரையுள்ள இலக்கியங்கள் உணர்த்துகின்றன. சங்க இலக்கியம், பதினெண்கீழ்க்கணக்கு, ஐம்பெருங்காப்பியம், ஐஞ்சிறுகாப்பியம், பன்னிரு திருமுறைகள், நாலாயிர திவ்வியப் பிரபந்தம் எனத் தொகுப்பு முறைகள் செயல்பட்ட தமிழ் இலக்கியச் சூழலில், பெண்களின் படைப்புகள் 'சென்று தேய்ந்திறுந்தமை'க்குக் காரணம், ஒருவேளை பெண் படைப்புகள் இருந்தும் அவை மதம்சார் மேட்டிமையின் அரசியலால் தொகுப்புக்குள் கொண்டுவரப்படாததாலா அல்லது பெண்கல்வி கொஞ்சம் கொஞ்சமாகப் பின்னுக்குத் தள்ளப்பட்டதாலா அல்லது இவ்விரண்டும் ஒன்றுசேர்ந்ததாலா என்பது ஆய்வுக்குரியது. இதுவரை கவனத்திற்குக் கொணரப்படாத இக்கேள்வியின் பின்புலம் சென்ற நூற்றாண்டில் பரவத் தொடங்கிய பெண்ணியக் கொள்கையிலிருந்தே எழுகின்றது. ஊகங்கள் உண்மையைத் தராவிடினும் ஓர் வெளிச்சத்தைப் பாய்ச்ச வல்லன. காரணம் எதுவாக இருப்பினும், பெண் கல்வி 'கோடை ஆறாய்' வற்றிப் போனதென்னவோ வரலாற்றில் கண்கூடாகத் தெரிகிறது. பின்னர் வந்த நீதிநூல் காலத்திலும்

பெண் முழுவதும் குடும்பம் சார்ந்தவளாகவே சித்திரிக்கப்படுகின்றாள். பெண்ணுக்கு எழுத்தறிவும் கல்வியும் கொடுப்பதற்கான தேவையைப் பற்றிய சிந்தனை எள்ளளவும் எழவில்லை. 'அடுப்பூதும் பெண்ணுக்குப் படிப்பெதற்கு' என்கின்ற பழமொழி எழுவது இந்தப் பின்புலத்தில் தான். பெண்களின் கல்வி வளர்ச்சி குறைய பெரும்பங்கு வகிப்பவை பண்பாட்டுக் காரணிகளே. ஆண் படித்தால் போதும் என்ற மனப் பான்மை, இளவயதில் திருமணம், குடும்பப் பொறுப்பு ஆகியவை பெண்கல்வியின் தேக்கநிலைக்கு அடித்தளமாய் அமைகின்றன.

கிறித்தவ சபைகள் வந்த பின்னரே பெண்கள் கல்வியில் மறுமலர்ச்சி ஏற்படத் தொடங்குகின்றது. கிறித்தவ சபைகள் பெண் ஆசிரியர்களைக் கொண்ட பல பள்ளிகளை நாடெங்கிலும் தொடங்கின (மயிலை சீனி வேங்கடசாமி, 1962: 15). பத்தொன்பதாம் நூற்றாண்டில் வெளிவந்த விவேக சிந்தாமணி இதழில் ஆங்கிலேயப் பெண்கள் இந்துப் பெண் களுக்கு வீடுதேடி வந்து கல்வியளிக்க முன்வந்தது பற்றிய குறிப்புக் கிடைக்கின்றது. வீட்டில் வித்தை பயிலும் ஸ்திரீ மாணாக்கர்களுக்குப் பரிசளித்தல் என்ற பெயரில் ஒரு பெண்மணி எழுதிய கடிதம் இடம் பெற்றுள்ளது. ஆங்கிலேய - இந்திய நல்லுறவிற்காக லண்டனில் தொடங்கப்பட்ட நாஷனல் இந்தியன் அஸ்ஸோஸியேஷனின் சென்னைக் கிளைச்சங்கத்தினர் சில பெண் ஆசிரியர்களை நியமித்து இந்துப் பெண்களின் வீட்டிற்கே சென்று கல்வி கற்பித்துள்ளனர். அதன் பின்னர் தேர்வுகளும் நடத்தப்பெற்றன. இந்தச் சென்னைக் கிளையின் காரியதரிசியான மிஸ்ஸஸ் ஹாம்மிக் துரைசானியின் வீட்டில் நடந்த பரிசளிப்பு விழாவைப் பற்றிக் கடிதத்தில் விவரிக்கப்பட்டுள்ளது (விவேகசிந்தாமணி, பிப். 1897). ஒரே சமயத்தில் ஓர் ஆங்கிலேய கிறித்தவ பெண்ணுக்கும் (கல்வி பெறும் வாய்ப்பு, வெளியில் சுதந்திரமாகத் தானே தனியாகச் செல்லும் வாய்ப்பு) மற்றொரு இந்துப் பெண்ணுக்கும் (குறைவான கல்வி வாய்ப்பு, அதிலும் பூப்பெய்திய பின் பள்ளிக்கு அனுப்பப்படாமை, ஆண் துணை இன்றித் தானே தனியாகச் செல்ல அனுமதியின்மை) இருந்த முரண்பாட்டை இதிலிருந்து உய்த்துணரலாம். இந்த முரண்பாட்டிலிருந்தே பெண் கல்வி குறித்த ஐயப்பாடும் பெண் கல்வியின் நியாயப்பாடு ஏற்றுக்கொள்ளப்பட்டபின் கவனமாக முன்வைக்கப்பட்ட அதன் வரையறையும் எழுகின்றன.

பத்தொன்பதாம் நூற்றாண்டில் பலரும் இந்தியாவில் சமூகச் சீர்திருத்தம் பேசியபோது பெண்கல்வியின் முக்கியத்துவமும் பேசப் பட்டது. சமூகச் சீர்திருத்தம் என்பது தன்னிச்சையாக நிகழ்ந்த ஒன்றல்ல. இந்திய நாட்டை ஆண்ட ஆங்கிலேயர்கள் தங்களை உயர்ந்தவர்களாகவும் நாகரிகர்களாகவும் பெருமிதப்படுத்திக்கொண்டு, இந்தியாவிலுள்ள

மதங்களின் (இந்துமதம், இஸ்லாம்) பிற்போக்குத்தனத்தை – குறிப்பாகப் பெண்கள் கல்வியறிவின்றி இருந்தமை, குழந்தை மணம், சதி, விதவை களின் அவலம் போன்றவற்றை – கடுமையாக விமர்சனம் செய்தனர். தங்கள் நாகரிகத்தின், பண்பாட்டின் உயர்வைக் காட்டிக்கொள்ளவே இதைச் செய்தாலும் இதிலிருந்த உண்மை இங்கிருந்தவர்களின் மனச் சாட்சியை 'உசுப்பி'விட்டது. இதன் விளைவாகவே பெண் கல்வி, குழந்தை மண எதிர்ப்பு, சதி வழக்கத்தை தடை செய்தல், விதவை மறுமணம் ஆகியன சமூகச் சீர்திருத்தவாதிகளால் வலியுறுத்தப்பட்டன (ஃபிலிப்பா காஃப்கா, *2003: 2*). இதே போன்று, ஒப்பீட்டு நிலையில் கல்வி போன்ற வற்றில் சுதந்திரமும் ஓரளவு உயர்வும் தந்ததால் பல தாழ்த்தப்பட்ட மக்கள் கிறித்தவ மதத்திற்கு மாற, (இந்து)சமயச் சீர்திருத்தத்தைப் பற்றிப் பேச வேண்டிய தேவையும் சீர்திருத்தக்காரர்களுக்கு ஏற்பட்டது.

ஆங்கிலேயரின் இந்த விமர்சனத்துக்கான பதிலாகவும் எதிர்வினை யாகவும் பெண்கல்வி நடைமுறைப்படுத்தப்பட்டது. ஆனால் அவ்வளவு எளிதாக அது நடைபெறவில்லை. ஏனெனில் அன்றைய சமூகத்தில் கல்வியும் எழுத்தறிவும் பெற்றிருந்த பெண்கள் தேவதாசிகளாவர். எனவே கல்வி கற்ற, கல்வி கற்க விரும்பும் பெண்ணை இச்சமூகம் ஒழுக்கம் தவறியவளாகப் பார்த்தது. இந்தக் காரணம் தொட்டே, பெண் கல்வி தவிர்க்க முடியாத ஒன்றாகச் சமூகத்தில் நிறுவப்பட்ட பின்பு பெண்கல்வியில் கற்புக்கரசிகள், பதிவிரதைகளின் சரித்திரமே முக்கியப் பாடப்பகுதியாக பரிந்துரைக்கப்பட்டது. அத்துடன் கல்விகற்ற ஆங்கிலப் பெண்களின் சுதந்திரம் இந்திய/ தமிழ்ச் சமூகத்தின் இந்த அச்சத்திற்கு வலுவான அடித்தளமிட்டது. ஆங்கிலக் கல்வி கற்றால் இங்குள்ள பெண்கள் ஆங்கிலேயப் பெண்களைப் போலவே ஒழுக்கமற்றுத் திரிவர் என்ற எதிர்ப்புக் குரல்களும் வலுவாக எழுந்தன. பெண்கள் ஆங்கிலக் கல்வி கற்று நெறி பிறழ்ந்தால் 'இந்தியப் பண்பாடு' என்னாவது என்ற 'கவலை' எழுந்தது. 'பெண்களுக்குக் கல்வி வேண்டும், ஆனால் 'இந்தியப் பண்பாட்டு'க்குக் குந்தகம் விளைவிக்காததாய், குடும்பப் பேணுகைக்குப் பங்கம் வராததாய் இருக்க வேண்டும்' என்ற நிலையில் சிந்தித்தவர்கள், பெண்களுக்கான கல்வி குடும்பத்தையும் குடும்பத்தைப் பேணுதலையும் அடிப்படையாகக் கொண்டதாய் இருக்க வேண்டும் என்பதைப் பெண் களும் ஏற்றுக்கொள்ளும் வகையில் வலியுறுத்தினர். பெண்களும் எதிர்ப் பின்றி அதனைப் பகுத்துப்பாராமல் அப்படியே ஏற்றுக்கொண்டனர். ஆக, பெண்கல்வி இந்திய/தமிழ்ச் சமூகத்திற்கும் பண்பாட்டுக்கும் ஏற்ற வரைமுறையுடன் கூடியதாகவே கட்டமைக்கப்பட்டது.

> பெண்கல்வி அவசியமென்று சிலரும் அனாவச்யமென்று பலரும் கூறி வருகின்றனர். ஸ்திரீகள் படித்தால் கெட்டுப்போவார்கள் என்று நாகரீகமற்ற சில முதியோர்கள் புலம்புவதுண்டு. இது யோசனையில்லாமற் சொல்லும்

வார்த்தையே யன்றி ஞானத்தோடு மொழிந்ததல்ல. ஆதியில் ஸ்திரீகள் படித்திருந்தார்க ளென்பதற்கு அனேக ஆதாரங்களுள. ...ஸ்திரீகள் தங்கள் கிருக கிருத்ய வேலைகளை சீர்பெறச்செய்து ஸத்கிரந்தங்களைப் படித்து ஸன்மார்க்கிகளா யிருந்தால் வித்யாவான்களான புருஷர்களுக்கு ஸந்தோஷ முண்டாகுமென்பதிற் சந்தேகமுண்டோ? குழந்தைகளுக்கு மனோகரமான தர்மமார்க்கக் கதைகளைச் சொல்லி உதாரணத்துடன் நல் நடத்தை காரியங் களைக் கற்பித்து வீட்டைப் பூலோக ஸ்வர்க்கத்தைப்போல் பிரகாசிக்கச்செய்து மாமி, மாமன், மைத்துனன், ஓரகத்தி முதலியவர்களை அன்புடன் நடத்தி வருவதே உத்தமிகளுக்கு லக்ஷணமாகும். கல்வியறிவுள்ள பெண்மணி சோம்பலை வெறுத்து, அஸூயையை விலக்கி, கலகத்தைக் கனவிலும் நினையாமல் பிறந்த வீட்டையும், புகுந்த கிருகத்தையும் ஆநந்த நிறுத்துவாள் என்பதற்கு ஐயமில்லை. (ஸ்த்ரீவித்யாப்யாஸம், ஹிதகாரிணி, ஜூன் 1910: 66-70)

என்ற கட்டுரை அதற்கு வலு சேர்க்கும். இதில் பெண்களின் கருத்து கேட்கப்படாமை பற்றியும் அவ்விதம் கேட்கப்படாதிருத்தலின் நியாய மின்மை பற்றியும் எவரும் பேசவில்லை, பெண்கள் உட்பட. பெண்களின் கல்வியும் போக்கும் இவ்விதந்தான் செல்ல வேண்டும் என்பதைத் தீர்மானிப்பவர்களாக ஆண்களும் அதனைக் கேள்வியின்றி ஏற்றுக் கொள்பவர்களாகப் பெண்களும் இருந்தனர். இவ்வகையில் கல்விகற்ற பெண்களும் இந்த வட்டத்தைவிட்டு வெளிவரவில்லை. பத்தொன்பதாம் நூற்றாண்டில் கிறித்தவ சமயம் சார்ந்து பெண்கல்வி சாத்தியப்பட, பின்னர் இருபதாம் நூற்றாண்டின் தொடக்கம் முதலாக ஆங்கிலக் கல்வி கற்ற உயர் மட்டத்திலுள்ளோரது தாக்கத்தினால் மேல்சாதிப் பெண்கள் கல்வி கற்றனர். பொதுவாகப் பெண்கள் ஆங்கிலக் கல்விமுறையில் பயில்வதற்கு எதிர்ப்பு எழுந்தாலும் செல்வமும் செல்வாக்கும் கொண்ட உயர்மட்டக் குடும்பத்தின் பெண்கள் ஒருபக்கம் ஆங்கிலக் கல்வி கற்றதும் உண்மை. நடுத்தர வர்க்கத்தில் இது பல விவாதங்களுக்குப் பிறகே சாத்தியமாயிற்று. இதற்குப் பின்னால் ஓர் அரசியலும் ஆண்களின் தேவையும் இருந்தது.

பத்தொன்பதாம் நூற்றாண்டின் இறுதியிலும் இருபதாம் நூற்றாண் டிலும் உயர் வகுப்பைச் சேர்ந்த பலரும் (ஆண்கள்) மேற்கல்விக்காக இங்கிலாந்து சென்று கல்வி கற்றனர். இங்கிருந்த ஆங்கிலேயருக்கும் நிர்வாகப் பொறுப்பில் ஆங்கிலம் கற்ற சுதேசிகள் தேவைப்பட்டனர். இங்கிலாந்திலிருந்து ஆட்களை வரவழைப்பதை விட இது வசதியாகவும் செலவு குறைந்ததாகவும் இருந்தது. ஆங்கிலேயரால் தாங்கமுடியாத இந்தியாவின் தட்பவெப்பமும் ஒரு காரணம். இவ்விதம் கல்வி கற்ற ஆண்கள் தாயகம் திரும்பிவந்து திருமணத்திற்குப் பெண் தேடும்பொழுது தங்கள் தகுதிக்கு (அந்தஸ்து) ஏற்றாற்போல் கல்வி கற்ற பெண்களைத் திருமணம் செய்துகொள்ள விரும்பினர். அத்துடன், ஆங்கிலேயருடன்

பழகும்போதும் 'பார்ட்டி' களுக்குச் செல்லும்போதும் மனைவி படித்த நாகரிகமான பெண்ணாக இருந்தால் அது பெருமிதமாக இருந்தது. ஆனால், ஓரளவுக்கு மேல் மேற்கத்திய தாக்கத்தைப் பெண்களுக்கு அனுமதிக்கவில்லை. ஆங்கில மொழியும் பேச்சும் அனுமதிக்கப்பட, இந்திய பண்பாட்டுக்குப் பங்கம் விளைவிப்பதாக அவர்கள் நினைத்த மேற்கத்திய உடைகளும் ஆணும் பெண்ணும் ஒன்றாகப் பழகுகின்ற பண்பாடும் இந்திய, தமிழ்ப் பெண்களின் 'கற்பு'க்குக் குந்தகம் விளைவிக்கக்கூடியவை என எச்சரிக்கப்பட்டன. இன்னொரு புறம், பெண்களைக் கல்விபயில விடாமல் வைத்திருந்த நம் சமூகத்தின் மனத்தை ஆண்டு கொண்டிருந்த ஆங்கிலேயர் முன்னிலையில் பெருமிதத்தையும் மதிப்பையும் காட்டுவதற்காகப் பெண்ணுக்குக் கல்வி கொடுக்க வேண்டிய கட்டாயத் தேவை ஏற்பட்டது. இதன் தொடர்ச்சியாகவே மேட்டிமைச் சமூகத்தில் வேதக் காலத்தில் பெண்கள் கல்வி கற்றிருந்தனர் எனவும் பெண்கள் கல்வி கற்ற அது ஒரு பொற்காலம் எனவும் முன்வைக்கப் பட்டது; பழம்பெருமையைத் தேடிச்செல்ல வைத்தது. மொத்தத்தில், எல்லா விதத்திலும் கணவனின் தேவைக்கு ஏற்ப நடக்கின்றவர்களாகவும் கேள்வி கேளாத 'மடம்' என்ற பண்புடன் இருக்கின்றவர்களாகவும் குடும்பத்தைப் பேணுகின்றவர்களாகவும் பெண்களின் பொறுப்பு முன்னிறுத்தப்பட்டது. இதன் மூலம் ஆங்கிலேயப் பெண்களைவிடத் தியாக மனப்பான்மையும் அர்ப்பணிப்பும் கீழ்ப் படிதலும் உள்ள 'பண்பாட்டுப் பெட்டகமான' இந்தியப் பெண்கள் ஆங்கிலேயப் பெண்களைவிட உயர்ந்தவர்கள் என்று வாதிட்டனர் (ஃபிலிப்பா காஃப்கா, 2003: 5). அத்துடன், ஆங்கிலேயர் முன் எங்கள் பெண்ணினமும் கற்றோரே என்று நிறுவக்கூடிய, காண்பிப்பதில் பெருமிதம் அடையக்கூடிய ஒரு காட்சிப் பொருளாகப் பெண்களின் வார்ப்பு சித்திரிக்கப்பட்டது.

பெண்கல்வி தேவை என்பது பல சமூகச் சீர்திருத்த ஆர்வலர்களால் வலியுறுத்தப்பட்டாலும் அக்கல்வியானது எப்படி இருக்க வேண்டும் என்பது ஒரு வரையறைக்குள் கொண்டுவரப்பட்டது. எழுத்தறிவுடன் சேர்ந்து குடும்பத்தைப் பேணுவதற்குத் தேவைப்படுவன பெண் கல்வியின் உள்ளடக்கமாகச் சொல்லப்பட்டன. அந்த எழுத்தறிவும் பத்தினியாய் இருந்து 'உன்னதம்' அடைந்த பெண்களின் கதைகளைச் சொல்லும் சாஸ்திரங்களைப் படித்து அதன்படி ஒழுகுவதற்கே என்று சமாதானம் கூறப்பட்டது. கணவன், குடும்பம் என்ற வட்டத்துக் குள்ளேயே பெண்ணுக்கான கல்வி வடிவமைக்கப்பட்டது. கொஞ்சம் கொஞ்சமாக எழுத்தறிவு பெற்ற பெண்களும் இதனை அப்படியே ஏற்றுக்கொண்டனர், நம்பினர். அவர்களின் எழுத்திலும் இத்தகைய கருத்துகள் பிரதிபலித்தன. இந்தப் பின்புலத்தில்தான் கல்விகற்ற பெண்களுக்கும் ஜனநாயகப் பண்பு பெற்றுவிட்ட அச்சு ஊடகத்திற்கு

மான ஊடாட்டம் ஏற்படத் தொடங்குகின்றது. அத்துடன் அத்தகைய கல்வி கற்று, குடும்பத்தையும் விட்டுவிடாமல் 'குடும்ப'ப் பெண்களாக, கணவனைத் தெய்வமாகத் தொழுகின்றவர்களாக இதழ்களில் எழுதிய பெண் எழுத்தாளர்கள் இதழ்களை வாசிக்கின்ற பெண்களுக்கு முன் மாதிரியாகக் காட்டப்பட்டனர். அத்தகைய பெண்கள் வெகுசன ஊடக வெளியில் பலபட புகழ்ந்துரைக்கப்பட்டு ஊக்கப்படுத்தப்பட்டனர்.

பல்வேறு விவாதங்கள், முயற்சிகளுக்குப் பிறகு கிடைத்த வாய்ப்பைப் பயன்படுத்திக் கல்வி கற்கத் தொடங்கிய பெண்கள், அக்கல்வி தந்த வாய்ப்பால் தங்கள் எழுத்தின்மூலம் அச்சு ஊடகத்தில் பங்கேற்கத் தொடங்கினர். அச்சு ஊடகத்துடனான பெண்களின் ஊடாட்டம் இரண்டு வகையினது. ஒன்று வாசக நிலை; மற்றொன்று பங்கேற்கும் நிலை. பங்கேற்கும் நிலையில் இதழில் எழுதுதல், புதினம் முதலிய இலக்கியங் களை எழுதி அச்சுநூலாக வெளியிடுதல் ஒரு வகை; ஆசிரியராகப் பொறுப் பேற்று ஓர் இதழை நடத்துதல் மற்றொரு வகை. எந்தவொரு துறையிலும் ஒருவர் ஈடுபடுவதன் முன்னர், ஆர்வமும் அறிவும் அதனைப் பற்றிய அவதானிப்பும் தற்சார்பற்ற பகுப்பாய்வும் தேவை. அது இதழியலுக்கும் பொருந்தும். இதழ்களை வாசிக்கின்ற வாசகராய் இல்லாமல் இதழியல் துறையில் பணியாற்ற முடியாது. எனவே இதழியலில் பங்கேற்க முதல் கட்டம் வாசகராய் இருத்தல். அதன்வழி, பெண்களும் இதழ்களின் வாசகராய் இருந்துள்ளனர். அதன் அடுத்தடுத்த கட்டமாக இதழில் எழுதுவோராக, துணையாசிரியராக, ஆசிரியராக பரிணமித்துள்ளனர்.

நூல் வாசிப்பு என்பதில் ஆணுக்கும் பெண்ணுக்கும் வேறுபாடு இருந்தது; இருக்கின்றது. ஆங்கிலக் கல்வி பயின்ற, அதனால் ஆங்கில முறையிலான நவீன வேலையில் சேர்ந்த, மேற்கத்திய நாகரிகத்தின் மீது பற்றுகொண்ட நடுத்தர வர்க்கம் ஒன்று பத்தொன்பதின் இறுதியிலும் இருபதின் தொடக்கத்திலும் தோன்றுகின்றது. இதன் மூலம் வேலை நாள்கள் தவிர்த்த ஓய்வு நாள் என்ற கருத்தாக்கம் உருவாகின்றது. ஓய்வு நேரமும் தனிமையும் சேரும்பொழுது அந்த ஓய்வு நேரத்தைக் கழிக்க வேண்டும் என்ற உந்துதலும் உருவாகின்றது. அந்த உந்துதலை நிறைவு செய்கின்ற பல வழிகளுள் ஒன்றாக 'வாசித்தல்' என்கின்ற பழக்கம் ஏற்படுகின்றது. ஓய்வு நேரத்துப் 'பொழுதுபோக்காக' 'வாசித்தல்' என்பது ஏற்படுகின்றது. இவற்றுடன் வணிகமும் இணைந்துகொள்கிறது. இந்த வாசிப்புத் தேவையும் வணிகமும் சார்ந்து வந்தவையே இதழ்களும் புனைகதையும், குறிப்பாகப் புதினங்களும். இந்நிலையில் முதலில் ஆண்களே வாசகர்களாகவும் வாசகத் தேவையை நிறைவேற்றுபவர் களாகவும் இருந்தனர். அதே சமயம் கல்வி மறுக்கப்பட்டிருந்த பெண் களுக்கு இது முதலில் சாத்தியப்படவில்லை. மேலும் வீட்டு வேலை

களில் மூழ்கியிருந்த பெண்களின் ஓய்வு நேரம் என்பது ஆண்களின் அளவுக்கு முக்கியத்துவம் பெறாதிருந்தது. அப்படியே எழுத்தறிவு இருந்து வாசிக்கும் ஆர்வமும் இருந்தாலும் ஆண்கள் இல்லாத நேரத்தி லேயே இது சாத்தியப்படும். வீட்டு வேலைகளை முடித்துவிட்டு, கணவன் அலுவலகம் சென்ற பின்னும் பிள்ளைகள் பள்ளிக்குச் சென்ற பின்னும்தான் படிக்க முடியும். இவ்வாறு பல தடைகளைக் கடந்துதான் பெண்கள் வாசகராய் இருந்துள்ளனர். கல்வியைப் போலவே பெண்கள் வாசிக்கும் பிரதியும் வரையறைக்குள்ளாயின; தணிக்கைக்கு உள்ளாயின என்றும் சொல்லலாம்.

பெண்கள் புதினத்தை வாசிப்பதற்குப் பண்பாட்டுரீதியாக எழுந்த எதிர்ப்பையும் அதற்கு அடிப்படையாகத் தந்தையாதிக்கத்திலிருந்து பெண்கள் விடுபட்டுவிடக்கூடும் என்ற அச்சம் இருந்ததையும் ஆ. இரா. வேங்கடாசலபதி கூறுகின்றார்:

> மேலை நாட்டுப் புதினங்கள் துப்பறியும் கதைகளைக் கொண்டும் காம நுகர்வைத் தூண்டுவதாகவும் உள்ளமையால் அவற்றைப் படிக்கும் பெண்கள் வழிதவறுவர் என்று கருதப்பட்டது. பெண்களின் மீது நாவல்கள் ஏற்படுத்திய தாகச் சொல்லப்பட்ட பாதிப்பு மிகுந்த அச்சத்தை ஏற்படுத்தியது. காலனிய இந்தியாவில் 'பெண்மை' என்பது மறுவரையறை செய்யப்பட வேண்டிய முக்கியக் கருத்தாக்கமாகவும், தந்தைமைவழி ஆணாதிக்கத்தைத் தகவமைக் கவும் வேண்டியிருந்ததால் பெண்கள் நாவல் வாசிப்பது கண்காணிப்புக் குரியதாக இருந்தது. (ஆ. இரா. வேங்கடாசலபதி, *2002: 30*)

பொதுவாகவே புதினத்தைப் படிப்பது தீங்கு எனவும் அதிலும் பெண்கள் புதினத்தைப் படித்தால் கெட்டுப்போவார்கள் எனவுமே கருதினர். இதனால் பெண்கள் படிக்க வேண்டியவை எவை என்பது வரையறை செய்யப்பட்டது. அதன்படியே பிறகு இதழ்களிலும் அந்த நோக்கத்தில் பெண்களுக்கான பொருள்கள் எழுதப்பட்டன. 'வாசகியர்' பற்றிய நேரடியான தகவல்கள் அதிகமாக இல்லையென்றாலும் பெண் களுக்கான இதழ்களும் பொதுவான இதழ்களில் இடம்பெறும் பெண்கள் பகுதியும் பெண்கள் வாசகராக இருந்தமையை மறைமுகமாக உணர்த்து கின்றன. இதற்கு அதிகம் இல்லாவிடினும் மிகச் சில குறிப்புகள் உள்ளன. வாசகர்கள் என்றவுடன் நினைவுக்கு வருவன கடிதங்கள். வாசகர் கடிதங்கள் அரிதாகவே, அதிலும் பெண்களால் எழுதப்பட்ட கடிதங்கள் மிக அரிதாகவே இடம்பெறுள்ளன.

பத்தொன்பதாம் நூற்றாண்டில் இதழ்களில் வாசகியர் மூவர் எழுதிய கடிதங்கள் இடம்பெறுகின்றன. ஞானாபரணம் என்ற பெண் இல்லறம் என்ற பெயரிட்டு எழுதிய ஒரு கடிதம் தத்துவபோதினி இதழில் (அமிர்தவசனியிலிருந்து எடுக்கப்பட்டது என்ற குறிப்புடன்) இடம்

பெற்றுள்ளது (தத்துவபோதினி, ஏப். 1866). இக்கடிதம் குழந்தை மணத்தின் பின்விளைவைப் பற்றிக் கூறுவது. தன் பெயரைக் குறிப்பிடாத பெண் ஒருவர் வீட்டில் வித்தை பயிலும் ஸ்திரீ மாணவர்களுக்குப் பரிசளித்தல் (விவேகசிந்தாமணி, பிப். 1897) என்ற தலைப்பில் எழுதிய, வீட்டுக்கு வந்து இந்து பெண்களுக்குக் கல்வி கற்பித்த துரைசானிக்குப் பாராட்டு தெரிவித்து நடந்த கூட்டம் பற்றியது ஒரு கடிதம். பல பெண்கள் சேர்ந்து மாக்ஷிமை தாங்கிய மஹாராணியாருக்கு ஸ்திரீகள் அனுப்பும் ஓர் வந்தனோபசாரப் பத்திரம் (விவேகசிந்தாமணி, மே 1897) என்று குறிப்பிட்டு எழுதிய ஒரு கடிதம். இது இராணி விக்டோரியாவின் அறுபது ஆண்டுகள் அரசாட்சி முழுமையடைந்ததைப் போற்றி எழுதப் பட்ட கடிதம். விடுகதை எழுதுதல், அதற்கு விடை அனுப்புதல் போன்ற வடிவிலும் பெண்கள் தங்கள் கருத்துகளை இதழ்களுக்குத் தெரிவித்துள்ளனர். ஆர். ஆண்டாளம்மாள் விடுகதைகள் (ஹிதகாரிணி, ஜூன் 1910) எழுதி அதற்கு விடுகதைக்கு விடை (ஹிதகாரிணி, ஜூன் 1910) என விடையும் எழுதியுள்ளார். இவை தவிரவும், வாசகப் பங்கேற் பிற்குச் சான்றாக மங்கை (1945) இதழில் கேள்வி-பதில் பகுதி இடம் பெறுகின்றது. இதில் வாசகியர் கேட்கும் கேள்விகளுக்குப் பதில்கள் அளிக்கப்பட்டுள்ளன.

கல்வியும் எழுத்தறிவும் பெண்களுக்குச் சாத்தியமான பிறகு, கல்வி சார்ந்து பல துறைகளிலும் ஈடுபடத் தொடங்கினர். எழுத்தறிவின் பயனாய் வாசகர் நோக்கிய இதழ்களைப் பெண்களும் வாசித்தனர் என்பது முன்னர் கூறப்பட்டது. ‘பெண்களுக்கான பகுதிகள்’ இதழ்களில் இடம்பெற்றன. அதே நேரத்தில் இலக்கியப் படைப்பில் ஆர்வம் கொண்ட பெண்கள் எழுத்துப் புலத்தில் நுழைந்தனர். அவர்களின் எழுத்தை வெளிப்படுத்தவும் வெளியிடவும் இதழ்கள் வாயிலாக அமைந்தன. இதழியல் தேவைக்கான உரைநடையையும் உரைநடை வடிவத்தைக் கொண்ட புனைகதையையும் கைக்கொண்டனர். இதழில் தொடர்கதைகள் எழுதினர். அதே நேரத்தில் பாடல், கீர்த்தனை, விடுகதை போன்ற வடிவங்களையும் எழுத்து ஊடகமாகப் பயன்படுத்தினர்.

1901-1950 காலகட்டத்துப் பெண் எழுத்துகளை ஒவ்வொரு பத்தாண்டு களாகப் பிரித்துப்பார்த்தால், மொழியின் வடிவம் நெகிழ்ச்சியடையும் போக்கை அவதானிக்க முடியும். செய்யுளின் பயன்பாடு மெல்ல மெல்ல அருகி, உரைநடையும் உரைநடை வடிவத்தைச் செழுமையாகப் பயன் படுத்திய புனைகதையும் படிப்படியாக இதழ்களில் இடம்பெற்றுள்ள எழுத்துகளின்வழி பயணிப்பதை உய்த்துணரமுடியும். முதல் இருபது ஆண்டுகள் இந்த மாற்றுப் பருவத்தை எடுத்துக்காட்டுகின்றன. அத்துடன் பெண்கள் பயன்படுத்திய வெளிப்பாட்டு வடிவங்களும் ஒவ்வொரு பத்தாண்டிலும் பொதுவாக அதிகரித்து வந்துள்ளன. பெண் எழுத்தாளர்கள்

பெண்களுக்கான ஊக்கமாக எதைக் கருதினார்களோ அதை வெளிப் படுத்துவதாக இந்த எழுத்துகளின் உள்ளடக்கம் இருக்கின்றது. பெண் களுக்கான வாழ்வு இப்படித்தான் இருக்க வேண்டும் என்ற வரையறையை உள்வாங்கிக்கொண்டு அதன் அடிப்படையில் பல்வேறு விதங்களில் சமூகத்துடனும் குடும்பத்துடனும் பொருத்திக்காட்டுவன என அவற்றின் சாரத்தைக் கூறலாம். ஆண்கள் தங்கள் பார்வையில் சொல்வதை ஏற்றுக் கொண்டு, பண்பாட்டுச் சுமையை ஏந்திக்கொண்ட பெண்களின் எழுத்துகள் சமூக அங்கீகாரம் பெற்றன. இதனைப் பொது இதழ்களில் பெண்கள் பகுதியில் இடம்பெறும் கற்புக்கரசிகளின் கதைகள், மனைவி யின் கடமை பற்றிய அறிவுறுத்தல்கள் மூலமும் பெண்களுக்கான பிரத்தியேக இதழ்களில் இடம்பெறும் சமையல், தையல், அழகுக் குறிப்புகள், பெண்களின் குடும்பக் கடமைகளை வலியுறுத்தல் போன்ற வற்றைப் பெண்களே எழுதுவதன் மூலமும் உணரலாம்.

1901-1950 காலகட்டத்தில் பெண்கள் ஆசிரியப் பொறுப்பேற்று இதழ்களை நடத்தியுள்ளனர். கோ. ஸ்வப்பனேஸ்வரி அம்மாள் (தமிழ் மாது), பண்டிதை விசாலாக்ஷி அம்மாள் (ஹிதகாரிணி), ஆர். தாயாரம்மா (பெண்கல்வி), சகோதரி வி. பாலம்மாள் (சிந்தாமணி), வை. மு. கோதைநாயகி அம்மாள் (ஜகன்மோகினி), மு. மரகதவல்லி (மாதர் மறுமணம்), குகப்ரியை (மங்கை) ஆகியோரை இதற்குச் சான்றாகக் கூறலாம் (தேவதத்தா, 1990: 70, 71). ஓர் இதழுக்குப் பொறுப்பேற்று நடத்துவதற்கு முன், வேறோர் இதழில் உதவியாசிரியராகவும் பண்டிதை விசாலாட்சி அம்மாள், சகோதரி வி. பாலம்மாள் ஆகிய இருவர் பணிபுரிந்துள்ளனர். இது இதழ்களின் செயல்பாட்டை அவதானிக்கவும் கற்றுக்கொள்ளவும் பின்னாளில் ஓர் இதழை நடாத்துவதற்கும் அவர் களுக்கு உதவிபுரிந்துள்ளது.

இதழின் கட்டமைப்பில் இடம்பெறும் முன்னட்டை, முன்பக்க வாசகம், ஆசிரியர் பெயரைக் குறிப்பிடுதல், விளம்பரங்கள், உள்ளடக்க அட்டவணை தொடங்கி இதழின் உள்ளடக்கத்தில் இடம்பெறும் கதை, கட்டுரை உள்ளிட்ட பிற எழுத்துகள், அவை எப்பொருளைப் பற்றிப் பேச வேண்டும் என ஆசிரியப் பொறுப்பில் இருந்து தீர்மானித்தல் வரை பல நுணுக்கமான விவரங்களைப் பெண்கள் கையாண்டுள்ளனர். ஆசிரியப் பொறுப்புடன் சேர்த்து தமது புனைகதைகளுக்கும் கருத்து களுக்கும் வெளிப்பாட்டுக் களமாகவும் (பண்டிதை விசாலாக்ஷி அம்மாள், சிந்தாமணி வி. பாலம்மாள்) அவற்றுடன் அனுபவ மொழிகளை வெளியிடும் களமாகவும் (வை. மு. கோ.) இதழ்களைச் சாதுரியத் துடன் இவர்கள் பயன்படுத்திக் கொண்டுள்ளதை அறியமுடிகின்றது. தங்கள் படைப்புகளின் நூலாக்கத்திற்கும் அவற்றின் பரவலான அறிமுகத்

திற்கும் இதழாசிரியர்களாக இருந்தோர் இதழ்களைக் களமாகப் பயன் படுத்தியுள்ளனர். அதன் உச்சமாக இதழின் சந்தாதாரர்களுக்குத் தங்கள் கதை நூல்களின் பிரதிகளை இலவசமாகவும் சலுகை விலையிலும் கொடுத்தமைக்குக் குறிப்புகள் உள்ளன. இதழ்களின் பரவலுக்கு விளம்பரங்களைப் பயன்படுத்தியுள்ள திறத்தையும் காணமுடிகின்றது. இதழாசிரியர்தம் நூல்கள், பிற இதழ்கள், பிற எழுத்தாளர்களின் நூல்கள் (பெண்கள் உள்பட) ஆகியவற்றை அறிமுகப்படுத்தி இதழுக்கு வருமானத்தைத் தருகின்ற உற்பத்தி / நுகர்வோர் பொருட்களை அறிமுகப் படுத்தும் விளம்பரங்களையும் வெளியிட்டுள்ளனர். இதழ்களில் விளம்பரம் செய்வதற்கான கட்டணங்களும் குறிப்பிடப்பட்டுள்ளன. ஓர் இதழைப் பொறுப்பேற்று நடத்துவதில் உள்ள நுணுக்கங்களை உணர்ந்து இவர்கள் நடத்தியுள்ள விதம் இவற்றின் மூலம் புலனாகின்றது.

பெண்கள் கல்விகற்றல் என்பது கல்விப் பரவலின் கண்ணியில் நடுவில் இடைவெளி பெற்று, பின்னர் வேற்று நாட்டவருடனான பண்பாட்டு உரசலாலும் சமூகச் சீர்திருத்தத்தின் தேவையை உணர்ந்த படித்த ஆண்களாலும் வழக்கத்திற்கு வந்தது. தொடக்கத்தில் எழுத் தறிவையும் குடும்ப நிர்வாகத்தையும் மையமிட்ட பெண்கல்வி காலத்தின் போக்கில் ஆங்கிலக் கல்வியையும் உள்ளடக்கியது. பெண்கள் கற்ற கல்வியின் பயன்பாட்டு ரீதியிலான வெளிப்பாடு ஒவ்வொரு கட்டமாக வளர்ந்தது. புதிதாகக் கற்ற எழுத்தறிவு மற்றும் கல்வியின் மூலமும், மேலை நாட்டின் தாக்கத்தால் வந்த புதிய ஊடகமான அச்சின் ஒரு பகுதி யான இதழ்களில் முதல் நிலையில் வாசகராகவும் பின்னர் புனைகதை எழுத்தாளர், கட்டுரையாளர், உதவி ஆசிரியர் என்று படிப்படியாகச் சென்று, ஆசிரியர் பொறுப்பேற்றுப் பெண்கள் இதழ்களை நடத்தி யுள்ளதைக் காணமுடிகின்றது. அத்துடன் தமது எழுத்துப்பணியின் பரிணாம வளர்ச்சிக்கு இதழ்களுடனான தொடர்பை நன்கு பயன் படுத்திக் கொண்டுள்ளதையும் அறியமுடிகின்றது.

மாறிக்கொண்டிருந்த அன்றைய சமுதாயத்திற்கேற்ற வகையில் பெண்கல்வி, விதவை மறுமணம், குழந்தை மண எதிர்ப்பு, பெண்ணுக்குச் சொத்துரிமை, ஓட்டுரிமை ஆகிய பெண்களின் உரிமைகள் பற்றிப் பெண் களின் கருத்துகள் இடம்பெறுகின்றன. இது ஒரு புறமிருக்க, மறுபுறம் சமூகத்தையும் குடும்பத்தையும் பொறுத்தவரையில் பெண்களின் பொறுப்பும் பங்கேற்பும் எவ்விதம் இருக்க வேண்டும் என்பதைப் பற்றி யும் இதழ்களில் உள்ள பெண் எழுத்துகள் கருத்துகளை முன்வைக்கின்றன. இவ்விதம், அச்சு ஊடகத்தின் பகுதியாகிய இதழ்களுடனான பெண்களின் ஊடாட்டம், வாசக - எழுத்தாள - ஆசிரிய நிலையில் செயல்பட்டது.

2

இதழ்களும் பெண் எழுத்தாளர்களும்

1901-1950 காலகட்டத்தில் எழுதிய பெண் எழுத்தாளர்களில் இதழாசிரியராக விளங்கியவர்களுள் பண்டிதை விசாலாட்சி அம்மாள் (ஹிதகாரிணி), சகோதரி வி. பாலம்மாள் (சிந்தாமணி), வை. மு. கோதைநாயகி அம்மாள் (ஜகன்மோகினி), மு. மரகதவல்லி (மாதர் மறுமணம்), குகப்ரியை (மங்கை) ஆகிய ஐவரும் குறிப்பிடத்தக்கவர்கள்.

பண்டிதை விசாலாட்சி அம்மாள்

இருபதாம் நூற்றாண்டின் தமிழ்ப் பெண் நாவலாசிரியர் வரலாற்றில் தொடக்க காலப் படைப்பாளராக விளங்கியவர் பண்டிதை விசாலாட்சி அம்மாள் அவர்கள். இவருடைய தந்தை வெங்கட்ராமய்யர் இசை அறிஞர். தஞ்சாவூர், புதுக்கோட்டை, எட்டயபுரம், இராமநாதபுரம், மைசூர் ஆகிய சமஸ்தானங்களில் இசையறிஞராக இருந்துள்ளார். அரசர்களின் அவையில் பணி செய்தவர் என்பதால் இவருக்கு அரச பரம்பரையினர் பலரின் பழக்கம் இருந்தது. மைசூரிலிருந்த விசாலாட்சி அம்மாள் கல்வி கற்றுத் தமிழ், கன்னடம், சமஸ்கிருதம், ஆங்கிலம் ஆகிய மொழிகளில் தேர்ச்சி பெற்றார். வீணை, தையல், ஓவியம் ஆகிய கலைகளையும் கற்றார். இளவயதில் அத்தை மகனுடன் அவருக்குத் திருமணம் நடந்தது. திருமணமான சில நாட்களிலேயே கணவருக்கு நோய் வந்து இறந்துவிட, பதினான்கு வயதில் கைம்பெண் ஆனார். பல எதிர்ப்புகளைத் தாண்டி மைசூர் மகாராணி கல்லூரியில் பட்டப் படிப்பினை முடித்தார். அங்கேயே வேலைபார்க்கும் வாய்ப்பு வந்தும் ஏற்கவில்லை. அவருக்குப் புதினம் படிப்பதிலும் எழுதுவதிலும் ஆர்வம் இருந்தது. தந்தையின் எண்ணத்தையும் மீறிப் புதினம் எழுதினார். அவரது முதல் புதினம் *லலிதாங்கி*. அப்புதினத்தை எழுதி நடராஜ ஐயர் ஆசிரியராக இருந்த *லோகோபகாரி* இதழுக்கு (சென்னை) அனுப்பினார். நடராஜ ஐயர் லலிதாங்கி புதினத்தை 1902இல் வெளியிட்டார். அடுத்த இரண்டு மாதங்களில் லலிதாங்கியின் இரண்டாயிரம் படிகளும் விற்றுத் தீர்ந்தன. விசாலாட்சி அம்மாளின் பெயர் பரவியது. புதினத்தின் வெளியீட்டாளர் ஆசிரியைக்குச் சேர வேண்டிய தொகையைத் தந்ததால் பணவரவும் ஏற்பட்டது.

அவர் அடுத்து எழுதிய இரண்டாவது புதினமான *ஜலஜாக்ஷியும்* நடராஜ ஐயரால் வெளியிடப்பட்டு வரவேற்பைப் பெற்றது. புகழும் பணமும் கிடைத்ததால் தந்தையும் புதினம் எழுதத் தடை செய்ய வில்லை. தமது எழுத்துப் பணிக்காக மைசூரிலிருந்து சென்னைக்கு இடம்பெயர்ந்தார். பிறகு *தேவிசந்திரப்ரபா, ஜோதிஷ்மதி, நிர்மலா* ஆகிய புதினங்களை எழுதினார். *லோகோபகாரி* இதழின் துணை யாசிரியராகவும் பணிபுரியத் தொடங்கினார். இவர் லோகோபகாரியின் துணையாசிரியர் என்பது *ஆநந்தமகிளா* (1903), *கௌரீ* (1906) ஆகிய இவர் எழுதிய புதினங்களில் குறிப்பிடப்பட்டுள்ளது. பிறகு, 1910இல் வெளிவந்த *ஆரியகுமாரி* புதினத்தின் அட்டையில் 'Tamil Novelist and Editor of Hithakarini' என்று பண்டிதை விசாலாட்சி அம்மாள் குறிப்பிடப் பெறுகின்றார். மேலும், *ராஜப்ரபா* (1914), *சாதனா* (1915) ஆகிய புதினங்கள் இவரை 'Journalist and Novelist' என்று குறிக்கின்றன. *லோகோபகாரி* ஆசிரியர் நடராஜ ஐயர் உடல்நலக் குறைவால் 1907இல் இறந்துவிட அதன்பின் ஓராண்டு *லோகோபகாரி* இதழ் வெளிவர வில்லை. பின்னர் வைத்தியநாத ஐயர் என்பவர் இவ்விதழின் உரிமையாளரானார். இவருக்கும் விசாலாட்சி அம்மாளுக்கும் அடுத்த ஓராண்டிற்குள்ளாக கருத்து வேறுபாடு ஏற்பட்டு, விசாலாட்சி அம்மாள் அவ்விதழிலிருந்து விலகினார். 1909 ஏப்ரல் மாதம் தாமே *ஹிதகாரிணி* என்ற இதழைத் தொடங்கினார். பிறகு 1912இல் *ஞானசந்திரிகா* என்ற இதழையும் நடத்தியுள்ளார். இவ்விவரம் *மஹேசஹேமா* (1912) என்ற புதினத்தின் இறுதியில் கொடுக்கப்பட்டுள்ளது. சிருங்கேரி மடம் இவரது இலக்கியச் சேவையைப் பாராட்டி 'பண்டித ரத்னா' பட்டத்தை வழங்கியுள்ளது. 1911-12 ஆம் ஆண்டுகளில் இவருடைய தாயும் தந்தையும் அடுத்தடுத்து மறைந்தனர். அப்போது ஒரு பத்து வயது சிறுவனைத் தத்தெடுத்து அவன்மூலம் தந்தைக்கு இறுதிக் கடன்களை நிறைவேற்றியுள்ளார்.

கைம்பெண்ணான பின்பும் எதிர்ப்பினை மீறிப் படித்துப் பட்டம் பெற்று, தனியாகச் சென்னைக்கு வந்து, கிடைத்த ஆசிரியை வேலையை விட்டுவிட்டுத் தந்தை விரும்பாத நிலையிலும் எழுத்துப் பணியைச் செய்யத் துணிந்தார். தம்மை இதழாசிரியர் பணியிலிருந்து விலகச் செய்தவர்களுக்கு எதிராக ஓர் இதழைத் தொடங்கிய செயல் இவரது மனத்திண்மையைக் காட்டுகின்றது. பெண்கள் இவரது புதினங்களை விரும்பிப் படித்துள்ளனர். அவர்களுள் சிலர் தாக்குரவு கொண்டு தாமும் புதினம் எழுத முற்பட்டுள்ளனர். அவருள் மலைமகள் என்பவர் தமது *முரளீதரன்* (1914) புதினத்தில் விசாலாட்சி அம்மாளைப் பற்றிக் குறிப் பிடுகின்றார். இவர் எழுதி இன்று கிடைக்கின்ற கடைசி புதினமான *தாரா அல்லது மகர கண்டியின் மர்மம்* 1926 இல் வெளியாகியுள்ளது.

மேற்கத்திய 'மில்ஸ் அண்ட் பூன்' வகை கதைகளை உள்வாங்கி அவற்றை இந்திய/ தமிழ்ச் சூழலுக்கேற்றவாறு மாற்றி எழுதப்பட்டவையே இவரது புதினங்கள். அவை அத்தனை முக்கியத்துவம் வாய்ந்த பிரதிகள் இல்லை என்பது உண்மையாயிருந்தாலும் நூறாண்டுக்கு முந்தைய சூழலில் எடுக்கப்பட்ட இவரது முயற்சியும் ஈடுபாடும் விலக்கத்தக்க தல்ல. பெண் எழுத்தாளர்களைப் பொறுத்தவரை இவரைப் புதினத்தின் முன்னோடி என்று கூறலாம்.

தமிழில் புதின முயற்சியில் ஈடுபட்ட முதல் பெண் யாரெனத் தெளிவாகச் சொல்ல இயலவில்லை. கிருபை சத்தியநாதனின் கமலா (1892), சகுணா (1893) ஆகிய இரு புதினங்களும் ஆங்கில மூலத்தின் பெயர்ப்புகளே, நேரடித் தமிழ்ப் படைப்புகளல்ல. 1897இல் ராஜாத்தி அம்மாள் என்பவர் எழுதிய ஞானப்ரகாசம் என்ற புதினத்தைப் பற்றிய தரவு (சிட்டி சிவபாதசுந்தரம், 1977: 274) கிடைக்கின்றது. ஆனால் நாவல், நாவலாசிரியர் பெயர், ஆண்டு தவிர வேறு செய்திகள் இல்லை; அந்தப் புதினம் இதுவரை பார்வைக்குக் கிட்டவில்லை. அதற்குப் பிறகு, இருபதாம் நூற்றாண்டில் தமிழில் புதினம் எழுதிய முதல் பெண்ணாக பண்டிதை விசாலாட்சி அம்மாளைக் குறிப்பிடலாம். தமிழ் நாவல் வரலாற்றை எழுதிய/எழுதுகின்ற பலரும் தொடக்க காலத்தில் எழுதிய பெண்களைப் பற்றிப் பொத்தாம்பொதுவாக அவர்களது பெயர்களை மட்டும் தொகுத்துக் கூறும் போக்கு காணப்படுகின்றதே அன்றி அவர்களின் பங்களிப்பை விரிவாக எடுத்துக்கூறுவதும் விமர்சனம் செய்வதும் இல்லை. இதற்கு வை. மு. கோதைநாயகி அம்மாள் விதிவிலக்கு. அவரும் போகிற போக்கில்தான் குறிப்பிடப்படுகின்றார், முக்கியமானவராகக் காட்டப்பெறவில்லை. பண்டிதை விசாலாட்சி அம்மாள் அவர்கள் இருபதாம் நூற்றாண்டின் தொடக்க இருபது-இருபத்தைந்து ஆண்டுகளில் கிட்டத்தட்ட 26 புதினங்களும் விசித்திர வைத்தியன் என்ற ஒரு சிறுகதைத் தொகுப்பையும் வெளியிட்டுள்ளார்; இதழாசிரியராகவும் இருந்துள்ளார். ஆனால், இவரைப் பற்றி விரிவாகப் பேசப்படவில்லை, பதிவும் இல்லை.

ஹிதகாரிணியின் கட்டமைப்பு

1909ஆம் ஆண்டு ஏப்ரல் மாதம் முதல் ஹிதகாரிணி இதழைத் தொடங்கி நடத்திவந்துள்ளார் விசாலாட்சி அம்மாள் (1915 மார்ச் மாதம் வரை யிலான ஹிதகாரிணியின் இதழ்த் தொகுப்புகள் கிடைக்கின்றன). ஒருமாத ஹிதகாரிணி இதழ் வெளியீட்டில் கிட்டத்தட்ட நாற்பது பக்கங்கள் இடம்பெறுகின்றன. உள்ளடக்கப் பொருள்களாக மதம், இந்திய நாடு தொடர்பான பல்வேறு செய்திகள், பிறநாட்டுச் செய்திகள்,

கதைகள், புத்தக - இதழ் விளம்பரங்கள் ஆகியன இடம்பெற்றுள்ளன. ஹிதகாரிணி இதழில் அதில் இடம்பெறும் எழுத்துகளை எழுதிய ஆசிரியர்களின் பெயரைக் குறிப்பிடுவது சீர்மையுடனும் தொடர்ச்சி யாகவும் இல்லை. பெயர் குறிப்பிடப்படாத எழுத்துகள் பல வெளி யிடப்பட்டுள்ளன. சில இடங்களில் குறிப்பிட்ட கட்டுரை, கதை அல்லது விடுகதை முடிந்த பின்னர் அதன்கீழ் வலப்புறம் எழுதியவர் பெயர் இடம்பெறுகின்றது. பத்தொன்பதாம் நூற்றாண்டின் இதழ்களிலும் எழுதியவர் பெயரைக் குறிப்பிடாத இப்போக்கைக் காணமுடிகின்றது. ஒருவேளை இதழின் ஆசிரியரே அவற்றில் இடம்பெறுவதை எழுதி அது அக்காலத்தில் இதழ்களைப் படித்த வாசகருக்குப் புரிந்திருந்ததால் பெயர் குறிப்பிடும் தேவை ஏற்படவில்லையா என்ற ஊகம் ஏற்படுகின்றது.

ஆசிரியர் விசாலாட்சி அம்மாளின் இரு புதினங்கள் ஹிதகாரிணியில் தொடராக வெளிவந்துள்ளன (ஜெயத்ஸேநா - ஜன 1911, மஹீஸுதா - ஏப் - மே 1911). அவற்றில் அவரது பெயர் குறிக்கப்பெறவில்லை. ஆனால் மறுபுறம், அவர் எழுதிய அப்புதினங்கள் அதே பெயரில் நூல் வடிவில் உள்ளன. இதழில் வெளிவந்த பகுதிகளும் புதினமாக வெளி வந்தவையும் வாசிக்கப்பட்டபோது அவை ஒன்றாக இருந்தன. எனவே இவ்விரண்டும் விசாலாட்சி அம்மாள் எழுதிய புதினங்கள்தாம் என்பது உறுதிப்படுகின்றது. ஜெயத்ஸேநா, மஹீஸுதா ஆகிய இவ்விரு தொடர்கதைகளும் தொடங்கப்பெற்றுள்ளன. ஆனால் முழுமையாக இடம்பெறவில்லை; இடம்பெறாததற்கான காரணமும் எங்கும் சுட்டப் பெறவில்லை. ஒருவேளை புதினத்தின் முன்னோட்டமாக இருக்கலாம் என்று ஊகம் எழுகின்றது. தமது இதழுக்குச் சந்தா கட்டும் வாசகர்களுக்கு ஆண்டுதோறும் தாம் எழுதிய ஒரு 'புத்தகத்தை' (அதாவது புதினம்) இனாமாகக் கொடுத்துள்ளார். 'பல துளி பெரு வெள்ளம்' என்ற பழமொழிப்படி, சந்தாதாரர்களின் அபிமானமே அதன் அபிவிருத்திக்குக் காரணமாயிருக்கிறது' (ஹிதகாரிணி, மார். 1910) என்று சந்தாதாரர்களைப் புகழ்கின்றார். ஏற்கெனவே சந்தாதாரராக இருப்போர் மேலும் சில சந்தாதாரரைச் சேர்த்தால் அவருக்கு '8 அணா விலையுள்ள மனோகரமான தமிழ்க்கதை புஸ்தகம் ஒன்று இனாம் கொடுக்கப்படும்' (ஹிதகாரிணி, மார். 1910) என்றும் அறிவித்துள்ளார். இதழின் வாசகரையும் சந்தா தாரரையும் அதிகரிக்க இவ்வுத்தியைப் பயன்படுத்தியுள்ளார். இதழின் வாசக வட்டம் ஆண், பெண் இருபாலாருக்கும் பொதுவானது என்பதை யும் சூசகமாக உணர்த்தியுள்ளார். 'எமது ஸகோதரிகளின் வித்தியாபி விருத்தியையும், தர்ம மார்க்கத்தையும், வேதாந்த விஷயங்களையும் இப்பத்திரிகை விவரிக்கிறது. இதன் சந்தாவோ மிகச் சொற்பம். பெண் கல்வியைக் கோரும் புண்ய சீலர்கள் பத்திரிகையை ஆதரித்து எம்மை

மேன்மேலும் வரையுமாறு புரோத்ஸாகப்படுத்துவார்களாக' (ஹிதகாரிணி, மார்ச் 1910) என்று தமது இதழுக்கு ஆண்களின் ஆதரவையும் கோரு கின்றார். ஆண்களின் வாசிப்பின் மூலமும் அதனையடுத்து அவர்கள் இதழின் உள்ளடக்கத்தால் திருப்தியடைந்த பிறகுமே அது பெண் களுக்குப் போகும்போலும்.

எனவே, ஹிதகாரிணியில் இடம்பெறும் விளம்பரங்கள் இதழைப் பல வாசகர்களுக்குக் கொண்டு சேர்ப்பதற்கான மேற்சொன்ன உத்தி களைக் கையாள்கின்ற இடமாகவும் ஆசிரியர் எழுதும் புத்தகங்களை (கதை நூல்களும் கதை அல்லாத நூல்களும்) வாசகரிடத்து அறிமுகப் படுத்தவும் துணைபுரிகின்றன. இவ்விதம் இதழைப் பரவலாக்க விசாலாட்சி அம்மாள் எடுத்துள்ள முயற்சிகள் அவரது இதழ் ஆட்சிமைத் திறத்தை உணர்த்துகின்றன.

ஹிதகாரிணியின் உள்ளடக்கம்

முன்னர்க் குறிப்பிட்டபடி, எழுதியவர் பெயரைக் குறிப்பிடுதல் சீரற்று இருப்பதால் எழுதியவரது பெயர் கிடைக்கின்ற தரவுகளைக்கொண்டு ஹிதகாரிணியின் பெண்களின் எழுத்துகள் குறிப்பிடப்படுகின்றன. ஹிதகாரிணியில் இடம்பெற்றுள்ள பெண்களின் எழுத்துகளை வகைமை அடிப்படையில் விடுகதை, தொடர்கதை, சிறுகதை, கட்டுரை என வகுக்கலாம். ஹிதகாரிணியில் இரண்டு பெண்கள் விடுகதைகள் எழுதி யுள்ளனர். அவர்களுள் ஆண்டாளம்மாள் விடுகதை எழுதி விடையும் கொடுத்துள்ளார் (ஹிதகாரிணி, ஜூன் 1910). மீனாக்ஷி அம்மாள் விடுத்த வற்றுக்கு (ஹிதகாரிணி, ஏப். 1910) எஸ். ஜானகியம்மாள் என்ற வேறொருவர் (ஹிதகாரிணி, மே 1910) விடைகளை எழுதி அனுப்பி யுள்ளார். இவ்விடுகதைகள் இடம் பெற்றுள்ள விதத்தைப் பார்க்கையில் இவற்றை ஹிதகாரிணியை வாசிப்போர் எழுதியதாகவே தோன்று கிறது. ஒருவேளை குழந்தைகளை நோக்கி எழுதபட்டதாக இருக்கலாம் என்று ஊகிக்க இடமுள்ளது.

இதழியலுடன் நெருங்கிய தொடர்புடையது தொடர்கதை. இதழின் பருவத்தைச் சார்ந்து வாசகரைத் தக்கவைத்துக்கொள்ளும் உத்தியுடன் தொடராக வரும் இக்கதைகள் பெரும்பகுதி வெகுசனத் தன்மையுடை யவை. இன்றும்கூட தொடர்கதைகளின் தொடர்ச்சி கருதி இதழ்கள் வாங்கப்படுவதையும் வெகுசனத் தளத்தில் பிரபலமாயிருக்கும் எழுத் தாளர்களின் புதிய தொடர்கதை தொடங்கப்போகிறது என்ற அறிவிப்பு விளம்பரம் வாசகரை இதழை வாங்கும்படித் தூண்டுவதையும் ஒப்பு நோக்கலாம். விசாலாட்சி அம்மாள் எழுதிய கதைகளே ஹிதகாரிணி யில் தொடர்கதையாக இடம்பெற்றுள்ளன. இதழில் தொடராக வந்தபின்

இவை நூலாக்கம் பெற்றுப் புதினங்களாக வெளியிடப்பட்டுள்ளன. அத்துடன் அவை சந்தாதாரர்களுக்கும் இலவசமாகத் தரப்பட்டதை நினைவுகூரலாம். இவரது புதினங்கள் பெண்களை, குறிப்பாக இந்துப் பெண்களை, முதன்மைபடுத்தியும் அவர்களை நோக்கியும் எழுதப் பட்டவை. பெண்கள் ஆரிய (இந்து) மதத்தின்படியும் ஆரிய தர்மத்தின் படியும் நெறிதவறாது வாழ்தல் வேண்டும் என்ற கருத்தை வலியுறுத்து கின்றார். மிக முக்கியமாக பதிவிரதாதர்மமே பெண்களுக்குப் பெருமை சேர்க்கும், நன்மை விளைக்கும் என்ற கருத்துகளைக் கதைகளில் பதிய வைத்துள்ளார். இவர்தம் கதைகளை ஒரு வாய்பாட்டில் அடக்கிவிடலாம். காதலர் இருவர் துன்பங்களை எதிர்கொண்டு, இடையில் பிரிந்து காணாமல் போய், இறுதியில் ஒன்று சேர்வர். பெரும்பாலும் பார்ப்பன சமூகப் பின்னணியைச் சார்ந்து அல்லது அரச வம்சப் (க்ஷத்திரிய வம்ச) பின்னணியைச் சார்ந்து கதை பின்னப்படும். காதலருள் இருவருமோ அல்லது இருவருள் ஒருவரோ பெற்றோரைப் பிரிந்திருப்பர். பிறகு அவர்களுடைய பெற்றோரும் வந்து சேர்ந்துவிடுவர். உச்சக்கட்டம் முடிந்தபின் பெண்கள் பதிவிரதா தர்மத்தைப் பேண வேண்டியதின் அவசியம் அறிவுரையாக வலியுறுத்தப்பெற்றுப் புதினம் 'சுபமாக' முற்றுப்பெறும். கணவனைப் பிரிந்து வாழ்வதே பெண் இனத்திற்குப் பெருந்துன்பமாகக் காட்டப்பட்டிருக்கும்.

சிறுகதை என்பது அவ்வளவு முறையாக வடிவம் பெறாத காலகட்ட மான 1910-11இல் சிறுகதை என்று சொல்லத்தக்க இரண்டு கதைகள் ஹிதகாரிணியில் இடம்பெற்றுள்ளன. இயற்பெயரை வெளியிடாமல் ஹிந்து ஸகோதரி என்ற பெயரில் உறுதி என்ற சிறுகதையை (ஹிதகாரிணி, அக். 1910) ஒருவர் எழுதியுள்ளார். இது தவிர, நேர்க்கூற்றில் கல்பகம் (ஹிதகாரிணி, டிச. 1911) என்ற ஒரு சிறுகதையை பண்டிதை விசாலாட்சி அம்மாள் எழுதியுள்ளார். கல்பகம் என்ற பெண்ணின் கதையை விசாலாட்சி அம்மாளே நேரில் வாசகரிடம் சொல்வதுபோல் அமைந்துள்ளது.

கருத்துகளை எளிதில் சொல்ல ஏதுவாய் இருக்கும் உரைநடை வடிவமான கட்டுரையைத் தங்கள் கருத்து வெளிப்பாட்டுக் கருவியாகப் பலரும் பயன்படுத்தியுள்ளனர். ஹிதகாரிணியில் இடம்பெற்றுள்ள கட்டுரைகள் பெண்கல்வி, இறைவழிபாடு, பெண்கள் சபை, பெண்களின் இயல்புகள், இலக்கியம், வரலாறு ஆகியவற்றை மையமாகக்கொண்டு எழுதப்பட்டுள்ளன. ஓர் இந்து சகோதரி என்பவர் எழுதிய பெண்கல்வி (ஹிதகாரிணி, ஜுலை 1910) என்ற கட்டுரை பொதுவாகக் கல்வியின் பெருமையையும் பெண் கல்வி கற்பதால் ஏற்படும் நன்மைகளையும் கூறுகின்றது. கல்வி கற்ற பெண்கள் கல்வியறிவற்ற பெண்களுக்குக் கற்பிக்க வேண்டும் என்றும் கூறுகின்றது. சுருக்கமாக, கல்வியானது

கற்பவர் யாராயினும் அவரது நற்குணங்களை மேம்படுத்துகின்றது என்றும் கல்வி கற்ற பெண்ணானவள் கணவனுக்கும் நாட்டுக்கும் எவ்விதம் நன்மை பயக்கின்றாள் என்றும் உரைக்கின்றது.[1]

ஞானாம்பாள் எழுதிய ஆரியர்களின் சரித்திரம் (ஹிதகாரிணி, ஆக. 1909) என்ற கட்டுரை ஆரியர்களின் வரலாற்றையும் வாழ்முறையையும் சுருக்கமாக இரு பத்திகளில் கூறுகின்றது. பழைய காலத்தில் மேன்மையுற இருந்த நிலைமாறித் தற்பொழுது அவர்கள் இருக்கும் நிலையை, குறிப்பாக ஆரியர்களின் (பார்ப்பனர்களின்) திருமணம் குறைபட இருப்பதைச் சுட்டிக்காட்டுகின்றது.[2] அத்துடன் தற்காலத்தைவிடப் பழங்காலம் பொற்காலமாகத் 'திகழ்ந்தது' என்று வேத காலத்தைத் தூக்கிப்பிடிக்கும் போக்கிற்கு இக்கட்டுரை ஓர் எடுத்துக்காட்டாகும். ஒரேயொரு மருத்துவக் குறிப்பு ஹிதகாரிணியில் இடம்பெற்றுள்ளது. ஓர் ஹிந்தூஸ்த்ரீ காக்கை வலிப்புக்கு மருந்து என்ற தலைப்பில் மருத்துவக்குறிப்பு ஒன்று எழுதியுள்ளார் (ஹிதகாரிணி, ஜன. 1913). ஓர் இந்து சகோதரி என்ற பெயரில் நான்கு கட்டுரைகள் எழுதப்பட்டுள்ளன. மேற்குறிப்பிட்ட மருத்துவக் குறிப்பினை எழுதியவரும் ஓர் ஹிந்துஸ்த்ரீ என்றே பொதுவான ஒரு பெயரில் எழுதியுள்ளார். இருவரும் ஒருவரா அல்லது வெவ்வேறு நபர்களா என்பதை உறுதிபடுத்த இடமில்லை.

1. நற்குணமும் கல்வியறிவும் உள்ள மடந்தை தன் கணவனுக்கு இன்பமான தோழியாகிறாள். தங்கள் தேச க்ஷேமத்தைக் கோரி உழைப்பதற்கு முன்னுக்கு வருகிறாள். ...படித்த ஸ்திரீயால், படித்த நற்குணமுள்ள புருஷனுக்குண்டாகும் இன்பமும் லாபமும் கொஞ்சநஞ்சமல்ல. சகல விஷயங்களைப்பற்றியும் அவளுடன் பேசலாம். கல்வியறிவுள்ள ஸ்திரீ தன் கணவனின் மனப் பெட்டியின் திறவுகோலாகிவிடுகிறாள்.

2. ஆரியர்கள் ஆசியா கண்டத்து மத்யபாகத்திலிருந்து இவ்விடம் வந்தனர். இவர்கள் வருமுன் இங்கிருந்தவர்களைத் திருடர்களென்று அழைப்பார்கள். ஸம்ஸ்கிருத வியாகரணம் செய்த பதஞ்சலி இத்தேசத்தானன்று. காந்தார வாஸி முதலில் ஆரியர்கள் ஸிந்தூநதீ தீரத்திலிருந்ததால் இவர்களைப் பார்சிகள் ஹிந்துக்களென்று கூறினார்கள். சில தேசங்களை ஜெயித்து ஆரியாவர்த்த மென்று பெயரிட்டனர். கும்பல் கும்பலாய்க் கூடி பசுக்களை வளர்த்து, நதீதீரங்களில் வியவஸாயமும் செய்தார்கள். அந்தந்தக் கும்பலுக்கு அந்தந்த கோத்திரமென்றுபெயர் வந்தது. வேதத்தில் ஜாதிபேதம் கிடையாது. வேதத்தை ஸ்திரீகளும் ஓதலாயினர். ஒரு ரிஷி பாடம் சொல்லவும் புருஷர்களும் மாதர்களும்கூடி கல்வியை அப்யஸித்து குருஸேவை செய்தும் வந்தார்கள்.

தர்க்கம், வியாகரணம், கணிதம், சில்பம், ஸங்கீதாதிகளில் பிரஸித்தி பெற்றனர். மாதர்கள் முதல் முதல் ஸங்கீத, நர்த்தனங்களைக் கற்பார்கள். இதற்கு வேண்டிய திருஷ்டாந்தங்களுள. நீதி தர்மாதிகளை அபினயித்துக் காட்டவேண்டுமென்பதே நாடகங்களின் உத்தேசம். தியானத்தில் மனம் செல்லும் காலத்தில் கானம் செய்யவேண்டும். ஜோதிஷம் வேதங்களில் ஒன்று. பூசலனம், கிரகணம், பூம்யாகர்ஷணம் முதலியவைகளில் ஆரியர்கள் 4000 - வருஷங்களுக்கு முன்னமே சித்தாந்தம் செய்திருக்கிறார்கள். வேதாந்தத்திலும், ஜெகத் ஸிருஷ்டியிலும், தேக தத்வ விஷயங் களிலும் நம்மவர்கள் அநேக கிரந்தங்களை இயற்றினார்கள். நம்மிடம் ஒரே கடவுள். அநேக தெய்வங்கள் கிடையா. பஞ்சபூதங்களின் பிரயோஜனத்தைக் கண்டு அவைகளை ஜெகதீசுவரனு டைய அங்கங்களென்று பாவித்தார்கள். அக்காலத்தில் நம்மவரிடம் விக்ரகபூஜை கிடையாது. பால்ய விவாகத்தின் சப்தமே காணோம். அன்ய ஜாதியார் விக்ரஹாராதனை செய்தனர். யுக்தா யுக்த ஞானமுண்டாகாதவரை ஸ்திரீ புருஷர்களுக்கு விவாக பேச்சே கிடையாது. இக்காலத்து விவாகத்தைப் பாருங்கள். ஜாதி மதபேத விஷயங்களிலுண்டாகும் சண்டை இன்னமும் ஓயவில்லை.

முன்னரே லோகோபகாரியில் துணையாசிரியராகப் பணியாற்றிய அனுபவம் விசாலாட்சி அம்மாளுக்குத் தாமே ஓர் இதழைத் தொடங்கி அதற்கு ஆசிரியர் பொறுப்பும் ஏற்று நடத்தும் துணிவையும் நம்பிக்கையையும் திறத்தையும் வாசக மனப்போக்கை உணர்ந்து செயல்படும் சாதுரிய உத்திகளையும் கொடுத்துள்ளது எனக் கூறலாம். தமிழ்ப் பெண் நாவலாசிரியர்களிலும் சிறுகதை ஆசிரியர்களிலும் இதழாசிரியர்களிலும் முன்னோடியாக இவரைக் கருத இடமுண்டு.

சகோதரி. வி. பாலம்மாள்

பெண்களுக்காக *சிந்தாமணி* என்ற மாத இதழை 1924 ஆகஸ்ட் மாதம் தொடங்கி நடத்தியவர் சகோதரி வி. பாலம்மாள் அவர்கள். தமிழகம் தவிரவும் மலேசியா, தென்னாப்பிரிக்கா, பர்மா போன்ற நாடுகளில் இருந்த தமிழர்களும் சிந்தாமணி இதழின் வாசகர்களாக இருந்தமை அவ்விதழில் வெளிவந்துள்ள விளம்பரங்கள், கடிதங்கள் மூலமாகத் தெரிய வருகின்றது. உயர் பதவியிலிருந்த பலரும் சிந்தாமணி ஆசிரியர் சகோதரி வி. பாலம்மாளைப் பாராட்டி எழுதியுள்ளனர். சிந்தாமணி இதழைத் தொடங்கி நடத்துவதற்கு முன் பாலம்மாள் விவேகோதயம் என்ற இதழில் உதவியாசிரியராகப் பணியாற்றியுள்ளார். கிரஹலக்ஷ்மி இதழில் வெளிவந்துள்ள ஒரு செய்தியின்மூலம் (கிரஹலக்ஷ்மி, செப். 1939) இந்திய மாதர் சேவா ஸ்தாபனம் என்ற அமைப்பின்மூலம் பாலம்மாள் ஏழைப் பெண்களை ஒன்றிணைத்துக் கைத்தொழில் மூலம் வருமானம் ஈட்ட உதவியுள்ளது தெரிகின்றது. இதன் மூலம் சமூகத் தொண்டில், ஆதரவற்ற பெண்களுக்கான தொண்டில் பங்கெடுத்துச் செயல்பட்டமை சகோதரி வி. பாலம்மாளின் மற்றொரு பரிமாணத்தைக் காட்டுகின்றது.[3]

சிந்தாமணி இதழமைப்பும் உள்ளடக்கமும்

முதலில் சிந்தாமணி இதழின் முகப்புப் பக்கம் இடம்பெறுகின்றது. பின்னர் இரண்டாம் பக்கத்தில் இதழாசிரியர் பாலம்மாள் சமஸ்கிருதத்தில் எழுதிய 'சுபோத ராம சரித்திரம்' தமிழ் விளக்கத்துடன் இடம்பெறுகின்றது.

3. **இந்திய மாதர் சேவா ஸ்தாபனம்** (The Indian Women's Service Bureau)
மேற்கண்ட ஸ்தாபனத்தை பிரபல பத்திரிகையான *சிந்தாமணியின்* ஆசிரியையும், பல்லாண்டுகளாக சமூக, தேசிய, தொழிலாளர் முன்னேற்றத்துக்காக உழைத்து வருபவருமான சகோதரி வி. பாலம்மாள் ஆரம்பித்து ஏழை ஸ்திரீகளுக்கு உதவியான காரியங்கள் செய்து வருகிறார். வீட்டுத் தொழிலாக அப்பளம், வடாமிடுதலைச் செய்யச் சொல்லி அதை விற்று கைம்பெண்களையும், பாட்டிமார்களையும் போஷித்து வருகிறார். அவர்களால் செய்யப்படும் வடாம் வகைகளை வாங்கி சபையின் நோக்கத்தை ஆதரிப்பது சிறந்த சமூக சேவையாகும். பண்டங்களும் உயர்தரமானவையாயிருக்கின்றன. வேண்டுவோர் சென்னையில் டி. யு. சி. எஸ். ஸ்டோர்களிலும் இந்திய மாதர் சேவா ஸ்தாபனம், 21, அம்மையப்ப முதலி தெரு, ராயப்பேட்டை, மதறாஸ் என்ற விலாசத்திலும் பெற்றுக்கொள்ளலாம்.

அதனை அடுத்து எப்பொழுதும் ஆசிரியரின் தலையங்கம் பத்திராதிபர் என்ற பெயரில் வருகிறது. இந்தத் தலையங்கம் பெரும்பாலும் பெண்கள் சார்ந்த விஷயங்களான பெண்கல்வி, பெண்களின் ஓட்டுரிமை, பெண்கள் அரசியலில் பங்கேற்றல் போன்றவற்றைப் பற்றிப் பேசுகின்றது. தொடர்ந்து கட்டுரைகள், கதைகள் ஆகியன இடம்பெறுகின்றன. பத்திராதிபரின் தலையங்கம் ஒன்றில் (சிந்தாமணி, ஆக. 1924) சிந்தாமணி யில் உள்ளடக்கமாக இடம்பெறவுள்ளவை எவை என்றும் சுட்டப் பட்டுள்ளன.[4] அக்கட்டுரையில் குறிப்பிடப்பட்டுள்ள அனைத்துப் பொருள்களையும் பற்றிய எழுத்துகள் சிந்தாமணியில் இடம்பெற்றுள்ளன. ஆசிரியர் பாலம்மாளும் இவற்றைப் பற்றி, குறிப்பாகப் பெண்கள் தொடர்பானவற்றைப் பற்றி சமூக மாற்றத்தின் பின்னணியில் விரிவான பகுப்பாய்வு செய்துள்ளார்.

பெண்களின் வாழ்வை மேம்படுத்தும் நோக்கத்துடனான பல பொருள்களை முன்வைத்து நடத்தப்பட்டது சிந்தாமணி. அதனை வெளிப்பட உணர்த்தும் வாயிலாக இதழின் அட்டையில் 'உயர்தர பெண்கள் மாத இதழ்' என்ற வாசகத்தை சிந்தாமணி கொண்டுள்ளது.

அத்துடன் தமிழ்நாட்டுப் பெண்களின் முன்னேற்றத்தை முக்கிய நோக்கமாகக்கொண்டது என்று இதழ் வெளிவந்த முதல் மாதம் (சிந்தாமணி, ஆக. 1924) அறிவித்திருப்பது ஆசிரியர் பாலம்மாளின் நோக்கத்தையும் இதழின் நோக்கத்தையும் புலப்படுத்துகின்றது.[5]

4. கட்டாய இலவசக் கல்வி, பெண்களுக்கு ஓட்டு சுதந்திரம் இவைகள் ஏற்பட்டுவரும் இச்சமயத்தில் பத்திரிகைகள் எவ்வளவுக்கெவ்வளவு அதிகரிக்கின்றனவோ அவ்வளவுக்கவ்வளவு உபயோகம் அதிகம் என்பதை மறுப்பாரில்லை. சிந்தாமணி என்ற பெயருடன் மாதம் ஒருமுறை வெளிவரும் இப்பத்திரிகையில் அரசியல், பெண்மக்களுக்குரிய படிப்பு, வீட்டுக் கைத்தொழில், பண்டைக் காலத்துப் பெண்கள் வாழ்க்கை, வீரத்தாய்மார்களின் சரித்திரம், ஜன சமூகத்தேவைகள், ஸ்தல சுய ஆட்சியின் அமைப்பு, ஜனப்பிரதிநிதிகளின் பொறுப்பு, சங்கங்களின் அவசியம், தாழ்ந்த வகுப்பாரின் முன்னேற்றம், பெரியோர்களின் பிரசங்கங்கள், தேசாபிமானிகளின் தத்துவங்கள், பரோபகாரம், ஒற்றுமை, பெண் மக்களின் சிறப்பு, குழந்தை வளர்த்தல், சுகாதார வழிகள், சம்பாஷணைகள், சிக்கனம், இந்து குடும்ப வாழ்க்கையைச் சிறப்பிக்கும் வழியில் எழுதப்படும் நாவல் என்ற நவீனங்கள், உத்தம தேசாபிமானிகளின் சரித்திரங்கள், அந்நிய மொழியிலுள்ள உபயோக விஷயங்களின் மொழிபெயர்ப்புகள், ஆசாரசீர்திருத்தம், சமாசாரக் கொத்து, புத்தகக் குறிப்பு, இந்தியத் தொழில்களின் சிறப்பு இவைபோன்ற பல விஷயங்கள் சமயோசிதமாக எழுதப்படும்.

5. தேச முன்னேற்றத்துக்கும், தேசமகா ஜனங்களின் கல்வி வளர்ச்சிக்கும் தேசபாஷையிலுள்ள பத்திரிகைகள் சிறந்த சாதனங்கள் என்பது ஆன்றோர்களின் அபிப்ராயம். ஜனசமூகத்தில் ஒவ்வொரு வகுப்பும் தனது முன்னேற்றத்தைக் குறித்துப் பாடுபடுவது பலிக்க வேண்டுமாயின் பிற வகுப்பு களின் க்ஷேம லாபங்களையும் கவனித்து நடத்தல் அவசியமாகும். இங்ஙனமாக ஒருவருடைய அபிவிருத்தியை மற்றவர் கவனித்துக் கொள்வதால் நாம் நம்மைப் பற்றிக் கவலைப்படவேண்டிய தில்லை என்று ஒருவரும் எண்ணிவிடக்கூடாது. இக்காரணம் பற்றி நம் தமிழ்நாட்டுச் சகோதரி களின் அபிவிருத்தியை முக்கிய காரணமாகவும் மற்ற விஷயங்களைப் பொதுவாகவும் உத்தேசித்து இத்தமிழ் மாதப் பத்திரிகையை வெளியிட முன்வந்திருக்கிறேன். அவசியமான சகல விஷயங் களும் இதிலடங்கியிருக்கும் என்ற காரணம் பற்றி இதற்குச் சிந்தாமணி என்று பெயரிடலாயிற்று

சிந்தாமணியில் பெண்களுக்குக் கல்வி தேவை; கட்டாயக் கல்வி தேவை என்பதை வலியுறுத்திப் பல கட்டுரைகள் வெளிவந்துள்ளன. பெண்கல்வி யின் தேவை, தற்காலப் பெண்கல்வியில் சீர்திருத்தம், கட்டாயக் கல்வியும் பெண் மக்களும், பெண் மக்களுக்கு எத்தகைய கல்வி தேவை ஆகியன தொடர்ந்து வலியுறுத்தப்பட்டுள்ளன. பெண் கல்வியால் புத்திசாலித்தனம், அமைதி, கண்ணியம், துணிச்சல் ஆகியவற்றைப் பெண்கள் பெறுகின்றனர் என்ற கருத்து கட்டாயக் கல்வியும் பெண் மக்களும் (சிந்தாமணி, ஜூலை 1925) என்ற கட்டுரையில் முன்வைக்கப் படுகின்றது.[6] கல்வி கற்கும் சுதந்திரமும், கற்ற பின்னர் திருமணத்தைத் தேர்ந்தெடுக்கின்ற சுதந்திரமும் பெண்களுக்கு வேண்டும் என்பது பெண் களும் தேசபாஷையும் (சிந்தாமணி, டிச. 1925) என்ற கட்டுரையில் கூறப்பட்டுள்ளது.[7] இந்தக் கருத்து அக்காலத்தைப் பொறுத்தவரையிலும் துணிகரமானது. குறிப்பிட்ட வயது வரை பள்ளிக்கு நாள்தோறும் சிறிது நேரம் சென்று கற்கும் பள்ளிக்கல்வியும் தாய் மொழியில் எழுதப் படிக்கக் கற்பதும் இருபாலினருக்கும் வேண்டிய கட்டாயக் கல்வியாகப் பரிந்துரைக்கப்பட்டுள்ளது (சிந்தாமணி, ஜூலை 1925).

1921ஆம் ஆண்டு ஓட்டுரிமை பெற்ற பெண்கள் அரசியலில் மக்கள் பிரதிநிதியாகப் பங்கேற்க வேண்டும் என்ற கருத்தும் வலியுறுத்தப் பட்டுள்ளது. சுதந்திரம் பெற்று 63 ஆண்டுகள் கடந்த பின்னரும் முப்பத்து மூன்று விழுக்காடு இட ஒதுக்கீடு பெண்களுக்கு அரசியலில் அளிக்கப் படவேண்டும் என்ற குரல் சட்டசபையில்-நாடாளுமன்றத்தில் ஒலித்துக் கொண்டிருக்கின்றது. 1924ஆம் ஆண்டே இச்சிந்தனையை வி. பாலம்மாள் கொண்டிருந்துள்ளார்:

சட்டசபைகளில் ஆடவர்கள் பிரவேசித்த ஆரம்ப காலத்தில் யாரை நம்புவது - யாரைத் தேர்ந்தெடுப்பது - எவரால் நன்மை விளையும் என்று ஜனங்களிடை யிலும் பல கட்சிகளிடையிலும் அபிப்ராய பேதமும் சட்டசபைக்குள்ளும் ஆக இவ்விதக் குழப்பங்கள் இருந்தபோதிலும் ஜனங்கள் தற்சமயம் சுயராச்சியம் அடைவதே நமது நோக்கமென்ற உறுதியுடனும், உலக க்ஷேமமே சிறந்தது என்ற ஊக்கத்துடனும் இருக்கும் பிரதிநிதிகள் தேர்ந்தெடுக்கப்பட்டிருக்க வில்லையா? அதுபோல் ஆரம்பத்தில் எவ்விதம் இருந்தபோதிலும் அதிசீக்கிரத்தில் இந்தியாவின் பூர்வீகத் தத்துவங்களையும் உயர்வையும்

---

6. பெண்கல்வியால், பெண்கள் புத்திசாலித்தனமாகவும், அமைதியுடனும் எச்சமயத்திலும் கண்ணியத்தைக் கைவிட்டுவிடாத தைரியசாலிகளாகவும் விளங்கக்கூடிய கல்வியை அடைகின்றனர்.

7. பெண்கள் என்றால், வீட்டுவேலைகளைச் செய்து குடும்ப நிர்வாகத்தில் ஈடுபட வேண்டு மென்றே தீர்மானித்துவிட வேண்டுமா? உயர்தரக்கல்வி கற்றுப் பிறகு அவர்கள் இஷ்டம் போல் விவாகத்தை முடித்துக் கொள்வதே பெண்கல்வியைப் பரவச் செய்வதற்கான உபாயமாகும் என்பனவாம்

> நிலைநாட்டக்கூடிய பெண்மக்கள் சட்டசபைகளில் ஸ்தானம் பெற்று இந்தியப் பெண்களின் உயர்வையும் ஸ்தாபித்து அன்புள்ள தாய்மார்களென்றும், அருமை சகோதரிகள் என்றும் புகழ்பெற்று விளங்குவார்கள் என்பதில் சந்தேகமே இல்லை (*சிந்தாமணி, ஆக. 1924*)

என்று கூறப்பட்டிருப்பதை முன்னர்க் குறிப்பிட்ட, ஆங்கிலேயரின் விமர்சனத்திற்குப் பதிலளிக்கும் விதமாகப் பெண்களின் மேம்பாட்டினை எடுத்துக்காட்டும் போக்காகக் கொள்ள இடமுள்ளது.

ஆண்களை நாகரிக வழியில் செல்லவிடாமல் காக்கும் பெண்கள் தங்கள் கடமையினை உணர்ந்து இந்தியப் பண்பாட்டை உயிர்த்தெழச் செய்யவேண்டும் என்பதே பெண் சுதந்திரமாகக் கூறப்பட்டுள்ளது. அந்தச் சுதந்திரத்தை உணர்த்தக்கூடிய சாதனமாகக் கல்வி முன்வைக்கப் படுகின்றது. ஆக இந்த அடிப்படையிலான கல்வியும் சுதந்திரமும் இந்தியப் பண்பாட்டுக்கு உட்பட்டதாயும் மேற்கத்திய நாகரிகத்திற்கு மாற்றாகவும் இருக்கும். சிந்தாமணியின் நோக்கத்தையும் உள்ளடக்கத்தை யும் வரையறை செய்யும் பாலம்மாளின் பிரக்ஞை சுவாரசியமூட்டக் கூடியது. பெண்களின் சுதந்திரமின்மைக்கும் அவர்கள் துன்பப்படுவதற்கும் காரணமாக அமைவது ஆண்களின் மேற்கத்திய நாகரிக மோகமும் அதனை வாழ்க்கையில் நடைமுறைப்படுத்துவதுமே என்ற ஆணித்தரமான வாதத்தைத் தமது பல கட்டுரைகளில் தர்க்கரீதியாக முன்வைக்கின்றார்.

> பெண்கள் ஆணிய நோக்கிலிருந்து புரிந்துகொண்ட கலாச்சார/ பண்பாட்டு விழுமியங்கள் பெண், பெண்ணாகப் பார்க்கக் கூடிய தன்னிலை (subject) இல்லாத/மறந்து/ தேவையில்லாத காலகட்டத்தில் ஆசிரியர் வி. பாலம்மாள் சிந்தாமணி இதழை வெளிக்கொண்டு வந்துள்ளார். இதனால் பெண் உடலியல் /மனவியல்/சமூகவியல் ரீதியிலான ஆணுக்குரிய நேர்க்கோட்டு அனுபவங்கள் பெண்ணிற்குள்ளும் இருந்து இயக்குவிப்பதால் ஆணை, ஆணாதிக்கச் சிந்தனையை/ ஆண்தலைமை குடும்ப வாழ்வை/ குடும்பத் தலைவியாக இருக்க வேண்டிய கற்பிதங்களைத் தொன்மமாகத் தந்திருக்கிறார்... இத்தத்துவார்த்தப் பின்னணிதான் சிந்தாமணியில் பெண்கள் மீதான மரபும் கலாச்சாரமும் பற்றிய கட்டுமானமாகும். பெண் எழுத்தாளர்களும் ஆண் எழுத்தாளர்களும் பெண் மைய (gyno-centric) சிந்தனைகளைத் தவிர்த்து, லிங்க மையக் (phallo-centric) கருத்தாடல்களைப் பதிவு செய்திருப்பதால் பெண்களுக்கான, பெண் முன்னேற்றத்திற்கான ஒரு மாதப் பத்திரிகையாகச் சிந்தாமணி வெளிவந்தும் அதன் இலக்கு ஆண் சார்பானதாகவே இருக்கின்றது. எனினும் பெண் கல்வி பெற வேண்டும் என்பதிலும் ஒரு வரையறைக்குட் பட்ட அளவில் பெண் சுதந்திரம் பெறவேண்டும் என்பதிலும் இப்பத்திரிகை அதிகக் கவனம் செலுத்தியிருப்பது வரவேற்கத்தக்கதாகும். (*இ. சுந்தரமூர்த்தி - மா. ரா. அரசு, 2003: 116, 117*)

என சிந்தாமணி இதழைப் பற்றியும் ஆசிரியர் பாலம்மாளைப் பற்றியும்

கூறப்பட்டுள்ள மதிப்பீடு பெண்ணிய அடிப்படையில் இவ்விதழின் அரசியலை எடைபோடுகின்றது.

வி. பாலம்மாள் அவர்கள் இதழாசிரியராக, கட்டுரையாளராக மட்டுமல்லாமல் படைப்பாளராகவும் இருந்துள்ளார். அவரது பல புனைகதைகளும் சிந்தாமணி இதழில் இடம்பெற்றுள்ளன. அவை பெரும்பாலும் சமூக விழிப்புணர்வு நோக்கம் கொண்டவையாக இருந்துள்ளன. முன்னரே இவர் விவேகோதயம் இதழில் சாணக்ய ஸாஹஸம் என்னும் சந்திரகுப்த சரித்திரம் (விவேகோதயம், பிப். 1917 - ஜன. 1918) என்ற தொடர்கதையை எழுதியுள்ளார். இதன் முதல் பகுதி அன்றைய ஆங்கில அரசால் பரிந்துரைக்கப்பட்டுப் பள்ளிப் பாடநூலாகவும் வைக்கப்பட்டுள்ளது. இவர் சிந்தாமணியில் எழுதிய சிறுகதைகள் பின்னர் கற்பக மலர் சீரீஸ் என்ற பெயரில் தொடர்த் தொகுப்புகளாக வெளிவந்துள்ளன. இவர் தொடர்த் தொகுப்புகளாக வெளியிட்ட கதைநூல்களில் கற்பக மலர் தொடர் இரண்டின் முகப்புப் பக்கத்தில்,

சகோதரி வி. பாலம்மாள்
விருந்தில் விலங்கு, உற்சவம், தேவதத்தன்,
உண்மைக் காதல், திலகவதி,
சாணக்ய சாகஸம், சுபோதராம சரிதம்
இவைகளின் ஆசிரியர்

(அவள் இஷ்டம், கற்பக மலர் -2, 1932)

என்று குறிப்பிடப்படுகின்றார். இம்மலர் வெளிவந்த காலத்தில் அவரது படைப்புகளாக வெளியாகியுள்ளவற்றை இது தொகுத்துக்கூறுகின்றது.

தமது கதைகளை வெறும் புனைந்துரைக்காகவோ அன்றிப் புகழ் பெறுவதற்காகவோ இவர் எழுதவில்லை. மாறாக, சமூகத்திற்குத் தீமை விளைவிப்பதாகத் தாம் நம்புகின்றவற்றை மக்களுக்கு இனங்காட்டி அவற்றை நீக்குவதற்குரிய வழிகளைச் சொல்வதற்காகப் பயன்படுத்தி யுள்ளார். அவரது தலையங்கங்களையும் பிற கட்டுரைகளையும் படித்து விட்டுக் கதைகளையும் படித்தால், கட்டுரைகளின் புனைவு வடிவமாக அல்லது கட்டுரைகள் கூறும் விஷயத்தைக் கதாபாத்திரங்கள் வாயிலாகக் கற்பனைச் சூழலில் விரிப்பதாகவே அவரது பெரும்பாலான கதைகள் இருப்பதைக் காணலாம். எடுத்துக்காட்டாக அவரது கலாவதி அல்லது காலத்தின் கொடுமை (சிந்தாமணி, பிப்.-மே 1925) என்ற கதை பெண் களின் சொத்துரிமை பற்றிய கட்டுரையின் நீட்சியாக இருக்கின்றது. பெண்களுக்குச் சொத்துரிமை இல்லாமல் போவதால் ஏற்படும் சிக்கல், கொடுமைகளை ஒரு கதையில், கதாபாத்திரப் பின்னணியில் வைத்துக் கதை பின்னியிருக்கின்றார்.

தீண்டாமையை மையமிட்டும் இவர் கதையொன்றைப் படைத்துள்ளார். பாலம்மாளின் தீண்டாமை அல்லது தீக்ஷிதரின் கோபம் (சிந்தாமணி, செப். 1924) என்ற கதை தீண்டாமை கூடாது என்ற கருத்தைச் சொல்வது. அதில் வரும் தீட்சிதரின் மகன் வழக்கறிஞன். தாழ்த்தப்பட்ட வகுப்பைச் சேர்ந்த ஒருவர் வழக்குத் தொடர்பாக தீட்சிதர் மகனைக் காண வந்தபோது, பணத்தை மட்டும் பெற்றுக் கொண்டு தெருச் சாக்கடை மேல் உட்கார வைத்துவிட்டதைத் தீட்சிதர் கண்டிக்கிறார். தனது சாதிசார்ந்த ஒழுக்கங்களைக் கடைபிடிக்காமல் அயல்நாடு சென்றுவந்ததற்காக சாதியிலிருந்து விலக்கப்படாத அவன் தீண்டாதவரை வீட்டுக்குள் விடுவதனால் சாதிவிலக்காகப் போவதில்லை என்று சாடுகிறார்.[8] இக்கதையில், தீண்டாமை கூடாது; எல்லா உயிர்களிடத்தும் அன்பாக நடந்துகொள்ள வேண்டும் என்பதை ஆசிரியர் வலியுறுத்துவதோடு பார்ப்பனச் சமூகத்தின் மரபான பழக்கவழக்கங்களை தீட்சிதர் மகன் கைவிட்டதையும் தவறென்று சுட்டுகின்றார். தீண்டாமை கூடாது என்பதை சாதி ஒழிப்பு என்ற பின்னணியில் கூறாமல் சாதி மரபிலிருந்து வழாமலிருத்தல் வேண்டும் என்ற பின்னணியில் வலியுறுத்தியுள்ளது கவனத்திற்குரியது. இது போன்று மரபை மறந்து நடப்போரைக் கண்டிப்பதைப் பல கட்டுரைகளிலும் காணமுடிகின்றது. நேரடியாகப் பேசுகின்ற கட்டுரைகளைவிட இவ்விதம் கதைகள் மூலமாகச் சொல்லும் உத்தியால் அனைத்து வாசகரையும் கதை கூறும் பிரச்சினை எளிதில் சென்றுசேரும் வாய்ப்புள்ளது.

சிந்தாமணி இதழைத் தமது புனைகதை வெளியீடுகளை அறிமுகப்படுத்திக்கொள்ளும் களமாகவும் அதேபோல் தமது நூல்களை சிந்தாமணி இதழை விளம்பரப்படுத்தும் களமாகவும் சாதுரியத்துடன் நன்கு பயன்படுத்தியுள்ளார். தாம் பெற்ற கல்வியினூடாக, வெளிநாட்டவரின் ஆட்சியினாலும் பண்பாட்டுத் தாக்கத்தாலும் ஏற்பட்ட மாற்றங்கள் இந்திய, தமிழ் நாட்டு ஆண்களையும் அதன்மூலம் பெண்களையும் எவ்விதம் பல நிலைகளிலும் பாதித்துள்ளது என்பதை சிந்தாமணி இதழ்வழி வாசகர்களுக்கு உணர்த்தியுள்ளார். பாலம்மாளின் இந்தப் பகுப்பாய்வு இந்திய, தமிழ்ப் பண்பாட்டின் சமய, குடும்ப மையக் கருத்தாடலின் வலுவான பின்புலத்திலிருந்தும் அதற்கு முரணாக

8. 'தீக்ஷித் ஏது நீங்கள் வரவர இவ்விதம் ஆரம்பிக்கிறீர்கள், தீண்டாதவரை வீட்டிற்குள் அழைத்தால் என்னை ஜாதிப்பிரஷ்டம் செய்யமாட்டார்களா?' என்று கேட்கிறான். இதுகேட்ட தீட்சிதர், இவ்வார்த்தையைக் கேட்டதும் இதுவரை சற்று உள்ளடங்கியிருந்த கோபமானது அதிகரித்து விட்டது! 'மூடப் பயலே, நீ உன் அனுஷ்டானத்தை முழுதும் கைவிட்டுப் படித்ததில் ஒருவரும் உன்னைப் பகிஷ்கரிக்கவில்லை. அயல்நாடு சென்றது பற்றியும் விலக்கவில்லை... நித்திய கர்மங்களாகிய சந்தியா வந்தனம் முதலியவைகளை விட்டு விட்டதற்கும் நகைக்கவில்லை. அப்படியிருக்க, தன் வீடு நாடிவந்த மனிதனை உள்ளே அழைத்து உள்ள விஷயங்களை அன்பாய் விசாரிப்பதில் மட்டுமா ஜாதிப் பிரஷ்டம் செய்துவிடப் போகிறார்கள்'

வைக்கப்படுகின்ற மேற்கத்திய பண்பாட்டின் ஒவ்வாமையிலிருந்தும் எழும்புகின்றது.

வை.மு. கோதைநாயகி அம்மாள்

ஜகன்மோகினி என்ற பத்திரிகையின் ஆசிரியராக இருபதுகளில் பத்திரிகை உலகில் நுழைந்த வை. மு. கோதைநாயகி அம்மாள் அவர்கள் ஏறத்தாழ முப்பத்தைந்தாண்டு காலம் பத்திரிகை உலகில் பணியாற்றியவர். தமது இதழின்வழி 115 நாவல்களைப் படைத்தவர். வை. மு. கோ சென்னை திருவல்லிக்கேணியில் 1.12.1901இல் நீர்வளூர் வெங்கடாசாரியார், பட்டம்மாள் தம்பதிகளுக்கு இரண்டாவது மகளாகப் பிறந்தார். பிறந்த ஐந்தாவது மாதத்திலேயே தாயை இழந்த அவர், தன் சிறிய தகப்பனாரின் மனைவி கனகம்மாவால் வளர்க்கப்பட்டார். ஐந்தரை வயதில் வைத்த மாநிதி முடும்பை குடும்பத்தைச் சேர்ந்த வை. மு. பார்த்தசாரதி என்ற ஒன்பது வயது சிறுவனுக்கு மணமுடித்துத் தரப்பட்டார். வைத்தமாநிதி குடும்பத்தினர் தீவிர வைணவ மரபின் வழி வந்தவர்கள். ஆசார அனுஷ்டானங்களைக் கடுமையாகக் கடைபிடிப்பவர்கள் என்றாலும் அக்குடும்பத்தின் உறுப்பினர்கள் அனைவரும் நன்கு படித்தவர்களாக விளங்கினர். அவர் மாமனார் வை. மு. சீனிவாச அய்யங்கார் கதாகாலட்சேபம் செய்வதில் வல்லவர். அவர்தம் மக்களுள் மூத்தவரான திரு வை. மு. சடகோப ராமானுஜாசாரியார் நன்னூலுக்குக் காண்டிகை யுரை எழுதியவர். இவர் தமக்கை திருமதி வேதவல்லி அம்மையார் 108 வைணவத் திருப்பதிகள் குறித்துப் பாடியவர்; கதாகாலட்சேபம் செய்வதிலும் வல்லவர். வை.மு. கோவின் கணவர் திரு வை.மு. பார்த்தசாரதி ஆங்கிலக் கல்வி வாய்க்கப் பெற்றவர்.

வைதீகக் கல்வியும் ஆங்கிலக் கல்வியும் கற்ற அக்குடும்பத்தில் புகுந்தபோதும் வை. மு. கோவிற்கு முறையான கல்வி கற்கும் வாய்ப்புக் கிட்டவில்லை. தன் மாமியார் மூலம் தெலுங்கு மொழியை எழுதப் படிக்கக் கற்றுக் கொண்டார். தமிழ்நாட்டில் பிறந்து வளர்ந்தும் அவருக்கு இருபது வயது வரை தமிழ் எழுதப் படிக்கத் தெரியாது. வை. மு. கோதை நாயகி சிறுவயது முதற்கொண்டே பிறருக்குக் கதை கூறுவதில் ஆர்வங் கொண்டிருந்தார். தமது கற்பனை ஆற்றலால் வீட்டிலுள்ள சிறுவர் சிறுமியருக்கும் அருகிலுள்ள தன் வயதொத்த தோழியர்களுக்கும் புதிய கதைகளைப் படைத்து மொழிந்தார். அதை அறிந்த அவரது கணவர், அவரது படைப்பாற்றலை ஊக்குவிக்கும் பொருட்டு, அவரை நாடகங் களுக்கு அழைத்துச்சென்றார். கோதைநாயகிக்கும் தானே நாடகம் எழுதவேண்டும் என்ற ஆர்வம் ஏற்பட்டது. அவருக்குத் தமிழ் எழுதப் படிக்கத் தெரியாததால், அவர் சொல்ல தோழி பட்டம்மாள் எழுத

வை.மு.கோவின் முதற் படைப்பு 'இந்திரமோகனா' உருவாகியது. (இ. சுந்தரமூர்த்தி - மா. ரா. அரசு, 2003: 62-63)

ஜகன்மோகினி - தோற்றம், கட்டமைப்பு, உள்ளடக்கம்

தமது முதல் படைப்பு முயற்சியாக 'இந்திரமோகனா' என்ற நாடகத்தைப் படைத்த வை. மு. கோவின் அடுத்த முயற்சி 'வைதேகி' என்ற நாவலாக வெளிவந்தது. அந்நாவலின் கைப்பிரதியை வை. மு. தம்பதியினர் அக்காலப் பிரபல நாவலாசிரியரான வடுவூராரக்கு அனுப்பி வைத்தனர். அதைப் படித்த அவர், அதில் நல்ல கதைப் போக்கு இருந்தது கண்டு அவரை ஊக்குவிக்க முன்வந்தார். தொடர்ந்து கதையெழுதும்படிக் கூறிய அவர் கதைகளை வெளியிட ஓர் இதழ் இருந்தால் நன்றாக இருக்கும் என்ற யோசனையையும் கூறினார். அதன் பேரில் திரு. நாகசாமி ஐயர் நடத்தி வந்த 'ஜகன்மோகினி' என்ற இதழை விலை கொடுத்து வாங்கினார் வை.மு.கோ. சுமார் இரண்டு ஆண்டுகள் மாத இதழாக வெளிவந்த அவ்விதழை வாங்கிப் பெயரை மாற்றாது அப்படியே வெளியிடலானார். தம் முதல் நூலை அச்சிட்ட நோபிள் அச்சகத்தாரிடமே ஜகன்மோகினியை அச்சிடக் கொடுத்தார்.

1923ஆம் ஆண்டிலிருந்து வெளிவந்து கொண்டிருந்த அவ்விதழ் 1925ஆம் ஆண்டு ஆவணி (ஆகஸ்டு) முதல் வை. மு. கோவின் பொறுப்பிலிருந்து வெளிவரத் தொடங்கியது. முதல் இதழில் வை. மு. கோவின் முதல் நாவலான 'வைதேகி' தொடர்கதையாக வந்தது. முதல் இதழ் 48 பக்கங்களுடன் ஓரணா விலையில் 1000 பிரதிகள் வெளியிடப் பட்டன. முதல் மூன்று இதழ்களுக்கு வடுவூரார் எழுத்துப் பிழைகளைத் திருத்தித் தந்தார், அதற்கான ஊதியத்தையும் ஏற்க மறுத்துவிட்டார். ஆனால், தொடங்கிய நான்காவது மாதத்திலேயே அவ்விதழுக்கு 1000 சந்தாதாரர்கள் சேர்ந்தது கண்டு பிரதி திருத்த மாதச் சம்பளமாக ரூபாய் ஐம்பது தரும்படி வற்புறுத்தினார். ஓரணாவிற்கு விற்பனையாகும் பத்திரிகைக்கு ரூபாய் ஐம்பது கொடுத்து ஆள் வைத்துக்கொள்ள இயலாத நிலையில் திருமதி. வை. மு. கோ அதை மறுத்துரைக்க, வடுவூரார் பத்திரிகைப் பணியிலிருந்து விலகிக் கொண்டார். அத்துடன் வெளியாகிக் கொண்டிருந்த 'வைதேகி' நாவலின் கைப்பிரதியையும் எடுத்து வைத்துக் கொண்டார். மேலும் வைதேகியைத் தான் எழுதிய நாவல் என்றும், வை. மு. கோ அவர் பெயரில் அதை வெளியிட்டு வருகிறார் என்றும் பொய்யான செய்தியைப் பரப்பினார். வைதேகியின் அடித்தல் திருத்தலுடன் கூடிய முதல் பிரதி வை. மு. கோவிடம் இருந்ததால், அதை வைத்துக் கொண்டு கதையைத் தொடர்ந்து வெளியிட்டார். இதற்கு முன் அவருக்குத் தமிழ் எழுதப் படிக்கத்

தெரியாது. இதன் பிறகு தாமே முயன்று தமிழ் எழுதப் படிக்கக் கற்றுக் கொண்டார்.

வைதேகி நாவலின் முதற்பாகம் ஒரு வருடம் முழுதும் வெளிவந்த பிறகு 600 பக்கங்கள் கொண்ட நூலாக அதை வெளியிட்டார். பிரபல 'இந்து' நாளிதழ் அந்நாவலைப் பாராட்டி எழுதியிருந்தது. இரண்டாம் ஆண்டு 'பத்ம சுந்தரம்' என்ற தொடர்நாவல் வெளிவரத் தொடங்கியது. ஜகன்மோகினி இதழில் தொடராக வந்த கதைகளைத் தவிர ஆண்டு தோறும் ஒன்றிரண்டு தனி நாவல்களும் வெளிவரத் தொடங்கின. தொடர்ந்து பதினொரு ஆண்டுகள் ஜகன்மோகினி இதழில் வை. மு. கோவின் கதைகள் மட்டும் தொடர்கதைகளாக வெளியிடப்பட்டன. அக்காலகட்டங்களில் மாதாந்திர நாவல் சஞ்சிகை என்றே ஜகன் மோகினி விளம்பரப்படுத்தப்பட்டுள்ளது. ஒவ்வொரு மாதமும் ஆறு பாரங்கள், அதாவது 48 பக்கங்களைக் கொண்டு அவ்விதழ் வெளிவந்தது. (இ. சுந்தரமூர்த்தி - மா.ரா. அரசு, 2003: 65) இதழின் சந்தாதாரர்கள் புதிதாக ஒரு சந்தாதாரரைச் சேர்த்தால் அவருக்குப் பரிசு அறிவித்துள்ளார். மேலும் இதழின் சந்தாதாரர்களுக்குச் சில சலுகைகளும் அளித்துள்ளார். ஜகன்மோகினியின் சந்தாதாரருக்கு மோகினி அச்சக நூல்கள் குறைந்த விலையில் அளிக்கப்பட்டுள்ளன. அத்துடன் தமது கதைகள் தவிர, பிற பெண் எழுத்தாளர்களின் எழுத்துகளையும் ஜகன்மோகினியில் வெளியிட்ட காலத்தில் கட்டுரை மற்றும் சிறுகதைப் போட்டிகள் நடத்தி வெற்றிபெற்றவருக்கு (பெண்களுக்கு)ப் பரிசளித்துள்ளார்.

ஜகன்மோகினியின் முதல் பதின்மூன்று ஆண்டுகள் வை.மு. கோதைநாயகி அம்மாளின் எழுத்துகள் மட்டுமே இடம்பெற்றன. கதைகள் (தொடர்கதைகள்/ புதினங்கள்), அநுபவ மொழிகள், ஹாஸ்யக் குறிப்புகள் ஆகியன அவரது எழுத்துகளாக இடம்பெற்றன. ஜகன்மோகினி யின் முதல் ஆண்டு முதல் இதழில் அவர் கிரந்தகர்த்தா, பிரசுரகர்த்தா எனக் குறிப்பிடப்படுகின்றார். அதன் பிறகு ஏப்ரல் 1927 இதழில் Authoress and Proprietrix - Mrs. V. M. Parthasarathy Iyengar என்று வை.மு.கோ குறிப்பிடப்படுகின்றார். இதழின் 19ஆம் ஆண்டு முதல் இவ்விதம் இல்லை. அத்துடன் இதழின் முகப்புப் பக்கத்தில், இதழின் பெயர் பெரிய எழுத்தில் இடம்பெற்றுள்ளது. அதன்கீழ் இரு குறட்பாக்கள் இடம் பெற்றுள்ளன. ஒன்று திருவள்ளுவரின் திருக்குறள்⁹, மற்றது ஜகன்மோகினி இதழை வாழ்த்தும் குறள்[10]. ஜகன்மோகினியை 'ஆண், பெண், சிறுவர்க் கான பத்திரிகை' என்றும் 'பண்டித பாமரரஞ்சகமான நிகரற்ற மாதப்

9. ஐயுணர் வெய்தியக் கண்ணும் பயமின்றே மெய்யுணர் வில்லா தார்க்கு.
10. ஜகன்மோ கினியென்னுஞ் சஞ்சிகையைக் காக்க ஜகன்மோ கினி !மனத்தைச் சார்ந்து.

பெண் எழுத்து 47

பத்திரிகை' என்றும் அதன் அட்டையிலே விளம்பரப்படுத்தியுள்ளார். 'பயனுள்ள பொழுதுபோக்கு, சமூக சீர்திருத்தம் மற்றும் மறுமலர்ச்சி' (Useful Entertainment, Social Service & Reform) என்பது ஜகன்மோகினியின் முகப்பு மேற்கோள் வாசகமாக அமைந்திருந்தது. ஜகன்மோகினி காரியாலயம் இதழாளர், வெளியீட்டாளர், புத்தக விற்பனையாளர், அச்சாளர் என்று விளம்பரப்படுத்திக் கொண்டுள்ளது. எண்.26, தேரடித் தெரு, திருவல்லிக்கேணி, சென்னை-5 என்ற முகவரியில் ஜகன்மோகினி அலுவலகம் செயல்பட்டுவந்துள்ளது. பிறகு இடையில் சிறிது காலம் சிங்கப்பெருமாள் கோயிலிலிருந்து வெளிவந்துள்ளது.

பதின்மூன்று ஆண்டுகளுக்குப் பிறகு 1937ஆம் ஆண்டு பிப்ரவரி இதழிலிருந்து அவ்விதழின் கட்டமைப்பில் மாற்றங்கள் செய்யப்பட்டன. அதற்கான காரணத்தை வை.மு.கோ அவ்விதழில் குறிப்பிட்டு எழுதியுள்ளார்.[11] அஞ்சல் துறை அதிகாரிகள் வற்புறுத்துவதன்பேரில் தமது கதையைத் தவிரவும் பிற பொதுச் செய்திகளையும் சேர்த்துள்ளமையால் இதழில் ஏற்பட்டுள்ள மாற்றத்தை விளக்கி அதை வாசகர்கள் ஏற்றுக்கொள்ள வேண்டும் என்ற வேண்டுகோளையும் விடுத்துள்ளார். அவ்விதழ் தொடங்கிப் பொது விவரங்களை வனிதா மண்டலம், டாக்கி விமர்சனம், கவிதா மண்டலம், மெரினா பேச்சு, உதிர்ந்த மணிகள் என்ற ஐந்து தலைப்புகளில் வெளியிடத் தொடங்கினார். உள்ளடக்கத்தில் மாற்றம் ஏற்பட்டபோது இதழின் எழுத்துருவின் அளவும் முன்பைவிடச் சிறியதாக ஆயிற்று. இதழின் உள்ளே இடம்பெறுபவை அட்டவணையாகத் தரப்பட்டுள்ளன.

1937இல் இருந்து பத்திரிகைக்கான செய்திகள் சேர்க்கப்பட்டதும் ஜகன்மோகினியில் வளர்ச்சிக்கான அடையாளங்கள் காணப்பட்டன. ஜகன்மோகினியில் வெளிவந்த வை.மு.கோவின் 'ராஜமோகன்', 'அனாதைப்பெண்', 'சாமளநாதன்' போன்ற கதைகள் படமாக்கப்பட்டன. திரைப்பட உலகோடு தொடர்பு கொண்ட காரணத்தினால் இக்கால கட்டங்களில் அத்துறை சம்பந்தப்பட்ட செய்திகளுக்கு முக்கியத்துவம் தந்துள்ளார். ஒவ்வோர் இதழிலும் இரு முழுப்பக்க அளவு திரைப்பட விளம்பரங்கள் வெளிவந்தன. 'சென்னை ஸ்டுடியோக்களின் செய்திகள்' என்ற தலைப்பில் இரண்டு பக்கச் செய்திக்கட்டுரை தொடராக வெளியானது. இவை தவிர, புத்தக விமர்சனமும் அக்காலகட்டத்தில் வெளிவந்த பிற பத்திரிகைகள் பற்றிய அறிமுகங்களோடு கூடிய விமர்சனமும் இடம்பெற்றன. அரசியல் செய்திகளுக்கும் முக்கியத்துவம்

---

11. இப்பொழுது தபால் அதிகாரிகள் பொது விஷயங்கள் நிறையச் சேர்த்துப் போடவேண்டும் என்று வற்புறுத்துவதால் 2 பாரங்களில் (16 பக்கங்கள்) அவற்றைப் போட்டு, கதை 5 பாரங்கள் (40 பக்கங்கள்) போட்டிருக்கிறோம்.

தரப்பட்டது. உள்நாட்டுச் செய்திகள், வெளிநாட்டுச் செய்திகள் ஆகியனவும் தரப்பட்டுள்ளன. நாற்பதுகளின் தொடக்கத்திலேயே வை.மு.கோ ஜகன்மோகினி எப்படி உருவாக வேண்டும் என ஒரு தீர்மானத்தை வரையறுத்துக் கொண்டுள்ளதை இதழ்களினூடாகக் காண முடிகின்றது. பெண்களுக்கான இதழென வெளிப்படையாக அடையாளப் படுத்தாவிடினும் பெண்களை, பெண் எழுத்தாளர்களைப் பெருமைப் படுத்தும் இதழாக, பெண்களின் சமூக அடையாளத்தைக் காட்டும் இதழாக, பெண்களுக்கு வாய்ப்பளிக்கும் இதழாக ஜகன்மோகினியை வடிவமைத்துள்ளார்.

*1942*இல் *பாரத நாட்டுத் திலகங்கள்* என்ற தலைப்பில் இதழுக்கு ஒன்றாகப் பன்னிரண்டு பெண்மணிகளை அறிமுகப்படுத்தியுள்ளார். அப்பொழுது அந்தக் குறிப்பிட்ட பெண்களின் புகைப்படத்தையும் அட்டையில் வெளியிட்டுச் சிறப்பித்துள்ளார். அடுத்த 1943ஆம் ஆண்டு *எழுத்துலக ஸ்திரீரத்னம்* என்ற பெயரில், அப்போதைய சிறந்த பெண் எழுத்தாளர்கள் (பிற மொழியில் எழுதியவர் உட்பட - குறிப்பாக இரு கன்னட எழுத்தாளர்கள்) பன்னிருவர் பற்றிய கட்டுரைகளை வெளி யிட்டுள்ளார். அவர்களுள் குகப்ரியை, குமுதினி, வசுமதி இராமசாமி போன்றோர் அடங்குவர். *1943*ஆம் ஆண்டு முதல் ஜகன்மோகினியில் சிறுகதைகள் இடம்பெறத் தொடங்கின. *1944*ஆம் ஆண்டு திருமணம், சொத்துரிமை போன்ற பெண்களின் சிக்கல்கள் பற்றிப் பேசும் *நம் சகோதரிகளுக்கு மட்டும்* என்ற கட்டுரைப் பகுதி தொடர்ந்து வந்தது. *1944*ஆம் ஆண்டு பெண்களுக்குக் கட்டுரைப் போட்டி நடத்தி அதற்குப் பரிசளித்துள்ளார். நாற்பதுகளின் இறுதியில் சிறுகதைப் போட்டியும் நடத்திப் பரிசளித்துள்ளார்.

நாற்பதுகளில், பெண்களுக்கான 'வனிதா மண்டலம்' பகுதியில் அக்காலப் பிரபல எழுத்தாளர்களான எஸ். அம்புஜம்மாள், ஜானம்மாள், வசுமதி இராமசாமி போன்றோர் பெண்கள் தொடர்பான பல கட்டுரை களை எழுதியுள்ளனர். *(மகளிர்) சங்கம் அவசியமா?*, *பெண்களுக்குச் சொத்துரிமை அவசியம் தானா?*, *ஸ்திரீதனம்*, *ஸ்திரீகளும் சொத்துரிமை யும்*, *விவாக சீர்திருத்தங்கள்* போன்ற தலைப்புகளில் கட்டுரைகள் எழுதப் பட்டுள்ளன. தங்கள் 'பெண்மை'யை இழந்திடாமல் கற்க வேண்டிய கல்வி வசுமதி இராமசாமியின் *மஞ்சள் குங்குமம்* (ஜகன்மோகினி, ஆக. *1950*) என்ற தலைப்பில் இடம்பெறும் உரையாடலில் பெண்களுக்குப் பரிந்துரைக்கப்படுகின்றது.[12] ஒருவேளை ஜனரஞ்சகத் தளத்தில் இதற்கு மாற்றாகப் பெண்கல்வி பேசப்பட்டிருந்தால் பொதுத் தளத்தில்

12. பெண்களுக்குப் பட்டம், படிப்பு அனாவசியம் என்று சொல்லமாட்டேன். பெண்கள் முடமாக வாழ்ந்த காலம் போச்சு. இப்பொழுது மெய்வாழ்வு வாழ அஸ்திவாரம் படிப்பு. ஆனால், அந்தப் ☞

பரவலாகப் மறுக்கப்பட்டிருக்கக் கூடும். கல்வி கற்று எழுத்தறிவு பெற்றாலும் பெண்கள் 'கற்பை' விட்டும் 'பதிசேவை'யையும் 'குடும்பத்'தையும் விட்டும் விலக மாட்டார்கள் என்ற உறுதி கிட்டிய ஆசுவாசத்தில் தான் பெண்கல்வி அனுமதிக்கப்படுள்ளது என்ற உண்மை இக்கூற்றின் உட்பொதிந்துள்ளது. கல்வியினால் பெற்ற வெளியுலக அறிவும் குடும்ப நிர்வாகத்தின் அடிப்படையிலிருந்தே இங்குக் கட்டப் படுகின்றது. அதே சமயம் சமையல் குறிப்பு, அழகுக் குறிப்பு, கோலப் பகுதி, ஜோதிடம் போன்ற இன்றைய மகளிர் இதழ்கள் முன்னிறுத்துபவை ஜகன்மோகினியில் இடம்பெறவில்லை என்பதும் குறிப்பிடத்தக்கது.

*1945*இல் 'நந்தவனம்' என்ற பெண்களுக்கான தனி இதழும் *1947*இல் 'பாலர் மோகினி' என்ற சிறுவர்களுக்கான தனி இதழும் வெளிவரத் தொடங்கின. பாலர் மோகினி சிறிது காலத்தில் ஜகன்மோகினியின் அங்கமாக, அதன் பகுதியாக வெளிவரத் தொடங்கியது. 'நந்தவனம்' வெளியீட்டின் மூலம் நூற்றுக்கும் மேற்பட்ட புதிய பெண் எழுத்தாளர் களை வை. மு. கோ. அறிமுகம் செய்துள்ளார். நந்தவனம் இதழ்கள் வசந்த ருது, கிரிஷ்ம ருது, வர்ஷ ருது, சரத் ருது, ஹேமந்த ருது, சசி ருது என்ற பெயரில் பருவத்தின் அடிப்படையில் ஆறு மலர்களாக வெளி வந்தன. இவ்விதழ்களின் ஆண்டுமலர்கள் தாரண நந்தவனம், பார்த்திப நந்தவனம் என்று அந்தந்த ஆண்டின் பெயர்களாலே சுட்டப்பட்டன. இம்மலர்கள் 'தமிழ்ப்பெண்களின் பேனாமுனை' என்றும் 'தமிழ்ப் பெண்மணிகளின் நந்தவனம்' என்றும் விளம்பரப்படுத்தப்பட்டன.

ஜகன்மோகினியின் விளம்பரங்கள்

ஜகன்மோகினி இதழில் பல விதமான விளம்பரங்கள் இடம்பெற்றுள்ளன. முப்பதுகளில் வை. மு. கோ திரைப்படத் துறையில் பங்குகொண்ட போது முழுப்பக்கத் திரைப்பட விளம்பரங்கள் இடம்பெற்றுள்ளன.

☞ படிப்பினால் பண்படையணுமே அன்றிப் பெண்மையை இழக்கக் கூடாது. 'காதலனொருவனைக் கைப்பிடித்து அவன் காரியம் யாவிலும் கைகொடுத்து' என்று பாரதியார் பாடினார். அவர் கண்ட கனவு அவ்வளவுமே நனவாகிவிட்டது. அவர் புதுமைப்பெண் எப்படியிருப்பாளென்று மனக் கண்ணால் கண்டாரோ அது மாதிரி பெண்களையே நம் பாரதத்தாய் வேண்டுகிறாள். பெண்கள் படிக்க வேண்டும். நிராதரவான பெண்கள் அல்லது பணபலமற்ற பெண்கள் ஒரு தொழில் புரிய வேண்டிப் படிக்க வேண்டும். சமுதாய மாற்றத்திற்கேற்ப நாமும் புதியமுறைகளை வரவேற்க வேண்டும். அதற்குப் பெண்கள் படிப்பு இன்றியமையாதது. உலக விஷயம், விவகார ஞானம் எல்லாம் வேணும். புருஷன் கையை எதிர்பார்க்காமல் வீட்டு வேலைகளைத் திறம்பட நடத்த, படிப்பு அவசியம் ... நம் பெண்கள் சுதந்திரப் போராட்டத்திலும், மத இயக்கத்திலும், ராஜ்யத் திலும் ஈடுபட்டிருக்கும்போதுகூட அவர்கள் தம் பொறுப்பை உணரத்தவறினார்களில்லை. குடும்பப் பொறுப்போடு, சமூகப் பொறுப்பையும், பதி சேவையோடு தேச சேவையையும் ஏற்றுத் திறம்பட நிர்வகித்து எந்நாட்டுப் பெண்களையும்விட, நம் இந்தியப் பெண்மணிகள், ஓர் உன்னத ஸ்தானத்தை வகித்து வந்துள்ளனர் - வருகின்றனர். குடும்பப் பொறுப்பை நிர்வகிக்கும் திறமை தானே, மற்ற சமூகச் சீர்திருத்த ராஜ்யப் பொறுப்புக்களையும் திறமையுடன் நிர்வகிக்க அஸ்திவார மாக அமைகிறது

முன்னட்டையின் பின்புறம், முதற்பக்கம், பின்னட்டையின் இரு பக்கங்களிலும் இவ்விளம்பரங்கள் இடம் பெற்றுள்ளன. அமிர்தாஞ்சன் விளம்பரம், சிட்டுக்குருவி லேகியம் பற்றிய விளம்பரங்களும் காணப் படுகின்றன. 1932ஆம் ஆண்டு வெளிவந்த காப்பீடு (Insurance) விளம்பரம் ஒன்று, இனி ஸ்திரீகளும் இன்சூர் செய்யலாம் என்று அறிவித்துள்ளதைக் காணமுடிகின்றது.

ஜகன்மோகினி இதழை அறிமுகப்படுத்தியும் பாராட்டியும் *இந்துநேசன், கற்பகம், நியாயாபிமானி, சுதேச நாட்டியம்* (யாழ்ப்பாணம்) ஆகிய இதழ்கள் எழுதியவை எடுத்தாளப்பட்டுள்ளன. வை.மு.கோ எழுதிய கதைகளைப் பற்றி *கிருஷிகன்* (வைதேகி), *த ஹிந்து, டெய்லி எக்ஸ்பிரஸ்* (ஆங்.), *இந்துநேசன்* (கௌரீ முகுந்தன்) ஆகிய இதழ்கள் எழுதிய மதிப்புரைகளும் கொடுக்கப்பட்டுள்ளன. அத்துடன் ஜகன்மோகினியின் சமகாலத்தில் வெளிவந்த பல இதழ்கள் பற்றிய விளம்பரங்களும் அறிமுகமும் இடம் பெற்றுள்ளன. அவை *கிருஷிகன், நச்சினார்க்கினியன், காமதேனு, ஆனந்தபோதினி, லோகோபகாரி, கம்மபாலன், அமிர்தகுண போதினி, லக்ஷ்மி, சித்தன், வர்த்தக ஊழியன், இந்திய வாலிபன், கிரஹலக்ஷ்மி, பிரசண்ட விகடன்* ஆகியவையாகும். ஜகன்மோகினி இதழின் மூலம் அக்காலகட்டத்தில் மேற்குறிப்பிட்ட 18 தமிழ் இதழ்கள் மற்றும் இரண்டு ஆங்கில நாளேடுகள் வெளிவந்த தகவலை அறியமுடிகின்றது.

பாரதியாரின் நூல்கள் (கதைகொத்து, பகவத்கீதை, வசனங்கள், கவிதைகள்), சங்கு நூல்கள், வை. மு. கோவின் நூல்கள் போன்றவை விலைகளோடு விளம்பரப்படுத்தப்பட்டுள்ளன. வை. மு. கோ பாடிய ஒலிப்பேழைகளின் விளம்பரங்களும் இடம்பெற்றுள்ளன. ஜகன்மோகினி பிரசுரத்தின் வெளியீடுகளும் விளம்பரப்படுத்தப்பட்டுள்ளன. முற்குறிப் பிட்ட பாலர் மோகினி, நந்தவனம் ஆகியவற்றின் விளம்பரங்களும் இடம்பெற்றுள்ளன.

தொடக்கத்தில் வை.மு. கோதைநாயகியின் எழுத்தார்வத்தால் அவரது கதைகளை வெளியிடும் இதழாக மட்டும் ஜகன்மோகினி இருந்தது. அதன் பிறகு அதன் வட்டம் விரிந்து பிற எழுத்தாளர்களின் எழுத்து களையும் உள்ளடக்கியதாக, பெண் எழுத்தாளர்களை ஊக்குவிப்பதாக வேறொரு கட்டத்திற்குச் சென்றுள்ளது. அத்துடன் நந்தவனம், பாலர் மோகினி ஆகிய பிற இதழ் வெளியீடுகள் மூலம் பரந்து விரிந்துள்ளது. இதழியல் பற்றிய நெளிவு சுளிவுகளை அறியாது அத்தொழிலில் புகுந்த வை.மு.கோ., தம் கேள்வி ஞானத்தாலும், இடைவிடாத முயற்சியாலும், ஆர்வத்தாலும் குறுகிய காலத்தில் பத்திரிகை உலகம் பற்றி அறிந்து கொண்டு, தம் பத்திரிகையின் இலக்கையும் தீர்மானித்துக்கொண்டு ஜகன்மோகினியை நடத்திச் சென்றுள்ளார். 'காலத்திற்கேற்ற விஷயங்

களுடன் இந்து தருமத்தின் உள்ளத்துடிப்பை உயிர்நாடியாகக் கொண்டது ஜகன்மோகினி' என்று யோகி சுத்தானந்த பாரதியார் அவ்விதழை மதிப்பிடுகின்றார். பெண் எழுத்தாளர்களை ஊக்குவித்ததும் பெண் களுக்கான விஷயங்களை மையப்படுத்திப் பெண்களை எழுதவைத்ததும் மிக நீண்ட காலம் இதழாசிரியராக இருந்ததும் பெண்களுக்கு மனத் திடமும் தன்னம்பிக்கையும் ஊட்டியது. வை.மு. கோவின் இந்த முயற்சி, இந்தத் தொடர்ந்த ஈடுபாடும் செயல்திறமும் திடமும் பெண்களுக்குத் தேவை என்பதை என்றும் நினைவூட்டும் பாடமாக இருக்கின்றது.

மு. மரகதவல்லி

விடுதலைக்கு முன்னான காலகட்டத்தில் இந்தியா முழுவதிலும் பெண்கள் சந்தித்த பெரும் சிக்கல்களுள் ஒன்று கைம்மை. பூப்பெய்து வதற்கு முன்பும் இளவயதிலும் திருமணம் செய்துவைக்கப்பட்ட பெண்கள் (சிறுமிகள்) கணவன் இறந்தவுடன் விதவைகளாகி விடு கின்றனர். அதை விடவும், கணவன் இறந்தவுடன் அவனுடன் உடன்கட்டை ஏறுகின்ற சதி என்ற வழக்கமும் சில பகுதிகளில் இருந்தது. அது கௌரவமாகக் கருதப்பட்டது. இந்நிலையில், தங்களது இயற்கை யான உணர்வுகளுக்கு வடிகால் இன்றி விதவைகள் மன அழுத்தத்திற்கு ஆளாயினர். இது ஒருபுறமிருக்க, ஆண்களின் பாலியல் வேட்கைக்குப் பலியாகும் கொடுமையையும் அதை வெளியிட முடியாத அவலத்தை யும் அனுபவித்துவந்தனர். அத்துடன் இப்படி விதவையான பெண்கள் தங்கள் உறவினர்களிடம் பட்டபாடு மிகுதி. கணவனை இழந்த விதவையர் வசதி படைத்தவராய் இருந்தால், வாரிசில்லாத நிலையில் இறந்து போன கணவரின் சொத்து கணவரின் உறவுகளுக்குப் போய்விடும். மொத்தத்தில், கணவனை இழந்த பெண்கள் உணவு தொடங்கி உயிர் வாழ்தல் வரை வாழ்வில் எந்த அடிப்படையான சுகமும் உரிமைகளு மின்றி மூன்றாந்தரக் குடிகளாக, அமங்கலமாகக் கருதப்பட்டு வந்தனர். பொருளாதார வசதி படைத்தவர்களிடமும் உயர் சாதியினரிடமும் இக்கொடுமை மிக அதிகமாக இருந்தது.

மிக இளம் வயதில் கிழவருக்கு வாழ்க்கைப்படும் சிறுமிகள் சிறிது நாட்களிலேயே விதவைகளாகின்றனர். எனவே விதவை நிலையைப் பற்றிப் பேசிய பலரும் குழந்தைமண முறையுடன் இணைத்தே இப்பிரச்சினையின் தீர்வைப் பேசினர். அத்துடன் திருமண வயதை உயர்த்துவது குறித்தும் பேசினர். படிப்படியாக பெண்களின் திருமண வயதும் பத்திலிருந்து பதினைந்து வயது வரை உயர்த்தப்பட்டது. அத்துடன் பெண்கள் பூப்பெய்துவதற்கு முன் திருமணம் செய்வது சரியா என்பது பற்றிய விவாதங்களும் எழுப்பப்பட்டன. விதவைகள்

துன்புற்றுக் கொண்டிருந்த இத்தகைய ஒரு சூழலில் தான் 1936இல் மாதர் மறுமணம் என்ற இதழ் தொடங்கப்பட்டது. 1933 செப்டம்பர் மாதம் காரைக்குடியில் மாதர் மறுமண சகாய சங்கம் தொடங்கப்பட்டது. மாதர் மறுமணம் இதழாசிரியர் மு. மரகதவல்லியின் கணவரான சொ. முருகப்பா இச்சங்கத்தின் காரியதரிசியாக இருந்தார். இச்சங்கத்தின் பன்முகப்பட்ட விதவை மறுமணப் பிரச்சாரத்தின் ஒரு நீட்சியாக 1936 ஆகஸ்டில் மாதர் மறுமணம் இதழ் தொடங்கப்பட்டது. அத்துடன் இச்சங்கத்தின் ஆண்டு அறிக்கைகளும் இவ்விதழில் வெளியிடப்பட்டுள்ளன.

மாதர் மறுமணம் இதழ் தொடங்கப்பட்ட விவரத்தை மாதர் மறுமண சகாய சங்கத்தின் இரண்டு, மூன்றாம் ஆண்டுகளின் ஆண்டறிக்கையில் காரியதரிசியான சொ. முருகப்பா அவர்கள் குறிப்பிடுகின்றார். அந்த அறிக்கையில் இதழைத் தொடங்குவதிலும் சந்தாதாரரைச் சேர்ப்பதிலும் இதழை வெளியிடுவதிலும் ஏற்பட்ட நடைமுறைச் சிரமத்தைப் பதிவு செய்துள்ளார் (மாதர் மறுமணம், நவ. 1936).[13] மாதர் மறுமணத்தின் முதல் இதழின் முதல் பக்கத்திலேயே பாரதிதாசனின் காதலைத் தீய்த்த கட்டுப்பாடு என்ற கவிதை விதவைகளின் நிலையையும் மறுமணத்தின் தேவையையும் பேசுகின்றது; இவ்விதழின் தீவிர நோக்கத்தையும் அதற்கு ஆதரவு தேடும் வழியையும் காட்டுகின்றது. கணவனை இழந்து வருந்தும் இந்தியப் பெண்கள் இரண்டரைக் கோடி பேரின் துயரம் துடைக்கப்பட அவர்களுக்கு மறுமணம் செய்யவேண்டும் என்று இவ்விதழின் நோக்கத்தை பத்திராதிபர் மு. மரகதவல்லி குறிப்புகள் பகுதியில் எழுதியுள்ளார் (மாதர் மறுமணம், ஆக. 1937).[14] விதவைகளின் அவல நிலைமைக்குப் பின்னுள்ள மத-சமூக தடையைச் சரியாக இனங்காட்டி இதழின் இலக்கையும் சுட்டுகின்றார்.

13. எங்கும் மாதர் மறுமண இயக்கம் பரவும் பொருட்டு 'மாதர் மறுமணம்' என்ற பெயருடன் மாதாந்திர பத்திரிகை யொன்றை வெளியிட முயன்றோம், தாது ஆவணி 26உ யன்று அதன் முதல் இதழ் வெளியிடப்பெற்றது. திருமதி. மு. மரகதவல்லியார் ஆசிரியராக இருந்து வருகிறார்கள். அதற்கு அறிஞர் பலருடைய ஆதரவு கிடைத்துள்ளது. மிகுந்த கஷ்டத்திற் குட்பட்டு சிபார்சு செய்தே சந்தாதார் சிலர் சேர்க்கப் பட்டிருக்கின்றனர். பல அன்பர்கள் சிரமத்தைப் பொருட் படுத்தாமல் சந்தாதாரர்களைச் சேர்த்துக் கொடுத்தனர். 1000 சந்தாதாரராவது முன்பணம் செலுத்திச் சேர்ந்த பிறகுதான் பத்திரிகை வெளியிட வேண்டுமென்று எண்ணியிருந்தோம். தைமீ முதல் பலபேர் கஷ்டப்பட்டு ஆவணி வரை 400 சந்தாதாரரைத்தான் சேர்க்க முடிந்தது. இன்னும் தாமதித்து சந்தா சேர்க்க நினைத்தால் சேர்ந்திருப்பவர் 'பத்திரிகையெங்கே பணத்தை வாங்கிக்கொண்டு பத்திரிகை போடாமலிருக்கிறாயா?' என்று நெருக்கிவிட்டனர். எப்படியோ ஒருவாறு பத்திரிகையை வெளியிட்டு விட்டோம். இன்னும் பலமான உதவி யெதிர்பார்க்கப்படுகிறது.

14. கணவனிழந்து வருந்தும் பெண்ணின் தொகை இந்திய நாட்டில் இரண்டரை கோடிப்பேர் என்று சொன்னால் யாரும் திடுக்கிடாதிருக்க முடியாது. இவர்களின் கண்ணீர் துடைக்கப்பட வேண்டும். ஆனால் பொது ஜன வழக்கமானது இச்செயலை ஒரு விளையாட்டாக மதித்து வருகிறது. இப்படியே இப்பெண்களை வதைத்து வயிறெரிந்து கொண்டிருப்பது மத - சமூகக் கடமையென்று கருதுவார் தொகையும் குறைவடையவில்லை. இந்த நிலையில் இப்பெண்களின் கூட்டத்திற்கு விடுதலை நல்க வேண்டுமென்பதை அடிப்படையாகக் கொண்டுதான் நமது பத்திரிகை தோன்றியிருக்கிறது. இதன் இரண்டாவதாண்டில் பல திருமணங்கள் காணப்படவேண்டுமென்று விரும்புகிறோம்.

இதழின் கட்டமைப்பு

இதழின் முதல் பக்கத்தில் 'மாதர் மறுமணம்' என்று பெரிய எழுத்துகளில் எழுதப்பட்டு அதன்கீழ் பத்திராதிபர்: மு. மரகதவல்லி என்று அச்சிடப்பட்டுள்ளது. இது காரைக்குடியிலிருந்து வெளிவந்தது. இவ்விதழின் முன்னட்டையில் மண்டியிட்டு அமர்ந்துள்ள ஒரு பெண்ணின் (விதவை) தலையில் கைவைத்து காந்தி ஆசீர்வதிப்பது போன்ற ஓர் ஓவியம் இடம்பெற்றுள்ளது. அதன் ஒவ்வொரு மாத வெளியீடும் 48 பக்கங்கள் கொண்டது. இதழின் முதல் பக்கத்திலிருந்து கடைசிப் பக்கம் வரையிலும் விதவை மறுமணம் பற்றிய பல்வேறு செய்திகள் கட்டுரைகளாகவும் கவிதைகளாகவும் கதைகளாகவும் நாடகமாகவும் பத்திராதிபர் குறிப்புகளாகவும் நிகழ்ச்சித் துணுக்குகளாகவும் கொடுக்கப்பட்டுள்ளன.

இந்திய நாடு முழுவதிலும் விதவை மறுமணம் தொடர்பாக நடைபெற்ற கூட்டங்கள், சொற்பொழிவுகள் ஆகியவை குறித்த விவரங்களும் கட்டுரைகளும் இடம்பெற்றுள்ளன. மாதர் மறுமண சகாய சங்கத்தின் நான்காவது ஆண்டு அறிக்கை மாதர் மறுமணத்தில் வெளியிடப்பட்டுள்ளது. இவ்வறிக்கை ஒவ்வொரு வயதெல்லையிலும் உள்ள இந்து விதவைகளின் எண்ணிக்கையைப் புள்ளிவிவரமாய்க் காட்டுகின்றது (மாதர் மறுமணம், செப். 1936).[15] இந்நிலை மாற இச்சங்கம் ஆற்றிய பணிகளின் விளைவாக ஒவ்வொரு மாகாணத்திலும் நடைபெற்ற விதவைத் திருமணங்களின் எண்ணிக்கைப் பட்டியல் கொடுக்கப்பட்டுள்ளது. அத்துடன் விதவை மறுமணப் பிரச்சாரத்தின் போது எதிர்கொள்ளும் இடர்ப்பாடுகளும் கூறப்பட்டுள்ளன. பிரச்சாரக் கூட்டத்தை எடுத்து நடத்துவதே கடினமாக இருக்க, பிரச்சாரம் நடக்கின்ற ஊரில் தங்குவதற்கு இடம் கிடைப்பதில்லை; இதனால் சொற்பொழிவாளர்கள் அங்கு வருவதற்குத் தயங்கினர் என்பதுடன் எந்த ஊரிலும் கூட்டம் நடத்துவதென்பது பிரயாசையாகவே இருந்தது. இடம் கிடைப்பதில்லை. அபிமானமுள்ளவர்களும் வீடுவிட முற்படுவதில்லை. உபந்யாசம் புரிபவர்கூட இவ்வியக்கத்தில் கலந்து பேசுவதில் பின்னடைந்தனர் (மாதர் மறுமணம், செப். 1936) என்று வருத்தத்துடன் பதிவு செய்யப்

---

15. ஹிந்துக்களிடையில் இருக்கும் பால்ய விதவைகளைப் பற்றிய விவரம் வருமாறு:

1 வயதுக்குட்பட்ட விதவை	1515
1 வயதுக்குமேல் 2 வயது வரை	1785
2 வயதுக்குமேல் 3 வயது வரை	3485
3 வயதுக்குமேல் 4 வயது வரை	9076
4 வயதுக்குமேல் 5 வயது வரை	15,019
5 வயதுக்குமேல் 10 வயது வரை	1,05,482
10 வயதுக்குமேல் 15 வயது வரை	1,85,339
15 வயதுக்குட்பட்ட மொத்தம்	3,21,701

பட்டுள்ளது. விதவை மறுமணம் என்பது பொதுமக்களிடையில் எவ்விதம் உள்வாங்கப்பட்டது என்பது இதன் மூலம் உணரப்படுகின்றது. பிரச்சாரக் கூட்டம் மூலமாக மட்டுமின்றி மாஜிக்லாண்டர்ன் (படக் காட்சி), துண்டுப் பிரசுரங்கள், புத்தகங்கள், மாதப் பதிப்பு, உபந்யாசம் என்று பலவிதங்களில் பிரச்சாரம் நடைபெற்றதையும் இவ்வறிக்கை நமக்கு உணர்த்துகின்றது (மாதர் மறுமணம், செப். 1936).[16]

இதழின் உள்ளடக்கம்

இதழ் முழுவதும் மாதர் மறுமணம் பற்றிய பல்வேறு செய்திகள் கட்டுரைகளாகவும் கவிதைகளாகவும் கதைகளாகவும் பத்திராதிபர் குறிப்புகளாகவும் நிகழ்ச்சித் துணுக்குகளாகவும் அமைந்துள்ளன.

மறுமணம், மறுமணமா! விதவைக்கா!, பால்ய விதவைகளின் பரிதாப நிலை, விதவைச் சகோதரிகளுக்கு வேண்டுகோள், விதவைக்கு விமோசனம்! என விதவைகளின் துன்ப நிலை, அந்நிலையைப் போக்கத் தேவைப் படும் மறுமணம் ஆகியவற்றை இக்கட்டுரைகள் சுட்டிச் செல்கின்றன. ஓர் விதவை எழுதுவது என்ற பெயருடன் சுயசரிதை (மாதர் மறுமணம், ஜூலை 1937) என்ற தலைப்பில் ஒரு விதவை தனது நிலைமையை எழுதியுள்ள கட்டுரை இடம்பெற்றுள்ளது. தன்னிலையிலிருந்து ஒரு விதவை எடுத்துரைப்பது இதழின் குறிக்கோளை மனநெகிழ்ச்சிபட வாசகர் மனத்தில் பதியும்படி உணர்த்தத் தலைப்படுகின்றது.

சிறுகதைகள் விதவைகளின் இழிநிலையையும் அவர்கள் மறுமணம் செய்துகொள்ள வேண்டியதன் தேவையையும் புனைவாகச் சித்திரிக் கின்றன. ஓர் இளம் விதவை பாதை தவறிக் 'கற்'பிழந்து உயிரையும் இழக்க நேரிட்ட நிலைமையை விவரிக்கின்றது ஸ்ரீமதி என்.எஸ். ஜானகி அம்மாள் எழுதிய ஸ்ரீரங்கத்து ஜெம்பகவல்லி என்ற சிறுகதை (மாதர் மறுமணம், ஜன. 1937). மறுமணமே விதவைப் பெண்களை வழி தவறாமல் நெறிப் படுத்தக்கூடியது என்ற கருத்தை இது சுட்டுகின்றது. இவ்விதழில் இடம் பெறும் சிறுகதைகளில் பெரும்பகுதி இளம் வயது திருமணம் பற்றியும், அதன் விளைவாக உருவாக்கப்பட்ட இளம் விதவைகளுக்குச் சமூகம் இழைக்கும் அநீதி பற்றியும், மறுமணம் செய்துகொண்ட விதவைப் பெண்கள் நல்வாழ்வு வாழ்வதையும், அவ்வாறு மணம் செய்துகொள்ள

16. மாதர்க்கு உரிமை நல்குவதில் ஆர்வமுள்ள பெரியோர்களே! வாலிபர்களே! உதவி செய்யுங்கள்! துணிபு கொள்ளுங்கள்! லட்சக்கணக்கான துண்டுப் பிரசுரங்களை வெளிவரச் செய்யுங்கள்! எண்ணற்ற உபந்யாசங்கள் புரிய ஏற்பாடு செய்யுங்கள். புத்தகங்களும், படங்களும் வெளிவர உதவி புரியுங்கள்! விதவையாகக் கிடந்து வருந்தும் சகோதரிகளின் கண்ணீரைத் துடையுங்கள்! அவர்களுக்குக் கல்வியும் தொழிலும் நல்க முயலுங்கள். ஒன்றே செய்யவும் வேண்டும். ஒன்றும் இன்றே செய்யவும் வேண்டும். நாளை நாளை என்பதில் பயனில்லையென்பதை உணருங்கள். ஆண்மையுடன் தொண்டாற்ற முயலுங்கள். வெற்றிமாலை சூடுங்கள்.

இயலாத விதவைப் பெண்களில் பலர் காமுகர்களால் வஞ்சிக்கப்பட்டுத் தடம்மாறிச் சீரழிவதையும் இறுதியில் தற்கொலை செய்துகொள்வதையும் விளக்குகின்றன. மாதர் ஒழுக்கமாக இருக்க வேண்டுமானால் மாதர் மறுமணம் அவசியம் என்பதை வலியுறுத்தும் பொருட்டு உண்மைக் கதை ஒன்றும் கொடுக்கப்பட்டுள்ளது. இதில் வரும் ராமய்யருடைய மகள் விதவையாகிறாள். வீட்டின் சூழல் - நெருக்கடி காரணமாக வீட்டை விட்டு வெளியேறி விடுகிறாள். ஒரு முகமதியனிடம் அகப்பட்டுப்பின் தற்கொலை செய்துகொள்கிறாள். இதற்கு என்ன காரணம் என்று ஆசிரியர் காளவனப் புலவர் கூறுகின்றார்:

> மேற்சொன்ன சரிதையிலே கவனியுங்கள். ராமய்யருடைய இரண்டாவது மனைவிக்கு வயது 17. விதவைக் கோலமடைந்த மூத்த மகளுக்கு வயது 22. அந்த மகளோ புருஷனை யிழந்த பத்தாவது மாதத்தில் பக்குவம் அடைந்தவள். புருஷ ஸ்பரிசம் பெறாதவள். பருவ உணர்ச்சியினால் வாதைப்படுபவள். அவ்வாறாயின், மேற்கூறிய சம்பவம் நடந்ததில் அதிசயிக்க என்ன இருக்கிறது (மாதர் மறுமணம், ஆக. 1937)

இவற்றுடன் இதழில் இடம்பெறும் பாடல்களும் மறுமணத்தை உள்ளடக்கமாகக் கொண்டுள்ளன. *விடுதலை! விதவையர்க்கு விடுதலை!, மறுமண கீதம், கைம்மைப் பிணியைக் களையுங்கள், விதவையர்க்கு விமோசனமளிக்க!* ஆகிய பாடல்கள் மறுமணத்தைப் பற்றிப் பேசுகின்றன. தாயும் மகளும் (மாதர் மறுமணம், ஜன. 1937) என்ற தலைப்பில் ஸ்ரீமதி எஸ்.பி. திருநெல்லையாச்சி, ஹானரரி மாஜிஸ்தரேட் எழுதிய உரையாடல் மாதர் மறுமண சங்கத்தைப் பற்றியும் மறுமணத்தைப் பற்றியும் விவாதிக்கின்றது. 1938ஆம் ஆண்டு மார்ச்சு மாதம் 25, 26, 27 ஆகிய தேதிகளில் முல்தானில் நடந்த விதவா விவாக சம்மேளனத்தின் வெள்ளிவிழாவில் தலைமை வகித்த ஸ்ரீமதி தூனி சந்த் எம்.எல்.ஏ அவர்களால் படிக்கப் பெற்ற சொற்பொழிவை ஹிந்தியிலிருந்து மொழிபெயர்த்துத் தந்துள்ளார் ஆத்தங்குடி திரு எஸ். நடராஜன் என்பவர். மேலும், 'மாதர் மறுமண பென்சில்', 'மணமகன் தேவை', 'மாதர் மறுமணப் பாடல் திரட்டு' ஆகிய விளம்பரங்கள் இடம்பெற்றுள்ளன. மாதர் மறுமணம் பற்றிய செய்திகளைப் பரப்பத் தோன்றிய இவ்விதழில் மாதர் மறுமணத்தை ஏத்தும் வாசகம் அச்சிடப்பட்ட பென்சில் பற்றிய விளம்பரம் வெளியிடப்பட்டுள்ளது (மாதர் மறுமணம், ஆக. 1937).[17]

17. மாதர் மறுமணப் பென்ஸில்
மங்களகரமான மஞ்சள்
நிறத்தில் கருப்பு மையிலே
ஆங்கிலத்திலும் தமிழிலும்
'விதவை மணமே விடுதலை அளிக்கும்'
என்று அச்சிடப்பட்ட அழகான லெட் பென்ஸில்
அழகுக்கு அழகு

மாதர் மறுமணம் என்பது வெறும் உதட்டளவில் இல்லை என்பதை உறுதிப்படுத்த மறுமணம் செய்துகொள்ள விரும்பும் விதவைகளின் விவரங்கள் மணமகன் தேவை பகுதியில் கொடுக்கப்பட்டுள்ளன (மாதர் மறுமணம், நவ. 1936).[18] விதவைகளுக்கு மறுமணம் செய்ய வேண்டும் என்ற விழிப்புணர்வைச் சமூகத்திற்கு ஊட்டுகின்ற முயற்சி இருந்தாலும், சாதியை விட்டு விலகாத தன்மை இருந்திருப்பதை இந்த மணமகன் தேவை விளம்பரங்களின்மூலம் காணமுடிகின்றது. சாதி விட்டு சாதி மறுமணம் செய்வதைவிட விதவையாய் இருப்பதே மேல் என்று நினைத்தவர்கள் உண்டு (ஃபிலிப்பா காஃப்கா, 2003: 15) என்பது இவ்விடத்தில் வெளிப்படுகின்றது.

விதவை மறுமணங்களுக்கு ஆதரவாக ஆண்கள் எழுதிய கட்டுரை, கதைகளை வெளியிட்டுள்ளதன் மூலம் ஒரு நம்பிக்கையை வாசகரிடம் ஏற்படுத்த முயல்கின்றது மாதர் மறுமணம். அத்துடன் மாதர் மறுமணம் குறித்த செய்தி எங்கு இடம்பெற்றாலும் அதனை எடுத்தாளவும் இதழாசிரியர் தவறவில்லை. அவர் கொண்ட நோக்கத்தின் மீதான தீவிரப் பற்று இதன் மூலம் தெரிய வருகின்றது. கிரஹலக்ஷ்மி இதழி லிருந்து எடுத்தாளப்பட்டுள்ள செ. கு. இராமசாமிப் பிள்ளை எழுதிய 'விதவைகளுக்கு விமோசனம் உண்டா' என்னும் கட்டுரை (மாதர் மறுமணம், ஜன. 1938) இதற்கு நல்லதொரு சான்றாகும். தன்னுடைய சுயநினைவும் விருப்பமும் இன்றிச் செய்துவைக்கப்பட்ட திருமணத்தால் விதவையான பெண்கள் அதனால் துன்புறத் தேவையில்லை என்றும்

☞ நயத்துக்கு நயம்
விலையோ மலிவு
சுத்த சுதேசியம்

வாங்கி உபயோகித்து மகிழுங்கள். பள்ளிக்கூடங்களுக்குச் சிபார்சு செய்யுங்கள்.

விலை விபரம்

1 பென்ஸில்	0-0-6
1 டஜன்	0-5-0
1குரோஸ்	3-6-0

மானேஜர்
'மறுமணம்' ஆபீஸ்
சிவன்கோவில் மேலவீதி, காரைக்குடி

18. மணமகன் தேவை

1. பிராமண வகுப்பு. வயது சுமார் 25. போதிய தமிழ்ப் படிப்பு. இப்பெண்ணுக்குப் பிராமண வகுப்பில் தேவை. நல்ல வரும்படியுள்ளவராக இருக்க வேண்டும்.

2. விஸ்வ பிராமண வகுப்பு. வயது சுமார் 21. சொற்பமான தமிம்ழ்ப் படிப்பு. விஸ்வகர்மா வகுப்பில் மாதம் 40 ரூபாய்க்குக் குறையாத வரும்படியுள்ள மணமகன் தேவை.

3. வேளாள வகுப்பு, வயது 18. தமிழ்ப் படிப்பு, சங்கீதப் பயிற்சி, தையல், பூவேலை, கைராட்டின நூல் நூற்றல் முதலிய கைத்தொழில் பயிற்சி உண்டு. உயர் ஜாதி ஹிந்து வகுப்பில் தகுந்த செல்வ நிலையுள்ள மணமகன் தேவை.

காரியதரிசி
மாதர் மறுமண சகாய சங்கம், காரைக்குடி

திருமணம் வேண்டாம் என்று மறுக்கின்றவர்களைத் தவிர பிறருக்கு மறுமணம் செய்விக்கலாம் என்றும் பரிந்துரைக்கின்றது.[19]

கதைகள், கட்டுரைகள், கவிதைகள் மூலம் மாதர் மறுமணம் பற்றிய கருத்துகளை மக்கள் ஏற்றுக்கொள்ளும் வகையில் எடுத்துரைப்பதோடு நின்றுவிடாமல், இந்தியா முழுதும் ஆங்காங்கே நடைபெற்ற மாதர் மறுமண மாநாடு பற்றிய செய்திகளையும், அம்மாநாடுகளில் ஆற்றப் பட்ட சொற்பொழிவுகளையும் வெளியிட்டுத் தனது பணியை முழு வீச்சுடன் செய்துள்ளது. 1937இல் சென்னை சட்டசபையின் துணைத் தலைவராயிருந்த திருமதி முத்துலட்சுமி ரெட்டி, சிறை அமைச்சர் திரு. இராமன் மேனன், கல்வி அமைச்சர் திரு. சுப்பராயன், டாக்டர் சகுந்தலா தேவி, மாதர் மறுமண சகாய சங்கச் செயலாளர் திரு சொ. முருகப்பா, திரு. செ. குருசாமி ஐயர், திரு டி.கே. கார்வே ஆகியோர் பல்வேறு மாதர் மாநாடுகளிலும் மாதர் மறுமண சகாயசங்க ஆண்டுவிழாவிலும் ஆற்றிய சொற்பொழிவுகள் கட்டுரைகளாக இடம்பெற்றுள்ளன. அனைத்துச் சொற்பொழிவுகளுமே இளம்வயது திருமண ஒழிப்பையும் மாதர் மறுமணம் பற்றிய செய்திகளையும் உள்ளடக்கியனவாய், படிப்பவர்க்குப் விழிப்புணர்வு ஏற்படுத்துவனவாய் அமைந்துள்ளன. ஜலந்தர் நகரில் நடந்த 11ஆம் பஞ்சாப் விதவா மாநாட்டில் ராவல்பிண்டியைச் சேர்ந்த திருமதி டாக்டர் சகுந்தலாதேவி எம்.பி.பி.எஸ் அவர்கள் நிகழ்த்திய தலைமையுரை அவ்விதம் விதவா விவாக மாநாடு (மாதர் மறுமணம், ஏப். 1938) என்ற கட்டுரையாகக் கொடுக்கப்பட்டுள்ளது. இக்கட்டுரையின் மூலம் அக்காலச் சமூகத்தை - நாட்டு நடப்பை - அதன்வழி விதவைகள் பட்ட துன்பத்தை விரிவாக எடுத்துக்காட்டுவதோடு தர்க்க ரீதியில் விதவைகள் நடத்தப்பெறும் விதத்தின் கேட்டைத் தோலுரித்துக் காட்டு கின்றார் சகுந்தலா தேவி. மனைவியை இழந்த ஆண்களும் கணவனை இழந்த பெண்களும் நடத்தப்பெறும் விதத்திலுள்ள வேற்றுமையை கோடிட்டுக் காட்டிச் சிந்தனையைத் தூண்டுகின்றார்.[20]

19. இந்தியப் பெண் திலகங்களாகிய நம் சகோதரிகளுக்குக் கொடுக்கவேண்டிய முக்கியமான சுதந்தரங்களுள் தலைசிறந்தது 'விதவா விவாகம்'. பால் மணம் மாறா இளமைப் பருவமுடைய குழந்தைகளை மணைமீதமர்த்தி திருநாணேற்குமாறு செய்கின்றனர். அச்சமயத்தில் அப்பெண் குழந்தைகளுக்கு அஃதோர் விளையாட்டேபோல் தோன்றுகின்றது. விதிவசத்தால் தன் இளமை யிலேயே கணவனிறக்க அச்சடங்கு வினையாகவே முடிந்துவிடுகிறது. ...தன் நினைவின்றி (ஒரு விதவை) குழந்தைப் பருவத்தில் நடந்த போலித் திருமணத்திற்காக வாழ்நாள் பூராவும் அவள் கஷ்டப்பட்டு உடல் குன்றி நாசமடைகிறாள். இனியாகிலும் அவர்களது பரிதாப நிலையுணர்ந்து பெண்களுக்குச் சுதந்திரம் கொடுக்க விரும்பி யுழைக்கும் இந்திய ஆடவர்களாகிய நாம் முதன்மை யாக (கலியாணம் வேண்டாம் என்ற விதவைகள் தவிர) விதவைகள் மறுவிவாகம் நடத்திக் கொள்ளும் உரிமையை மனக்குறையின்றித் தருவோமாக. அவ்வித விவாஹங்களும் வெகு சகஜமானவைகளாக வேண்டும். சகலரும் தற்சமயம் இருக்கும் சட்டரீதியான உரிமையை அனுஷ்டானத்தில் அனுபவிக்கும் சமூகநிலையை உண்டு பண்ண வேண்டும். இந்திய 'விதவை களுக்கு விமோசனம் உண்டா?' என்ற கேள்விக்கு இனி 'விமோசனம்' உண்டு என்று பதில் கூறி முடிக்க முழுமுதற் கடவுளின் முழு அருள் நிரம்புவதாக.

மாதர் மறுமண சகாய சங்கம் நான்காவது ஆண்டு விழாத் தலைமைப் பிரசங்கம் என்ற தலைப்பில் டாக்டர். முத்துலட்சுமி ரெட்டி ஆற்றிய சொற்பொழிவு கட்டுரையாக இடம்பெற்றுள்ளது (மாதர் மறுமணம், செப். 1936). அதில், விதவைகள் அனுபவிக்கும் கொடுமை நம் சமூகத்தி லிருந்து நீங்க வேண்டுமானால் 'மனைவியை இழந்த எவரும் ஒரு குமரியை மணந்துகொள்ளக்கூடாதென்று' சட்டமியற்ற வேண்டும் என்று கூறியுள்ளார். அத்துடன், குழந்தை மணத் தடைச் சட்டத்தின் மூலம் அதனை மீறி நடப்பவர்க்குத் தண்டனை அளிக்கவேண்டும் என்றும் சட்டம் இயற்றுவதால் மட்டும் குழந்தை மணம் ஒழியாது மக்களின் மனம் இந்தக் கொடுமைக்கு எதிராக மாறவேண்டும் என்றும் கூறு கின்றார். சட்டத்தை மீறினால் ஏற்படும் விளைவுகளை எச்சரிப்பதன் மூலமே சீர்திருத்தத்தைக் கொண்டுவர இயலும் என்பது இவரது கருத்தாக வெளிப்படுகின்றது.

விதவா விவாக மாநாட்டுச் சொற்பொழிவைக் கட்டுரையாக்கம் செய்து வெளியிடுதல் தவிரவும், பொது நிலையில் பெண்களின் சீர்திருத்தம், பல தார மணம், விவாகரத்து குறித்த சொற்பொழிவுக் கட்டுரைகள் இடம் பெற்றுள்ளன.[21] மாநாடுகள் பற்றிய செய்திகளோடு நில்லாமல் மகளிர்

20. தந்தையை இழந்த ஒருவனிடம் எவ்வித மாறுதலும் ஏற்படுவதில்லை. தாயை இழந்த ஒருவனை எவ்வித தோஷமும் பாதிப்பதில்லை; சகோதர சகோதரிகளை இழந்ததினால் யாரும் அபசகுனத்தின் அறிகுறியாகக் கருதப்படுவதில்லை. பத்தினியை இழந்த பதி ஆனந்தக்கடலில் மூழ்குகின்றான் - ஏன்? அவன் தான் எத்தனை கன்னிகைகளை வேண்டுமானாலும் மணந்து கொள்ளலாமே - எவ்வளவோ கனவான்கள் உடனே தம் புத்திரிகளை விவாகம் செய்து கொடுக்கத் தயாராகி விடுகின்றனர். ஆனால் - அந்தோ பரிதாபம்! பதியை இழந்த மாத்திரத்தில் ஒரு ஸ்திரீயை எல்லோரும் வெறுக்கின்றார்கள்; அவமதிக்கிறார்கள்; துன்புறுத்துகிறார்கள். இது ஒருதலைப் பட்ட அநியாயமல்லவா? எந்த ஸ்திரீ, வீட்டில் எல்லோரிலும் அதிக மரியாதை பெற்று வந்தாளோ அவளே மிகக் கேவலமாக மதிக்கப்படுகிறாள். தன் பந்து ஒருவருடைய மரணத்தின் காரணமாக அவளுடைய வாழ்க்கை முறைகள் முற்றிலும் மாறிவிடுகின்றன. அவள்பொருட்டு சிரிப்பது குற்றம்; நல்ல ஆடைகள் அணிவது பாபம்; சுபகாரியங்களில் கலந்து கொள்வது நியாய விரோதம். விவாகம், திருவிழா, விருந்து முதலியவற்றில் கலந்து கொள்வதற்குச் சமூகம் பெரியதடை ஏற்படுத்துகின்றது. தனிமையாக ஓர் அறையில் உட்கார்ந்துகொண்டு சதாகாலமும் தன் வழியை நினைந்து நினைந்து சோகக் கண்ணீரில் மூழ்கிக் கிடக்க வேண்டுமென்று அவள் தலையில் எழுதியிருக்கின்றது. அவளுடைய அழுகுரலைக் கடவுளைத் தவிர யாரும் கேட்கத் தயாரில்லை. அவளுடைய துன்பத்தைக் கண்டு யாரேனும் சிறிதேனும் இரக்கங்காட்டுகிறார்களா? நேர் விரோத மாக கன்னெஞ்சமுடையவர்கள் 'அழுதழுது வீட்டை தோசித்தனமாய்ப் பாழ்படுத்துகின்றாள்' என்று கடிந்துகொள்கிறார்கள். இம்மட்டோ அவள் துயரம்! வீட்டிலுள்ள மாமனார், மைத்துனர் முதலியோர் காமாந்தகாரத்தில் மூழ்கி, பாவம் அவ்வபலையைத் தன் மிருக இச்சைக்காளாக்க முயல்கின்றார்கள். அப்பேதையும் விதிவசத்தால் அவர்களுடைய வலையில் சிக்கி விட்டால், அவர்களுடைய துராகிருதம் வெளிப்படையாகத் தெரியக்கூடிய நிலையேற்பட்டுவிடில், அவளை நிராகரித்து வீட்டை விட்டுத் துரத்தி விடுகின்றார்கள்

21. 1938 நவம்பரில் சென்னையில் நடைபெற்ற மாதர் மகாநாட்டில் தலைமை வகித்து பீகம் அமீருதீன் நிகழ்த்திய சொற்பொழிவு பெண்களும், சீர்திருத்தமும் (மாதர் மறுமணம், டிச. 1938) என்ற தலைப்பில் இடம்பெற்றுள்ளது. 1938ஆம் ஆண்டு டிசம்பர் 5ஆம் தேதி சென்னை அகில இந்திய ரேடியோவில் பல தாரமும் விவாக ரத்தும் என்ற தலைப்பில் ஸ்ரீமதி கே. லக்ஷ்மிபாரதி எம். எல். ஏ. செய்த சொற்பொழிவு அதே தலைப்பில் கட்டுரையாக (மாதர் மறுமணம், ஜன. 1939) இடம்பெற்றுள்ளது.

இல்லங்கள் பற்றிய செய்திகளையும் மாதர் மறுமணம் வெளியிட்டுள்ளது குறிப்பிடத்தக்கது. மேலும் மதுரை புனர்விவாக சமாஜம், மூல்தான் விதவா விவாஹ சகாய சபை, அமராவதி புதூரின் மகளிர் இல்லம், ஹிந்து விதவா நிலையம் போன்ற பல்வேறு இல்லங்கள் பற்றிய செய்திகளும் அவை ஆற்றிய பணிகள் பற்றிய குறிப்புகளும் காணப்படுகின்றன.

இந்து சமூகம் ஒன்றில்தான் ஆயிரக்கணக்கான விதவைகள் துறவு நிலை பூண்டு வாழவேண்டுமென்று கட்டாயப்படுத்தப்படுகிறார்கள். ஆனால் இந்து சாத்திரங்களோ ஒரு விதவை மறுமணம் செய்து கொள்ளலாம், அதில் எந்தத் தவறுமில்லை என்று தெளிவாகக் கூறுகின்றன என்றும் எடுத்துக் கூறும் ஆசிரியர் அதற்கான சான்றுகளை அதர்வண வேத மந்திரம், மனுஸ்மிருதி, ஜாவாலி ஸ்மிருதி, மகாபாரதம், இராமாயணம் ஆகிய இந்துமத சாத்திர நூல்களிலிருந்து கொடுத்துள்ளார். விதவை மறுமணம் இந்து மதத்திற்கும் சாஸ்திரத்திற்கும் விரோதமானது என்று அதனை மறுப்போருக்கு, அதே ரீதியில் அது விரோதமானதன்று என்பதை உணர்த்தும் உத்தியுடனும் அவர்களின் 'கண்களைத் திறப்பதற்'காகவும் இந்துமத வேதங்களிலிருந்தும் இதிகாசங்களிலிருந்தும் சான்றுகள் காட்டப்பட்டுள்ளன. அதேபோன்று, மாதர் மறுமணத்துக்கு மடாதிபதிகள் ஆதரவு (மாதர் மறுமணம், ஏப். 1938) என்று வெளிவந்திருக்கும் செய்தி ஒன்றும் குறிப்பிடத்தக்கதாகும்.[22] இது விதவை மறுமணம் இந்து மதத்திற்கு எதிரானது அன்று என்பதை நிறுவுவதற்கும் அரண் சேர்ப்பதற்கும் வெளியிடப்பட்டதாகும்.

நிகழ்ச்சிகள் என்ற தலைப்பில் பல்வேறு நிகழ்ச்சிகள் பற்றிய செய்திகள் வெளியிடப்பட்டுள்ளன. ஜாதிவாரியாக, மாகாண வாரியாக விதவா விவாகக் கணக்கு, விதவைகளுக்கு விவாக உரிமை, விதவைகளுக்கு உத்தியோகம், விதவா விவாகத்திற்குச் சமஸ்தான மன்னர் உதவி, ஓமலூரில் விதவா விவாகம், பிராமணருள் கலப்பு விவாகம், வரதட்சணையை ஒழிக்க மசோதா என்று 'நிகழ்ச்சிகள்' பகுதியில்

22. **மாதர் மறுமணத்திற்கு மடாதிபதிகள் ஆதரவு**
சீனந்தல் திருமூலாரண்யம் விஸ்வப்ராம்ஹண மடாதிபதி குருஸ்வாமிகள், செஞ்சி தாலுகா ஆலம்பூண்டில் (21.7.27) பிரபவ - வரு ஆடி - மீ 6உயில் விஜயம் செய்த சமயம் அடியிற் கண்டவாறு கையொப்பமளித்திருக்கிறார்கள்.

விஷயம்
சீனந்தல் திருமூலாரண்யம் விஸ்வப்ராம்ஹண மடாதிபதி ஸ்ரீ ஜகத்குரு சிவலிங்காச்சார்ய குருஸ்வாமியார் ஆதீனம், சிவசங்கராச்சார்ய குருஸ்வாமியார் இந்த ரஜஸலாந்த்ர விதவா விவாஹ விஷயத்தில் எனக்கு மிக்க திருப்தியே. மேலும் இதற்கு விருத்த பாராஸர்யத்தில் ஆதாரமிருக்கிறது. வேண்டும்போது அனுப்ப சித்தமாயிருக்கின்றோம்.

ஆலம்பூண்டி, விஜயம்
பிரபவ வரு. ஆடி மீ 6உ
21.7.27

இங்ஙனம்
(கையொப்பம் நாகரபாஷையில்)
சிவசங்கராச்சாரிய குருஸ்வாமிகள்

முழுக்க விதவை மறுமணம் பற்றிய உண்மை நிகழ்ச்சிகளே செய்தி களாக அமைந்துள்ளன.

பாரதிதாசன் கவிதைகள் போன்ற இலக்கிய நூல்கள் மற்றும் கிரஹலக்ஷ்மி போன்ற இதழ்களின் மதிப்புரைகளும் மாதர் மறுமணத்தில் இடம்பெற்றுள்ளன. அதுமட்டுமின்றி, ஒரு கதையோ கட்டுரையோ முடிந்த பிறகு இருக்கும் சிறிதளவு இடத்தில்கூட,

மனைவி இறந்தால் விதவையைக் கொள்
விதவை கண்ணீர் வீட்டை அழிக்கும்
துணையிழந்தாரை மணப்பது புண்ணியம்
விதவையர்க்கு விடுதலை நல்குவீர்

(மாதர் மறுமணம், பிப். 1938 - ஜூலை 1938)

போன்ற தொடர்களை அமைத்துள்ள நேர்த்தி இவ்விதழ் தன் நோக்கத்தை நிறைவேற்றுவதில் கொண்டுள்ள தீவிரப் பற்றினை விளக்கும். மாதர் மறுமணம் பற்றிப் பேசவும் பலரும் தயங்கிய ஒரு காலகட்டத்தில், இவ்விதழ் தன்னுடைய ஒவ்வொரு பக்கத்திலும் மாதர் மறுமணம் பற்றிய செய்திகளையும் விதவைத் திருமணத்திற்கு உதவும் மகளிர் இல்லங்கள் போன்ற தொண்டு நிறுவனங்கள் குறித்தும் குறிப்பிட்டு, முழுக்க முழுக்க மாதர் மறுமண ஆதரவு இதழாகச் செயல்பட்டிருப்பது குறிப்பிடத்தக்க பதிவாகும்.

பத்திராதிபர் குறிப்புகளும் மரகதவல்லியும்

மாதர் மறுமணம் இதழில் ஆசிரியர் மு. மரகதவல்லி அவர்களின் பங்களிப்பு பிற இதழாசிரியர் போல வெளிப்படவில்லை. ஒவ்வொரு இதழிலும் கிட்டத்தட்ட 40 பக்கங்களுக்குப் பிறகு பத்திராதிபர் குறிப்புகள் என்ற பகுதி இடம்பெறும். இதன் மூலம் மட்டுமே மரகதவல்லியின் ஆளுமை வெளிப்படுகின்றது. பொதுவாக ஒட்டுமொத்த இதழின் மூலமும் குறிப்பாக இந்தப் பத்திராதிபர் குறிப்புகள் மூலமும் மரகதவல்லியின் இதழ் சார்ந்த செயல்பாடு ஆராயப்படுகின்றது.

இந்திய நாட்டுப் பெண்களின் சிக்கல்களையும் அதற்கான தீர்வுகளை யும் இக்குறிப்புகளில் பேசியுள்ளார். மாதர்மறுமணத்தில் மரகதவல்லி எழுதியுள்ள பத்திராதிபர் குறிப்புகள் மூலம் அவர் பற்றிய சில முடிவு களை முன்வைக்க முடிகின்றது. நாடு தழுவிய, உலகு தழுவிய பெரும் பாலும் பெண்கள் தொடர்பான செய்திகளை வெறும் செய்தியாகப் பதிவு செய்வதோடு நில்லாமல் அதன்மீது பெண்ணியரீதியிலான தமது குறிப்புகளையும் சேர்த்துப் பதிவுசெய்துள்ளார். சென்னை மாகாணத்தில் ஐரோப்பியரிடத்திலும் கிறித்தவர்களிடத்திலும் நடைபெற்ற பதிவுத்

திருமணங்களின் புள்ளிவிவரத்தைக் கொடுத்து அதில் ஒன்றுகூட பால்ய விவாகம் இல்லை, வயது வந்த பிறகு நடந்ததே என்று பால்ய விவாகம் கூடாது என இந்து மதத்தவர்க்கு விழிப்புணர்வூட்டுகின்றார். அத்துடன் அதில் மறுமணம் செய்துகொண்ட விதவைகளும் உண்டு என்பதைக் கூறி மறைமுகமாக இந்துமதத்தின் பிற்போக்குத்தனத்தைக் கேள்விக் குட்படுத்துகின்றார் (மாதர் மறுமணம், நவ. 1936).[23] இதே வகையில், இஸ்லாம் மதத்தில் பெண்கள் மறுமண உரிமை அனுபவிப்பதை மற்றொரு குறிப்பில் சுட்டிச்செல்கின்றார். அதில் ஹிந்து மதத்தின் இறுக்கமான தன்மையையும் கால மாற்றத்திற்கு ஏற்றவாறு அது மாறத் தவறினால் என்ன நேரும் என்பதையும் சுட்டுகின்றார். அத்துடன், பெண்களுக்கு விவாக ரத்து உரிமையும் மறுமண உரிமையும் அவசியம் என்பதை அழுத்திக் கூறுகின்றார் (மாதர்மறுமணம், அக். 1937).[24]

23. ரிஜிஸ்டர் கல்யாணங்கள்

சென்னை மாகாணத்தில் 1936-37ஆம் வருஷத்தில் ரிஜிஸ்டர் மூலம் செய்யப்பட்ட கல்யாண விபரத்தைப் பற்றிய அரசாங்க அறிக்கை நமக்குக் கிடைத்திருக்கிறது. 36-37இல் சென்னை மாகாணத்திலும் அதற்குட்பட்ட தென்னாட்டு சமஸ்தானங்களிலும் நடைபெற்ற மொத்தக் கல்யாணம் 15,854. பெரும்பாலும் இந்த விவாகங்கள் இப்பகுதியிலுள்ள ஐரோப்பியர்களிடையும் இந்தியக் கிறித்துவர்களிடையும் நடைபெற்றிருக்கின்றன. சொற்ப ஜனத்தொகையுள்ள இந்த சமூகத்தினரிடை நடைபெற்றுள்ள இவ்விவாகங்களில் ஒன்றுகூட பால்ய விவாகமன்று. வயது வந்த பிறகே விவாகமாயிருக்கிறது.

கவனிக்கத்தக்க செய்திகள்

இந்த 15,854 விவாக மங்கையருள் 640 பேர் விதவைகள், தாராளமாகக் கிறிஸ்தவருள் விதவை விவாகம் செய்து கொள்ளலாமென்றிருப்பதால் இத்தனை விதவைகள் விவாகம் செய்து கொண்டிருக்கின்றனர். விதவாவிவாக முறையில்லையென்றால் இப்பெண்களின் கதியென்ன வென்பது பெரிய பிரச்சினையாகவேயிருக்கும். கன்னிப் பெண்களின் கல்யாண வயதைக் கவனிக்கும்போது நிரவல் பதினேழே முக்கால். இதனால் கிறிஸ்தவ சமூக விவாகங்கள் நல்ல வயது வந்தபிறகே நடைபெறுகின்றனவென்பது விளங்கும். கல்யாணம் செய்துகொண்டிருக்கும் விதவைப் பெண்களின் வயது நிரவலில் 26 1/2 யாக இருக்கிறது. விதவா விவாகம் கூடாதென்பவர் களும் அப்படிச் செய்வதால் பெரிய கஷ்டம் வந்துவிடுமென்று கூறுபவர்களும் இச்செய்தியைக் கவனித்தல் வேண்டும்

24. மதமாற்றத்தில் உரிமை

சமீபத்தில் நடைபெற்ற இந்தியா சட்டசபையில் ஆரிய சமாஜிகளின் விவாக அங்கீகார மசோதாவைப் பற்றிய விவாதம் நடந்த போது பஜோரியா என்ற கனவான் 'விவாகம் நடப்பதற்கு குறைந்தபக்ஷம் ஒரு வருஷ காலம் ஆரியசமாஜத்தின் மெம்பராக இருக்க வேண்டும்' என்று ஒரு திருத்தப் பிரேரணையைக் கொண்டுவந்தார். எதற்காக? இஷ்டப் பட்டவுடன் சீர்திருத்த மணத்திற்காக ஆரியசமாஜத்தில் சேர்ந்துகொள்கிறார்களென்பதைத் தடுப்பதற்காகவே இந்தத் திருகலை சட்டத்தில் புகுத்த அவர் விரும்பியிருக்கிறார்போலும். இதற்கு சட்ட மந்திரி வெகு நயமாகப் பின்வருமாறு பதிலளித்தார்:

'ஒரு ஹிந்துப்பெண் தமது கணவனை விட்டு விலகிவிட எண்ணி இஸ்லாம் மதத்தைத் தழுவினார். கணவன் அவளுடன் இஸ்லாம் மதத்திற்கு மாறவில்லை. விவாகம் ரத்தாகி விட்டது. அப்பெண் மறுபடி ஹிந்து மதத்திற்கு மாறி வேறொரு ஹிந்துவை விவாகம் செய்துகொண்டாள். கோர்ட்டார் இந்த நடவடிக்கைகள் யாவும் சட்டரீதியானதாக உறுதி செய்து விட்டனர். ஹைக் கோர்ட்டில் என்னவாகுமோ? விவாகத்துக்கு ஒன்று அல்லது இரண்டு நாட்களுக்கு முன்பு இஸ்லாம் மதத்திற்கு மாறுபவரது விவாகம் சட்டரீதியான முஸ்லிம் விவாகமாக அங்கீகரிக்கப் படும்போது இதிலென்ன விருக்கிறது.'

சமூகம் சீர்ப்பட விதவை மறுமணமும் கலப்பு மணமும் நடைபெற வேண்டும் என்று ஆதரவு தெரிவித்துள்ளார். சாதி மத பேதத்திற்கு எதிரான அவரது கருத்து இதில் வெளிப்படுகின்றது. ஜாதி பேதமற்ற ஆரிய சமாஜத்தில் உறுப்பினராக இருப்போர் செய்துகொள்ளும் திருமணத்திற்கு இருந்த தடை நீங்கியதைக் குறிப்பிடுகின்றார் (மாதர் மறுமணம், ஏப். 1937).[25]

பெண்களுக்கெதிரான அரசியல் தலைவர்களின் கருத்துகளைப் பெண்ணிய ரீதியிலும் சமூகச் சீர்திருத்த ரீதியிலும் பகுத்தறிந்து விமர்சனம் செய்துள்ளது கவனிக்கத்தக்கது.

மோடியின் குறுக்கு

சர். எச். பி. மோடி என்பவர் ஒரு முதலாளி வர்க்கத்தைச் சேர்ந்தவர். தொழிலாளிகளைப் பாதாளத்தில் தள்ளி முதலாளி வர்க்கத்தை சிம்மாசனத்தில் வைக்க விரும்புபவர். இப்போது பெண்கள் மேல் பாய்ந்திருக்கிறார். அவர் அருளியிருக்கிற திருவாக்கு வருமாறு:-

'இதுவரையில் ஆண்களின் ஆதிக்கத்திலிருந்து வந்த எல்லாத் துறை களையும் சிறுகச் சிறுக நவ நாகரீகப் பெண்கள் கைப்பற்றி வருகின்றனர். பரம்பரையாக ஆண்களே தனியாக்ஷி புரிந்துவந்த இலாக்காக்களைக்கூட பெண்கள் தீவிரமாகப் படையெடுத்து வருகின்றனர். இனி ஆண்களுக் கெல்லாம் பாதிரித்தொழில் சவப்பெட்டி வேலை ஆகியவற்றைத் தவிர வேறு தொழில் கிட்டாது. அவர்களைத் தடுத்து மடக்குவதற்கு வேறு வழி காணாமல் அஞ்சுகிறேன்.'

பெண் தலை தூக்குவதைக் கண்டு அலறுகின்ற மோடி, இதுவரை ஆண் கட்குக் கீழே மடங்கிக் கிடந்து நசுங்கும் பெண்கள் எவ்வளவு கஷ்டப்பட்டிருப் பார்களென்பதை யோசிக்கவில்லை. பெண்களை மடக்குவதற்கு வழி தெரியாத

☞ ஹிந்துவாக இதுவரை புருஷன் என்ன கொடுமை செய்தாலும் எதை முன்னிட்டும் விவாக ரத்துக்கு இடமில்லை; ஹிந்துப் பெண் துணிந்து முகமதிய மதத்தில் நுழைந்து திரும்பினால் விவாக ரத்தும் மறுமண உரிமையும் எளிதாகக் கிடைக்கின்றன வென்பதற்கு இதைவிட வேறு சான்று தேவையில்லை! ஹிந்துக்களை ஹிந்துக்களாகவே வைத்து இந்த உரிமையை அவசியமான சந்தர்ப்பத்தில் கொடுத்தால் ஹிந்து மதத்திலுள்ளவர் மற்ற மதத்தில் புக இடமேற்படாதன்றோ?

25. கலப்பு விவாக மசோதா

ஹிந்துக்கள் ஒரே மதத்தினராக இருந்தும் கல்யாண உரிமை ஒருபடித்தாக இல்லை யென்பதும் பலவிதத்திலும் ஒற்றுமை யடைந்த இருவர் கல்யாணம் செய்துகொண்டால் சட்டத்தின் ஆதரவு கிடைக்காமற் போவது மிகவும் பரிதாபகரமான விஷயமாக இருக்கிறது. மதம் ஒன்றானாலும் ஜாதி மதம் எண்ணற்று நிற்பதால் ஒரு ஜாதியார் மற்றொரு ஜாதியில் மணம் புரிந்தால் சட்டப்படியான விவாகமாவதற்கில்லை. இக்குறையை நிவர்த்திப்பதற்காகப் பலமுறை மசோதாக்கள் கொண்டு வரப்பட்டும் பயனேற்படவில்லை. ஆனால் ஆரிய சமாஜிகளுக்குள் கலப்பு மணம் செல்லுபடியாகு மென்பதாகக் கொண்டுவரப்பட்ட மசோதா சட்டமாக்கப்பட்டிருப்பது ஒருவாறு மகிழ்ச்சி யடையத்தக்கதாகும். ஜாதிமத பேதமின்றி ஆரிய சமாஜியாகலாம். சேர்ந்த பிறகு ஜாதிமத வேற்றுமையும் கிடையா. அவர்கள் செய்துகொள்ளுங் கலியாணத்திலும் ஜாதிக்கலப்பாக இருக்குமானால் சட்டப்படியான கிடைக்க முடியாமலிருந்த தடை நீங்கிவிட்டது ஒருவாறு மகிழ்ச்சிக்குரியதாகும்.

மோடியின் வகையறா ஆசாமிகள் தாங்கள் வெகு சீக்கிரமே மடங்கிவிடுவார்களென்பதில் சந்தேகமில்லை. இந்த மோடி பின் வருமாறு பேசுகிறார்:

'அமெரிக்காவில் மாத்திரம் 110 லக்ஷத்துக்குக் குறையாத பெண்கள் உத்தியோகத்திலிருக்கிறார்களாம். இதன் பயனாய் எத்தனை வேலை செய்ய சக்தியுள்ள ஆண்கள் வேலையற்றிருப்பார்கள் என்பதை நினைக்கும்போது கஷ்டமாயிருக்கிறது.'

அமெரிக்காவை நினைக்கும்போது கஷ்டமாக இருக்கிறதாம். வேலையுமில்லாமல் கூலியுமில்லாமல் தவிக்கும் கோடிக்கணக்கான பெண்களும் கோடிக்கணக்கான விதவைகளும் நம் நாட்டின் ஆண் மக்களின் அநீதியை நினைத்து வடிக்கும் கண்ணீர் கங்கையாற்றினும் பெரிதன்றோ? முதலை ஆளை விழுங்கிவிட்டுக் கண்ணீர் வடிக்குமாம். அம்மாதிரி மோடி அழும் அழுகை யாருக்குத் தேவை? (மாதர் மறுமணம், ஏப். 1937)

என்று இக்குறிப்பில் பல பரிமாணங்களை வெளிப்படுத்தியுள்ளார். மோடியின் கருத்துக்குத் தீவிரமாகத் தமது எதிர்ப்பையும் கருத்தையும் நையாண்டியுடன் பதிவுசெய்துள்ளார். அத்துடன் வர்க்க ரீதியிலும் அவரைத் தாக்கியுள்ளார். ஆணாதிக்கப் போக்கைச் சாடியுள்ளார். அத்துடன் மிகவும் எள்ளலும் ஏளனமும் கலந்ததாக இருக்கின்ற இக்குறிப்புகளின் மொழிநடை இவர்தம் அரசியல் நிலைப்பாட்டையும் சார்பையும் தெள்ளத்தெளிவாக அறிவிக்கின்றன.

பிறநாட்டுப் பெண்கள் முன்னேறிவருகின்ற செய்தியைக் கொடுப்பதன் மூலம் நம் நாட்டுப் பெண்களுக்கும் முன்னேற வேண்டும் என்ற தூண்டுதலை ஏற்படுத்தியுள்ளார். ரஷிய நாட்டுப் பெண்கள் போர்க் காலத்தில் தொழிற்சாலை, வயல்வெளி, போர்க்களம் என எங்கும் பணியாற்றத் துணிந்தவர்கள் என்ற செய்தியை வெளியிட்டுப் பெண்களின் அடிமை வாழ்வு நீங்க வேண்டும் என்ற எண்ணத்தைப் பதிவு செய்துள்ளார் (மாதர்மறுமணம், ஏப். 1937).[26] ஒரு காலத்தில் பெண்களுக்கு கோஷா போட்டு மூடிய துருக்கி நாடு அவர்களுக்கு சுதந்திரம் கொடுத்ததால் எழுச்சியடைந்தது என்றுள்ளார். பெண் விடுதலையால் துருக்கி பெற்ற மாற்றத்தைக் கூறுவதன் மூலம் அதே மாற்றம் நமது நாட்டில்

26. சோவியத் வாழ்க!

சமதர்ம ரஷ்யா தேசத்திலிருந்து பின் வரும் செய்தி கிடைத்திருக்கிறது.

'தேர்ச்சி பெற்ற இருபது லட்சம் ரஷ்யப் பெண்கள் யுத்த காலத்தில் ஆண்களுக்கு பதிலாக தொழில் சாலைகளிலும் வயல்களிலும் வேலை செய்யத் தயாராக இருக்கிறார்கள். அவசியமானால் ஆகாய விமானங்களி லிருந்துகொண்டும் தரையில் ஆயுதந்தாங்கிப் போர் செய்யவும் தயார்.'

இச்செய்தி எவ்வளவு உணர்ச்சி பொருந்தியிருக்கிறது? பெண்ணுக்குப் பலமில்லையா? சக்தியில்லையா? கட்டை அவிழ்த்து விட்டாலல்லவா தெரியும்? விலங்கையும் மாட்டி வைத்துக் கொண்டு 'மட்டம்' என்று கதை கட்டும் வைதீகர்கட்கு இச் செய்தியை சமர்ப்பிக்கிறோம்! மோடியின் மூளை இதையும் கேட்டு கிறுக்கு ஆகட்டும்.

வந்தால் நம் நாடும் மேன்மையடையும் என்பதை இதில் மறைமுகமாக உணர்த்துகின்றார் (மாதர்மறுமணம், ஜூலை 1937).[27]

விதவைகளுக்குச் சொத்துரிமை வேண்டும் என்ற குரல் எழுந்த போது அதற்கு ஆதரவு தெரிவித்தவர் மரகதவல்லி. தமது குறிப்பில் பெண்களுக்குப் பொருளாதாரத் தற்சார்பு வேண்டும் என்ற கருத்தை வலியுறுத்துகின்றார். அத்துடன், ஹிந்து விதவை சொத்துரிமை மசோதாவை நடைமுறைபடுத்தலில் உள்ள அலட்சியத்தையும் எதிர்ப்பையும், அவை பெண்ணுக்கு/ விதவைக்குச் சொத்துரிமை கொடுப்பதனாலேயே எதிர்க்கப்பட்ட நிலையையும் பதிவுசெய்கின்றார்.[28] இதே பொருளில், சாதிமத பேதத்தைப் பாராட்டும் வைதீகர்களையும் நையாண்டி செய்கின்றார். கலப்பு மணத்தில் பிறந்த குழந்தைகளின் உரிமையைக் குறித்துக் குரல்கொடுத்துள்ளார்.[29]

1929இல் பெண்களின் திருமண வயதை 12இலிருந்து 16ஆக உயர்த்தும் சாரதா சட்டம் நடைமுறைப்படுத்தப்பட்டது. அதனால் 14 வயதிற்கும் குறைவான வயதுடைய பெண்களின் பெற்றோர் தமது 'சிறுமி'களுக்குத் திருமணம் செய்யமுடியாமற் போனது. சில 'புத்திசாலிகள்' இந்தச் சட்டம் செல்லுபடியாகாத பிரஞ்சு இந்தியப் பகுதியில் சென்று திருமணம்

27. துருக்கி மாதர்

ஐரோப்பாவின் நோய் என்று கூறப்பட்ட துருக்கி இன்று எப்படி யிருக்கிறது? பெண்ணுக்கு விடுதலை கிடையாது. துணி போட்டு மூட்டை கட்டிப் பிறர் பார்க்காதவாறு கோஷா பார்சல் செய்து வந்தவரை அந்த தேசமே ஒரு நோய் தேசமாக இருந்தது. தோன்றினார் ஒரு கமால்! பெண்ணுக்கு விடுதலை யென்றார். நோய் நாடு பொன் நாடாகிவிட்டது. வீரத்துருக்கியல்லவா இப்பொழுது.

28. ஹிந்து விதவைகளுக்கு சொத்துரிமை

இந்திய சட்டசபையில் டாக்டர் தேஷ்முக் அவர்களால் கொண்டுவரப்பட்ட ஹிந்து விதவைகள் சொத்துரிமை மசோதா நிறைவேறிவிட்டது. இதனால் ஹிந்து குடும்பங்களில் விதவைகளாகவே யிருக்கிற பெண்கட்கு ஒரு பங்கு சொத்து கிடைத்தல் கூடும். பெண்ணுக்குச் சொத்துரிமை கிடையாதென்ற பழி சிறிது இதனால் அசைவுற்ற தென்பதை தவிர இந்த சட்டத்தினால் விசேஷ பயனொன்று மேற்படப்போவதில்லை. விதவையான பெண் மறு கல்யாணம் செய்துகொண்டால் இந்த உரிமையும் ஒழிந்துபோகும். அப்பால் ஆண் கையை எதிர்பார்த்து நிற்கவேண்டியதுதான். ஆண் குழந்தைக்கும் பெண் குழந்தைக்கும் சம உரிமை - சொத்தில் சமபங்கு தரும்படி மற்ற நாடுகளைப்போன்று சட்டம்மேற்படாத வரையில் ஹிந்துப் பெண்களின் அடிமை நிலை மாறுதற்கில்லை. இம் மசோதா நிறைவேறியதற்கு இந்த நாட்டில் மகிழ்ச்சியடைய வேண்டியது அவசியந்தான். ஆனால் சட்டசபையில் உள்ள அங்கத்தினர் சிலர் இதையும் வெட்கமின்றி எதிர்த்திருக்கின்றன ரென்பது சிரிப்புக்கிடமான செய்கையல்லவா?

29. கலப்பு மண மசோதா

திரு. பகவன் தாஸின் கலப்பு மண மசோதாவை உருப்படியாக விடவில்லை. அரசாங்கத்தாரே கச்சைகட்டித் தொலைத்து விட்டமை கவனிக்கத்தக்கது. நல்ல சந்தர்ப்பங்களில் அரசாங்கமானது துணிவாக தேச ஒற்றுமைக்கும் சமூக ஒற்றுமைக்கும் அடிப்படையான மசோதாக்களைத் தட்டிக் கவிழ்த்திருக்கின்றது. லட்சக் கணக்கான கலப்பு மணங்கள் நாட்டில் நடைபெற்று வருகின்றன. ஆனால் அவ்வழி பிறக்குங் குழந்தைகட்கு சட்டப்படியான உரிமை இப்போது கிடையாது. இதற்கொரு சட்டமியற்ற முற்பட்டால் வரட்டு வைதீகத்தை அரசாங்கம் ஆதரிப்பது பெரிதும் வருந்தத் தக்கதன்றோ?

முடித்தனர். ஆனால் இதற்கும் தடை ஏற்பட்டுவிட்டது என்பதைப் பத்திராதிபர் குறிப்பிட்டுள்ளார்.[30] இருப்பினும் புதுக்கோட்டையில் இது நடைமுறைக்கு வராததால் பிரஞ்சு அரசாங்க எல்லையில் சட்டமியற்றியதைப்போல் புதுக்கோட்டை எல்லையிலும் சட்டம் இயற்றுவார்களா என்ற கேள்வியை எழுப்புகின்றார். இதுபோன்ற சட்டங்களையும் சட்ட விதியின் ஓட்டைகளையும் தமக்குச் சாதகமாகப் பயன்படுத்துவோரின் குட்டை அம்பலப்படுத்தும் நுணுக்கமான விவரங்களை எடுத்துக்கட்டியிருப்பது இவரது சிறப்பு.

மாதர் மறுமணத்தின் இதழமைப்பும் பத்திராதிபர் குறிப்புகளும் மரகதவல்லியின் இதழ்சார் ஆளுமையை அறிந்துகொள்ள உதவுகின்றன. விதவை மறுமணம் என்ற நோக்கத்தை நிறைவேற்றும் சமூகப் பணியினூடாகவே இவ்விதழை நடத்தியுள்ளார் ஆசிரியர். பிற இதழாசிரியர்களைப் போல தம்மைப் படைப்புரீதியாகவோ பிற எழுத்து ரீதியாகவோ மாதர் மறுமணத்தில் புடைத்துக் காட்டிக்கொள்ளும் முயற்சியில் ஈடுபடாமல், எழுத்து என வரும்போது அவற்றைத் திறம்படச் செய்வோரிடம் ஒப்படைத்துப் பின்னின்றியங்கியவராகவே தெரிகின்றார். பத்திராதிபர் குறிப்புகள் மட்டுமே, தலையங்கம் போன்று, மரகதவல்லியின் கருத்து வெளிப்பாட்டு நிலையை நமக்குச் சுட்டுகின்றன. உண்மையில் படைப்புகளைவிட இந்தக் குறிப்புகளே தீவிரமான சமூகச் சிந்தனைகளை நறுக்கென முன்வைக்கின்றன.

இவ்விதழின் வளர்ச்சிக்குப் பல வகைகளிலும் உறுதுணையாக இருந்தவர் மரகதவல்லியின் கணவர் சொ. முருகப்பா. அவர் விதவையாயிருந்த மு. மரகதவல்லியை மணந்துகொண்டவர் என்பது குறிப்பிடத்தக்கது. அதேபோல், மாதர் மறுமணம் இதழில் குறிப்பிடத்தக்க மற்றொன்று இதழின் குறிக்கோளான மாதர் மறுமணத்திற்கு ஆதரவாக நிறைய ஆண்களும் எழுதியுள்ளனர் என்பது. இது, ஆண்களின் மனத்தில் ஏற்படும் மாற்றமே விதவை மறுமணம் நடைபெறவும் விதவைகள் உருவாவதன் அடிப்படையான குழந்தை மணம், கிழவர் சிறுமியை மணத்தல் போன்ற சீர்கேடுகள் நடைபெறாமல் இருக்கவும் உதவும் என்ற நோக்கத்தை

30. இனி எங்கே போவார்கள்

பால்ய விவாகத்தடைச் சட்டம் இந்தியாவில் அமுலுக்கு வந்திருக்கிறது. சத்தில்லாத இச்சட்டமானது வைதீகர்கட்குப் பிடிக்கவில்லை யென்று சொல்லவேண்டியதில்லை. இவர்கள் இச்சட்டத்திற்குப் பயந்து காரைக்கால் பாண்டிச்சேரி போன்ற பிரஞ்சு சர்க்காருக்குச் சொந்தமான இடங்களில் கல்யாணங்களைச் செய்து வந்தனர். இப்படிப்பட்ட தேசாந்திரக் கல்யாணங்கள் அங்கே நடைபெற்றன. இதைப்பற்றி இந்தியா அரசாங்கத்தார் மேற்படி பிரஞ்சு சர்க்காருடன் கடிதப் போக்குவரத்து செய்ததன் பயனாக பிரஞ்சு இந்திய எல்லையில் ஆணுக்குப் பதினெட்டும் பெண்ணுக்கு பதினாலும் ஆவதற்கு முன் கல்யாணம் செய்யப்படாதென்று சட்டமியற்றி விட்டனர். மிகச் சந்தோஷம். இனி எங்கே செய்வது. ஒரு ஜாண் புதுக்கோட்டையிருக்கிறதே! அங்கே சட்டம் இந்த யுகத்தில் வருமா? இந்திய அரசாங்கத்தாரின் கடிதப் போக்கு வரத்து தெற்கே திரும்புமா? பார்க்கலாம்.

அடிப்படையாகக் கொண்டது. மரகதவல்லி ஆசிரியராக இருந்தாலும் சொ. முருகப்பாவும் அவரும் இணைந்தே இதழுக்குப் பங்காற்றி யிருப்பது தெரிகின்றது. இதழின் சந்தா விவரங்கள், சந்தாதாரர்களைச் சேர்ப்பது, மறுமணத்திற்கு விழையும் விதவைகள், விதவைகளை மணக்க விரும்பும் இளைஞர்கள் ஆகியோர் பற்றிய விவரங்களை மணமகன்/மணமகள் தேவை பகுதியில் அவ்விவரங்கள் இரகசியமாக வைக்கப் படும் என்ற குறிப்புடன் தருவது போன்றவற்றைப் பொறுப்பேற்றுச் செய்துள்ளார் சொ. முருகப்பா. அத்துடன் விதவை மறுமணத்தை வலியுறுத்தியும் கட்டுரை எழுதியுள்ளார். சங்கம் சார்ந்த விஷயங்களை இதழில் வெளியிடும் பொறுப்பேற்று அவர் செயல்பட்டுள்ளதை உய்த் துணரமுடிகின்றது. தம்பதிகளின் புரிதல் விதவை மறுமணம் சார்ந்த முழு மூச்சான பணியினை நடைமுறையில் சாத்தியப்படுத்தியிருக்கின்றது.

இவ்விதழ் அது வெளிவந்த காலகட்டத்தில் வந்த பிற இதழ்களி லிருந்து முக்கியமான இடங்களில் வேறுபடுகின்றது. பிற இதழ்கள் இது தான் நோக்கம் என்று சொல்வது பேச்சுக்காகவோ ஒரு சம்பிரதாயத் துக்காகவோ கூட இருந்திருக்கலாம். ஆனால், தனது நோக்கம் இது தான் என்று குறிப்பாகச் சட்டமிட்டுக் காட்டி, அதிலிருந்து சிறிதும் வழுவாமல் சமரசம் செய்யாமல் மாதர் மறுமணத்தைச் சமூகத்தாருக்கு எவ்வழிகளிலெல்லாம் வலியுறுத்தவும் அறிவுறுத்தவும் முடியுமோ அவ்வகைகளில் செய்துள்ளது. மேலும் சென்னை என்ற மையத்திலிருந்து விலகிய, தென்தமிழ் நாட்டிலுள்ள காரைக்குடியிலிருந்து அன்றைய சமூகத்தின் விதவைகளின் மீதான அக்கறையற்ற போக்கை மாற்றும் முயற்சியைக் கனமாகச் செய்துள்ளது. அதிக வணிக விளம்பரங்களைக் கொண்டிராது குமரன் புத்தக சாலை, சமூக சீர்திருத்த புத்தகங்கள் போன்ற விளம்பரங்கள் மூலம் கல்விக்கும் பரந்த புத்தக வாசிப்புக்கும் முக்கியத்துவம் அளித்துள்ளது.

இந்த நூல் குறிப்பிடும் ஐந்து இதழாசிரியர்களுள் இவர் ஒருவரே பார்ப்பனச் சமூகத்தைச் சாராதவர் என்பது குறிப்பிடத்தக்கது. பிற இதழ்கள் விதவைகள் துயரை அங்கீகரித்தாலும் மறுமணத்தைக் குறித்துப் பேசுவதில் தயக்கம் காட்டியுள்ளன. விதவை மறுமணமே இவ்விதழின் நோக்கமாக இருந்தமையால் இலக்கியப் படைப்பாளிகளைவிடப் பொருண்மைக்கே முதன்மை கொடுக்கப்பட்டுள்ளது. அதில் எவ்வித சமரசமும் செய்யாமல் இருந்ததே இவ்விதழின் சிறப்பு எனலாம். மறுமணம் என்ற விஷயத்துக்குக் கனம் சேர்க்கும் விதத்தில் நாடு தழுவிய நிலையில் அக்காலத்தில் பிரபலமாய் இருந்த அரசியல் பிரமுகர்களின் கருத்தையும் சொற்பொழிவின் கட்டுரையாக்கத்தையும் தந்து, ஆசிரியராக இருக்கின்றோம் என்பதற்காக எவ்வித எழுத்துச்

சுதந்திரமும் எடுத்துக்கொள்ளாமல் இதழின் பொருண்மைக்கு ஏற்ற கட்டமைப்பை முடிவு செய்வதோடு தன் பணியை வரையறுத்துக் கொண்டு சுயத்தைப் புடைத்துக் காட்டிக்கொள்ளாமல் பின்னிருந்து இயங்கியுள்ளார் ஆசிரியர் மு. மரகதவல்லி.

குகப்ரியை

பெண்களின் புத்தகம் என்ற குறிப்புடன் வெளிவந்த மங்கையின் முதல் இதழ் 1945ஆம் ஆண்டு டிசம்பரில் வெளிவந்தது. பதிப்பாசிரியர் என்று குறிப்பிடப்படுகின்றார் குகப்ரியை அவர்கள். சென்னை இராயப் பேட்டையில் இருந்த, வை.கோவிந்தன் நடத்திய சக்தி காரியாலயத்தின் வெளியீடாகவே இவ்விதழ் வெளிவந்துள்ளது. இதழ் வடிவில் அன்றி, அதில் குறிப்பிட்டுள்ளது போலவே அது ஒரு புத்தக வடிவில் வெளி வந்துள்ளது. இரண்டாம் உலகப்போர் நடைபெற்றபோது தாள் தட்டுப் பாடு ஏற்பட்டது. அதனால் இதழ்கள் நடத்துவதற்குக் கட்டுப்பாடுகள் கொண்டுவரப்பட்டன. அவ்வேளையில் இதழ்களைப் புத்தக வடிவத்தில் சக்தி வை. கோவிந்தன் நடத்தினார். அவ்வகையில் மங்கை இதழும் புத்தக வடிவில் வெளிவந்துள்ளது.

மங்கை முதல் இதழின் பதிப்புரையில் (மங்கை, டிச. 1945),

> பெண்களுக்கெனத் தனியே 'மங்கை' எனும் பெயருடன் ஒவ்வொரு மாதமும் ஒரு புத்தகம் வெளியிடத் தீர்மானித்திருக்கிறோம்.
>
> மங்கையில் குடும்பப் பாதுகாப்பு, வீட்டு வேலை, குழந்தை வளர்ப்பு, குழந்தை மனோதத்துவம், உடலோம்புதல், சமையல், தையல், கட்டுரை, கதை, கவிதை, பெரியார் வரலாறு, சயன்ஸ் இன்னும் பல விஷயங்களும் அடங்கி யிருக்கும்.
>
> 'மங்கை'யின் முதலாவது புத்தகம் இது.

என மொழியப்பட்டுள்ளது. இதிலிருந்தே இவ்விதழின் நோக்கமும் உள்ளடக்கமும் புத்தகம் என்ற குறிப்பின் மூலம் இதன் (கைக்கு அடக்கமான) வடிவமும் தெளிவாக வரையறை செய்யப்பட்டுள்ளன.

இதழ்க் கட்டமைப்பு

மங்கையின் மாத வெளியீடு ஒவ்வொன்றும் ஏறத்தாழ 108 பக்கங்களைக் கொண்டு அமைந்துள்ளது. கிரவுன் 1/8 அளவில் வந்துள்ள இவ்விதழ் தெளிவான அச்சில் ஆங்காங்கே தேவையான சித்திரங்களுடன் வெளி வந்துள்ளது. ஊசியும் நூலும் போன்ற இல்லத்தரசிகளுக்குப் பயிற்று விக்கும் பொருட்டு வெளியிட்டுள்ள கட்டுரைகளில் புகைப்படங்கள் பிரசுரிக்கப்பட்டுள்ளன. மங்கையில் தலையங்கம் காணப்படவில்லை. விளம்பரங்கள் காணப்படுகின்றன. ஆனால், அவை பெரும்பாலும் சக்தி

காரியாலய வெளியீடுகளான சிறுகதைத் தொகுப்புகள், புதினங்கள், கட்டுரைத் தொகுப்பு முதலியவை குறித்த விளம்பரங்களே. ஓரிரு இதழ்களில் மட்டும் பாபாலால் வைர நகைக் கடை விளம்பரமும், கூந்தல் தைல விளம்பரமும், புதுக்கோட்டை பவானி பிரசுர விளம்பரமும் இடம்பெற்றுள்ளன. இந்த விளம்பரங்கள் கூட இதழின் தொடக்கத்தில் பொருளடக்கத்திற்கு அடுத்து நான்காம் பக்கத்திலும் இதழின் இறுதிப் பக்கத்திலுமே வந்துள்ளன, இடைப்பட்ட பக்கங்களில் இல்லை (இ. சுந்தரமூர்த்தி - மா. ரா. அரசு, 2003: 164, 165).

இதழின் உள்ளடக்கம்

மங்கை இதழில் பெண் எழுத்துகளாக கட்டுரைகள், கதைகள், கவிதைகள், துணுக்குகள் ஆகியவை இடம்பெற்றுள்ளன.

கட்டுரைகளில் பெரியார் சரிதை என்ற பெயரில் வெளியாகியுள்ள வாழ்க்கை வரலாற்றுக் கட்டுரைகள் குறிப்பிடத்தக்கன. அன்னை கஸ்தூரிபா, கவியரசி சரோஜினி தேவி, மாண்டிசோரி அம்மையார், விஜயலட்சுமி பண்டிட், மாடம் க்யூரி, கல்பனா தத், அருணா ஆஸப் அலி, டாக்டர் அன்னி பெஸன்ட், மார்க்ரட் கஸின்ஸ், ஹெலன் கெல்லர், ஆர். எஸ். சுப்புலட்சுமி அம்மாள் ஆகிய பதினொரு பெண்களின் வாழ்க்கை வரலாற்றைக் கூறுவனவாக அவை அமைந்துள்ளன. தமிழக, இந்திய, உலக அளவில் சாதனை படைத்த, சமூகத்தில் உயரிய இடம் பிடித்த பெண்களின் வாழ்க்கை பற்றிய இக்கட்டுரைகள் இவற்றை வாசிக்கும் பெண்களுக்கு ஊக்கம் கொடுக்கும் விதமாக அமைந்துள்ளன.

இதில் சகோதரி ஆர். எஸ். சுப்புலக்ஷ்மி என்ற தலைப்பில் பத்மினி என்பவர் எழுதியுள்ள கட்டுரை முக்கியமானது. கட்டுரையின் தொடக்கம் சுப்புலக்ஷ்மியை வாசகருக்கு அறிமுகம் செய்கின்றது. பொதுவாகவே பெண்களின் நிலை மோசமாக இருந்த அக்காலத்தில் விதவைகளின் நிலையைச் சொல்லவே வேண்டாம். அப்படி தன் பன்னிரண்டாவது வயதில் விதவையானவர் ஆர். எஸ். சுப்புலக்ஷ்மி அம்மாள் அவர்கள். சுப்புலக்ஷ்மி தமது வாழ்வைத் தம்மைப் போன்ற விதவைகளுக்குத் தொண்டு செய்து கழித்துள்ளார் என்பதை விரிவாக எடுத்துரைக்கின்றது. கணவனால் கைவிடப்பட்டவர்களுக்காகவும் கணவனால் கொடுமைக்கு ஆளானவர்களுக்காகவும் அவர் 'ஸ்ரீ சாரதா வித்யாலயம்' என்ற கல்வி நிறுவனத்தை உருவாக்கினார் என்ற தகவலும் கொடுக்கப்பட்டுள்ளது.

வாழ்க்கை வரலாறு தவிர, பெண்கள் குறித்த கட்டுரைகளும் இடம் பெறுகின்றன. 'பெண்களும் பேனாவும்', 'பெண்களும் சொத்துரிமையும்', 'பெண்களும் நகையும்', 'நம் பெண்கள்', 'பெண்களும் பத்திரிகை உலகமும்', 'படித்த பெண்கள்', 'ஆடவரும் ஆண்டாளும்', 'ஆடவர்

கண்கள்', 'பெண்ணும் தொண்டும்', 'பெண் உலகம்', 'பெண்கள்', 'சமூகத்தில் குடும்ப ஸ்திரீகளின் அந்தஸ்து' ஆகிய கட்டுரைகள் வெளியிடப்பட்டுள்ளன. பெண்கள் இதழியலில் பங்கேற்க வேண்டியதன் அவசியத்தை இலக்கியம், அரசியல் ஆகிய துறைகளில் பங்குபெற்றுப் பிரபலமாய் இருக்கும் சரோஜினிதேவி, விஜயலட்சுமி பண்டிட், அன்னிபெசன்ட் போன்றவரை எடுத்துக்காட்டி பெண்களும் பத்திரிகையும் (மங்கை, ஜூலை 1946) என்ற சியாமளா பாலகிருஷ்ணனின் கட்டுரை பேசுகின்றது.[31]

பெண்களின் வாழ்முறையில் எத்தகைய மாற்றம் ஏற்பட வேண்டும் என்றும் அதற்கு கல்வி எப்படி உதவுகின்றது என்றும் விளக்குகிறது ஆர். எஸ். சுப்புலக்ஷ்மி அம்மாள் எழுதிய பெண்கள் என்ற கட்டுரை (மங்கை, நவ. 1946).[32] பெண்கல்வியும் பெண் சுதந்திரமும் எவ்வாறு சூழ்ச்சியினால் பறிபோயின என்பதை இக்கட்டுரையில் சுட்டிக்காட்டுகின்றார். பெண் கல்வி சிறந்திருந்தது வேதகாலம் எனச் சுட்டப்படுவதும் கவனிக்கப்

31. ஒரு தேசத்தின் உயர் வாழ்வின் ஜீவநாடி அதன் பத்திரிகைகள் தான். ஏனெனில் அத்தேச மக்களின் தினசரி வாழ்க்கை, கலை, சாஸ்திர வளர்ச்சி, இலட்சியங்கள் அனைத்தும் அவற்றில் பிரதிபலிக்கின்றன. இதழுலகம் - அரசியல் உலகம், இலக்கியம் ஆகியவற்றுடன் நெருங்கிய தொடர்புடையதாய் உள்ளது. அரசியலில் பெண்களின் பங்கு ஓரளவு முன்னேற்றம் கண்டுள்ளது. சரோஜினி தேவி, விஜயலட்சுமி பண்டிட் போன்ற இவர்களை இத்துறையில் குறிப்பிடலாம். அரசியல் வாழ்க்கையின் முரசொலியாய் ஒலிக்கும் இதழிலும் பெண்கள் பங்கு கொள்ள வேண்டும். அன்னி பெஸன்ட் இதைச் செய்து காண்பித்தார். பத்திரிகை உலகில் சில சீர்திருத்தங்களைக் கொண்டுவர நம்மால் முடியும். உதாரணமாக நம் தினசரி, வார, மாதப் பத்திரிகைகளில் வெளிவரும் விளம்பரப் படங்கள் பல ஆபாசமாய் இருக்கின்றன; நம் கௌரவத்தைக் குறைவுபடுத்துகின்றன. பெண்கள் எதிர்த்து இறங்கினால் இந்த ஆபாசங்களைக் களைந்துவிடலாம். பத்திரிகை உலகுடன் அரசியல், பொருளாதார உலகம் சம்பந்தப்பட்டிருப்பது போல, இலக்கிய உலகமும் நெருங்கிய சம்பந்தப்பட்டிருக்கிறது. இலக்கியத்தில் செல்வாக்கு கம்பனைவிட ஔவைக்கே. கம்பனைவிட ஔவையின் பெயரும் பாடல்களும் நம் நாட்டில் அதிகமாய் வழங்குகின்றன. கம்பன் படித்தவருக்கு மட்டும் சொந்தம்; ஔவையோ பொது மக்களின் நாவிலும் சிறுவர் சிறுமிகளின் நாவிலும் வாசம் செய்கிறாள். தற்கால மறுமலர்ச்சி இலக்கியத்திலும் நாம் நமக்குரிய மரியாதையை நிலைநாட்டி இருக்கிறோம். ஆகவே பத்திரிகை உலகிலும் நம் செல்வாக்கை நிலைநாட்ட வேண்டும். இன்று நம் நாட்டின் நன்மைக்கும், உலகின் நன்மைக்கும் இது அவசியம்.

32. பெண்கள் தங்களுக்குள் அடங்கியிருப்பதற்கு வேண்டிய விதமாகவும் தங்களுக்குச் சார்பாகவும் ஆண்கள் ஏற்படுத்தியிருக்கும் சட்டங்களையெல்லாம் தகர்த்தெறிந்துவிட்டு ஆண், பெண் இருபாலருக்கும் சமமான உரிமைகளைக் கொடுக்கும் சட்டங்களை ஏற்படுத்த வேண்டும்.

வீட்டுக்குள்ளேயே அடைபட்டுப் புருஷனுக்கு அடங்கி அவனது கோபதாபங்களையெல்லாம் பொறுத்துக் கொண்டிருக்கும் நிலைமை மாற வேண்டும். பெண்கள் வெளிவந்து ஜனசமூக முன்னேற்றத்திற்கும், பெண்களது நன்மைக்கும் தங்கள் வாழ்க்கையை ஈடுபடுத்த வேண்டும். இவ்விதச் சீர்திருத்த முன்னேற்ற வேலைகளைச் செய்வதற்குப் பெண்கள் முன்வர வேண்டுமானால், அதற்கு அவர்களுக்கு உயர்ந்த கல்வியும் சுதந்திரமும் வேண்டும்.

தற்காலம் நமக்கு அவசியம் வேண்டியது உத்தமமான கல்வி. சிறந்த நூலறிவும், கேள்வியறிவும் வேண்டும். வேத காலங்களிலும் சங்க காலங்களிலும் பெண்கள் நன்றாகப் படித்திருந்தனர். பிற்காலத்தில் புருஷர்களது சூழ்ச்சியினால் பெண்கள் கல்வியறிவு இல்லாமல் (அடுப்பூதும் பெண்களுக்குப் படிப்பெதற்கு?) தங்கள் உயர்ந்த நிலையிலிருந்து நழுவி, புருஷர்களுக்கு அடிமைகளாய் வீட்டிலேயே அடைபட்டு, கணவனாலும் தம் சொந்த மக்களாலும் கூட ஒன்றும் தெரியாதவர்களாக அலட்சியம் செய்து ஒடுக்கப்படும் நிலைமைக்கு வந்து விட்டனர்.

படவேண்டிய ஒன்றாகும். பெண்கல்வியின் தேவையை வலியுறுத்தும் பொழுதெல்லாம் பல எழுத்தாளரும் இத்தகைய உத்தியைப் பயன் படுத்தி - வேத காலத்தில் பெண்கள் கல்வி கற்றிருந்தனர் என்று சொல்லி - அதன்மூலம் குடும்ப வரையறைக்குட்பட்ட பெண் கல்விக்கான நியாயப்பாட்டை முன்வைக்கும் போக்கை அவதானிக்கலாம்.

அடுத்ததாக, பெண்களும் சொத்துரிமையும் (மங்கை, ஜன. *1946*) என்று ஸுதா என்பவர் எழுதிய கட்டுரை, அக்காலத்தில் பெண்களுக்குச் சொத்துரிமை அவசியமா என்பது குறித்து எழுந்த சர்ச்சையைச் சார்ந்து பெண்களுக்குச் சொத்துரிமை வேண்டியதன் அவசியத்தை வலியுறுத்து கின்றது. பெண்ணுக்குச் சொத்துரிமை இல்லாத காரணத்தினால் தான் விதவைகள் துன்பப்படுவதும் வரதட்சணைக் கொடுமை பரவியதாகவும் சுட்டிக்காட்டுவதுடன் பொருளாதாரத் தற்சார்பையும் பொருளாதாரச் சுதந்திரத்தையும் சாத்தியமாக்கும் சொத்துரிமை பெண்களுக்கு வேண்டும் என்பதைச் சான்றுடன் விவரிக்கின்றது.[33] அதேபோல், ஸ்ரீமதி கிருஷ்ணா ஹத்தீஸிங் அவர்களின் கட்டுரை வேலைக்குச் செல்லாமல் வீட்டைக் கவனித்துக்கொள்ளும் இல்லத்தரசிகளைப் பற்றிப் பேசுகின்றது (மங்கை, ஜன. *1946*). வர்க்கரீதியிலான கண்ணோட்டத்தில் இல்லத்தரசிகள் எவருக்கும் குறைந்தவர்கள் அல்லர் எனவும் ஆண் - பெண் சமத்துவத்தை வலியுறுத்தியும் சிறுவயது முதல் பேணப்படும் பால் பேதத்தை இல்லத் தரசிகள் தங்களது வழிகாட்டுதல் மூலம் ஒழிக்கமுடியும் என்றும் சுட்டுகின்றார். அத்துடன் பெண்களுக்குப் பொருளாதாரத் தற்சார்பு வேண்டும் என்பதையும் அழுத்தமாகக் கூறியுள்ளார்.[34]

☞ பெண்கள் சிறந்த வித்தை கற்றுப் பண்புடன் கூடியவர்களாய், தங்கள் வாழ்க்கையைப் புனிதமான ஆத்ம சேவை, மத சேவை, ஜன சேவை, பாஷா சேவை இவற்றில் ஈடுபடுத்திப் பிற நாட்டினருக்கும் கூட வழிகாட்டிகளாயிருக்கும்படி பகவான் அனுக்கிரகிப்பாராக.

33. எவ்வளவு முன்னேற்றம் ஏற்பட்டாலும் பெண்களுக்குச் சொத்துரிமை ஏற்படும் வரையில் அடிமைத்தனம் நீங்காது. தினந்தோறும் நாம் பால்ய விதவைகள் படும் கஷ்டங்களைப் பார்க்கிறோம். பணமிராத காரணத்தால் அநேகம் விதவைகள் உறவினர் வீட்டில் எவ்வளவோ துன்பங்களுக்கும், இழி சொல்லுக்கும் ஆளாகி வருகிறார்கள். விதவைகள் என்றாலே இழிவாக எண்ணும் நிலமைக்கு வந்துவிட்டது.

பிள்ளையைப் பெற்றவர்கள், சொத்தெல்லாம் பெண்ணின் சகோதரர்களுக்கே போய்ச் சேருவ தால், கிடைத்த மட்டில் வரதட்சணையாவது வாங்குவோம் (வரதட்சணை பெருகியதன் காரணம்) என்று எண்ணுகிறார்கள். மேலும் வரதட்சணையாக வாங்கும் பணம் அநேகமாகப் பிள்ளையின் பெற்றோர்களை அடைகிறதே ஒழிய அதனால் பெண்களுக்கு ஓர் உபயோகமும் இருப்பதில்லை. பெண்களுக்குச் சொத்துரிமை ஏற்பட்டால்தான் வரதட்சணைக் கொடுமை நீங்க வழி செய்ய முடியும்.

ஒவ்வொரு புருஷனும் தன்னிடம் பணம் இருப்பதால்தான் மனைவி தனக்கு அடங்கி இருக்கிறாள் என்னும் எண்ணத்தை ஒழிக்க வேண்டும். அநேகக் குடும்பங்களில் கணவன் இருக்கும் பொழுதே ஸ்திரீகள் சாப்பாட்டுக்குக் கஷ்டப்படுகிறார்கள். குடும்பத்தைக் கவனியாமல் எவ்வளவோ கஷ்டப்படுத்தும் புருஷர்களும் இருக்கிறார்கள். ஸ்திரீகள் கையில் தன்னுடையது என்று சொல்லிக் கொள்ளும் பணம் இருந்தால் இது மாதிரியான குடும்பங்களை எப்படியாவது நடத்த உதவுமல்லவா?

34. House Wife என்று ஆங்கிலத்தில் சொல்வார்கள். இவர்கள் சமூகத்தில் உள்ள வேறு எவருக்கும் எள்ளளவும் தாழ்ந்தவர்கள் அல்லர். அவர்களுக்கும் வெளியே சென்று வேலை பார்க்கும் ☞

பெண்களைப் பற்றியவை தவிரவும் சிறந்த எழுத்தாளராக வேண்டுமா?, நான் பிறந்த ஊர், நாங்கள், ஒரு துளி எண்ணெய், நமது மதம் எது?, ஐப்பானிய மங்கையர், போர்த்துக்கீஸியர், இரவலும் இலக்கியமும் போன்ற பொதுக் கட்டுரைகளும் இதழில் இடம்பெற்றுள்ளன. மங்கை யின் முதல் இதழ்ப் பதிப்புரையில் குறிப்பிட்டிருந்தபடி, குழந்தை வளர்ப்பு பற்றிய கட்டுரைகள் வெளிவந்துள்ளன. இந்தக் குழந்தைகள் (ஸ்வர்ணம்-3 கட்டுரைகள்), இன்பத்தொல்லை (குகப்ரியை), குழந்தை யின் முதற்காதல் (ஆர். எஸ். ருக்மணி), குழந்தைகள் (பார்வதி) ஆகியன பெண்களுடன் குழந்தைகளையும் குழந்தை வளர்ப்பையும் இணைத்துப் பார்க்கும் தன்மைக்குச் சான்றாகின்றன.

இவ்வாறு பெண்கல்வி, ஆண்-பெண் சமத்துவம், பெண்களுக்குச் சொத்துரிமை தேவை, பொருளாதாரச் சுதந்திரம் தேவை எனப் பெண்ணியத்திற்கு நெருக்கமான கருத்துகள் பலவற்றைக் கட்டுரை வடிவில் இதழில் பரவலாக வெளியிட்ட மங்கை முக்கியமான இதழ் என்பதை உணர்த்துகின்றது. பெண்கள் சமூக வாழ்வில் பங்குகொள்ள வேண்டும் என்று கூறும் இக்கட்டுரைகள், தங்களைச் சுற்றி நடக்கும் நிகழ்வுகளில், சமுதாயப் போக்குகளில், நாட்டுநடப்புகளில் நாட்டம் உள்ளவர்களாக இருந்து அவர்கள் தங்கள் அறிவை மேம்படுத்திக் கொள்ள வேண்டியதன் அவசியத்தை வற்புறுத்துகின்றன. அதே நேரம் இது பெண்ணின் குடும்பப் பொறுப்புக்கு முரண்படாத வகையில் அமையவேண்டும் என்பதையும் அவை எழுதாவிதியாக, இயல்பான மறுபக்கமாகக் கொண்டிருந்தன. அந்த மறுபக்கத்தின் வெளிப்படை யான வெளிப்பாடே மங்கையில் இடம்பெறும் சமையல், தையல், அழகுக் குறிப்புகள். அழகுக் குறிப்புகள், தையலை கற்பிக்கும் தையல் குறிப்புகள் (படங்களுடன்) கொடுக்கப்பட்டுள்ளன. உடலோம்புதல் என்ற தலைப்பில் உணவுப் பொருட்களே மருந்தாக விளங்குவதைக் குறிப்புகள் எடுத்துக் கூறுகின்றன. அறுசுவை என்ற தலைப்பில் சமையல் குறிப்புகள் இடம்பெற்றுள்ளன. அத்துடன், பெண்களின் உடல்நலம் சார்ந்த மருத்துவக் குறிப்புகளும் இடம்பெற்றுள்ளன. தாய்ப்பால்,

☛ பெண்ணுக்கோ அல்லது தொழிலாளிக்கோ கிடைக்கக் கூடிய முதுமைக் கால உபகாரச் சம்பளம் வைத்திய உதவிகள் மற்றும் இலவசக் கல்வி வசதிகள் ஆகியவற்றை அரசாங்கம் அளிக்கவேண்டும்... வேறுவித வேலைகளைப் போலவே ஒரு குடும்பப் பெண்ணின் சேவைகளும் சமூகத்திற்கு அத்தியாவசியமானவை... ஆண் பெண் சமத்துவம் வீட்டிலிருந்தே துவங்க வேண்டும். வீட்டை யொட்டிய கடமை, பொறுப்புகளைப் பையன்களும், பெண்களும் சரிசமமாகப் பங்கிட்டுக் கொள்ள கற்க வேண்டும்... குழந்தையிலிருந்தே குடும்ப வாழ்வில் சமத்துவம் பேணும் பழக்கம், பின்னால் தேசியப் பொது வாழ்வில் ஆண் பெண் வேற்றுமைகளை ஒழிக்க வழிகோலும். ... ஒரு பெண் சம்பாதிக்கும்போது அந்தச் சம்பாத்தியத்தில் அவளுக்கு முழுப் பாத்தியதையும் இருக்க வேண்டும். தன் உடைமைகளை இஷ்டம்போல் காத்துக் கொள்ளும் உரிமையும் அவளுக்கு இருக்க வேண்டும். தன் குழந்தைகளிடம் தனக்குள்ள கடமைகளைச் செலுத்தவும், சமூகத்தில் ஒரு பொருளாதார அந்தஸ்து பெற்று விளங்கவும், அவளுக்கெனத் தனி வருவாய் இருத்தல் அவசியம்.

கர்ப்பிணிகள் பராமரிப்பு, தாதிப்பால், சயரோகம் போன்ற கட்டுரைகள் இதற்குச் சான்றாகும். தாய் மகளுக்கு எழுதுவது போல, கடித உத்தியால் அமைந்த நந்தினி என்பவரால் எழுதப்பட்ட குடும்ப வாழ்க்கை என்ற தலைப்பில் இடம்பெறும் கட்டுரைகள், திருமணமாகிப் போன மகளுக்குச் சின்னச்சின்ன விஷயங்களில் தாய் அறிவுரை சொல்லும் பாணியில் அமைந்துள்ளன. வேங்கடவன் தேவி என்பவர் எழுதிய பெண் என்ற கவிதை பெண்ணானவள் எப்படி இருக்க வேண்டும் என்பதைச் சொல்லும் விதமாக உள்ளது. நவீன மோகம் என்ற பெயரில் ஆர். பத்மா என்பவர் எழுதிய ஓர் ஓரங்க நாடகம் வெளிவந்துள்ளது.

ஒவ்வோர் இதழிலும் தவறாமல் இடம்பெறுவது சிறுகதை. நேரடி யான தமிழ்க் கதைகள் தவிர பிற மொழியிலிருந்து மொழிபெயர்க்கப் பட்ட சிறுகதைகளும் இடம்பெற்றுள்ளன. மாஸ்தி வெங்கடேசய்யங்கார் கன்னடத்தில் எழுதிய இரண்டு சிறுகதைகளை ஆசிரியர் குகப்ரியை ராஜலக்ஷ்மி என்பவருடன் இணைந்து மொழிபெயர்த்துள்ளார். வரதட்சணைக் கொடுமை, விதவை நிலை எனப் பெண்களின் வாழ்வில் நேரும் பல இன்னல்களையும் மையமிட்ட கதைகள் இடம்பெற்றுள்ளன.

இவை தவிர, வாசகரைப் பங்கேற்கச் செய்யும் 'உங்கள் அபிப்பிராயம் என்ன' (மங்கை, அக். *1946*) என்ற கேள்வி பதில் பகுதியும் இடம் பெற்றுள்ளது.

> இந்தத் தலைப்பின்கீழ் சமூக வழக்கம் பற்றின ஒரு பிரச்சினை பிரதி மாதமும் ஆராயப்படும். இரண்டு தரப்பும் விவாதிக்கப்படும். வாசகர்கள் இருவர் கூறுவதையும் படித்துவிட்டு தமது தீர்மானத்தைச் சுருக்கமாகவும், தெளிவாகவும் எழுதி அனுப்பினால் நலம் - மங்கை

என்று குறிப்பிடப்பட்டு வெளியாகியுள்ளது இப்பகுதி. முதலில் எடுத்துக் கொள்ளப்பட்ட விஷயம் ஒன்பது கெஜம் புடவையின் நீளத்தை ஆறு கெஜமாகக் குறைப்போமா என்பதாகும். இதனை ஆதரித்தும் எதிர்த்தும் வாசகர் கடிதங்கள் வந்துள்ளன. அதே போல் ஒவ்வொரு ஊரிலும் ஒரு லேடீஸ் கிளப் வேண்டுமா என்று அடுத்த விவாதம் முன்வைக்கப் பட்டுள்ளது. ஒரு விஷயத்தின் இரு தரப்புகளையும் அறிவதன் பொருட்டும் மாற்றுக் கருத்துகளும் இருக்கின்றன என்பதை எடுத்துக் காட்டவும் இம்முயற்சி மேற்கொள்ளப்பட்டுள்ளதாகக் கொள்ளலாம். ஆனால் அது தீவிரமான சர்ச்சைகளுக்குப் போகவில்லை.

ஒரு கதை அல்லது கட்டுரை முடியும் தருவாயில் அந்தப் பக்கத்தின் கடைசியில் விடப்பட்டுள்ள இடைவெளியை நிரப்பும் விதமாகத் துணுக்குகள் எழுதப்பட்டுள்ளன. சில நுட்பமான செய்திகளை இயம்பு கின்றன, சில சமையல் அறை அஞ்சறைப் பெட்டியிலுள்ள பொருட்களின்

மருத்துவ குணங்களைச் சொல்கின்றன. இராமகிருஷ்ண பரமஹம்சர், விவேகானந்தர், பாரதியார், ஆர். எல். ஸ்டிவென்ஸன், மாஜினி, புரொபஸர் ஹக்ஸ்லி, மக்ஸிம் கார்க்கி, ஷெல்லி போன்ற அறிஞர்கள், மேதைகளின் கருத்துகளும் மற்றும் இன்னாரால் சொல்லப்பட்டது என்று குறிப்பிடப்படாமல் சில கருத்துகளும் எழுதப்பட்டுள்ளன.

இவ்விதழின் ஆசிரியரான குகப்ரியை ஆசிரியர் மட்டுமல்லர், எழுத்தாளரும் கூட. கதை, கட்டுரை, மொழிபெயர்ப்பு எனப் பல துறைகளிலும் ஈடுபட்டவர். மங்கை இதழின் மூலம் ஆசிரியராகவும் தமது பரிமாணத்தைக் கூட்டியுள்ளார் எனலாம். சிந்தாமணி, கிரஹலக்ஷ்மி, பாரதமணி, திருமகள், ஜகன்மோகினி, காவேரி, சக்தி போன்ற பல இதழ்களிலும் சிறுகதைகள், தொடர்கதைகள், கட்டுரைகள் எழுதியுள்ளார். புதினங்களையும் படைத்துள்ளார். மங்கையின் கட்டமைப்பிலும் உள்ளடக்கத்திலும் இவர் ஆற்றியுள்ள பங்கு குறிப்பிடத்தக்கது. மங்கை நடத்தப் பெற்ற காலகட்டத்தில் சமூகத்தில் பெண்களின் நிலை எப்படி இருந்தது, பெண்கல்வி எந்த அளவில் ஊக்குவிக்கப்பட்டது, பால்ய விவாகத்தின் கொடிய நிலை என்ன, வரதட்சணைக் கொடுமை, ஆணாதிக்கம் மிகவும் மேலோங்கியிருந்த காலகட்டத்தில் பெண் எந்தெந்த விதங்களிலெல்லாம் துன்புற்றாள் போன்ற பல்வேறு செய்திகளை இவ்விதழ் தருகின்றது. அதே நேரம் இக்கொடுமைகளைக் களைய சமூகத் தொண்டு புரிய வந்த பெண்கள் எவ்வளவு அக்கறையுடனும் உண்மையான ஆர்வத்துடனும் பணியாற்றினர் என்பதையும் அறிய முடிகின்றது. அவர்களில் சிலரை இனங்காட்டும் பணியை மங்கை செய்துள்ளது.

அழகுக் குறிப்புகளும் சமையல் குறிப்புகளும் தையல் குறிப்புகளும் இடம் பெற்றுள்ளனவே, இன்றைய வெகுசன இதழ்கள் போல தானே இதுவும் என்ற கேள்வி எழுகின்றது. உண்மையில் இதழ்கள் வெகுசனத் தன்மையுடன் வெளிவரத் தொடங்கிய ஒரு காலகட்டத்தில் தான் மங்கையும் வெளியாகியுள்ளது. பெண்கள் அக்காலத்தில் ஈடுபட்ட, அவர்களுக்குத் தெரிந்த கைவினை போன்ற விஷயங்களைப் பரவலாக வாசகப் பெண்களிடத்து கொண்டு சென்று அறிவுறுத்தும் விதமாகவே இவை ஓரளவு இடம் பெற்றுள்ளன என்பதாகக் கொள்ளலாம். அத்துடன், பெண்கல்வியின் ஓர் அங்கமாகவே இப்பயிற்சிகள் அக்காலத்தில் பார்க்கப்பட்டுள்ளன. பெண்கள் இந்தப் பயிற்களை மேற்கொள்ளாமலும் குடும்பப் பொறுப்பில் ஈடுபடாமலும் இருக்கத் தலைப்பட்டிருப்பார்களானால் இந்த இதழ் முழுவதிலும் பேசப்பட்ட பெண் உரிமைசார் விஷயங்கள் எவையும் நடைமுறையில் சாத்தியப்படாமல் போயிருக்கும். குடும்பத்தின்/ சமூகத்தின் சுமுகமான இயக்கத்திற்கு இடர் ஏற்படாத வண்ணம் அமைதியாய் நடந்த பெண்கல்வியும் பிற பெண் உரிமைசார்

விஷயங்களும் ஆண்கள் பெண்களுக்கு 'விட்டுக் கொடுத்த' பெருந் தன்மையினால் விளைந்தவையாகக் கருதப்பட்டன. அந்தப் 'பெருந் தன்மையை' களங்கப்படுத்தாமல் ஆண்கள் 'அருளிய வரத்தை' பெற்றுக்கொண்ட பெண்கள் ஆண்வயப்பட்ட இந்தச் சிந்தனையின் உற்பத்திப் பொருளாகவே இத்தகைய படைப்புகளை இதழ் என்னும் பொதுப்புலத்தில் பல வாசகர்களுக்கு எடுத்துச் செல்கின்றனர். மங்கை யும் இதற்கு விதிவிலக்கன்று.

பெண்களுக்குத் தேவையானவை என்று அக்காலச் சூழலில், பொதுவாகச் சமூகத்தில் தீர்மானிக்கப்பட்ட விஷயங்கள் அனைத்தை யும் மேற்சொன்ன தர்க்கத்தின் அடிப்படையில் மங்கை வழங்க முயன்றுள்ளது. மாறி வரும் சமூகத்திற்கேற்ப பெண்கள் தங்களைத் தயார்ப்படுத்திக் கொள்வதற்கேற்ற கல்வி, சொத்துரிமை போன்ற வற்றின் தேவையை வலியுறுத்தியும் பெண்களுக்கு அவசியமான வற்றை முழுமையாக, அக்காலத் தேவைக்கேற்பக் கொடுக்க முயன்ற ஒரு முயற்சியாகவுமே இதனைக் காணலாம். வகைமாதிரியான, ஆதர்ச மான, ஆணுக்கு எல்லா வகையிலும் துணைபுரியும் முழுமையான ஒரு பெண்மணியைக் காலத்தின் தேவைக்கும் கோரலுக்கும் ஏற்றவகையில் வார்த்தெடுக்கும் பணியினை மங்கை மேற்கொண்டுள்ளது.

சமையல் குறிப்பு, அழகுக் குறிப்பு போன்றவை இடம்பெறுவதால் மட்டுமே ஓரிதழ் பெண்களுக்கான இதழாகிவிடாது. அவற்றை மீறி அவ்விதழ் முன்வைக்கின்ற சார்புநிலை தான் இதழின் தன்மையையும் பயனையும் பேசும். வெகுசனத்தை நோக்கி இதழ்கள் நெருங்கிக் கொண்டிருந்த காலத்தில், பண்பாட்டுப் பின்னணியிலும் கல்வியின் பயனை உணர்ந்த பின்புலத்திலும் புதிதாக உருவகம் பெற்ற பெண்மை என்கிற வடிவத்தின் முழுமையின் ஒரு பகுதியாக மங்கையில் இக்குறிப்புகள் இடம்பெற்றன. இன்று அவை மட்டுமே மகளிர் இதழ்களாக மாறிய அவலமும் மலினமும் தற்காலத்தின் துரதிர்ஷ்ட மாகும். இக்கால இதழ்களுக்குத் தங்கள் பாதையைத் தேர்ந்தெடுக்கும் சுதந்திரம் உள்ளது. அதேபோல் தான் வாசகருக்கும். தீவிர சமூக நோக்கத்திற்கும் வெகுசனத் தன்மைக்கும் இடைப்பட்ட புள்ளியில் இயங்கிய ஓரளவு தரமான, மேல்தட்டுக் 'குடும்பப்' பெண்ணால் மேல்தட்டுக் 'குடும்பப்' பெண்களை நோக்கி நடத்தப்பெற்ற ஓர் இதழ் என மங்கையை மதிப்பிடலாம்.

3

பெண் எழுத்தாளர்கள் மீதான மதிப்பீடு

1950க்கு முற்பட்ட காலகட்டத்தில் எழுதிய பெண் எழுத்தாளர்களைப் பற்றிப் பிறர் எழுதிய கருத்துகள், மதிப்புரைகள், பாராட்டுகள் உள்ளிட்ட மதிப்பீடுகள் இங்குத் தொகுக்கப்பட்டுள்ளன. இலக்கியப் புலத்தில் படைப்பாளர் மற்றும் படைப்பின் மீதான விமர்சனங்களின் ஊடாகப் படைப்பாளருக்கும் படைப்பிற்குமான அங்கீகாரம் சமூகத்தில் பரவு கின்றது. எழுத்தாளர்கள் சார்ந்திருக்கின்ற இதழ்களுடன் தொடர்புள்ள பிற எழுத்தாளர்களும் இதழாசிரியர்களும் இலக்கியத் துறையில் பரவலாக அறியப்பெற்றிருக்கும் எழுத்தாளர்களும் இத்தகைய மதிப் புரைகளை வழங்குகின்றனர். இவ்வகையான மதிப்புரைகள் இதழ் களிலும் நூல்களிலும் இடம்பெறுகின்றன.

இதழ்களில் இடம்பெறும் மதிப்புரைகள் நான்கு விதங்களில் இடம் பெறுகின்றன.

- நூல் வரவு/ நூல் அறிமுகம், நூல் விளம்பரம்
- நூல் மதிப்புரை/ நூல் விமர்சனம்
- இதழ் அறிமுகம், இதழ் மதிப்புரை
- இரங்கல்

என இந்த நான்கு வகைகளில் பெண் எழுத்தாளர்கள் எழுதிய நூல்கள், அவர்கள் நடத்திய இதழ்கள் ஆகியவை பற்றிய கருத்துகளும் அவற்றினூடாக நூலாசிரியர், இதழாசிரியர் பற்றிய கருத்துகளும் இடம்பெற்றுள்ளன.

இதழ்களில் இடம்பெறுவனவற்றில், நூல் வரவு/ நூல் அறிமுகம் என்ற பகுதியில் இன்ன பெயரில் ஒரு நூல் வெளிவந்துள்ளது, இதன் ஆசிரியர் இன்னார், விலை இன்னது, கிடைக்குமிடம் இன்னது ஆகிய தகவல்கள் கொடுக்கப்பட்டுள்ளன. நூல் விளம்பரம் என்பது பெரும்பாலும், இதழாசிரியராக இருந்த பெண் எழுத்தாளர்கள் தங்கள் படைப்புகளை நூலாக்கி அவற்றைத் தாங்கள் நடத்தும் இதழ்களில் பரவலாக விளம்பரப்படுத்தும் உத்தியைப் பயன்படுத்தியுள்ளதன்

ஊடாக இடம்பெறுவது. பிறரது நூல் விளம்பரங்களும் இடம்பெறு கின்றன. நூலின் பயன், ஆசிரியர் பற்றிய கருத்து/ பாராட்டு ஆகிய வற்றை நூல் மதிப்புரை/ நூல் விமர்சனம் பகுதி முன்வைக்கின்றது. இதழ் மதிப்புரை என்பது ஓர் இதழ் கிடைக்கப்பெற்ற மற்றொரு இதழ், அந்த இதழை பற்றிய மதிப்புரையை வெளியிடுதல் என்ற முறையிலும், பிற இதழ்களில் வெளியாகியுள்ள தனது இதழைப் பற்றிய மதிப்புரை யைச் சுய விளம்பரமாக எடுத்தாளுதல் என்ற முறையிலும் அமைந் துள்ளது. எடுத்துக் காட்டாக, ஜகன்மோகினி இதழில் கிருஷிகன், நச்சினார்க்கினியன், ஆனந்தபோதினி, லோகோபகாரி ஆகிய இதழ் களைப் பற்றிய மதிப்புரையும், ஜகன்மோகினி இதழைப் பற்றி கிருஷிகன், இந்துநேசன், கற்பகம், நியாயாபிமானி, சுதேச நாட்டியம் ஆகிய இதழ்கள் வெளியிட்ட மதிப்புரையும் இடம் பெற்றுள்ளன. காவேரி இதழில் எழுதிய கமலா பத்மநாபன் என்ற எழுத்தாளர் இறந்து விட, அதற்கு இடம்பெற்றுள்ள இரங்கல் குறிப்பில் அவரைப் பற்றிய தகவலும் கருத்துரையும் இடம்பெற்றுள்ளன.

இதழ்களில் நூல் வரவு/நூல் அறிமுகம், நூல் மதிப்புரை/நூல் விமர்சனம் ஆகியன தனிப் பகுதிகளாக இடம்பெறுகின்றன. நூல் வரவு/நூல் அறிமுகம் பகுதிகள் நூல் வரப்பெற்றோம் என்று சுருக்க மான அறிமுகத்துடன் நின்றுவிடுகின்றன. இப்பகுதியில் ஆசிரியரின் பெயரின்றியே நூல்கள் அறிமுகம் செய்யப்பட்டதும் உண்டு. நூல் மதிப்புரை/நூல் விமர்சனம் பகுதியில் மேலதிகத் தகவல்களும் நூலுடன் நூலாசிரியர் குறித்த மதிப்பீடும் அதிகம் இடம்பெறுகின்றன. நூல் விமர்சனம் அல்லது புத்தக விமர்சனம் என்ற பெயரில் இடம் பெறும் பகுதியில் பெரும்பாலும் விமர்சனத் தன்மையைவிடப் பாராட்டும் தன்மையே அதிகம் இருக்கின்றது. இவ்வகையான மதிப்புரைகள் எழுத்தாளரை ஊக்குவிக்கும் நோக்கத்துடனும் வாசகரைக் கவரும் நோக்கத்துடனும் செயல்பட்டதாகக் கொள்ளலாம்.

நூல்களில் இடம்பெறும் மதிப்புரைகள் மூன்று விதமாக இடம் பெறுகின்றன.

- முன்னுரை, பதிப்புரைகள்
- விளம்பரம்
- புதினம், சிறுகதையினுள் அகக்குறிப்பாக இடம்பெறுவன

எழுத்தாளர்களின் படைப்புகள் புதினங்களாகவோ சிறுகதைத் தொகுப்புகளாகவோ நூலாக்கம் பெற்று வெளிவருகையில் அவற்றில் இடம்பெறும் 'பிரபல'ங்களின் முன்னுரை, சிலவேளை அந்நூலை வெளியிடும் பதிப்பகத்தாரின் பதிப்புரை ஆகியவற்றில் நூலாசிரியர்

பற்றிய கருத்துகள் இடம்பெறுகின்றன. இவை தவிர, நூலாசிரியரின் அடுத்த நூலைப் பற்றிய விரிவான தகவலுடனான விளம்பரமும் இடம்பெறுகின்றது. சான்றாக, முரளீதரன் புதினத்தில் அவ்வாசிரியரின் அடுத்த புதினம் பற்றிய விளம்பரம் இடம்பெற்றுள்ளது. ஒரு பெண் எழுத்தாளர் தமது கதையில் இடம்பெறும் கதாபாத்திரம் ஒன்றின் மூலம் சமகால, சற்று மூத்த மற்றொரு பெண் எழுத்தாளரை அகக்குறிப்பாகக் குறிப்பிடுவதையும் மதிப்புரையாகவே கொள்ளலாம். சான்றாக, மலைமகள் எழுதிய ஒரு புதினத்தில் பண்டிதை விசாலாக்ஷி அம்மாள் பற்றிய குறிப்பு இடம்பெறுகின்றது.

1901-1950 காலப்பகுதியில் எழுத்தாளராகவும் இதழாசிரியராகவும் செயல்பட்ட இருபது பெண் எழுத்தாளர்கள் பற்றிய மதிப்பீடுகள் தொகுக்கப்பட்டுள்ளன. முற்குறிப்பிட்ட பல வகைகளில் ஓர் எழுத்தாளர் பற்றிய கருத்துகள் இடம்பெறுவதால் அவை அந்த ஆசிரியர்/எழுத்தாளரது பெயரின் கீழ் ஒன்றாகத் தொகுக்கப்பட்டுள்ளன.

ஸ்வப்பனேச்வரி அம்மாள்

ஸ்ரீ வாணீ விலாஸினீ இதழில் புத்தக வரவு பகுதியில் *தமிழ்மாது* என்ற இதழ் அறிமுகம் செய்யப்பட்டுள்ளது.

> தமிழ் மாது: இது ஓர் மாதாந்தத் தமிழ்ப்பத்திரிகை. இதனை எடுத்து நடத்துவோர் கோ. ஸ்வப்பனேச்வரி அம்மாள் ஆவார். பத்திரிகை முகப்பிற் கண்டபடி 'ஒல்லும் வகையா னறவினை யோவாதே - செல்லும்வா யெல்லாஞ் செயல்' என்ற குறளின்படி அம்மாள் அவர்கள் தம்மாலியன்ற உதவியைச் செய்ய முன் வந்த விஷயத்திற்கு நாம் மிகவும் மகிழ்கின்றோம். ருஷிய ஜப்பானிய யுத்தம் என்றறியப்பட்ட விஷயங்களைக் காட்டிலும் குடும்ப உபயோகமான விஷயங்களையும் நல்லொழுக்கப் பயிற்சியுண்டாகும் படியான விஷயங்களையும் எழுதிவருவது தமிழ் மாதர்க்கு அதிக நன்மையை விளைக்குமென்று கருதுகின்றோம். *(ஸ்ரீ வாணீ விலாஸினீ, ஆக. 1905)*

என கோ. ஸ்வப்பனேச்வரி அம்மாள் என்பவர் நடத்திய இதழ் அறிமுகப்படுத்தப்பட்டுள்ளது. பெண்கள் என்றாலே குடும்பத்தைப் பற்றித்தான் சிந்திக்க வேண்டும் என்ற எண்ணத்தின் அடிப்படையில் எழுந்த இம்மதிப்பீடு குடும்பப் பயன்பாட்டு நோக்கில் செயல்பட்ட இவரைப் பாராட்டி அங்கீகரிக்கின்றது.

பண்டிதை விசாலாட்சி அம்மாள்

எழுதியவர் யார் என்ற தகவல் குறிப்பின்றி, தேவீசந்திரப்ரபா (பண்டிதை விசாலாட்சி அம்மாள் எழுதியது) புதினத்தின் அறிமுகம் வித்தியாபானு இதழில் இடம்பெற்றுள்ளது.

நவீன தமிழ் நாவல்கள்

தேவீசந்திரப்ரபா:- இப்புத்தகத்தில் அநேக விசித்திரமான விஷயங்களும், மகான்களின் பெருமையும், யுக்தி புத்திகளின் மகிமையும் ஸதாசார அனுஷ்டானங்களால் லபிக்கும் மகத்தான நன்னிலைமையும் தெளிவாய்க் கூறப்பட்டிருக்கின்றன. விலை அணா 10.

கிடைக்குமிடம்:- 'விவேகபாநுப்பிரஸ்' மதுரை. (வித்தியாபானு, 1914)

நூலை எழுதியவர் இன்னார் என்ற குறிப்பின்றி இடம்பெறும் இந்த மதிப்புரை ஆசிரியரை விடுத்து நூலை மட்டும் மதிப்பிடுகின்றது. பழைய இதழ்களில் ஆசிரியர் பெயரின்றி நவீன தமிழ் நாவல்கள் என்ற பெயரில் பல நூல்களின் பட்டியலைக் கொடுக்கும் போக்கு இருந்துள்ளது. இந்த நூலறிமுகமும் அவ்வகையைச் சேர்ந்ததே. இருபதாம் நூற்றாண்டின் தொடக்க இருபது ஆண்டுகளில் இப்போக்கு இருந்துள்ளது.

மலைமகள் எழுதிய முரளீதரன் புதினத்தில் விசாலாட்சி அம்மாளின் பெயரைக் குறிப்பிட்டு உரையாடல் ஒன்று இடம்பெற்றுள்ளது.

> என்ன, வந்தவனைகூடத் திரும்பிப்பாராமல் வாசிப்பு மிகப்பிரமாதமாக இருக்கிறதே! அப்படி ஸ்வாரஸ்யமாய் என்ன படித்துக் கொண்டிருந்தாய்?' என, அவள் 'நன்னாருக்கு, காலம்பர போட்டுண்டுபோன உடுப்பைக்கூட கழட்டி வைக்காமல் இதென்ன கேழ்வை? இது விசாலாக்ஷியம்மாள் போட்ட புஸ்தகமென்று மத்தியானம் ஒருத்தன் வாசலில் விலைக்குக் கொண்டு வந்தான். அவளும் நம்மளைப்போல பொம்மனாட்டி தானே, என்ன தான் எழுதியிருக்கிறாள் பார்ப்போமென்று வாங்கினேன்... *(முரளீதரன், 1914)*

இப்புதினத்தில் இடம்பெறும் ஒரு பெண் கதாபாத்திரம் மற்றொரு புதின எழுத்தாளரான பண்டிதை விசாலாக்ஷி அம்மாளின் புதினத்தைப் படிப்பது போல் ஆசிரியர் மலைமகள் காட்டியிருப்பது குறிப்பிடத் தக்கது. சமகாலப் பெண் எழுத்தாளர்களிடையிலான இவ்வகையிலான உறவும் ஒரு வகையில் மதிப்பீட்டைச் சார்ந்தது. தமது சமகாலத்தில் எழுத்தாளராக, இதழாசிரியராக இருப்பவரை இதன்மூலம் மலைமகள் பதிவுசெய்கின்றார்.

தாமரைப்பெண்

ஹிதகாரிணி இதழில் புஸ்தகவரவு பகுதியில் தாமரைப்பெண் என்ற எழுத்தாளர் எழுதிய கோமளம் காஞ்சி யாத்திரை என்ற புதினத்தின் மதிப்புரை ஒன்று ஆசிரியரின் சமூக/சாதிப் பின்னணியைக் குறிப்பிட்டு எழுதப்பட்டுள்ளதால் இப்புதினம் எத்தகைய வாசகரை நோக்கியது என்பதை மறைமுகமாக உணர்த்துகின்றது. அத்துடன் புதினத்தின் சிறப்பினைப் பட்டியலிட்டு அதன்மூலம் ஆசிரியரை ஊக்குவிக்கின்றது.

புஸ்தகவரவு

கோமளம் காஞ்சியாத்திரை:- இப்பெயர் கொண்ட ஒரு அழகிய புஸ்தகம் 'தாமரைப்பெண்' என்ற நாமம்பூண்ட பிராம்மண மாதால் எழுதப்பட்டு வெளிவந்திருக்கிறது. இதில் ஹிந்துக்களின் ஸ்தலயாத்திரை புத்ரவாத்ஸல்யம், பதிபக்தி, குருபக்தி, தெய்வபக்தி, குமாரர்களின் கிருகிணிகளை நடத்தும் உத்தமமார்க்கம், வித்யாஸாதனம் முதலியவைகள் விசேஷமாய் அடங்கியுள. ஸ்ரீவைஷ்ணவர்களின் ஸம்பிரதாயங்களும், அவர்களின் அபிப்பிராயங்களும், ஸகோதர பிரீதி வாத்ஸல்யங்களும், உத்யோக விமர்சைகளும் விவரமாய் எழுதப்பட்டிருக்கின்றன. நமது நாட்டு ஸ்திரீகள் உத்தம வித்யாப்யாஸம் செய்து தங்கள் புத்தியை ஸத்விஷயத்தில் வெளியிட்டு காட்டுவது மிக சிலாகிக்கத்தக்கதேயாகும். நாகரீக காலத்து ரமணிகள் தங்கள் காலத்தை வீணில் கழிக்காமல் தங்களைப்போன்ற ஸகோதரிகளுக்கும், மக்களுக்கும், தேசத்துக்கும் நன்மைதரும் விஷயத்தில் செலவிடுவார்களானால் நமது நாடு அதிசீக்கிரத்தில் அபிவிருத்தியடையு மென்பதிற் சந்தேகமுண்டோ? படித்த தற்கு அடையாளமாய் கிரந்தம், உபந்யாஸம், உபாத்யாயனி முதலிய தொழில் களை நமது ஸகோதரிகள் கையாடி வருவார்களாகவும். புஸ்தகம் சுமார் 200 பக்கம் கொண்டதாயும் 8 அணா விலையுடனும் தமிழ்நாட்டு ஸகோதர ஸகோதரிகள் அவசியம் வாங்கிப் படித்து கிரந்தகர்த்தினியை புரோத்ஸாகப் படுத்துவார்களென்று நம்பியிருக்கிறோம். (ஹிதகாரிணி, ஜூன் 1909)

இதில் சுட்டப்பெறும் பெண்கல்வியும் எழுத்தறிவும் மத/ சமயப் பிரதிகளைக் கற்று அதன்படி நடந்து அதையே பிறருக்கு (பிற பெண் களுக்கு) போதிக்கப் பயன்படுவது உன்னதமாகக் காட்டப்படுவது பெண்கல்வியின் பின்னான மத அரசியலைக் காட்டுகின்றது. தாமரைப் பெண்ணின் மற்றொரு புதினத்தின் அறிமுகமும் ஹிதகாரிணியில் இடம்பெற்றுள்ளது.

புஸ்தகங்களின் வரவு

பிரேமகாந்தன்: இது கோமளம் காஞ்சியாத்திரை எழுதின தாமரைப்பெண்ணால் தமிழில் வரையப்பட்ட ஓர் கதையாகும். தற்கால நாகரீகமும், ஸ்நேகத்தின் பலனும், தர்மத்தை எண்ணி வாழ்பவருக்கு நன்மையே கிட்டுமென்பதும், ஸ்திரீபுருஷர்களின் மனம் ஒன்றுபட்டால் மனிதர்களால் மாற்ற முடியாமல் தம்பதிகளின் இஷ்டம்போல் மணம் செய்து தீரவேண்டுமென்பதும் இதில் அடங்கியுள. இதன் விலை 12 அணா. வாங்க விரும்புவோர்கள் ஹிதகாரிணி ஆபீஸுக்காவது அல்லது கிரந்தகாரரிடமாவது பெற்றுக்கொள்ளலாம். (ஹிதகாரிணி, ஏப். 1912)

இவ்விதம் ஓர் எழுத்தாளரின் தொடர்ந்த படைப்பிலக்கிய முயற்சி களை ஹிதகாரிணி ஆசிரியர் விசாலாட்சி அம்மாள் ஊக்குவித்ததும் ஆதரித்ததும் இக்காலத்தின் முக்கியச் செயல்பாடாகும்.

பாலசரஸ்வதி தேவகுஞ்சரியம்மாள்

ஜனாபிமானி இதழில் புஸ்தக விமர்சனம் பகுதியில் பாலசரஸ்வதி தேவகுஞ்சரியம்மாள் எழுதிய கர்நாடக யோகினிக் கதையின் விமர்சனம் இடம்பெற்றுள்ளது.

> 'கர்நாடக யோகினிக் கதை'
>
> இது பால ஸரஸ்வதி தேவ குஞ்சரியம்மாள் இயற்றியது. இதில் தேவதைகள் ஸம்பந்தமான 5 இனிய கதைகள் அடங்கியுள்ளன. இது சிறுவர் சிறுமிகள் படிக்கும்படியாக தெளிவான நடையில் எழுதப்பட்டுள்ளது. வித்யா இலாகாவால் அங்கீகரிக்கப்பட்டது. நான்காம் பதிப்பு இப்போது வெளியாகி யிருக்கிறது. இதன் விலை அணா 5. (ஜனாபிமானி, ஆக. 1917)

என்று ஒரு சிறிய அறிமுகத்தோடு கதையின் உள்ளடக்கம், நடை, நான்கு பதிப்புகள் கண்ட விவரம், கல்வித் துறையின் அங்கீகாரம் பெற்றமை ஆகிய வாசகருக்குத் தேவையான, வாசிக்கத் தூண்டுகின்ற விவரங்களைக் குறிப்பாகவும் சுருக்கமாகவும் சொல்கின்றது. இதே கர்நாடக யோகினிக் கதை தொகுதியைப் பற்றிய விளம்பரம், பாலஸரஸ்வதி தேவகுஞ்சரி அம்மாள் எழுதிய சுப்ரமண்யர் தோத்திரக் கொத்து என்ற நூலிலும் இடம்பெற்றுள்ளது.

> "CARNATIC FAIRY TALES"
>
> ★ கர்நாடக யோகினிக் கதைகள்
>
> இதில் தெய்வபக்தி, மாதுருபக்தி, பிதிர்பக்தி, சகோதர நேசம், ஜீவகாருண்யம், நீதிசம்பந்தமான விஷயங்கள், பெண்களுக்குரிய கற்புடைமை, பலவகையான நீதிகள் முதலிய வற்றை விளக்கிக் காட்டும் ஐந்து சிறுகதைகள் மனத்திற்கு மகிழ்ச்சி தருமாறு எழுதப்பட்டிருக்கின்றன. இது கல்விபயிலும் சிறுவர் களுக்குப் பெரும் பயனளிக்குமென்பதற் கையமில்லை.
>
> ★ துரைத்தனத்தாரால் அங்கீகரிக்கப்பட்டது. (சுப்ரமண்யர் தோத்திரக் கொத்து, 1915)

நூலின் உள்ளடக்கத்தை மதிப்பிடும் இதில் பெண்ணுக்கான விஷய மாகக் கற்புடைமை கூறப்பட்டுள்ளதை அவதானிக்க வேண்டும்.

மலைமகள்

மலைமகள் என்பவர் எழுதிய முரளீதரன் புதினத்தின் விமர்சனம் ஜனாபிமானி இதழில் வர்த்தமானக் குறிப்புகள் பகுதியில் இடம் பெற்றுள்ளது.

> 'முரளீதரன்' - மலைமகள் என்னும் புனைவு பெயர் பூண்ட ஒரு மாதால் எழுதப்பட்ட முரளீதரன் என்னும் இனிய நாவலின் ப்ரதி யொன்று வரப்பெற்றோம். நமது நாட்டுப் பெண்மணிகளுக்கு இருக்கவேண்டிய

நற்குணங்களை இது கதாரூபமாய் நன்கு எடுத்துக் காட்டுகிறது. இதில் சிற்றன்னையின் கொடுமையும், பழைய காலத்து மாமியார்கள் தங்கள் நாட்டுப்பெண்களை அல்பவிஷயத்துக்கும் கோபித்துத்திட்டுவதும், கற்பில் சிறந்த காரிகைகள் தங்கள் கணவருடைய நன்மையே கருதி அதற்காக எவ்வளவு துன்பம் வந்தாலும் பொறுமையுடன் ஸகித்திருப்பதும், தாய் வீடு செல்வமுள்ளதாயினும், அங்கிராமல் புகுந்த வீடே கதியென்று அங்கே கஷ்டங்களும் வசைமொழிகளும் கிடைத்தாலும் பாதகமில்லை யென்று அங்கேயே இருப்பதும், இவை போன்ற பல உத்தம நீதிகளும் இதில் நிறைந்திருக்கின்றன. இந்தப் புஸ்தகம் சிறுமிகளுக்கு ரொம்ப முக்யமான தென்றாலும் யாவரும் வாசித்து ஆனந்தமடையலாம். இதன் விலை அணா 10. வேண்டுவோர் சென்னை ஜி. எ. வைத்யராமன் அண்ட் கம்பெனிக்கு (3,4 கொண்டிச் செட்டித் தெரு) எழுதிப் பெற்றுக்கொள்ளலாம். (ஜனாபிமானி, ஆக. 1917)

என அதன் உள்ளடக்கத்தை விதந்து கூறியிருப்பதைக் காணலாம். இது முற்றுமுழுக்க கதையின் பொருண்மையை, அந்தப் பொருண்மை யின் காரணமாகச் சிறுமிகளுக்கும் பிறருக்கும் ஏற்புடையதாய் இருக் கின்றது என்பதன் அடிப்படையில் மதிப்பிடும் போக்கு உள்ளதை அவதானிக்கலாம்.

முரளீதரன் புதினத்தின் முன்னுரையில், அக்கால இலக்கியப் போக்கின் பின்னணியில் வைத்து அப்புதினத்தின் சிறப்பைப் பேசுதோடு நூலின் உள்ளடக்கத்தை விரிவாய் எடுத்துரைத்து ஆசிரியரின் புனைவுச் சிறப்பைப் புகழ்கின்றார் பதிப்பாசிரியர்.

நாவல் என்பது கற்பனைக்கதை யென்பதை நந்தமிழ்நாட்டுமக்க ளெல்லோரு மறிவார்கள். நம் பரதகண்டமே கல்விக் களஞ்சியமாயிருந்து கதைகளுக்கு உறைவிடமாயிருந்த போதிலும், நாவல் என்னும் கற்பனைக் கதைகள் மேனாடுகளிலேயே பிறந்து வளர்ந்தவை. தேசசரித்திர விஷயங்களையும், நாட்டுப்பழக்கவழக்கங்களையும், தேசாசாரவிஷயங்களையும், அவற்றின் சீர்திருத்தங்களையும், மத விஷய உண்மைகளையும் சித்திரத்தில் காட்டுவது போல் தெளிவா யறிவித்தலில் நாவல்களைக் காட்டிலும் சிறந்த ஸாதனங்கள் இல்லை... நாவல்களின் அழகுநயங்களையெல்லாம் உள்ளபடியறிய விரும்புவோர் முதனூல்களையே படித்தறியவேண்டு மல்லாது, அவைகளின் மொழிபெயர்ப்புக்களை ஒருபோதும் நம்பலாகாது. ஆங்கிலத்தில் உள்ள நாவல்களின் சுவையை அனுபவிக்கவேண்டுமாயின், ஆங்கிலத்திலேயே படிக்க வேண்டு மல்லாது கேவலம் அவைகளின் மொழிபெயர்ப்புக்களை படித்தல் நலமன்று.

... இப்படி மேனாட்டுக் கதைப்போக்கில் ஈடுபட்டு நந்தமிழுலகிற்கும் தமிழ் மக்களுக்கும் அத்தகைய சக்திகளும் இராமற் போகவில்லை யென்று காண்பிக்கும்பொருட்டே நம் முரளீதரனும் வெளிவந்தது போலும்! முரளீதரனைப் படித்து முடித்தபின்னரே, அதன் பெருமையை யறியவேண்டிய தாயினும்

படிப்பதற்கு முன்னால் அதன் அமைப்பின் சிறப்பை ஒருசிறிது எடுத்துக் காட்டுவது தவறாகாது என்பது நமது எண்ணம். மிகவும் ஆனந்தத் துடன் எல்லாரும் கருதக்கூடிய மாசற்ற இளம்பருவத்து இன்பத்தையும், நம்மதத் திற்குரிய சிறந்த விவாஹ விமர்சைகளையும், அவ்விவாஹகாலத்தில் ஏற்படும் கோலாஹலங்களின் அழகையும், ஜகத்ரக்ஷகியாய், ஸர்வஜீவதயாபரியாய், ஜகன் மாதாவாய் விளங்கும் ஈச்வரியின் சிறப்பையும், அவளது பக்தியிலீடு பட்டு நிற்கும் பக்தகோடிகளின் உயர்வையும், இக்காலத்துள்ள சில மாமியார் களின் அமுலையும், கடற்கரைக் காட்சியையும், ஆலய வழிபாட்டில் ஏற்படும் ஆரவாரங்களையும் உள்ளதை உள்ளபடி வர்ணித்தல் எவ்வளவு மனோஹரமா யிருக்கிறது! உண்மை நட்பின் பெருமையும், ஊராருடன் வீண்வம்பு பேசுவ தனால் வரும் தீங்கும், அன்புள்ள காதலர்களின் மனோநிலையும், பொறுமையின் சிறப்பும் ஆங்காங்கே கதைப்போக்கிலேயே எடுத்துக்காட்டப்பட்டிருந்தால் அவைகளைப் பற்றித் தனியே விவரித்தலும் வேண்டுமோ? நமது நாவலாசிரியர் பொறுமை என்னும் விஷயத்தை எடுத்துக்கொண்டு தம் ஸாமர்த்தியத்தினால் பல அங்கங்களை ஏற்படுத்தி எவ்வளவு அழகாய் கதையைப் புனைந்துள்ளார் என்பது இதைப் படிப்போருக்குச் செவ்வனே விளங்கும்.

தமிழ்நாட்டிற்கு நாவலின் சிறப்பை எடுத்துக் காட்டவந்த மலைமகள் போல் ஏனையோரும் இத்துறையில் உழைத்து சிறப்படைய வேண்டு மென்பதே, நம் மனப்பூர்வமான கோரிக்கை. *(முரளீதரன், 1914)*

அதே முரளீதரன் புதினத்தில் மலைமகள் எழுதிய மற்றொரு புதினமான அமிருதவல்லியின் மதிப்புரையும் எடுத்தாளப்பட்டுள்ளது. அதுவும் முரளீதரன் பெற்ற மதிப்பீட்டிலிருந்து பெரிதும் வேறுபடவில்லை.

அமிருதவல்லி

மலைமகள் என்னும் மாதால் எழுதப்பட்டது

நீதிகளைலேசில் போதிப்பதற்கு உதவியாயிருப்பவை கதைகள். நீதிகளையும், பாஷாஞானத்தையும் ஒருங்கே அடைய வேண்டியவர் அவையிரண்டும் அமைந்துள்ள கதைப் புத்தகங்களையே நாடவேண்டும். அத்தகைய புத்தகங் களில் அமிருதவல்லியும் ஒன்று. சொற்செறிவு, பொருட்பொலிவு, நன்கமைந்தும், கதைப்போக்கு வெகு சாதுர்யமாயும் நுட்பமாயும் பொருந்திய முள்ளது. ரமணீயமான வனங்கள், மஹோன்னத மலைகள், புண்யதீர்த்தங்கள் ஆகிய இத்தகைய இயற்கை காட்சி விநோதங்களும், பரம தார்மிகையாய், ஜகத்ரக்ஷகியாய், ஜகன்மாதாவாய் விளங்கும் அகிலாண்டேச்வரியின் ஆலயச் சிறப்பும் அவளை வழிபடுவோரது பக்திப்பெருக்கும், கல்லையும் கரையவல்ல அவரது உருக்கமான ஸ்தோத்ரங்களும், உண்மைக்காதலின் பெருமையும், மெய்ந்நட்பின் மாண்பும், தமயந்தி, சாவித்திரி இவர் போன்ற பாரதவர்ஷ ஸ்திரீ ரத்னங்களின் கற்பின் உறுதிப்பாடும், அவர்கள் மேன்மையும் புத்தி சாதுர்யமும், எல்லா ஜீவன்களிடத்தும் மானிடராய்ப் பிறந்தார் காட்டவேண்டிய ஜீவகாருண்யமும், பரோபகார சிந்தையும், தீக்குணங்களை நாடிக் கைப்பற்றுவோர் அடையும் கதியும் பேராசைப் பேய் பிடித்தலையும் பேதைமாக்களின் மூடத்தன்மையும், எல்லாம் வல்ல

ஈசனது திருவிளையாடல் களும் மிக வினிய நடையில் எடுத்துக் காட்டப் பட்டுள்ளன. (முரளீதரன், 1914)

சகோதரி வி. பாலம்மாள்

தமிழ்நாட்டில் வெளிவரும் நூல்களையும் இதழ்களையும் புலம் பெயர்ந்து வாழும் தமிழர்கள் வாசிக்கின்றனர். இதேபோல் அன்றும் இலங்கையிலிருந்த தமிழர்கள் தமிழ்நாட்டில் வெளியான நூல்களையும் இதழ்களையும் படித்துவந்துள்ளனர். இலங்கை, பர்மா, மலேசியா போன்ற நாடுகளில் இருந்த தமிழர்கள் அங்கிருந்து நடத்திய இதழ் களைத் தமிழ்நாட்டவர்கள் படித்துள்ளனர்.

அவ்வகையில், இலங்கையிலிருந்துகொண்டு தமிழகத்தில் வெளியான இதழை வாசித்துக் கருத்துகளை எழுதியவரும் உண்டு. சகோதரி வி. பாலம்மாள் நடத்திய சிந்தாமணி இதழைப் படித்துவிட்டு இலங்கையி லிருந்து அதனைப் பாராட்டி பத்மாசனி அம்மாள் என்பவர் எழுதியுள்ளார்.

'சிந்தாமணி' என்னும் பெயர் பூண்டு சென்னையினின்றும் வெளிவருகின்ற மாதாந்த சஞ்சிகையின் 5, 6 இதழ்கள் கிடைக்கப்பெற்று மகிழ்ந்தேன்.

இதன்கண் எழுதப்படுகின்ற வியாசங்கள் நம்மவரனைவர்க்கும் அன்பு, ஒழுக்கம், பக்தி முதலான சிறந்த குணங்களை யூட்டவல்லன என்பது புனைந்துரையாகாது.

இதன் அதிபரான நம் சகோதரி வி. பாலம்மாள் தம் புத்திநுட்பத்தையும், கல்வித்திறனையும், அன்னபிறவையும் என்னென்று புகழ்வது.

இப்பத்திரிகையால் நம் சகோதரிகளனைவரும் மேல் நிலையடைவரென்பது திண்ணம்.

ந. பத்மாசனி அம்மாள், இலங்கை, 19-2-1925 (சிந்தாமணி, மார்ச் 1925: 392)

என்று சிந்தாமணி இதழையும் ஆசிரியர் பாலம்மாளையும் புகழ்ந் துள்ளார். இதன்பிறகு, இவர் எழுதியனுப்பிய கட்டுரை ஒன்று சிந்தாமணி இதழில் இடம்பெற்றுள்ளது குறிப்பிடத்தக்கது (உலகில் பெரிய ஞானாசிரியர், ஏப். - ஜூன். 1925). இவர் *தமிழர் போதினி, பாரதி* ஆகிய இதழ்களிலும் கட்டுரை எழுதியுள்ளார். இது தவிரவும் மலேசியா, தென்னாப்பிரிக்கா, பர்மா போன்ற நாடுகளில் இருந்த தமிழர்கள் சிந்தாமணி இதழைப் பாராட்டி எழுதிய கடிதங்கள் தொடர்ந்து இடம்பெற்று வந்துள்ளன.

சிந்தாமணி இதழாசிரியர் சகோதரி வி. பாலம்மாள் அவர்கள் தமது கதைகளைக் கற்பக மலர் என்ற பெயரில் தொடர்த் தொகுதிகளாக வெளியிட்டுள்ளார். அதைப் பற்றி திராவிடன் இதழில் வெளிவந்துள்ள மதிப்புரையைக் கற்பக மலர் இரண்டில் எடுத்தாண்டுள்ளார்.

மதிப்புரை

திராவிடன் 14-7-32

சகோதரி - வி. பாலம்மாள் எழுதிய கற்பக மலர் முதல் இதழான விருந்தில் விலங்கு என்னும் புத்தகத்தின் பிரதியொன்று வரப்பெற்றோம். இந்தப் புத்தகத்தில் இரு கதைகளும் ஒரு பாட்டுமிருக்கின்றன. முதற்கதையான விருந்தில் விலங்கு 32 பக்கங்களைக்கொண்டது. இது டாம்பீக வாழ்க்கையில் ஈடுபட்டிருப்போர்கள் இறுதியில் எந்நிலை யெய்துவார்கள் என்பதைச் செவ்வையாய் விளக்குகிறது. இரண்டாவது கதையான 'உற்சவம்' என்பது 16 பக்கங்கள் கொண்ட சிறுகதை. இது வீணுக்குத் தலைச்சிகை நீத்தல் என்னும் கொள்கையாளரின் முடிவு எவ்வளவு பரிதாபகரமா யிருக்கிறது என்பதை விளக்குகிறது. இப்புத்தகத்தின் அட்டை அழகாகவும் ஆசிரியரின் உருவப் படத்துடனும் விளங்குகிறது. சென்னை ஸ்ரீமதி பிரசுரக் காரியாலயத்தார் இப் புத்தகத்தைப் பிரசுரித்திருக்கின்றனர்.

இதன் விலை அணா-3. (அவள் இஷ்டம், கற்பக மலர் -2, 1932)

தமது உருவப் படத்தைச் சிறுகதைத் தொகுப்பில் அதுவும் அட்டை யிலேயே வெளியிட்டிருக்கும் போக்கு கவனத்தில் கொள்ளவேண்டியது.

மேலும் இந்திய மாதர் சேவா ஸ்தாபனம் என்ற அமைப்பின்மூலம் ஆதரவற்ற பெண்களுக்குச் சுயமாக வருமானம் ஈட்டக்கூடிய கைத் தொழிலைப் பயிற்றுவித்தமையை முன்னரே கண்டோம். எழுத்தாளர், இதழாளர் என்பதோடும் கூட சமூகத் தொண்டர் என்ற பரிமானத்திலும் பாலம்மாள் தம்மை நிலைநிறுத்திக் கொண்டுள்ளார்.

வை. மு. கோதைநாயகி அம்மாள்

கிருஷிகன் இதழில் வெளிவந்த வை. மு. கோ. எழுதிய 'வைதேகி'யின் மதிப்புரை ஜகன்மோகினி இதழில் எடுத்தாளப்பெற்றுள்ளது. இந்த மதிப்புரை நூலையும் ஆசிரியரையும் பாராட்டுமுகமாக அமைந்துள்ளது. இது கிருஷிகன் இதழின் பதிப்பாசிரியராலேயே எழுதப்பட்டிருப்பது கவனத்திற்குரியது.

பத்திரிகைகளின் மதிப்புரை

கிருஷிகன்

(Feb 1927)

'வைதேகி'

சித்திரப்படங்களுடன் கூடிய ஓர் துப்பறியும் தமிழ் நாவல்

ஸ்ரீமதி, வை. மு. கோதை நாயகியம்மாளால் எழுதப் பட்ட வைதேகி என்னும் தமிழ் நவீனம் எமது பார்வைக்கு அனுப்பப்பட்டுப்பல மாதங்களாயின வாயினும், எமக்கு ஏற்பட்ட பல அசௌகரியங்களால் இதுவரை விமர்ஸனம் செய்ய சாத்ய மில்லாமற் போனதற்காக மிகவும் வருந்துகிறோம். ஷை நவீனமானது பிரைமரி பாட சாலைகளில் வாசித்த சிறுவர் சிறுமிகள்கூட

எளிதில் வாசித்தறியக் கூடிய சுலபமான நடையில் எழுதப்பட்டிருக்கிறது. எக்குலத்தாராயினும் எவ்வளவு கஷ்டம் ஏற்பட்ட போதிலும் கற்பை இழக்கக் கூடாதென்னும் நீதியைப் போதிக்கிறது. கவிச் சக்ரவர்த்தியாகிய கம்பர் போன்ற பெரியாருடைய அருங்கவிகள் ஆதாரமாய்ப் பலவிடங்களில் எடுத்துக் காட்டப்பட்டிருக்கின்றன. வாசிக்க ஆரம்பித்தது முதல் முடிக்கும் வரை கதையின் போக்கை உற்சாகத்துடன் உற்று நோக்கும்படி தூண்டுகிறது. டெம்மி 540 பக்கங் கொண்ட இந்த நவீனம் (2 பாகங்களும் சேர்ந்து) ரூ. 2-0-0 விலை போடப்பட்டிருக்கிறது. நவீனம் வாசிப்பதில் ஆசை யுள்ள பலரும் இதை வாங்கி வாசித்து ஆனந்த மடைவார்க ளென்று நம்புகிறோம். (ப-ர்)

(ஜகன்மோகினி, ஏப். 1927)

இதேபோன்று இந்துநேசன் (26-2-27) இதழில் வெளிவந்துள்ள ஜகன்மோகினி இதழைப் பற்றிய மதிப்புரையும் எடுத்தாளப்பட்டுள்ளது. இது வை. மு. கோவைப் பலபட பாராட்டுகின்றது. மேனாட்டு நாகரிகத்தின் கேடுகளை எடுத்துக்காட்டுதலே இதற்கு மூலமாய் அமை கின்றது என்பது கவனிக்கத்தக்கது.

இந்துநேசன் (26-2-27)

'ஜகன்மோகினி'

'ஜகன்மோகினி' என்னும் மனோஹரப்பெயர்கொண்ட ஒரு மாதாந்தப் பத்திரிகையின் 4ம் மலரின் முதல் மூன்று சஞ்சிகைகள் வரப்பெற்றோம். இதில் கொஞ்ச பாகத்தில் ஹாஸ்யத்துணுக்குகள், இதரப் பொது விஷயங்கள் ஆகிய இவைகளும், பெரும் பாகத்தில் நாவல் எனுங் கற்பனைக் கதையும் வெளி வருகின்றன. விஷயங்களின் போக்கைக் கவனிப்போமானால், இதற்கு 'ஜகன்மோகினி' என்னும் பெயர் ஏற்றதே என்று கூறவேண்டும். 'வைதேகி' என்ற இன்சுவை ததும்பும் இனிய நாவலை எழுதிய ஸ்ரீமதி வை. மு. கோதை நாயகி அம்மாள் தற்போது 'பத்மசுந்தரன்' என்னும் நாவலை எழுதி வருகிறார்கள். தமிழ்நாட்டு மக்கள் மேனாட்டு ஆசாரத்தைத் தழுவுவதால் உண்டாகும் கேடுகள் அதனில் மிகவும் ரசமாக எழுதப்பட்டிருப்பதாகத் தெரிகிறது. நாவலெழுதுவதில் இத்துணை திறமை வாய்ந்த ஸ்ரீமதி அம்மாளுக்கு இன்னும் இதைப்போன்ற நாவலகள் பலவற்றை வெளியிட்டுத் தமிழுலகத்திற்குத் தொண்டுபுரியுமாறு ஈசன் நீண்ட ஆயுளும், ஆர்வமும், ஆற்றலும் அளிப்பா ரென்று அன்பரன்பனை வழுத்துகின்றோம். (ஜகன்மோகினி, ஏப். 1927)

பாலவிநோதினி என்னும் இதழின் மதிப்புரை பகுதியில் வை. மு. கோதைநாயகியின் சண்பகவிஜயம் புதினத்தைப் பற்றிய மதிப்புரை இடம்பெற்றுள்ளது.

சண்பகவிஜயம்

'ஜகன்மோகினி' என்ற மாதாந்தப் பத்திரிகையின் ஆசிரியை ஸ்ரீமதி கோதைநாயகி அம்மாள் அவர்களால் எழுதப் பட்ட சண்பகவிஜயம் என்ற நாவலின் பிரதி ஒன்று வரப் பெற்றோம். இதில் கற்பின் பெருமை, பெண்களின்

கடமை, பெரியாரின் பெருமை, நல்லவர்களின் நடத்தை, உத்தமிகளின் இலக்ஷணம் முதலிய விஷயங்களைப் பற்றி நன்கு எழுதப் பட்டிருக்கின்றது. இடையிடையே பல அழகிய சித்திரப்படங்கள் சேர்க்கப் பட்டிருக்கின்றன. நடை படிப்பதற்கு இனிமையாகவும், தெளிவாகவும் இருக்கின்றது.

தற்காலம் நம் தமிழ்நாட்டில் பெண்கள் முன்வந்து நூல்கள் எழுதுவது மிகவும் போற்றக் கூடியதாகும். ஸ்ரீமதி கோதைநாயகி அம்மையார் இதுவரையில் பல நாவல்களை எழுதி நம் தமிழ்நாட்டிற்கு உதவி யிருப்பதாகத் தெரிகிறது. இப்படிபட்ட பெண்மணிகளுக்கு ஊக்கமும் ஆதரவும் அளிக்க வேண்டுவது நம் தமிழ்நாட்டவரின் இன்றியமையாக் கடமையாகும்.

நிற்க, சண்பகவிஜயம் என்ற நாவலின் கதை போக்கு நன்றாக இருப்பதுடன் இடையிடையே பல நீதிகளும் செய்யுள்களும் மேற் கோள்களும் மிளிர் கின்றன. பொதுவாகக் கூறுமிடத்து இந்நாவல் நம் தமிழ்நாட்டு மாதர்களுக்கு சிறந்த நீதிகளைப் போதிக்கக் கூடியமுறையில் நன்கு எழுதப்பட்டிருக்கின்றது. இச்சிறந்த நாவலைத் தமிழ் நாட்டார் ஆதரிப்பார்களாக. புத்தகம் *310* பக்கங்களுக்கு அதிகமாக இருப்பதோடு நன்கு அச்சிடப்பட்டிருக்கின்றது. இதன் விலை ரூ. *1-12-0*, வேண்டுவோர் 'ஜகன்மோகினி' ஆபீஸ், 26, தேரடித் தெரு, திருவல்லிக்கேணி, சென்னை என்ற விலாஸத்திற் கெழுதவும்.

(பாலவிநோதினி, ஜன. 1928)

என்று ஆசிரியரைப் போற்றுவதோடு பரந்துபட்ட அளவில் வாசகரின் ஆதரவையும் கோருகின்றது. அத்துடன் ஜகன்மோகினி இதழைப் பற்றி வெளியிட்டுள்ள மதிப்புரையிலும் இதே தொனியில் பாராட்டுதலும் ஆதரவு கோரலும் இடம்பெற்றுள்ளன.

'ஜகன்மோகினி'

சென்னை திருவல்லிக்கேணியிலிருந்து மாதந்தோறும் வெளிவரும் 'ஜகன்மோகினி' பத்திரிகையின் ஐந்தாவதாண்டு முதல் இதழ் வரப்பெற்றோம். பத்திரிகை கண்களைக்கவரும் வனப்பை உடையதாக இருக்கின்றது. பத்திரிகையின் ஆசிரியை வை. மு. கோதைநாயகி அம்மாள் அவர்கள். பத்திரிகையில் கடவுள் வணக்கம், அனுபவநீதிசாரம், ஹாஸ்யம் முதலிய விஷயங்கள் எழுதப் பட்டிருப்பதுடன் ராதாமணி என்ற நாவலும் எழுதப்பட்டு வருகின்றது. தமிழ் நாட்டார் இச்சஞ்சிகையை ஆதரிப்பார்களாக. இதன் வருட சந்தா ரூ *1-8-0*. வெளிநாட்டுக்கு ரூ *1-12-0*. வேண்டுவோர் 'ஜகன்மோகினி' ஆபீஸ், திருவல்லிக்கேணி, மதறாஸ் என்ற விலாசத்திற் கெழுதிப்பெற்றுக் கொள்ளவும். *(பாலவிநோதினி, ஜன. 1928)*

வை.மு.கோவின் புதினங்கள் பாராட்டப்படுவதற்கு அடிப்படை யாக அமைவது அவரது கதைகள் பொதுவாகப் பெண்களுக்குப் பல நீதிகளை அறிவுறுத்துவதும் மேற்கத்திய நாகரிகத்தின் கேடுகளைச் சித்திரிப்பதுமே என்பது தெளிவு. இதுவே மதிப்புரைகளின் பொதுவான விதியாக இருப்பதை அவதானிக்க முடிகின்றது.

செய்யூர் சாரநாயகி அம்மாள்

தமிழ்ப்பெருமாட்டி என்ற இதழில் வெளிவந்த மதிப்புரை பகுதியில் செய்யூர் சாரநாயகி அம்மாள் எழுதிய ஒரு புதினம் மதிப்பிடப்பட்டுள்ளது.

ஞானக்கொழுந்து

ஸ்ரீமதி செய்யூர் எஸ். சாரநாயகி அம்மாள் எழுதியது. பிரசுரகர்த்தர்கள்: மெஸ்ஸர்ஸ் எம். எஸ். ராமுலு கம்பெனி, 286, எஸ்பிளனேட், மதராஸ். விலை அணா 12. சி

ராமுலு தசாவதார நாவல் தொகுதியில் இரண்டாவது மலராக ஸ்ரீமதி சாரநாயகி அம்மாள் எழுதியிருக்கும் இந்த நாவலானது படிப்பவர்களுக்குச் சில முக்கிய விஷயங்களைப் போதிப்பதாக இருக்கிறது. இது வெளிப்பகட்டில் மயங்கும் காலமாக இருக்கிறது. மிகவும் நாகரீகமாக உடுத்திக்கொண்டு உலகை ஏய்க்கிறவர்களில் சிலர் கொலை, களவு முதலிய குற்றங்களைக் கூசாமற் செய்கிறவர்களாக இருக்கிறார்களென்பதை நாம் கண்கூடாகக் காண்கிறோம். ... அத்தகைய வேஷதாரி ஒருவரைப்பற்றிய கதையை ஸ்ரீமதி சாரநாயகி அம்மாள் அழகிய நடையில் எழுதியிருக்கிறார். ...ஆண், பெண், சிறுவர், சிறுமியர் ஆகிய எல்லோரும் நிராக்ஷேபமாகப் படிக்கும்படி அறிவையும் புத்தியையும் வளர்க்கக்கூடிய வழியில் நாவல்களை எழுதுவதில் தாங்கள் புருஷர்களுக்கு எவ்விதத்திலும் சளைத்தவர்கள் இல்லையென்பதை நமது சகோதரிகள் காட்டிகொள்ள முன்வருவது ஒரு சுப சூசகமென்றே நாம் கருதுகிறோம். நாவல் ஆசிரியைகள் உலகில் ஸ்ரீமதி சாரநாயகி அம்மாள் முக்கிய ஸ்தானத்தைச் சீக்கிரம் அடைவரென்பதிலும் சந்தேகமில்லை.

- சுதேசமித்திரன் 31-8-35 (தமிழ்ப்பெருமாட்டி, செப். 1935)

இது சுதேசமித்திரன் இதழிலிருந்து எடுத்தாளப்பட்டுள்ளது. இதிலும் நாகரிகத்தைப் பின்பற்றுவோர் சாடப்பட்டிருப்பதைக் காணலாம். சாரநாயகி அம்மாளைப் பாராட்டுவதனூடாக இதேரீதியிலான புதினங்களை எழுதும் பெண்களுக்கு வரவேற்பும் ஊக்கமும் ஊட்டுகின்றது.

குகப்ரியை

1920கள் தொடங்கி தமிழ் இதழ்களில் பரவலாக எழுதிய குறிப்பிடத்தக்க எழுத்தாளர் குகப்ரியை. சிறுகதை, புதினம், கட்டுரை, மொழிபெயர்ப்பு எனப் பல தளங்களிலும் இயங்கி இதழாசிரியராகவும் இருந்தவர். பாரததேவி என்ற இதழ் குகப்ரியை எழுதிய சந்திரிகா என்ற புதினத்தைப் பற்றி எழுதிய மதிப்புரை லட்சுமி கடாட்சம் என்ற சிறுகதைத் தொகுதியில் இடம்பெற்றுள்ளது. இந்த மதிப்புரை சந்திரிகாவைப் பாராட்டும் விதமாக அமைந்துள்ளது.

'சந்திரிகா' மாதிரி வேறு புஸ்தகம் இங்கிலீஷில் 'விகார் ஆப் வேக்பீல்ட்', தமிழில் 'கமலாம்பாள்'. சந்திரிகாவின் பாணி இந்த இரண்டு புஸ்தகங்

> களையும் போலவே. கதைப்போக்கும், நடையும் பிரத்தியேகமானவை. (லட்சுமி கடாட்சம், 1943: 114)

ஹனுமான் இதழும் இதே புதினத்தினைக் குறித்து,

> சந்திரிகாவில் கற்பனை அழகும் நடை அழகும், பாஷை அழகும் எந்த மேனாட்டு இலக்கியத்திற்கும் கொஞ்சமும் தாழ்ந்ததல்ல. நவரஸங்களையும் 'குகப்பிரியை' தமது சந்திரிகாவில் கொட்டி நம்மைக் குதூகலிக்க வைத்திருக்கிறார். இதுபோன்ற நூல்கள் கலாசாலை மாணவர்களிடமும் தவழ வேண்டுமென்பதே நமது பேராசை. அற்புதமான கதைப்போக்கு, எளிய இனிய நடை, சுத்தமான தமிழ் ஆகியவற்றைக் கொண்டுள்ள 'சந்திரிகா' பண்டிதர் முதல் பாமரர் வரையிலும் படித்துப் பரவசமடைய வேண்டிய ஓர் இலக்கியம். (லட்சுமி கடாட்சம், 1943: 114)

என்று பாராட்டுகின்றது. இத்தனைக்கும் இது குகப்ரியையின் முதல் புதினம் என்பது குறிப்பிடத்தக்க ஒன்றாகும்.

இச்சந்திரிகாவிற்கு முன்னுரை எழுதிய கல்கி,

> எனக்குத் தெரிந்தவரையில் 'சந்திரிகா'வில் 2 பெரிய சிறப்புகள் இருக்கின்றன. ஒன்று, கதை வாழ்க்கையுடன் ஒட்டியது; ஆகவே உண்மைத் தத்துவம் பொருந்தியது. இயற்கைக்கு விரோதமோ, அசம்பாவிதமோ கொஞ்சங்கூடக் கிடையாது. இரண்டு, 'குகப்ரியை'யின் தமிழ் நடை உயிருள்ள நடை. வாசகர்களுக்குச் சிறிதேனும் சிரமம் கொடுக்காமல் தங்குதடையின்றி இனிய நீரோட்டம்போல் செல்லும் நடை. இந்த இரண்டு விசேஷாம்சங்களினாலும் இந்த நாவல் தமிழ் இலக்கியத்தில் ஒரு சிறப்பான ஸ்தானத்துக்கு உரியதாகிறது. (தேவகி முதலிய கதைகள், 1935: 184)

என்று நடை, கதைக்களம் ஆகிய இரண்டின் அடிப்படையிலும் மதிப்பீடு செய்கின்றார். இப்புதினம் ஆனந்தவிகடன் புதினப் போட்டியில் பரிசுபெற்று அவ்விதழில் தொடராக வந்த புதினமாகும்.

இவரது சிறுகதைகள் நூல்களாகத் தொகுக்கப்பெற்று வெளிவந்த பொழுது அவற்றுக்கு கல்கி, கா. சி. வேங்கடரமணி, நாமக்கல் கவிஞர் ஆகியோர் முன்னுரை எழுதியுள்ளனர். அவர்கள் குகப்ரியையின் எழுத்தின் தன்மையைத் தத்தம் முன்னுரையில் மதிப்பிடுகின்றனர்.

இவரது தேவகி முதலிய கதைகள் என்ற சிறுகதைத் தொகுப்பின் முன்னுரையில் கா. சி. வேங்கடரமணி அவர்கள்,

> இன்று தமிழ்நாட்டில், இலக்கியத் துறையில் இரண்டு பெருங்குறைகள் - 1. உணர்ச்சிக் குறைவு, 2. மேல்நாட்டு இலக்கியப் போக்கில் மோகம்.
>
> மேற்சொன்ன இரண்டு குறைகளும் நாளுக்குநாள் மறைந்து வருகின்றன, மறைந்துவரும் என்று நம்புகிறேன்.

இதற்கு சாக்ஷி குகப்ரியை. உண்மையாக இலக்கியத் துறையில் நெடுநாள் தொண்டு பூண்டு புகழ் சூடியவர். இவர் இலக்கியத்தில் சில உத்தம லக்ஷணங்கள் தலை சிறந்து விளங்குகின்றன. விநய ஸம்பத்து குடிகொண்டிருக்கிறது. தாம் எழுதும் கதைகளில் ஆசிரியை படாடோபத்தோடு எட்டிக் கால் வைத்துச் சறுக்கி விழுகிற சர்க்கஸ் வித்தை ஒன்றும் காட்டவில்லை. வஞ்சமற்ற கண்களுடன் சமூக வாழ்வைக் கூர்ந்து நோக்கி அனுபவிப்பதற்கு அநுசரணையாக உணர்ச்சி ததும்பக் கதை சொல்லுகிறார்... குகப்ரியையும் தாம் கண்ட காட்சிகளைச் சுவை மிகுந்த கதையாக்குகிறார். அழகிய நடை. குழந்தைக்கும் விளங்கும். வீடுகளில் தினந்தோறும் நடைபெறும் சம்பாஷணைகளைத் தழுவி, கதையின் சம்பாஷணைகளும் அமைந்திருக்கின்றன. தமிழ்ப் பெண்களின் மனோபாவங்களைக் கலக்கமின்றித் தெரிந்திருப்பவர் இந்த ஆசிரியை (தேவகி முதலிய கதைகள், 1945)

என்று முழுக்க முழுக்க ஆசிரியரின் எழுத்துச் சிறப்பைப் பாராட்டுகின்றார்.

குகப்ரியையின் ஜீவகலை என்ற நூலின் முகவுரையில் சென்னை ப்ரெஸிடென்ஸி கலாசாலை ஆசிரியர் ரா. ஸ்ரீ. தேசிகன், எம். ஏ. அவர்கள்,

'குகப்பிரியை' சிறு கதையின் நுட்பத்தை நன்கறிந்தவர். தாம் எடுத்துக் கொண்ட கருத்திற்குச் சொற் சிக்கனத்தோடு தக்க உரு அளித்திருக்கிறார். 'ஜீவகலை'யைப் படிக்கும்பொழுது நம் சிந்தை பாழடைந்த ஹம்பியின் தொல் நகரத்திற்கு விரைந்து செல்லுகிறது. கால வெள்ளத்தினால் ஓர் அழகிய கனவு போலச் சிதைந்து கிடக்கிற சோகக் காட்சி நம் அகக்கண் முன் உலாவுகின்றது. வீரக் கழல் அணிந்த இரு பாதங்கள் தான் அந்த அத்துவானப் பொட்டலில் கிடந்தன. இச் சின்னங்கள் குகப்ரியையின் கற்பனையைத் தூண்டின. 'ஜீவகலை' என்ற கதை நம்முன் விரிந்துவிட்டது.

ஆழ்வார்களின் சொல் நயத்திலும் பொருள் நயத்திலும் திளைத்த குகப்பிரியை யின் கற்பனைத் தறியிலிருந்து இன்னும் அநேக கதைகள் வெளிவரும் என்று மிக ஆவலுடன் எதிர்பார்க்கிறோம். (ஜீவகலை, 1945)

எனப் பாராட்டிக் கூறுகின்றார்.

மங்கை இதழின் புதிய புத்தகங்கள் பகுதியில் குகப்ரியை ஆசிரியராக இருந்த மற்றொரு இதழான புதுமைப்பெண் இதழின் அறிமுகம் இடம்பெற்றுள்ளது.

புதுமைப் பெண்: மாதப் பத்திரிகை. ஆசிரியை: 'குகப்ரியை' விலை அணா எட்டு.

சமீபத்தில் வெளி வந்துள்ள பத்திரிகைகளிலே 'புதுமைப்பெண்' குறிப்பிடத் தக்கதாகும். 'குகப்ரியை' இந்தப் பத்திரிகையின் ஆசிரியையாக இருக்கிறார். முதல் இதழிலேயே வெற்றிப்படியேறும் வகையில் வெளி வந்துள்ளது.

டாக்டர் முத்துலக்ஷ்மி போன்ற பிரபல பெண்மணிகள் கட்டுரை, கதைகள் எழுதி யுள்ளனர். அழகான அட்டைப் படத்துடன் நல்ல முறையில் வெளியாகி யிருக்கும் இப் பத்திரிகையின் விலை அணா எட்டு. அதிகமில்லை. பொதுவாக அனைவரும், குறிப்பாகப் பெண்கள் யாவரும் தெரிந்து கொள்ள வேண்டிய விஷயங்களைத் தாங்கியுள்ள இப் பத்திரிகையை வரவேற்கிறோம். (மங்கை, நவ. 1947)

என வேறொருவரால்/ பழைய ஆசிரியாரால் நடத்தப்பெறும் இதழைப் பாராட்டி ஊக்குவித்து வரவேற்கின்றது மங்கை. மங்கை இதழின் ஆசிரியர் பொறுப்பு குகப்ரியையை அடுத்து எஸ். விசாலாட்சி என்பவருக்குக் கொடுக்கப்பட்டபின் இடம்பெறும் மதிப்புரை இது என்பது குறிப்பிடத்தக்கது.

வி. ராதாமணி அம்மாள்

கிரஹலக்ஷ்மி இதழில் ஸ்ரீமதி. வி. ராதாமணி அம்மாள் என்பவர் எழுதிய நாடகம் ஒன்றின் மதிப்புரை இடம்பெற்றுள்ளது.

மதிப்புரை

ப்ரஸந்நகுமாரி

ப்ரஸந்நகுமாரி என்ற பெயருள்ள ஒரு இனிய செந்தமிழ் நாடகத்தை ஸ்ரீமதி. வி. ராதாமணி அம்மாள் பிரசுரித்திருக்கிறார்கள். இது பழங்கால சமூக சம்பந்தமானது. இந்நூலை வாசிக்குந்தோறும் மனதுக்கு இன்பமாயிருக்கிறது. கதைப்போக்கு வெகு அழகாக அமைந்திருக்கிறது. 'சத்தியமே ஜெயம்' , 'கடவுளை நம்பினோர் கைவிடப்படார்', வஞ்சகர்கள் சூழ்ச்சிகள் பயன்படா என்னும் உண்மைகளை இந்த நாடகத்தின் மூலம் ஸ்ரீமதி ராதா நன்கு எடுத்துக்காட்டி யிருக்கிறார்கள். டாக்டர் வே. சாமிநாதய்யர் கூறுவது போல், இங்ஙனம் 'இதனை எழுதியவருடைய பரந்த பாஷா ஞானத்தையும், கற்பனை சக்தியையும், பெண்கல்வி வரவர இந்நாட்டில் விருத்தியடைந்துள்ள தென்பதையும் தெரிவிக்கின்றன.' இந்நூலை ஸ்திரீ புருஷர் யாவரும் ஆதரிப்பது மன்னியில் இவ்வாசிரியை வெளியிட உத்தேசித்திருக்கும் 'அபிஷேகவல்லி', 'திருக்குறள் அறத்துபால் நிதர்சன வெண்பா' வென்னும் நூல்கள் வெளிவரும்படி ஊக்கமளிப்பார்களாக. 'ப்ரஸந்நகுமாரி' ஒரு பிரதி விலை அணா 12. கிடைக்குமிடம், ஸ்ரீராம நிலையம், 28, நடுத் தெரு, மைலாப்பூர், மதறாஸ். (கிரஹலக்ஷ்மி, மே 1937)

ஆசிரியரின் திறமையையும் அவரைப் புகழ்ந்த அறிஞரின் கூற்றையும் மேற்கோள் காட்டியுள்ளது வழமையே. அத்துடன் அடுத்து வெளிவரவுள்ள நூல்களைப் பெயர் குறிப்பிட்டு ஆதரவு கோரியிருப்பது இதுபோல் வேறெங்கும் காணப்பெறவில்லை.

எஸ். ஆர். ஜயலக்ஷ்மி

கிரஹலக்ஷ்மி இதழில் ஸ்ரீமதி எஸ்.ஆர். ஜயலக்ஷ்மி என்பவரது சிறுகதைத் தொகுப்பின் விளம்பரம் பாராட்டுரையுடன் கூடிய அறிமுகமாக அமைக்கப்பட்டுள்ளது. அத்துடன் இச்சிறுகதைத் தொகுப்பில் இடம் பெற்றுள்ள சிறப்புரையில் ஆசிரியர் குறித்து அறிஞர்கள் கூறியுள்ளவையும் சேர்த்து எடுத்தாளப்பட்டுள்ளன. இதன் மூலம் ஜயலக்ஷ்மியைப் பற்றிய பலரது மதிப்பீடும் ஒரே இடத்தில் கிடைக்கின்றது.

நவமணிமாலை (இனிய கதைக் கொத்து)

ஸ்திரீகளுக்கு அழகை அதிகரிக்க ஆபரணங்கள் அவசியம்; அதற்காக காசிமாலை, மாங்கா மாலை, முத்துமாலை முதலியவற்றை அவர்கள் அணிகிறார்கள். அதேபோல் ஸ்திரீகளின் அறிவுக்கு ஆக்கம் தேடிக் கொடுக்கக் கூடியது ஸ்ரீமதி எஸ். ஆர். ஜயலக்ஷ்மி அவர்களால் எழுதப்பட்ட 'நவமணி மாலை' என்ற ஒன்பது கதைகளடங்கிய இனிய கதைக்கொத்தாகும். ஸ்ரீமதி ஜயலக்ஷ்மி பல தினசரிகளிலும், மாதாந்த, வாரப் பத்திரிகைகளிலும் அருமையான கதைகள் எழுதிவந்திருக்கும் உயரிய ஆசிரியை யாவார். இக்கதைகள் வாசிப்போருக்கு ஆனந்தமாயிருப்பதன்றி சமூக சீர்திருத்தத்தின் போக்கையும் உணரச் செய்பவையாகும். இந்நூலுக்கு சர். பி. எஸ். சிவசாமி அய்யர் அவர்களும், திரு. சத்தியமூர்த்தி எம். எல். ஏ. அவர்களும் அரிய சிறப்புரைகள் எழுதியிருப்பதே இதன் உயர்வைக் காட்டுகிறது. புஸ்தகம் உயர்ந்த காகிதத்தில் அழகாக அச்சிடப்பட்டிருக்கிறது. ஆசிரியையின் உருவப் படத்துடன் சுமார் 280 பக்கங்கள் கொண்ட இப்புஸ்தகத்தைக் கட்டாயம் சகல ஆண், பெண்களும் வாங்கி வாசிக்க வேண்டி விலை குறைவாகவே வைக்கப்பட்டிருக்கிறது.

திரு. சத்தியமூர்த்தி: கௌரவமிக்க என் நண்பரின் சாதுர்யமும், புத்திவன்மையுள்ள குமாரி சௌ. எஸ். ஆர். ஜயலக்ஷ்மியின் இந்தக் கதைகொத்துக்கு சிறப்புரை அளிப்பது எனக்கு மிகுந்த சந்தோஷத்தைக் கொடுக்கின்றது. ... தமிழர்கள், தமிழ் மாதர்கள், பாலர்கள் எங்கெங்கு இருக்கிறார்களோ அங்கெல்லாம் இக்கதைகள் வாசிக்கப்பட வேண்டுமென்று நான் மனப்பூர்வமாய் விரும்புகிறேன்.

சர். பி. எஸ். சிவஸ்வாமி அய்யர்: நான் இதில் பல கதைகளையும் படித்தேன். எளிய இனிய நடையில் கதைகள் வெகு நன்றாக எழுதப்பட்டிருக்கின்றன. கதைகள் வாசிக்க இன்பமாக இருக்கின்றன. அவைகள் ஓரோர் நீதியை அடிப்படையாகக் கொண்டு எழுதப்பட்டிருக்கின்றன. (கிரஹலக்ஷ்மி, பிப். 1939)

பாரதமணி இதழில் புத்தக விமர்சனம் பகுதியில் இதே நவமணி மாலை தொகுப்பின் பதிப்பு விவரங்கள் அறிமுக அளவில் கொடுக்கப்பட்டுள்ளன.

புத்தக விமர்சனம்

நவமணி மாலை: ஸ்ரீமதி எஸ். ஆர். ஜயலக்ஷ்மி (மிஸஸ் கே. ஸ்ரீநிவாசன்)

லோத்ரா பிரஸ், ராயப்பேட்டை, மதறாஸ், விலை அணா 12சி. (பாரதமணி, மார்ச் 1939)

குமுதினி

வங்காள எழுத்தாளர் இரவீந்திரநாத் தாகூரின் குமுதினி என்ற புதினத்தை மொழிபெயர்த்ததன் மூலம் தமிழிலக்கிய உலகில் பரவலாக அறியப் பட்டவர் எழுத்தாளர் குமுதினி அவர்கள். அப்புதினத்தை மொழி பெயர்த்ததால் 'குமுதினி' என்ற புனைபெயரைப் பெற்ற இவரது இயற் பெயர் ரங்கநாயகி. குகப்ரியையைப் போலவே சிறுகதை, புதினம், கட்டுரை, மொழிபெயர்ப்பு என இலக்கியம் சார்ந்த பல தளங்களிலும் இயங்கியவர்.

குமுதினி எழுதிய 'திவான் மகள்' புதினத்தின் இரண்டாம் பதிப்பின் விளம்பரம் அவர் எழுதிய மக்கள் மலர்ச்சி நூலின் பின்னட்டையில் வெளிவந்துள்ளது. அவரது எழுத்தைப் பற்றியும் அப்புதினத்தைப் பற்றியும் ஈழகேசரி அளித்துள்ள மதிப்பீடு அதில் இடம்பெற்றுள்ளது.

> ஆண்களுடைய நிர்ணயமற்ற, சஞ்சல மனச்சுபாவத்தை ஆசிரியை நன்கு ஆராய்ந்து எழுதியிருக்கிறார். பெண்களும் மனிதர்களே; அவர்களுக்கு உயிர் இருக்கிறது. ஆத்மா - பகுத்தறிவுடைய, இரக்கமுள்ள, இன்ப துன்பங்களை அநுபவிக்கக் கூடிய இயல்பு பெற்ற மெல்லிய ஆத்மா - அவர்களிடம் இருக்கிறது. காதல் - உண்மையான அன்பு - அவர்களிடம் பெருகி நிற்கிறது. தெளிவான வசன நடை. அலுப்பு ஏற்படாமல் கதை ருசிகரமாக இயங்குகிறது. *(திவான் மகள், 1942: 132)*

இந்தப் புதினம் கலப்பு மணத்தைப் பற்றியது. கலப்பு மணம் புரிந்த ஒரு தம்பதியின் வாழ்க்கையே இப்புதினத்தின் உருவாகக் காரணமாக இருந்ததாக குமுதினி குறிப்பிட்டுள்ளார். கலப்பு மணத்தினால் பெரிய கேடொன்றும் இல்லை என்ற தொனியைக் கொண்டது இது.

குமுதினியின் மக்கள் மலர்ச்சியைப் பற்றிய விமர்சனம் காவேரி இதழில் வெளிவந்துள்ளது. இந்த விமர்சனமும் நூலைப் பாராட்டும் பணியைச் செவ்வனச் செய்கின்றது.

> **புத்தக விமர்சனம்**
>
> *மக்கள் மலர்ச்சி - குமுதினி எழுதியது - விலை ரூ 1-0-0. கலைமகள் காரியாலயப் பிரசுரம்.*
>
> *படிக்கத் தெரிந்த பெண்கள் ஒவ்வொருவரும் படித்துப் பார்க்கவேண்டிய புத்தகம் 'மக்கள் மலர்ச்சி'. குழந்தையை வளர்க்கவேண்டிய முறையும் தாயின் கடமையும் அவள் தனி உரிமையும் விசதமாக விளக்கப்பட்டுள்ளன. உபதேச முறையில் அமையாமல் கதை சொல்லும் முறையில் இனிய நடையில் நகைச்சுவை கலந்து எழுதப்பட்டிருப்பதால் பல தவறான பழக்கங்களையும்,*

அரைப் படிப்பு அனர்த்தங்களையும் ஒழிப்பதற்கு இப்புத்தகம் பெரிதும் பயன்படலாம். (காவேரி, நவ. 1944)

ஜெயலக்ஷ்மி ஆர். ஸ்ரீநிவாசன்

கதை, கட்டுரை, மொழிபெயர்ப்பு எனப் பல எழுத்துத் தளங்களிலும் செயல்பட்டவர் ஜெயலக்ஷ்மி ஆர். ஸ்ரீநிவாஸன் அவர்கள். குறிப்பாக கன்னட மொழியிலிருந்து பல சிறுகதைகளையும் புதினங்களையும் மொழிபெயர்த்துள்ளார். அத்துடன் தமிழிலிருந்தும் கன்னட மொழிக்கு மொழிபெயர்த்துள்ளார்.

சக்தி இதழ் லட்சுமி கடாட்சம் தொகுப்பிலுள்ள கதைகளைப் பற்றிக் கூறுவது அந்நூலில் எடுத்தாளப்பட்டுள்ளது. சாதாரண நித்திய வாழ்க்கைச் சம்பவங்களுக்குள்ளே பல உணர்ச்சிக் குழைவுகளைச் சித்தரித்துத் தருகிறார் ஆசிரியை (லட்சுமி கடாட்சம், 1943: 113) என ஜெயலக்ஷ்மி மீதான பாராட்டு இடம்பெற்றுள்ளது.

இவரது லட்சுமி கடாட்சம் சிறுகதைத் தொகுப்புக்கு முன்னுரை எழுதிய கி. வா. ஜகந்நாதன்,

> தமிழில் இது சிறுகதைக் காலம். ஆங்கிலக் கதைகளையும் வங்காளி, ஹிந்திக் கதைகளையும் படித்துத் திருப்தியடைந்த தமிழர்கள் இப்போது முதல்தரமான தமிழ்க் கதைகளைப் படித்து இன்புறுகிறார்கள். 'நம்முடைய தாய்மொழியிலுள்ள கதைகள் இரண்டாந்தரமாக இருந்தாலும் குற்றமில்லை; நம்முடைய சிருஷ்டி நம்முடைய சொத்து' என்ற கருத்தும் இப்போது நிலைத்துவிட்டது. பத்திரிகைகாரர்கள் பண்டிதர்கள், இளைஞர்கள் முதியவர்கள், ஆங்கிலம் படித்தவர்கள் தமிழ் படித்தவர்கள், ஆண்கள் பெண்கள் - எல்லோரும் சிறுகதைகளை எழுதி வருகிறார்கள். அவற்றை வாசிக்கவும் தமிழர்கள் சித்தமாய் இருக்கிறார்கள்.
>
> ஸ்ரீமதி ஜெயலக்ஷ்மி ஸ்ரீநிவாஸன் சில வருஷங்களாகச் சிறுகதை எழுதும் முயற்சியை மேற்கொண்டிருக்கிறார்... அநேகமாக எல்லாக் கதைகளிலும் ஒரு பெண்மணி முக்கியமான ஸ்தானத்தை வகிக்கிறாள். லக்ஷ்ய தம்பதிகளை ஒரு கதையில் மட்டுமல்ல, பல கதைகளிலே காண்கிறோம். இளமையிலே மிகவும் கஷ்டப்பட்டுப் பிறகு முன்னுக்கு வந்து புகழ்பெறும் இளைஞர்களையும் அவர்களுக்காகக் காத்திருந்து தெய்வ சகாயத்தால் அவர்களைச் சேரும் காதலிமாரையும் இக்கதைகளிலே காண்கிறோம். சுபமான முடிவையே ஒவ்வொரு கதையும் கொண்டிருக்கிறது.
>
> நம்முடைய காவியங்களில் லக்ஷ்ய வாழ்க்கையையும் லக்ஷ்ய நாயகர்களையும் சுகமான முடிவையும் காணலாம். இந்த மரபு நம் நாட்டின் வாழ்க்கையோடு, வீட்டோடு, மண்ணோடு பிறந்து வளர்ந்தது. இதில் ஊறிய மனப்பாங்கை யுடைய இவ்வாசிரியை நவீன நாகரிகத்தை வெறுப்பதும், ஏழை எளியவர் களைக் காப்பாற்றும் தொண்டையே தெய்வத் தொண்டாக

மதிப்பதும், கணவனைப் போற்றும் உத்தமிகளை விரும்புவதும் அதிசய மல்ல. பொதுவாக இக்கதைகள் மென்மையான பெண்ணுள்ளத்திலிருந்து பிறந்தவையாதலின் திடுக்கிடும் சம்பவங்களையோ, மயிர் சிலிர்க்கும் வீர நிகழ்ச்சிகளையோ, கண்ணீர் விடும் துக்கக் காட்சிகளையோ சித்திரிக்க வில்லை. வாழ்க்கையின் சுகந்தத்தை விரும்பும் மகளிரும் ஆடவரும் இந்தக் கதைகளில் நிச்சயமாக இன்பத்தைக் காண்பார்கள் *(லட்சுமி கடாட்சம், 1943)*

என்று பண்டைய இலக்கியங்களின் வரலாற்றுக் கண்ணியிலும் இலக்கிய மரபின் பின்னணியிலும் வைத்து 'பெண்' எழுத்து என்ற நோக்கத்தில் ஜெயலக்ஷ்மியின் கதைகளை மதிப்பீடு செய்கிறார். அத்துடன் தமிழ்ப் புனைகதையின் அன்றைய போக்கின் மீதான தனது கருத்தின் பின்னணி யில் இந்த ஆசிரியரின் எழுத்தை மதிப்பிடுவது கூர்ந்துநோக்கத்தக்கது.

'லட்சுமி கடாட்சம்' புத்தகத்தில் வந்துள்ள ஸ்ரீமதி ஜெய லட்சுமி அவர்களின் கதைகள் ரசங்களை தெளிவாக எடுத்துச் சொல்லுகின்றன. சாந்தம் இனிமை, முதலிய ஒவ்வொன்றும் அந்த அந்த உணர்ச்சிகளை அப்படியே தரக் காண்கிறோம். சாமான்ய சம்பவங்களையும் மிக அழகாக விவரிக்கிறார். படிக்கும் போது சலிப்பே ஏற்படுவதில்லை. கதை அமைப்பும் ரொம்ப நன்றாக அமைந்திருக்கிறது.

ஆசிரியை தந்துள்ள ஒவ்வொரு கதையும் நாம் தினசரி காணுகிற - அனுபவிக் கிற நிகழ்ச்சிகளை அடிப்படையாக வைத்தே நிர்மாணிக்கப்பட்டவைதான். கோமளமான பெண் உள்ளத்தின் போக்கை இக்கதைகளில் காணலாம்.

சமீப காலத்தில் கதை எழுதும் பெண்மணிகள் தொகை அதிகரித்துக்கொண்டே வருகிறது. நவ நவக் கதைகள் எழுதும் பெண் எழுத்தாளர்களிடையே மிக முக்கிய ஸ்தானம் ஸ்ரீமதி ஜெயலட்சுமிக்கு உண்டு. திறம்பட எழுத்துச் சக்தி உள்ள இவர் வாழ்வின் பல துறைகளையும் வருணித்து, இன்னும் பல அரிய நூல்களை தமிழ் உலகுக்கு அளிக்க வேண்டும். அந்த முயற்சிக்கு ரசிகர் உலகம் ஆதரவு அளிக்கும் என்று நம்புகிறோம். புதுப்புது பெண்மணிகளைத் தேடி ஆதரவு தரும் அல்லயன்ஸ் கம்பெனியாரின் முயற்சியை பாராட்ட வேண்டும். *(வசந்தம், ஆக. 1943)*

என வசந்தம் இதழ் புத்தக ஆராய்ச்சி பகுதியில் லட்சுமி கடாட்சம் தொகுதியையும் ஆசிரியரையும் இவ்வாறு மதிப்பிடுகின்றார் ஆர். டி. என்பவர். புனைகதை எழுதும் பெண்கள் பெருகிய ஒரு சூழலில் ஜெயலக்ஷ்மியின் இடம் எது என்ற மதிப்பீடு இதில் மையமாகின்றது.

ஜெயலக்ஷ்மியின் புஷ்ப ஹாரம் என்ற புதினத்தின் முன்னுரையில் சுதேசமித்திரன் ஆசிரியர் ஸ்ரீ ஸி. ஆர். ஸ்ரீநிவாஸன், பி. ஏ., அவர்கள்,

கதை எழுத எல்லோருக்கும் ஆசையுண்டு. வசதியும் உறுதியும் இருந்தால் நல்ல கதையும் ஒன்று எழுதலாம் - சொந்தக் கதை! சிறிதாகவும் பெரிதா கவும், கதைகளை ஒன்றன்பின் ஒன்றாக எழுதுவதென்றால் அசாதாரண யோக்கியதைகள் தேவை. நல்ல நடை, நவரஸம் பொருந்திய எழுத்து,

அநுபவம் தோய்ந்த கருத்து, வசீகரம் வாய்ந்த கற்பனை - இவை அனைத்தும் கூடவோ குறையவோ இருந்தால்தான் படிப்பவர் பிரியப்பட்டுப் புத்தகத்தைக் கையில் எடுப்பர்.

ஸ்ரீமதி ஜயலக்ஷ்மி, நண்பர் திவான் ராமநாதனின் புதல்வி. பிறந்த இடமும் பெரிது; புகுந்த இடமும் பெரிது; வாழ்வின் ஏற்றத் தாழ்வுகளை அநுபவ பூர்வமாக அறியக் காரணம் இல்லை. இருந்தாலும் அநாயாசமாக உலகத்தை அளந்து கட்டியிருப்பது ஆச்சரியமா யிருக்கிறது. புறக்கண்ணுக்குப் புலப் படுவது அகக் கண்ணுக்கு எட்டுவது எளிதல்ல. ஸ்ரீமதி ஜயலக்ஷ்மி அந்தத் திறமையைப் பெற்றிருக்கிறார். அவருடைய எழுத்துக்குள்ள சோபை அதுதான். 'புஷ்ப ஹாரம்' தொடர்கதையாகச் சென்ற வருஷம் 'மித்திரன்' வாரப் பதிப்பில் வெளியாயிற்று. அதைப் புத்தக வடிவில் அல்லயன்ஸ் கம்பெனியார் வெளியிட முந்திக்கொண்டிருக்கின்றனர். காரணம் இல்லாமல் இருக்குமா? படித்துப் பாருங்கள். (புஷ்பஹாரம், 1944)

என விதந்துரைக்கின்றார். ஆசிரியரின் பின்னணி வசதியாக இருந்தாலும் கதைகளில் வசதியற்றோரைப் பற்றியும் எழுதியுள்ளார் என்பதை இது பதிவுசெய்கின்றது. அத்துடன் கதைச்சிறப்பு கருதியே மித்திரனில் வெளிவந்த தொடர்கதை வேறொரு பதிப்பகத்தால் வெளியிடப் படுவதையும் இது பதிவுசெய்கின்றது.

இந்தப் புஷ்ப ஹாரத்தின் மதிப்புரை வசந்தம் இதழிலும் இடம் பெறுள்ளது.

புத்தக ஆராய்ச்சி

புஷ்ப ஹாரம்: (நாவல்) ஆசிரியர்: ஜெயலட்சுமி ஸ்ரீனிவாசன். பிரசுரம்: அல்லயன்ஸ் கம்பெனி, சென்னை. விலை ரூ. 1-8-0சி

ஸ்ரீமதி ஜெயலட்சுமி ஸ்ரீநிவாசன் அவர்களை இலக்கிய உலகு நன்கு அறியும். அற்புதமான பல கதைகளையும், கட்டுரைகளையும், வாழ்க்கைச் சித்திரங் களையும், நாவல்களையும் தமிழிலும், கன்னடத்திலும் இயற்றி அரிய பணி புரிந்து வருகின்றார். பத்துப் பனிரண்டு வருஷங்களுக்கு முன்பே, குழந்தை களுக்கான அருமையான நூல் ஒன்றும், கிராம முன்னேற்றத்தைப் பற்றிய தெளிந்த ஆராய்ச்சிப் புத்தகமும் எழுதியிருக்கிறார். இப்படி இலக்கியத்தின் பல துறையிலும் பண்பட்ட அவரது கனிந்த இதயத்திலிருந்து 'புஷ்ப ஹாரம்' என்னும் ரசம் மிக்க நாவல் பூத்திருக்கின்றது.

எல்லாவித இனிய உணர்ச்சிகளையும் படம் பிடித்துக் காட்டுகின்றார். அழகிய பதிப்பு. இலக்கிய ரசிகர்களுக்கு இன்பம் தரும் அருமையான நாவல் இது. (வசந்தம், மே 1944)

என்று ஜெயலக்ஷ்மி அவர்களின் இலக்கியப் பணிகளையும், புஷ்ப ஹாரம் புதினத்தையும் சிலாகித்துப் பேசுகின்றது. அத்துடன் கன்னட மொழியிலும் எழுதுபவர் என்று கூடுதல் தகவலாக இடம்பெறுவது புதியது, வேறெங்கும் குறிப்பிடப்படாதது.

ஜகன்மோகினி இதழில் தொடர்ந்து கதை, கட்டுரைகள் எழுதியுள்ள இவர், ஜகன்மோகினிக்கும் தமக்குமான தொடர்பைத் தமது ஒரு சிறுகதையிலும் பதிவுசெய்துள்ளார். இவரது புத்தக நேசி என்கிற சிறுகதை இவ்விதம் தொடங்குகின்றது.

> பகல் இரண்டு மணி இருக்கலாம். அப்பொழுதுதான் தபால்காரன் கொணர்ந்து கொடுத்து விட்டுப்போன 'ஜகன்மோகினி'யைப் பிரித்து சுவாரசியமாகப் படித்துக் கொண்டிருந்தேன். அச்சமயம் 'மாமி இந்தாருங்கள் உங்கள் புத்தகங்கள். அம்மா கொடுத்துவிட்டு வரச் சொன்னாள்.' என்ற இன்சொற்களைச் செவியுற்று திரும்பிப் பார்த்தேன். அச்சிறுமியின் மலர்க்கரத்திலிருந்து புத்தகங்கள் வாங்கி மேஜைமீது வைத்துவிட்டு 'உங்கம்மாவிற்கு இன்னும் ஏதாவது புத்தகங்கள் வேண்டுமா?' என்றேன். (*பூமாவின் புன்னகை*, 1946: 81)

இச்சிறுகதை, புத்தகங்களை வாசிக்கும் பழக்கமுள்ள ஒரு பெண்ணுக்கும் ஓர் எழுத்தாளருக்குமான தொடர்பைப் பற்றியது. தனது சிறுகதையில் தான் கதை, கட்டுரை எழுதுகிற ஓர் இதழின் பெயரைச் சுட்டுவது குறிப்பிடத்தக்கது. சமகாலத்து இலக்கியப் படைப்பாளியுடனான தொடர்பும் நல்லுறவும் அங்கீகாரமும் இதில் வெளிப்படுகின்றன.

அத்துடன், இதே பூமாவின் புன்னகை தொகுப்பிற்கு முன்னுரை எழுதிய சுத்தானந்த பாரதியார்,

> மறுமலர்ச்சி வனத்தில் குயில்களும், மயில்களும், கிளிகளும் பாடி ஆடி கதை பேசிக் கொஞ்சி விளையாடுகின்றன. தமிழ் இன்று புதிய வசந்தச் சோலையாக விளங்குகிறது. பேசுந்தமிழில் அரிய இலக்கியங்கள் தோன்றிப் பரவுகின்றன. முதன்மையாக கதையிலக்கியம். தமிழே கதைக் கடலாக கர்ஜித்துப் பொங்குகிறது.
>
> இந்தக் கதைக் கடலில் இரண்டு சக்திப் படகுகள் முன் செல்கின்றன. தொடர்கதை எழுதுவதில் ஒப்புயர்வற்ற ஸ்ரீமதி வை. மு. கோதைநாயகி அம்மையார்; சிறுகதை எழுதுவதில் திறமைமிக்க ஸ்ரீமதி ஜயலக்ஷ்மி ஆர். ஸ்ரீநிவாசன் அம்மையார். இருவரும் இல்லறத்தில் நிறைமுறையாக வாழ்ந்துகொண்டே, இலக்கியப் பணிசெய்வது மெச்சத்தக்கது. (*பூமாவின் புன்னகை*, 1946)

என இலக்கியத் தளத்தில் ஜகன்மோகினி ஆசிரியரான வை. மு. கோதைநாயகியையும் இவரையும் ஒப்பிடுகின்றார். சமகாலத்தில் இயங்கிய இரு பெண் படைப்பாளிகளுக்கிடையிலான தொடர்பையும் சுமுகமான உறவையும் இதன் மூலம் அறியமுடிகிறது. அத்துடன், குடும்பத்தை விட்டுவிடாதவர்கள் என்ற குறிப்பின் மூலம் பெண்கள் எந்தத் துறைக்கு வந்தாலும் குடும்பப் பொறுப்பை உதறக்கூடாது என்ற மறைமுகமான விதியும் எதிர்பார்ப்பும், அப்படி விடாது செயல்பட்டோர்

முன்னுதாரணமாகக் காட்டப்படும் போக்கும் இம்மதிப்புரையில் பிரதிபலிக்கின்றது.

இவரது மற்றொரு சிறுகதைத் தொகுப்பான பிரேமாவின் பதிப்புரையில்,

> அன்புக் குழந்தை முதல் ஆடும் கிழவர் வரை, கதை யென்றால் காது கொடுப்பது இயற்கையின் நியதி. அதன் பலன்தான் காணுமிட மெல்லாம், கேட்குந் திசை யெல்லாம் கதைகளாகவே இருக்கின்றன. கதை புனைவ தென்பது மாலை கட்டுவது போன்ற ஓர் வித்தை.
>
> பழமையும் புதுமையும் விரவிய பத்துக் கதைகள் இவ் வெளியீட்டில் இருக்கின்றன. அவை சிறுவர்கட்கும் பெண்களுக்கும் பெரிதும் பயன் தருமென்பதில் சந்தேகமில்லை. சீர்திருத்தச் சக்தியும் கற்பனையாற்றலும் பெண்களுக்கே தான் தனியுரிமை யுடையன வென்பதை இக் கதைகள் நிரூபிக்கின்றன. வெற்றிகரமான இக் கதையோவியத்தை தமிழகம் பெரிதும் ஆதரிக்குமென நம்புகின்றோம். (பிரேமா, 1947)

எனத் தொகுப்பை வெளியிட்ட ஓம்கார நூலகம் உரைக்கின்றது.

எஸ். அம்புஜம்மாள்

ஜகன்மோகினி இதழில் தொடர்ந்து கட்டுரைகள் எழுதியவர் ஸ்ரீமதி. எஸ். அம்புஜம்மாள் அவர்கள். இவர் மொழிபெயர்த்த ஸ்ரீ துளஸீ ராமாயணம் என்ற நூல் மிக விரிவாக ஜகன்மோகினி இதழின் முன்னட்டை உள்புறத்தில் அறிமுகம் செய்யப்பட்டுள்ளது.

> 'பாடும் பக்தமணிகள்' என்று ஹிந்து மகாஜனங்கள் போற்றும் பக்தர் கூட்டத்தில் துளஸீதாஸருக்கு ஒரு முக்கிய ஸ்தானம் உண்டு. இந்தப் பக்தமணி ஹிந்தி பாஷையிலேயே மிகச் சிறந்த கவிஞராவர். இவரது பக்திப் பெருக்கே ஸ்ரீதுளஸீராமாயணம்.
>
> துளஸீ ராமாயணம் வட இந்தியா எங்கும் பிரஸித்தி பெற்று விளங்கும் மகா காவியம். இது ஒரு பெரும் பக்திச் சுரங்கம். நமது ஆழ்வாராதியர் பாசுரங் களிலுள்ள பக்தி ரஸத்தை இந்நூலிலும் அனுபவிக்கலாம்.
>
> இத்தகைய பெருமை வாய்ந்த துளஸீ ராமாயணத்தைத் தமிழர்களும் அறிந்து இன்புறும் வண்ணம் சுருக்கமாக மொழிபெயர்த்திருக்கிறார். இந்த மொழி பெயர்ப்பு ஆடம்பரமற்ற எளிய நடையில் அமைந்திருக்கிறது. எனினும், இந்த நடையில் விஷய கௌரவத்திற்கேற்ற காம்பீர்யமுமிருக்கிறது. துளஸீ ராமாயணத்தில் ததும்பிக்கொண்டிருக்கும் பக்தி இன்பத்தை இந்த வசனத்திலும் அனுபவிக்கலாம். இவர் வசனநடை நமது தாய்மொழியின் அழகையும் வளத்தையும் எடுத்துக் காட்டுகிறது.
>
> மகாத்மா காந்தி மேற்கண்ட பாலகாண்ட சுருக்கத்திற்கு முகவுரை எழுதுகை யில் குறிப்பிடுகிறார். '... நிகரற்ற கிரந்தத்தைத் தமிழில் மொழிபெயர்த்திருக் கிறார். தமிழ் மக்கள் அதை அன்புடன் படிப்பார்களென்று நம்புகிறேன்.'

நீங்கள் படித்தாயிற்றா?

இன்னும் படிக்காவிடில் உடனே ஆர்டர் செய்யுங்கள். (ஜகன்மோகினி, ஜூன் 1942)

நூலின் பெருமையுடன் நூலை மொழிபெயர்த்த ஆசிரியரின் திறமை யையும் சுட்டிக் காட்டியபடி நூல் விரிவாக அறிமுகம் செய்யப் பட்டுள்ளது. அத்துடன், இத்தகைய சிறப்பு மிக்க நூலானது வாசகர் களால் கட்டாயம் வாங்கப்பட வேண்டியது என்று பரிந்துரைக்கும் தொனியும் உள்ளது. கூடுதலாக மகாத்மா காந்தியின் அங்கீகாரம் பெற்றது என்று பதிவுசெய்யும் போக்கு இதழின் அரசியலையும் சுட்டுகின்றது.

லக்ஷ்மி கிருஷ்ணமூர்த்தி

லக்ஷ்மி கிருஷ்ணமூர்த்தி அவர்கள் எழுதிய ஐந்தாவது சுதந்திரம் என்ற ஒரு நூலை 'அரிய புத்தகங்கள்' பகுதியில் அறிமுகப்படுத்தி விளம்பரம் செய்துள்ளது மங்கை. அதே இதழில் மேற்குறிப்பிட்ட நூலின் மதிப்புரை யும் இடம்பெற்றுள்ளது.

பவானி பிரசுரம்
ராயவரம்: (புதுக்கோட்டை) ஸ்டேட்.
மதிப்புரை

ஐந்தாவது சுதந்திரம் ஆசிரியர் லக்ஷ்மி கிருஷ்ணமூர்த்தி - பதிப்பாளர்: சக்தி காரியாலயம். சென்னை 14 கிரவுன் 1து8 பக்கம் 88 ரூ 1-8-0சி

ஸ்ரீமதி லக்ஷ்மி இக்காலத்தில் சமூகத்தில் ஊறிக்கிடக்கும் ஊழல்களை பாரபட்சமின்றி வன்மையாகக் கண்டிக்கும் கட்டுரைகளும் நாட்டின் முற்போக்கு பற்றிய இன்னும் பலவும் இப்புத்தகத்தில் அடங்கியிருக்கின்றன. படித்து ரசிக்கவேண்டிய புத்தகம். காலஞ் சென்ற தேசபக்தர் சத்யமூர்த்தியின் மகளல்லவா ஸ்ரீமதி லக்ஷ்மி. தந்தையைப் போலவே இந்தப் புத்தகத்தில் பல கட்டுரைகளில் கிண்டல் செய்திருக்கிறார்! (மங்கை, ஜூலை. 1947)

என்று ஆசிரியர் அவரது தந்தை ஆற்றிய பணியின் நினைவிலும் பின்னணியிலும் மதிப்பிடப்படுவது குறிப்பிடத்தக்கது.

டி. எஸ். ராஜலக்ஷ்மி

மங்கை இதழின் புதிய புத்தகங்கள் பகுதியில் பெண் ஒருவர் நடத்திய வெண்மதி என்ற இதழின் மதிப்பீடு இடம்பெற்றுள்ளது.

வெண்மதி: ஆசிரியை டாக்டர் டி.எஸ். ராஜலக்ஷ்மி விலை அணா 6.

இதுவும் பெண்களின் முன்னேற்றம் கருதி வெளிவரும் மாதப் பத்திரிகை யென அறிவிக்கப்பட் டிருக்கிறது. இன்னும் செம்மையான முறையில் விஷயங்களைத் தாங்கி வருமானால் இதன் எதிர்காலம் வெற்றிகரமா யிருக்க முடியும். இதில் சிறுவர் பகுதி, சினிமாப் பகுதி, ஹாஸ்யப் பகுதி முதலிய

எல்லாப் பகுதிகளையும், இணைத்து சகலரும் படிக்க வேண்டு மென்று முயற்சித்திருப்பது பாராட்டத் தக்கதுதான். (மங்கை, நவ. 1947)

என அதன் வளர்ச்சிக்கான அறிவுரையைக் கூறி வரவேற்கின்றது.

கி. சாவித்திரி அம்மாள்

காவேரி இதழில் புதிய புத்தகங்கள் பகுதியில் இடம்பெறும் மதிப்புரையில் கி. சாவித்திரி அம்மாளின் மொழிபெயர்ப்பைப் பற்றிய கருத்து காணப்படுகின்றது.

விமர்சனம்

காலைப் பிறை.

எப். டபிள்யூ பெயின் எழுதியது. கி. சாவித்திரி அம்மாள் மொழி பெயர்த்தது. விலை அணா 10. கலைமகள் காரியாலயம், மயிலாப்பூர், சென்னை.

'என்னதான் ஊர்க்குருவி உயரப் பறந்தாலும் வண்ணப் பருந்தாகுமோ' என்று சொல்வது வழக்கம். ஆனால் ஊர்க்குருவி பறக்கும்பொழுது அதற்கும் பருந்திற்கும் வித்தியாசம் கண்டுபிடிக்க முடியாது. ஓர் ஆங்கிலேயர் இந்திய நாட்டுக் கதையைப் போல் ஒன்றை சிருஷ்டித்து, அதை ஸம்ஸ்கிருதக் கதையின் மொழிபெயர்ப்போ என்று பிரமிக்கும்படி செய்வதென்றால் அது மிகவும் போற்றத்தக்கதே. அத்தகைய பெருமையை பெற்றவர் எப். டபிள்யூ பெயின். இவர் கதைகளிலுள்ள வருணனைகளும், உவமைகளும் பண்டைய இந்தியக் கவிதைகளில் ஊறிப்போன உள்ளத்திலிருந்துதான் உண்டாகமுடியும்.

ஆங்கிலத்திலிருந்து இக் கதை ஸ்ரீமதி சாவித்திரி அம்மாளால் தமிழில் தர்ஜிமை செய்யப்பட்டிருக்கிறது. மொழிபெயர்ப்பில் ஓர் இயற்கை யோட்டம் இருக்கிறது. 'காலைப் பிறை'யைக் கையிலெடுத்தோர் அதன் ரஸத்தில் பொழுது போவது தெரியாமல் மயங்குவர் என்பதில் ஐயமில்லை. தற்காலம் தமிழில் தோன்றும் மலிந்த எழுத்தாளர்களின் சிலந்திக் கூட்டைப் போலில்லாமல் ஓர் தேனடை போல் பிரகாசிக்கின்றது 'காலைப் பிறை'. தமிழ் மக்களனைவரும் இத்தகைய புத்தகங்களைப் படித்து ரஸித்து பேராதரவு கொடுப்பார்களென்று எதிர்பார்க்கிறோம்.

வி. ராஜகோபாலன். எம். ஏ.

(காவேரி, அக். 1942)

என்று ஆசிரியர் கி. சாவித்திரி அம்மாளைத் தனித்துவம் மிக்க மொழி பெயர்ப்பாளர் என்று புகழ்வதோடு எழுத்தாளர்கள் எழுதும் கதைகளின் எண்ணிக்கை பெருகியதை 'சிலந்திக்கூடுகள்' என்று விமர்சிப்பது கவனிக்கத்தக்கது.

அதே போல் கி. சாவித்திரி அம்மாள் மொழிபெயர்த்த மற்றொரு நூல் பற்றிய மதிப்புரையும் காவேரி இதழின் புத்தக விமர்சனம் பகுதியில் இடம்பெற்றுள்ளது.

'நீர்க்குமிழி'

எப். டபிள்யூ. பெயின் ஆங்கிலத்தில் எழுதியதை கி. சாவித்திரி அம்மாள் மொழிபெயர்த்தது - கலைமகள் பிரசுரம் -விலை ரூ 1-8-0.

படிக்கப்படிக்க ஆனந்தமளிக்கும் கவிதை. மன்மதனும் சாபத்தால் பூமியில் ஜெனித்த கலைமகளும் ஒருவருக்கொருவர் காதல்கொண்டு தத்தளித்தகதை. ஸ்ரீ பரமசிவனார் தேவிக்குச் சொல்லிய கதையாம். காதல், வாழ்க்கை இவை களெல்லாம் கனவுகள், நிழல்கள், பாலைவனத்தில் தோன்றும் கானல்நீர், நீர்க்குமிழி.

மன்மதனுக்குப் போட்டியாகப் பப்ரு என்பவனும் காதல் கொள்ளுகிறான். முடிவில் காதலியாகிய கலைமகளும் காதலனாகிய மன்மதனும் பப்ருவால் குத்திக் கொல்லப்படுகிறார்கள்.

இந்தக் கதைக்கு நமது புராணங்களில் ஆதாரம் கிடைப்பது அரிது என்பதை மொழிபெயர்ப்பாளர் முகவுரையில் கூறியுள்ளார். மொழிபெயர்ப்பு முதல்தரம். இனிய எளிய நடை, சுவாரஸ்யமான, கற்பனாசக்தி மிகுந்தகதை. (காவேரி, அக். 1943)

என்று ஆசிரியரின் மொழிபெயர்ப்புத் திறனைச் சிறப்பிக்கின்றது. ஒரே ஆசிரியரின் படைப்புகளை இவர் மொழிபெயர்த்திருப்பதை அவதானிக்க முடிகின்றது.

கி. சரஸ்வதி அம்மாள்

கலைமகள் இதழ் தொடர்ந்து நாவல் போட்டியை நடத்திப் பரிசளித்து வந்துள்ளது. பரிசுபெற்ற நாவல்கள் கலைமகளில் தொடராகவும் வெளிவந்துள்ளன. அப்படி நாவல் எழுதிப் பரிசு பெற்றோருள் பெண் களும் அடங்குவர். அதில் பரிசுபெற்ற கி. சரஸ்வதி அம்மாள் பற்றிய கருத்து இடம்பெற்றுள்ளது. இவரும் கி. சாவித்திரி அம்மாளும் உடன் பிறந்த சகோதரிகள் (அம்பை, 1984: 72).

இந்த ஆண்டு போட்டிக்கு வந்த நாவல்கள் முன் இரண்டு வருஷங்களில் வந்தவற்றைவிடப் பக்கங்கள் அதிகமாக இருந்தன. மொத்தம் 36 நாவல்கள் பரிசீலனைக்கு வந்தன. தமிழ்நாட்டினருக்கு நன்கு தெரிந்த ஸ்ரீமதி குமுதினி யும், ஸ்ரீ ந. சிதம்பரசுப்பிரமணியனும், கலைமகள் ஆசிரியரும் நாவல்களைப் படித்துப் பார்த்துப் பரிசுக்கு உரியதைத் தேர்ந்தெடுக்கும் காரியத்தை அன்புடன் மேற்கொண்டார்கள். பொதுவாகப் பார்க்கும்போது இந்த முறை வந்த நாவல்களில் பல, நல்ல நாவல்களாக இருந்தன. அதனால் பரிசுக்கு உரியதைத் தேர்ந்தெடுக்கக் கூர்ந்து கவனிக்க வேண்டியிருந்தது.

பரிசீலனை செய்தவர்கள் பரிசை இருவருக்குப் பகிர்ந்து அளிக்கலாம் என்ற தீர்ப்பை அளித்திருக்கின்றனர். ஸ்ரீமதி கி. சரஸ்வதி அம்மாள் எழுதிய 'நிழலும் ஒளியும்' என்ற நாவலுக்கும், ஸ்ரீ கு. ராஜவேலு எழுதிய 'காதல் தூங்குகிறது' என்ற நாவலுக்கும் தனித்தனியே 500 ரூ. பரிசு கொடுக்கப்பெறும்.

'நிழலும் ஒளியும்' என்ற நாவல் அடுத்த இதழிலிருந்து கலைமகளில் வெளிவரும்.

ஸ்ரீமதி கி. சரஸ்வதி அம்மாள் முன்பே கலைமகளில் பல அரிய சிறுகதைகளை எழுதியிருக்கிறார். அவர் எழுதிய 'தெய்வத்துக்கு மேல்' என்ற சிறுகதைத் தொகுதி கலைமகள் வெளியீடாக வந்திருக்கிறது.

பத்துப் பெண்மணிகள் இந்தப் போட்டிக்கு நாவல் அனுப்பியிருந்தார்கள். இது பெருமைக்குரிய செய்தி. (காவேரி, பிப். 1949)

இதில் கி. சரஸ்வதி அம்மாளின் சிறுகதைத் தொகுப்பு குறித்த தகவல் இடம்பெற்றுள்ளது. கலைமகள் நடத்திய நாவல் போட்டியைப் பற்றி விரிவாகப் பேசப்பட்டுள்ளது. குமுதினியின் புகழ் சுட்டப்பட்டுள்ளது. குமுதினி அங்கீகாரம் பெற்ற எழுத்தாளர் என்று நிலை நாட்டப்பட்டது தெரிகின்றது. பொதுவாகப் பெண்களின் இலக்கியப் பங்களிப்பும் ஆர்வமும் வரவேற்கப்பட்டுள்ள விதம் இதழ்களின் வணிக ரீதியிலான வரவேற்பை மறைமுகமாக உறுதிசெய்கின்றது.

கௌரி அம்மாள்

கௌரி அம்மாள் என்பவர் எழுதிய கடிவாளம் என்ற புதினத்திற்கு மதிப்புரை எழுதிய வ. ரா அவர்கள்,

'அம்மா மட்டும் இருந்தால்-' என்ன நடக்கும் அல்லது என்ன நடக்காது என்பதை நன்றாகத் தெரிந்துகொள்ள, யாரேனும் விரும்பினால், ஸ்ரீ கௌரி அம்மாள் எழுதியிருக்கும் 'கடிவாளம்' என்ற கதையைப் படித்தால், அவர்கள் தெளிவாகத் தெரிந்து கொள்ளுவார்கள்.

நாலைந்து குழந்தைகளைப் பெற்றுவிட்டு, அவர்களில் சிலர் வயது வந்தவர்களாகவும் சிலர் வயது வராதவர்களாகவும் இருக்கும் நிலையில், தாய் இறந்து போனால், அந்தக் குடும்பத்தின் கதி என்ன ஆகும் என்பதை இந்த நூல் ஆசிரியை வெகு அழகாகச் சித்திரித்துக் காண்பித்திருக்கிறார்.

பெரிய பொறுப்பைச்சுமத்திவிட்டு, மனைவி இறந்துபோனால் முதல் நிகழ்ச்சி என்னவென்றால் புருஷன் அரைபைத்தியமாகிவிடுகிறான். அவனுக்கு நிம்மதி இருக்காது. எடுப்பார் கைக் குழந்தையாக மாறி யோசனையே இல்லாமல், புருஷன் உயிர் வாழ நேர்ந்தால், குடும்பத்தின் நிர்வாகம் எல்லாத் துறைகளிலும் சீரழிந்துபோகும் என்பதை இந்தக் கதை சந்தேகமில்லாத ரீதியில் ருசுப்படுத்தியிருக்கிறது.

பின்னர், புருஷனுடைய சகோதரி, ஒத்தாசைக்கு வந்தால் அதை எவ்வாறு மற்றவர்கள் வரவேற்கிறார்கள் என்பதும் இந்தக் கதையினின்றும் வெட்ட வெளியாகின்றது. 'அம்மா இல்லாவிட்டால் அன்பைக் கண்ணிலே காண முடியாது' என்பதைக் கௌரி அம்மாள் இடித்து இடித்துக் காண்பிக்கிறார். இது இடித்துக் காண்பிக்க வேண்டிய உண்மைதான். குடும்பம் நடப்பது தங்களுடைய சொத்தினாலும் வருமானத்தினாலும்தான் என்று தவறாக ஆண்கள்

எண்ணிக்கொண் டிருக்கிறார்கள். குடும்பத்தின் ஆணிவேர், தாய்தான் என்ற உண்மையைக்கலையழகோடு, ஆசிரியை விளக்கிக்காண்பித்திருக்கிறார்.

எல்லோருக்கும் புரியும்படியான பாஷையில், ரம்யமான மனத்தத்துவ நுணுக்கங்களுடன் எழுதியிருக்கும் இந்தக் கதையை, நான் பாராட்டுகிறேன். (கடிவாளம், 1949)

என எழுத்தாளரின் புனைவையும் தாய்மையின் சிறப்பையும் பாராட்டு கின்றார்.

கமலா பத்மநாபன்

கமலா பத்மநாபன் என்ற எழுத்தாளர் ஒருவரின் இறப்புக்கு இரங்கல் தெரிவித்த செய்தி அவரது புகைப்படத்துடன் காவேரி இதழில் இடம் பெற்றுள்ளது.

நமது அனுதாபம்

ஸ்ரீமதி கமலா பத்மநாபன் அவர்களைத் தமிழுலகம் நன்கு அறியும். சிறந்த எழுத்தாளர். அவரது கட்டுரைகள் 'காவேரி'யிலும் இதர பத்திரிகைகளிலும் வெளிவந்து ஆயிரக் கணக்கான தமிழ் மக்களது உள்ளங்களைக் கொள்ளை கொண்டுள்ளன. ஆங்கிலத்திலும் நல்ல தேர்ச்சிகொண்டவர்.

பழமை வாய்ந்த பிரபல குடும்பத்தவர். பிரபல குடும்பத்தில் வாழ்க்கைப் பட்டவர். அன்னார் 32ஆவது வயதில் 12-11-45ல் பூவுலகு நீத்த சேதிகேட்டு வருந்துகிறோம். அவரது பிரிவாற்றாமையால் துயர்பட்டுள்ள அன்னாரின் வாழ்க்கைத் துணைவர் மைசூர் கே. பத்மநாபன். பி. ஈ., (Mysore P. W. Department) அவர்களுக்கும் சுற்றத்தாருக்கும் தமிழ் மக்களின் சார்பாக நமது அனுதாபத்தைத் தெரிவித்துக்கொள்ளுகிறோம். (காவேரி, டிச 1945)

என இரங்கலின் மூலமாக ஓர் எழுத்தாளரின் பங்களிப்பும் எழுத்துப் பணி பற்றிய மதிப்பீடும் சுருக்கமாகப் பதிவுசெய்யப்பட்டுள்ளது.

பெண்கள் கல்வி கற்பது சமூகத்தில் ஏற்பும் நிலைபேறும் அடைந்து, அதன்வழி எழுத்துத் துறையில் அவர்கள் பங்கேற்பதைச் சாத்தியமாக்கி யுள்ளது. பெண்களின் எழுத்துப் பணியின் ஒட்டுமொத்த பரிமாணம் அவர்களின் எழுத்துகளுக்கு எழுகின்ற எதிர்வினை மூலமே உணரப்படும். அவ்வகையில், பெண் எழுத்துகள் அதிகம் அறியப்படாத 1901-1950 காலப்பகுதியில் எழுதிய 575 பெண்களின் தரவுகளை முதன்மையாகக் கொண்ட இவ்வாய்வில் அவர்களுள் இருபதின்மர் பற்றிய கருத்து, மதிப்புரை, விமர்சனம் ஆகியன இங்குத் தொகுக்கப்பட்டுள்ளன.

பெரும்பாலும் பெண்கள் எழுதிய புதினம், சிறுகதை ஆகிய படைப்புகள் மீதான மதிப்புரைகளும் கருத்துகளுமே கிடைத்துள்ளன. பெண்கள் நடத்திய இதழ் பற்றிய மதிப்புரைகளும் இடம்பெற்றுள்ளன.

இந்த இருபதின்மருள் கோ. ஸ்வப்பனேச்வரி அம்மாள், பண்டிதை விசாலாட்சி அம்மாள், சகோதரி வி. பாலம்மாள், வை. மு. கோதைநாயகி அம்மாள், குகப்ரியை, டி. எஸ். ராஜலக்ஷ்மி ஆகிய அறுவர் இதழாசிரியர் களாவர். இவர்களுள் விசாலாட்சி அம்மாள் தவிர்த்து, அனைவரின் இதழைப் பற்றியும் இதழியல் பணிகள் குறித்தும் கருத்துகள் இடம் பெற்றுள்ளன. பாலம்மாள், வை. மு. கோ., குகப்ரியை ஆகிய மூவரின் படைப்புகளும் இதழ்ப் பணியோடு மதிப்பிடப்பட்டுள்ளன. இங்குச் சுட்டப்படுகின்ற மதிப்புரையின் மூலமே சிலரது இலக்கிய, எழுத்துப் பணிகள் வெளித்தெரிகின்றன. பல பெண் எழுத்தாளர்களும் இதழாசிரியர்களும் இக்காலப்பகுதியில் செயல்பட்டிருந்தாலும் அனைவரும் நினைவில் நிற்கவில்லை; நிற்பது கடினம் என்பதும் உண்மை. படைப்பின் கனமும் காத்திரமுமே அவர்களைத் தனிநிலை பெறச்செய்யும். இவ்வியலில் இடம்பெற்றுள்ள மதிப்புரைகள் அவ்வித மான தனிநிலையை அனைவருக்கும் சுட்டாவிடினும், படைப்புத் துறையில் இப்பெண்கள் ஈடுபட்டுள்ளதை அங்கீகரிக்கும் விதமாகவும் ஊக்கம் கொடுக்கும் விதமாகவும் அமைந்துள்ளன.

மதிப்பீடு என்பது எந்தச் சாய்வும் சார்பும் இன்றி நடுநிலையிலிருந்து உள்ளதை உள்ளதை உள்ளபடி எழுதுவது என்று பொதுவாகக் கூறலாம். இருப்பினும் முற்றுமுழுதாக இவ்விதம் இருப்பது நடைமுறையில் சாத்தியமன்று. எழுத்தாளரின் சார்புநிலையும் விமர்சகரின் சார்புநிலை யும் ஒத்துப்போகும் புள்ளியிலேதான் இந்த மதிப்புரைகள் எழுகின்றன. பெண்கள் எழுதி வெளியிட்ட புதினம், சிறுகதைத் தொகுதி ஆகிய வற்றின் முன்னுரையாகவும் பதிப்புரையாகவும் இடம்பெறும் கருத்துகள் விமர்சனரீதியாகவன்றிப் படைப்பைப் பாராட்டும் விதமாகவே அமைந் துள்ளன. இது தவிர்க்கவியலாததாகும். புதினங்களுக்கு மதிப்புரை எழுதுவோர் பெரும்பாலும் மேனாட்டுப் புதினங்களுக்குச் சற்றும் குறையாத சிறப்புடையது என்று குறிப்பிடும் போக்கு அக்காலத்தே மேனாட்டு இலக்கியங்கள் பெற்றிருந்த செல்வாக்கைச் சுட்டுகின்றது. தமிழ்ப் புதினங்களின் சிறப்பை இந்த ஒப்பீட்டு ரீதியிலேயே மதிப் பிட்டுள்ளனர்.

ஒரு படைப்பை நூலாக்கம் செய்யத் தேர்ந்தெடுத்த செயலே ஒரு விதத்தில் மதிப்பீடாக அமைகின்றது. படைப்பின் தன்மையை இவ்வுரைகள் சரியாக மதிப்பிட்டாலும் படைப்பு நூலில் காலத்திற்கும் இடம்பெறும் காரணத்தாலும் 'முன்னுரை நாகரிகம்' என்று சொல்லக் கூடிய ஒருவித கடமையாலும் குறைகளின் சுவடின்றி எழுதப்பட்டுள்ளதை உணரமுடிகின்றது. சில வேளைகளில் இது உண்மையான ஊக்கமாகவும் இருக்கக்கூடியது. இதேபோன்று இங்குக் கிடைத்துள்ள ஏறத்தாழ

அனைத்து மதிப்புரைகளுமே குறைகளைச் சுட்டாத தன்மையினவாய் அமைந்துள்ளன. இப்பெண்கள் செயல்பட்ட, பரிச்சயம் கொண்ட வட்டத்தில் இருந்த இலக்கிய நபர்களே இந்த மதிப்புரை களை வழங்கி யிருப்பதைக் கவனிக்க இயல்கின்றது. இது பரஸ்பர இலக்கியத் தொடர்பின் காரணமாக அமைந்திருக்கக் கூடும். ஆகவே இவை பாராட்டு முறைத் திறனாய்வை அடிப்படையாகக் கொண்டவை என்று கூற இடமுண்டு.

இவ்வாய்வில் இடம்பெறும் பெண் எழுத்துகள் பெரும்பாலும் பெண்களுக்கு வரையறுக்கப்பட்ட விதிகளை மீறாது அவற்றை உள்வாங்கி எழுதப்பட்டுள்ளன. இதனை ஏற்றுக்கொண்ட, இதனால் எந்தப் பண்பாட்டுப் பிறழ்வும் விளையாது என்ற உறுதியும் நம்பிக்கை யும் ஏற்பட்ட மதிப்பீட்டாளர்கள் இயல்பாகவே இந்நோக்கில் எதிர் மறையாகச் சுட்டவில்லை. மேலும் இந்தக் காரணமே சிலரை அதிக மாகப் புகழ்வதற்கு அடிப்படையாகவும் அமைந்திருக்கக் காணலாம். ஆசிரியரின் எழுத்துப் பாணி சார்ந்த இலக்கியக் கூறுகளும் அதில் ஆசிரியருக்கு இருக்கும் தனித்தன்மையும் மதிப்பிடப்பட்டுள்ளன. அத்துடன் எதிர்மறையான, குறைகூறும் வகையிலான மதிப்புரை எழுதும் தேவை ஒரே வட்டத்துள் இயங்கியவருக்குள் எழுவதற்கான வாய்ப்பில்லை. இதே பின்புலத்தில், இதழ்களின் உள்ளடக்கத்தின் அடிப்படையில் இதழாசிரியர்களாக இருந்தோர் மதிப்பிடப் படுகின்றனர். இந்த மதிப்பீடு இந்தக் காலப்பகுதியைச் சேர்ந்த எழுத்தாளர்களின் முழுமையான மதிப்பீடாக அமையாது எனினும், முழுமையின் ஒரு பகுதியாக, தொடக்கப் புள்ளியாக அமைகின்றது. தொகுக்கப்பட்டுள்ள இந்த மதிப்பீடுகள் அக்காலத்தில் பொதுவாக இயங்கிய விமர்சன வட்டத்தின் ஒரு பகுதியைத் தொட்டுக்காட்டு வனவாக உள்ளன.

4

பெண் எழுத்துகளின் வடிவமும் உள்ளடக்கமும்

பெண் எழுத்துகள் கைக்கொண்ட வடிவம்

1901-1950 காலகட்டத்தில் வெளிவந்த 58 இதழ்களிலிருந்து சேகரித்த தரவுகளின் மூலம் கிடைக்கப்பெறும் பெண் எழுத்துகள் கவிதை (செய்யுள்/பாடல்/வசனம்), நாடகம், கதை (தொன்மம்/சிறுவர் கதைகள்), தொடர்கதை, சிறுகதை, கட்டுரை, உரையாடல், குறிப்புகள் (சமையல்/அழகு/தையல்/உடல்நலம்), உரைமொழிகள் - துணுக்குகள், விடுகதை, கேள்வி - பதில் - கடிதம் ஆகிய வடிவங்களில் வெளிப் பட்டுள்ளன. 1901-1950 காலகட்டத்து வடிவங்களைப் பருந்து நோக்கில் பார்க்கும்போது, பொதுவாக, கடவுள் பரவுதலுக்குக் கவிதை வடிவமும் அறிவுறுத்தலுக்குக் கதைகளும், சமூகச் சிக்கல்களையும் அவற்றுக்கான தீர்வுகளை முன்வைப்பதற்கும் இலக்கியத்தை ஆராயவும் கட்டுரைகளும், விவாதத்தின் மூலமாகச் சிக்கலுக்குத் தீர்வுகாணவும் மாற்றத்தை அறுதியிடவும் உரையாடல் வடிவமும், பிற துண்டுச் செய்திகளைப் பதிவுசெய்ய குறிப்புகள் முதலான வடிவங்களும் பயன்பட்டுள்ளன.

கவிதை

கவிதை என்பது உள்ளத்து உணர்வின் வெளிப்பாடாக அமைவது. கவிதை, மொழி சார்ந்த அழகியல் வெளிப்பாடு. கவிதை எழுதுதல் என்பது இருபதாம் நூற்றாண்டின் தொடக்கம்வரை பெரும்பகுதி மரபான யாப்பு வடிவத்திலேயே அமைந்திருந்தது; அதற்கான சமூகக் காரணங் களும் இருந்தன. மேனாட்டுடனான தாக்கத்தில் இங்கும் கவிதை கொஞ்சம் கொஞ்சமாக மரபிலிருந்து விலகி யாப்பு நீங்கிய வடிவத்தில் வெளிவரத் தொடங்கியது. 1901-1950 காலத்தில் புதுக்கவிதை அதிகம் அங்கீகரிக்கப்படாத சூழலே இருந்தது. எனவே, பெண் எழுத்துகளில் பதிவான கவிதைகள் பெரும்பாலும் செய்யுள்களாகவும் மரபுக் கவிதை களாகவும் பாடல் வடிவமான கீர்த்தனைகளாகவும் அமைந்தன. கவிதைக்கு யாப்பிலக்கணத்தின் பயன்பாடு தேவையில்லை என்றான காலகட்டத்தில் செய்யுள், கவிதை என்று பிரித்தறியும் பார்வை தீவிரமடைந்தது.

கவிதையில், அது எழுதப்படும் காலகட்டத்தின் சமூகப் பிரச்சினைகளுக்கு முக்கியமான இடம் உண்டு. ஆனால் அவை மட்டுமே கவிதை அல்ல. ஒரு கவிஞன் தான் வாழும் சமுதாயத்தின் ஓர் அங்கம் என்பதால் அந்தச் சமுதாயத்தின் பிரச்சினைகள் அவனையும் பாதிக்கவே செய்யும். அதே சமயம் அவன் தனிமனிதனுங்கூட. தனிமனிதன் என்ற நிலையில் அவனை பாதிக்கும் விஷயங்கள் கவிதையனுபவமாகும்போது அது பொதுவான மனித அனுபவமாகவும் விரிவுகொள்ள வேண்டும் - கலாபூர்வமான தள மாற்றமடைய வேண்டும் (ராஜமார்த்தாண்டன், *2003: 68*). கவிதை என்றால், பூமியிலே கால் பாவாமல், ஆகாசத்திலே பறக்க வேண்டும் என்று சிலர் நினைத்துக்கொண்டிருக்கிறார்கள். வாழ்க்கை நிகழ்ச்சிகளை மனித உணர்ச்சிகளோடு கலந்து, இனிமையான, இதயத்தைக் கிளரக்கூடிய பாஷையிலே சித்தரிப்பதும் உன்னதமான கவிதைதான் (நீலாவதி ராம சுப்பிரமணியம், ஆவேசக் கவிதை, சக்தி, செப். *1944*) என்று ஒரு பெண் எழுத்தாளர் கூறுவது கவிதையின் வடிவத்தோடு உள்ளடக்கமும் கால மாற்றத்தை உத்தேசித்து மாறுகின்றது என்பதைச் சுட்டுகின்றது. *1901-1950* காலகட்டத்தில் பெண் எழுத்தாக இடம்பெறும் கவிதை வடிவ ரீதியில் செய்யுள், பாடல், வசன கவிதை என மூன்று வகையாக அமைந்துள்ளது. முதல் வகையில் வெண்பா, ஆசிரிய விருத்தம் போன்ற யாப்பில் அமைந்துள்ள கவிதைகளும் இரண்டாம் பிரிவில் கீர்த்தனை, கும்மி ஆகியனவும் மூன்றாவதில் செய்யுள் வடிவை நீங்கிய வசன கவிதையும் அடங்கும். இக்காலப் பிரிவில் ஒரே ஒரு வசன கவிதைதான் இடம்பெறுகின்றது.

கவிதை என்பது செம்மையான, செறிவான, அழகியல்பூர்வமான இலக்கிய வடிவம். மரபுக் கவிதை என்று வரும்போது அது யாப்பு அடிப்படையிலான செய்யுள் வடிவத்தைக் கொண்டிருக்கும். பெண் எழுத்துகளிலும் கடவுள் துதி போன்ற மரபான உள்ளடக்கத்தைக் கொண்ட கவிதைகள் யாப்பு நெறி பிறழாமல் புனையப்பட்டிருப்பதைக் காணமுடிகின்றது. அதே சமயம், மரபு நெகிழத் தொடங்கிய காலத்தின் தாக்கதால் ஒரளவு மரபான, ஆனால் செய்யுள் இறுக்கம் சற்றுக் குறைந்த கீர்த்தனை, கும்மி போன்ற பாடல் வடிவங்கள் மரபான உள்ளடக்கத்துடன் சமகால நிகழ்வுகளையும் பாடுவனவாக அமைந்துள்ளன. இதழ் வாழ்த்து, விதவை மறுமணம் போன்ற பொருளில் பாடப்படும் கவிதைகள் இவ்வகையில் அடங்கும். பெரும்பாலும் மரபுக் கவிதையே ஆட்சிசெய்யும் இக்காலத்தில் ஒரு பெண்மணி வசன கவிதையை முயன்றுள்ளார், அது மொழிபெயர்ப்பாக அமைந்துள்ளது குறிக்கத் தக்கது (உமா ஸ்ரீநிவாசன், மனமே ராஜ்யம்! காவேரி, ஜூலை *1947*). அதற்கான காரணத்தை அவரே கூறுகின்றார். அதில் தமிழ் மொழியில்

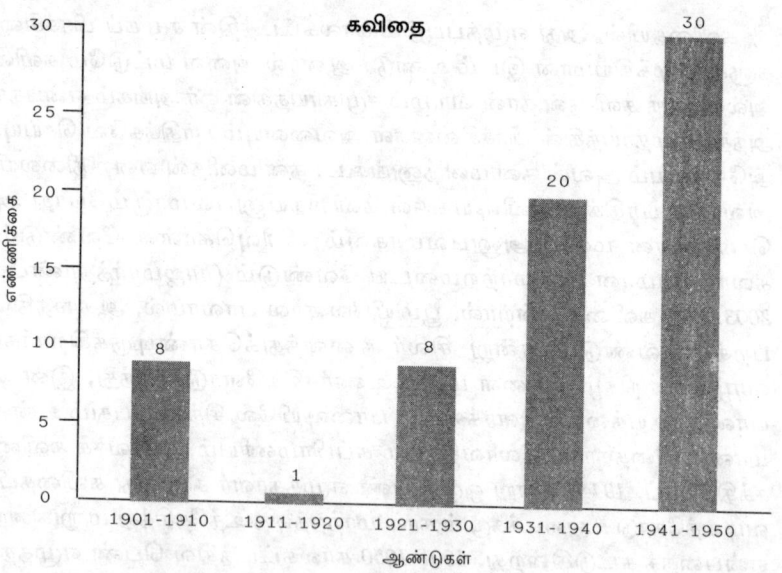

வசன கவிதைக்கு இருக்கும் வரவேற்பை வெள்ளோட்டம் பார்க்கின்ற தொனியே உள்ளது.[35] கவிதையானது மரபு என்ற வடிவத்தைவிட்டு நீங்கி, புதுக் கவிதை என்ற வடிவத்தை நோக்கிச் சென்ற காலத்தில் அந்த இடைப்பட்ட காலத்தில் வசன கவிதை என்றழைக்கப்பட்ட சமயம் வெளியான கவிதை இது. நேரடியான வசன கவிதை முயற்சியாக இது இடம்பெறாமல் ஆங்கிலக் கவிதையின் மொழிபெயர்ப்பாக எழுதப் பட்டிருப்பதைக் காணும்பொழுது, வசன கவிதையை ஏற்கும் மனநிலை வந்துள்ளதாவென வாசகரைச் சோதிக்குமுகமாகவே படுகின்றது. வடிவ மாற்றத்திற்கான காலத்தைக் (Transition Period) குறிப்பதாகவே இதனைக் கொள்ளலாம். அத்துடன் கவிதை என்ற வடிவம் காலத் தேவைக்கேற்ப தனது பொருண்மையில் மாற்றம் பெற்றுள்ளமையை யும் அறியமுடிகின்றது.

ஆர்.எஸ்.சுப்பலக்ஷ்மி அம்மாள் என்பவர் மிகுதியாகக் கவிதைகளை எழுதியுள்ளார். விவேகசிந்தாமணியில் அவரது எழுத்துகளாக இடம்

35. கவிதை - மனதில் உள்ள உணர்ச்சியை, பிறர் வசீகரமாகும்படி, சித்திரிக்கப்படும் சொல் ஓவியமே இது. சந்தத்திற்கு ஏற்ப, பண், இசை தாளங்களுடன் அமைந்தால் அது பாடல். பண், இசையின்றி, கருத்தைக் காட்டும் வசன நடையில் வருமானால் அது வசன காவியம். ஆங்கிலத்திலே எவ்வளவோ கவிதைகளும் காவியங்களும் சந்த, லயப் பண்களிலே அமையாதவை; ஆனாலும் அவை என்றென்றும் போற்றப்பட வேண்டியவை. நம் தாகூரின் கீதாஞ்சலிகூட அவ்விதமானதுதான். நம் தாய் மொழியிலும் இது தேவை. இதோ முதன்முதலிலே ஒரு வசன கவிதை! ஆங்கில மூலத்திலிருந்து மொழிமாறியது. ஆனாலும் நம் மொழியில் நம் சிந்தனைக்கேற்ற ஒரு வேதாந்தம்.

பெறுபவை அனைத்துமே கவிதைகள் என்பது குறிப்பிடத்தக்கது. அதேபோல் பி.ஆர். ராஜசூடாமணி என்பவரும் அதிகமான பாடல்கள் எழுதியுள்ளார். இதில் குறிப்பிடத்தக்க ஒன்று இவர் பாடல்ளை மட்டுமே அதுவும் ஜகன்மோகினி இதழில் மட்டும் எழுதியுள்ளார்.

1901-1950 காலகட்டத்தின் முதல் பத்தாண்டில் மற்ற எந்த வடிவத்தை விடவும் அதிகமாகப் பெண் எழுத்தாளர்களால் கையாளப்பெற்றிருந்த கவிதை வடிவம், அதன் பின்னர் ஒட்டுமொத்த எழுத்துகளையும் வைத்துப் பார்க்கையில், சென்று தேய்ந்திறுவதைக் காணமுடிகின்றது. பெண்களின் கருத்து வெளிப்பாட்டுக்கான ஊடகமாக முதலில் செல்வாக்குப் பெற்றிருந்த கவிதை, பிற எழுத்து வடிவங்களின் வளர்ச்சி யையும் பயன்பாட்டினையும் ஒப்பிட்டுப் பார்க்கும்பொழுது, குறைவாக இருப்பதை அறியமுடிகின்றது.

நாடகம்

நாடகம் என்பது இலக்கியத்தின் ஒரு பகுதியே ஆனாலும், நாடகம் என்பது இலக்கியத்தோடு மட்டும் நின்றுவிடவில்லை, ஆம். இலக்கியமும் நாடகத்தின் ஒரு பகுதிதான் (ரகுநாதன், 1980: 101) என்ற கூற்றுக்கேற்ப இலக்கிய வடிவில் ஒன்றான நாடகத்தையும் தங்கள் எழுத்து வெளிப் பாட்டிற்குப் பெண்கள் பயன்படுத்தியுள்ளனர். 1901-1950 காலகட்டத்தில் இடம்பெறும் நாடகங்கள், பிற வடிவங்களுடன் ஒப்பிடும்பொழுது, மிகக் குறைவே.

நாடகம் என்பது பிரதியாக இருந்தாலும் அது நிகழ்த்தப்படும்போதே முழுமை அடைகின்றது. ஒரு நாடகத்தை வாசித்தல் என்பது முழுமை யான மனத்திருப்தியை அளிப்பதில்லை. நிகழ்த்துவதற்கான ஒரு வடிவ மாகவே இருக்கின்ற இந்த இயல்பினால் தானோ என்னவோ எழுதப் பட்ட நாடகங்கள் குறைவாயிருக்கின்றன. இக்காலப் பகுதியில் எழுதப் பட்டுள்ள நாடகங்கள் இந்திய நாட்டின் பண்டைய வரலாற்றைப் பெருமைப்பட காட்சிரீதியில் முன்வைப்பனவாக உள்ளன (புருஷோத்தமன் அல்லது புன்சிரிப்பு). சில நாடகங்கள் தொன்மத்தின் அடிப்படையில் எழுதப்பட்டுள்ளன (குகப்ரியை, சுகன்யை சரித்திரம், சிந்தாமணி, ஜன.-பிப். 1927; கு.ப. சேது அம்மாள், பார்வதியின் தவம், மணிக்கொடி, ஏப். 1939). ஒரு சில தற்காலச் சமூகத்தைப் பிரதிபலிப்பனவாகவும் சீர்திருத்தக் கருத்தை முன்வைப்பனவாகவும் அமைந்துள்ளன. ஷேக்ஸ்பியர் நாடகத்தின் மொழிபெயர்ப்பும் இடம்பெற்றுள்ளது குறிப் பிடத்தக்கதாகும் (ராஜநாயகி, ஹேமசந்திரசிங் என்னும் ஆத்மவிசாரி, விவேகசிந்தாமணி, ஏப். 1906 - ஏப். 1907). இது ஷேக்ஸ்பியர் எழுதிய ஹாம்லெட் (Hamlet, The Transcendentalist) என்ற நாடகத்தின் மொழி

பெயர்ப்பாகும். நீண்ட நாடகமான இது ஓராண்டுகாலம் தொடர்ந்து இதழில் வெளியாகியுள்ளது. புதுவை ஆர். எஸ். ராஜலக்ஷிமி காந்தா-மணீ அல்லது கந்தஸ்வாமியின் கருணை (மாதர் மறுமணம், அக். 1936) என்ற நாடகத்தை எழுதியுள்ளார். இது சீர்திருத்த நாடகம் என்ற குறிப்புடனேயே இடம்பெற்றுள்ளது. கணவனை இழந்த காந்தாவும் (ஸ்மார்த்த விதவை) அவளது சிறுவயது தோழனான ரமணீயும் (வைணவன்) திருமணம் செய்துகொள்கின்றனர். ஒரு விதவை மறுமணம் செய்வது, அதுவும் வேறு குல ஆடவனை மணம் செய்வதால் இது சீர்திருத்த நாடகம் என்று குறிப்பிடப்பட்டுள்ளது. உண்மையில் பார்ப்பனக் குலத்திலேயே உள்ள இரு வேறு உட்பிரிவினர் (ஐயர் - ஐயங்கார்) செய்துகொள்ளும் இந்தத் திருமணம், சாதி மறுப்புத் திருமணமோ அல்லது கலப்புத்திருமணமோ அன்று. ஆனால் பார்ப்பனக் குலத்தில் இந்த உட்பிரிவு மாறிய திருமணமே, அதிலும் நாடகம் எழுதப்பட்ட காலத்தே, எண்ணிப்பார்க்க இயலாதது. எனவே இது சீர்திருத்தம் என்ற அடைமொழியைப் பெற்றுள்ளது.

கதை

கதை என்பது வாய்மொழி மரபிலும் இலக்கிய மரபிலும் நீண்ட காலத் தொடர்ச்சியினைக் கொண்டது. கதை என்பது கதைசொல்லல் என்ற வகையில் அருகியிருந்தாலும், ஒரு நிகழ்ச்சியானது அதனை நேரில் அனுபவித்தவரிடமிருந்து மற்றொருவருக்குப் பகிர்ந்தளிக்கப்படும் இடத்தில், அக்கணத்தில் ஏதோவொரு கூறில் கதையை அல்லது கதையின் தன்மையைப் பெறுகின்றது. உன்னிப்பாகக் கவனித்தால், அன்றாட வாழ்வில் இத்தகைய கதைசொல்லல் கூறுகள் பலவற்றை அடையாளங் கண்டுணரலாம். கதை கேட்கும் மனநிலையும், கதையைக் கேட்பதற்கான தேவையும் பெரியவர்களைவிடக் குழந்தைகளுக்கே அதிலும் சிறுவர்களுக்கே அதிகம் உண்டு. அப்பொழுதுதான் உலகத்துடன் பரிச்சயம் பெறும் சிறுவர்களுக்குக் காணும், கேட்கும், உணரும், அனுபவிக்கும் யாவையும் புதிதாக, அதிசயமாக, அற்புதமாகத் தோன்றும். இயற்கையில் நிகழும் ஒவ்வொன்றிற்கும் காரணம் அறியாத வயது கற்பனையாகச் சொல்லும் எதனையும் ஆர்வத்துடன் கேட்கும், அதில் தனது தேடலுக்கான விடையை எடுத்துக்கொள்ளும். கதை கேட்பதற்கான ஆர்வம் சிறுவர்களிடம் இருப்பதுபோல் கதை சொல்வதற்கான பொறுமையும் நேரமும், வாழ்வின் எல்லா அம்சங்களையும் பார்த்து அனுபவித்த பாட்டன் பாட்டிகளுக்கே இருக்கும். தங்களுக்குத் தெரிந்தவற்றை, தங்கள் பாட்டன் பாட்டிகளிடம் தாங்கள் கேட்ட கதைகளைப் பேரக்குழந்தைகளுடன் பகிர்ந்துகொள்வர். தமிழ்ச் சமூகத்தில் இம்மரபு ஆழ்ந்து ஊறிய ஒன்று.

பேரர்களுடனான கதைகூறல் உறவில், கதையினூடாக நீதிகளையும் அறங்களையும் வாழ்வியல் செய்திகளையும் பாட்டன் பாட்டிகள் கலந்து புகட்டினர். படைப்புத் திறனுக்கும் அது வழிவகை செய்தது. இந்தக் கதைகூறலின் நீட்சியாகவே சிறுகதை வடிவில் சேராத கதை வடிவங்கள் இடம் பெறுகின்றன. தமிழ்நாட்டில் பல்வேறு கதைகள் வழங்கி வந்துள்ளன. மண்ணைச் சார்ந்து எழுகின்ற கதைகள் பல பத்தொன்பதாம் நூற்றாண்டில் உரைநடை வடிவில் அச்சாகத் தொடங்கின. இது போன்ற கதைகள் 1950க்கு முன்னான பெண் எழுத்துகளிலும் காணப்படுகின்றன. தேவதைக் கதை பாணியிலான கதைகள் சிறுவர் கதைகளாக இடம்பெறுகின்றன. அவை தவிரவும், சமயம் சார்ந்த தொன்மக் கதைகள் சமய நம்பிக்கையை ஊட்டவும், அறிவுறுத்தவும் எழுதப்பட்டுள்ளன. இவை தமக்குள் ஒரு நீதியைப் பொதிந்து கொண்டனவாக உள்ளன.

மேனாட்டு இலக்கியத் தாக்கத்தால் முகிழ்த்த புனைகதை வடிவமான சிறுகதை போன்று முற்றிலும் இதழியல் சார்ந்து எழுதப்படுவதாக இல்லாது, மரபான வாய்மொழிப் பாரம்பரியத்தின் நீட்சியாக, அம்மரபின் வாய்மொழிக் கூறுகளைக் கொண்டதாக இது கிளைத்துவந்துள்ளமை யால் இப்பகுப்பு சிறுகதையிலிருந்து வேறுபட்ட வடிவமாகக் கொள்ளப் படுகின்றது; சிறுகதையுடன் இதனை இணைத்துப் பார்ப்பது சரியாகப் பொருந்தவில்லை. இக்கதைகள் சிறுவர் கதைகள், தொன்மக் கதைகள் என இரண்டு விதமாக அமைந்துள்ளன. இவ்விரண்டு வகையுமே பெரும்பாலும் ஏதோவொரு நீதியைத் தாங்கியோ வலியுறுத்தியுமோ வருவதால் பொருண்மை அடிப்படையில் இவை நீதிக்கதைகள் ஆகின்றன. அக்கால இதழ்கள் சிலவற்றில் சிறுவர் பகுதி எனத் தனியாகப் பிரிக்கப்பட்டு, அப்பகுதியில் சிறுவருக்கான நீதிக்கதைகள் வெளியிடப் பட்டன. அவ்விதத்தில் பலர் சிறுவருக்கான கதைகளை எழுதியுள்ளனர். இந்தியத் துணைக்கண்டப் பரப்பில் பரந்த அளவில் ஆதிக்கம் செலுத்திய/ செலுத்துகின்ற இரு பெரும் தொன்மப் பிரதிகள் இராமாயணமும் மகாபாரதமும். தொன்மக்கதைகள் பெரும்பாலும் இந்த இரு இதிகாசங் களின் கதைகளை அடிப்படையாகக் கொண்டே எழுதப்பெற்றுள்ளன. இந்தியப் பரப்பின் தொன்மக்கதைகள் தவிர, அயல்நாட்டுத் தொன்மத்தை அடிப்படையாகக் கொண்ட கதைகளும் எழுதப்பட்டுள்ளன லக்ஷ்மி என். நாகராஜன் எழுதிய டொரிரி (ஆனந்த போதினி, நவ. 1950) பாரசீகக் கதையொன்றை அடிப்படையாகக் கொண்டது.

தொடர்கதை

புனைகதையும் அதன் ஒரு வடிவமான புதினமும் எவ்விதம் தமிழ்

இலக்கியச் சூழலில் உருவாயின என்பதைப் பேராசிரியர் கா. சிவத்தம்பி மிகவும் விரிவாக விளக்கியுள்ளார். புனைகதை ஒரு 'நவீன' இலக்கிய வகை. கதை சொல்வது, நாவலு மாகாது, சிறுகதையுமாகாது. மேலும் வசனத்தை ஆக்க இலக்கிய வாகனமாகக் கொள்வதிலும் ஒரு பிரச்சினை யுண்டு. தமிழில் வசனம், முன்னர் விளக்கத்துக்கே பயன்படுத்தப் பட்டது. பாட்டிடையே வந்த உரையும் (சிலப்பதிகாரம், கலித்தொகை ஆகியனவற்றில் இதற்கு உதாரணம் உண்டு) விளக்கப் பண்பினதாகவே யுள்ளது. கலித்தொகையில் அது நாடக அமைப்புக்காகப் பயன்படுத்தப் பட்டுள்ளது. எனவே வசனத்தை ஆக்க இலக்கிய வாகனமாகக் கொள்ளல் புதிய முறையாகும் (கா. சிவத்தம்பி, 1967: 28).

கதை சொல்லும் மரபு தமிழில் உயர் இலக்கிய மரபிலும், எழுதாக் கிளவிகளாகப் போற்றப்பட்டு வந்த நாட்டார் கதைப்பாடல் இலக்கிய மரபிலும் காணப்பெற்றன. உயர் இலக்கிய மரபிலே போற்றப்பட்டு வந்த தொடர்நிலைச் செய்யுள் முறைமையில் காப்பிய அமைதியுடைய கதைகள் எடுத்துக் கூறப்பட்டன. உயர் இலக்கிய மரபிலும் சரி, நாட்டார் இலக்கிய மரபிலும் சரி தனிப்பட்ட நாயகர்களின் கதைகளை எடுத்துக் கூறும்பொழுது சமயச் சார்பற்ற முறையிலே எடுத்துக் கூறும் மரபு நிலவவில்லை. ஆயினும் இத்தகைய கதைப் பாடல்கள், உயர் இலக்கிய மரபில் காணப்பட்டதினும் பார்க்க, நாட்டார் இலக்கிய மரபிலேயே அதிகம் காணப்பெற்றது. கதைகளை விவரிக்கும் முறையைக் கதைப் பாடல்கள் மூலமாக மாத்திரமல்லாது கதாகாலட்சேப முறைமையாலும் தமிழ் நாட்டில் நிலவி வந்தது.

புதிய புனைகதை இலக்கிய வடிவம் கதைப்பாடல் மரபினை யொட்டியே தோன்றிற்றெனினும், அக்கதைப்பாடல் அல்லது தொடர் நிலைச்செய்யுள் மரபைப் போன்றல்லாது உரைநடை மரபிலேயே எழுதப்படலாயிற்று. ஏனெனில் புதிய ஜனநாயக வியாப்தியின் பின்னர் உரைநடையே இலக்கிய வாகனமாயிற்று. ஆங்கில ஆட்சி முறையைத் தோற்றுவித்த கல்வி மரபும் உரைநடை மரபினை ஆதாரமாகக் கொண்டே தோன்றிற்று. தமிழில் ஆரம்ப காலத்தில் சில புனைகதைகள் செய்யுள் வடிவிலேயே தோன்றின. தமிழ்நாட்டில் தோன்றிய, து. வே. சேஷய்யங்கார் எழுதிய ஆதியூர் அவதானி சரிதம் (1875) என்ற நாவல் செய்யுள் நடையில் அமைந்திருந்தது. இலங்கையிலும் பொன்னம்பல பிள்ளை என்பார் 'சதாசிவ லீலா சரித்திரம்' எனும் நாவலை அகவல் யாப்பு வடிவத்திலேயே எழுதியுள்ளார். எனினும் காலப்போக்கில் புனைகதை என்பது உரைநடைக்கேயுரிய இலக்கிய வடிவம் என்பது நிறுவப்படலாயிற்று. இலக்கியச் சனநாயகம், மேனாட்டு மயப்படுதல், அச்சு முறைமை ஆதியனவற்றுக்கும் தனிமனிதக் கோட்பாட்டின்

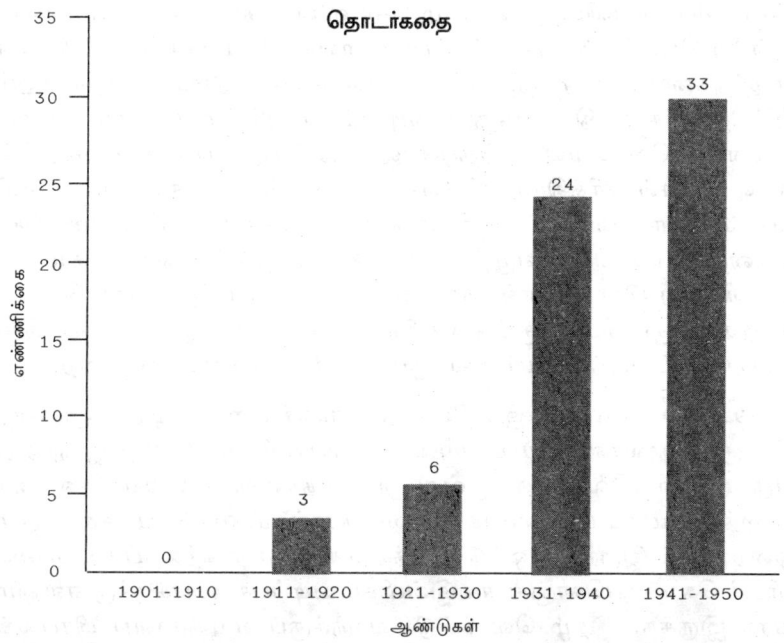

எழுச்சிக்கும் புனைகதைக்குமுரிய தொடர்பே, உரைநடை அதன் இலக்கிய வாகனமாக அமைவதற்குக் காரணமாகிற்று (கா. சிவத்தம்பி, 1967: 31). புனைகதை எனும் இலக்கிய வடிவம், தமிழ் நாட்டில் அதுவரை காணப்படாத புதியதொரு பரந்த வாசக வட்டத்தை நோக்கி எழுந்தது. புனைகதை இலக்கியப் பாத்திர மரபில் பெரும் புரட்சி யொன்றினை ஏற்படுத்திற்று. தன்னில் ஒப்பாரும் மிக்காருமற்ற தலைவன் தலைவியர் கைவிடப்பட்டு மிகச் சாதாரணமான மனிதர்களே பாத்திரங்களாக்கப்பட்டனர்.

புனைகதையின் ஒரு வகையான புதினம் இவ்வாறே உருப்பெறத் தொடங்கியது. இதழ்கள் பரவலாக வெகுசன மக்களிடம் சென்று சேர்ந்தபோது புதினம் தொடர்கதையாக வெளிவரத் தொடங்கியது. இருபதாம் நூற்றாண்டின் தொடக்கத்தில் இதழ்களில் தொடராக வந்த கதைகளே பின்னர் புதினங்களாக வெளியிடப்பட்டன. இதழைச் சார்ந்து உருவான கதை கூறும் போக்கில் தொடர்ந்து வெளியிடுதல் என்ற உத்தியில் நீண்ட கதையாகத் தொடர்கதை இடம்பெறுகின்றது. இக்காலப் பகுதியில் தொடர்கதையும் நாவல் என்றழைக்கப்பட்ட புதினமும் வெவ்வேறாகப் பார்க்கப்படவில்லை. ஒரு புதினம் தொடராக இதழில் வருவதே தொடர்கதை அல்லது இதழில் தொடர்ந்து நீண்ட கதையாக வருவது புதினம் என்ற புரிதல் இருந்துள்ளது. ஜகன்மோகினியில்

தொடராக வெளிவந்த வை.மு.கோ.வின் தொடர்கதைகள் நாவல் என்றே பெயரிட்டு அழைக்கப்பட்டுள்ளன. 1901-1950 காலப் பெண் எழுத்துகளைப் பொறுத்தவரை தொடர்கதைதான் புதினம். பெரும்பாலும் இத்தொடர்கள் புதினமாக நூல் வடிவம் பெறுகின்றன. முதல் புதினம் புதினமாகவே வெளிவந்திருந்தாலும் அடுத்து வந்த ராஜமையரின் கமலாம்பாள் சரித்திரம் விவேகசிந்தாமணியில் தொடராக வெளி வந்ததே. மாதவையாவின் புதினங்களும் இவ்வாறு வெளிவந்தவையே. அதன்வழி, பல பெண் எழுத்தாளர்களின் புதினங்கள் இதழில் தொடராக வெளிவந்து பின் புதினங்களாக நூல் வடிவம் பெற்றுள்ளன. தொடர் கதைகளுக்குப் பெயர் சூட்டுகையில் பெரும்பாலும் இது அல்லது இது என்று இரட்டைப் பெயர் வைக்கும் போக்கைக் காண முடிகின்றது.

1920கள் தொடங்கி இதழில் தொடராகக் கதை எழுதி, அதனைத் தொகுத்து நூலாக்கி முழுப் புதினமாக வெளியிடும் போக்கு இருந்தது. பருவ இடைவெளியில் இவ்வாறு கதைகளை வெளியிடுதல் அக் காலத்தில் மிகப் பிரபலமாகவும் வாசகரால் விரும்பிப் படிக்கப்படும் ஒன்றாகவும் இருந்தது. ஒட்டுமொத்தமாக ஒரு புதினத்தைப் படிப்பதை விடக் கொஞ்சங்கொஞ்சமாக இவ்விதம் படிப்பது வாசகருக்கு எளிமை யாக இருக்க, இதழ் வெளியிடுவோருக்குப் எழுத்தாளப் பிரபலங் களின் பெயரைப் பயன்படுத்தி இதழின் நிலையான விற்பனைக்கும் விற்பனையை அதிகரிப்பதற்கும் தொடர்கதைகள் உதவியா யிருந்தன. வடுவூர் துரைசாமி ஐயங்கார் (மனோரஞ்சினி, தமிழ்ப் பெருமாட்டி), ஆரணி குப்புசாமி முதலியார் (ஆனந்தபோதினி), வை. மு. கோதைநாயகி (ஜகன்மோகினி, ஜகன்மோகினி இதழ் நாவல் சஞ்சிகை என்றே அழைக்கப்பட்டது) போன்றோர் இந்தப் போக்கிற்கு எடுத்துக்காட்டுகளாவர்.

சிறுகதை

கதை சொல்லுதல் என்பது உலகம் முழுவதுமுள்ள அனைத்துச் சமூகங் களுக்கும் பொதுவான ஒன்று. ஒரு நிகழ்ச்சி மூன்றாமவரிடம் விவரிக்கப் படும் கணமே ஒரு கதையாக, புனைவாக உருவாக்கம் பெறுகிறது. இவ்விதம் வழிவழியாக மக்களிடையே வாய்மொழியாகப் பற்பல கதைகள் பற்பல வடிவங்களில் புழங்கிவந்துள்ளன. காலங்கள் மாற, கதைகளும் பெருகி வெவ்வேறு வடிவத்தில் உலவுகின்றன. சமுதாய மாற்றம், மொழி மாற்றம் இவற்றால் வாய்மொழிக் கதைகள் தொகுக்கப் பட்டுப் பதிவாகின்றன. பின்னர், அக்கதைகளைப் படைப்பாளர் தமக்குரிய முறையில் வெளியிடுகையில் அவை இலக்கியமாகின்றன; காவியமாகின்றன.

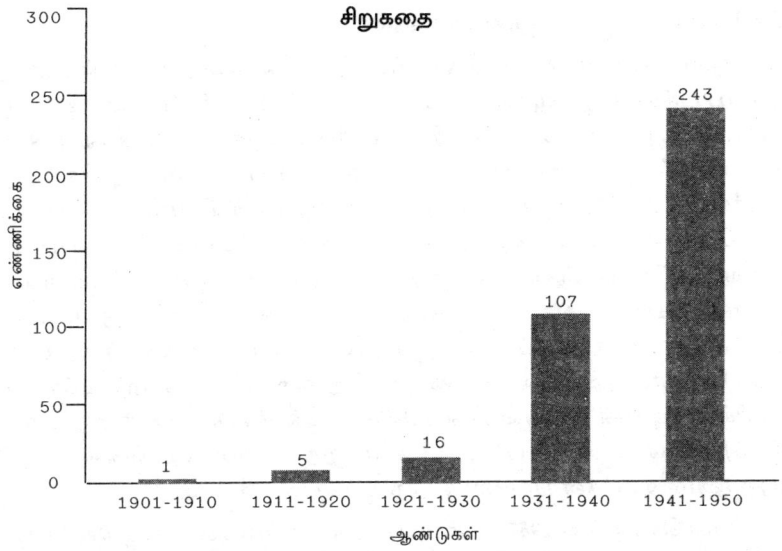

தமிழ் மொழியில் சுயமாகவும் பல்வேறு தாக்கங்களாலும் பல கதைகள் வழங்கி வந்தன. ஐரோப்பியர் வருகை, அச்சு, உரைநடை வடிவம், எழுத்தறிவு, வாசிப்பு ஆகியவற்றால் யாப்புக்கும் செய்யுளுக்கும் உள்ளேயே கட்டுப்பட்டிருந்த தமிழ்மொழி, உரை நடையைப் பயன் படுத்தத் தொடங்கியது. கதைகளும் உரைநடை வடிவமும் இணைந்து உருவான இலக்கிய வகைகளே புதினமும் சிறுகதையும். தமிழ்ச் சிறுகதை வ.வே.சு. ஐயரிலிருந்து தொடங்குகிறது என்பது பரவலான கருத்து என்றாலும் வீரமாமுனிவரின் பரமார்த்த குரு கதை (1822) தமிழ்ச் சிறுகதைக்கு முன்னோடியாகக் கருதப்படுகிறது. அதனை முதல் உரை நடைக் கதை என்பார் அகிலன் (அகிலன், 1992: 25). தாண்டவராய முதலியார் மொழி பெயர்த்த 'பஞ்சதந்திரக் கதைகள்' (1826), 'கதாமஞ்சரி' (1826), ச.ம.நடேச சாஸ்திரி தொகுத்த 'தக்காணத்துப் பூர்வ கதைகள்' (1880), 'திராவிட பூர்வ காலக் கதைகள்' (1886), 'திராவிட மத்திய காலக் கதைகள்', வீராசாமி செட்டியார் தொகுத்த 'விநோத ரசமஞ்சரி' (1876) ஆகிய தொகுதிகள் தமிழ் உரைநடைக்குப் பங்காற்றிக் கதைகளை வாசித்தல் என்ற அனுபவத்துக்கு இட்டுச்சென்றவை. மேற்குறிப்பிட்ட தொகுதிகள் தொன்மம் (புராணக் கதைகள்), நீதியுரைத்தல் போன்ற வற்றைக் கருவாகக் கொண்டவை. சிறுகதையுள்ளும் இக்கூறுகள் பொதிந்திருப்பினும் அது சமகால நிகழ்வுகளை, தனிமனித மற்றும் சமூகப் பிரச்சனைகளைப் பேசுவதாக உருப்பெற்றது. பிற்காலத்தில் பகுத்தறிவுப் பார்வையிலும் கேள்வி கேட்கும் பாவனையிலும் தொன்மங்கள் சிறுகதையில் மறுவாசிப்புச் செய்யப்பட்டன.

இதழ்களும் பெண் எழுத்தாளர்களும்

இருபதாம் நூற்றாண்டின் தொடக்கத்தில் வெளிவந்துகொண்டிருந்த குறிப்பிடத்தக்க இதழ்களாக விவேக சிந்தாமணி (1892ல் இருந்து வெளிவந்தது), விவேக போதினி (1908), ஆனந்த போதினி (1915) போன்றவற்றைக் கூறலாம். பெண்கல்வி பற்றிய சிந்தனை துளிர்விட்டு வளர்ந்து கொண்டிருந்த காலமது. இவ்விதழ்களில் அவ்வப்பொழுது சில பெண்கள் (அவர்களுள் அசலாம்பிகையம்மையார் குறிப்பிடத் தக்கவர்) கட்டுரைகள் எழுதிவந்தாலும் கதைகளை எழுதியோர் குறைவே. மேற்குறிப்பிட்ட இதழ்களைத் தவிரவும் மணிக்கொடிக்கு முன்னர் பெண்களுக்காக நடத்தப்பெற்ற இதழ்களான லக்ஷ்மி (1923), சிந்தாமணி (1924) போன்றவற்றில் பெண்கள் சிறுகதைகளை எழுதிவந்தனர். மணிக்கொடியின் சமகாலத்தில் (1935-39) வெளிவந்த மாதர் மறுமணம் (1935), கிரஹலக்ஷ்மி (1937) ஆகிய இதழ்களில் பெண்கள் எழுதி வந்தாலும் அவர்கள் பரவலாக அறியப்பெறவில்லை.

மணிக்கொடியில் 1937-39 காலகட்டத்தில் சிறுகதை எழுதிய பெண் களுள் குறிப்பிடத்தக்கவர்கள் கு.ப.சேது அம்மாள், அனசூயா தேவி, கமலாம்பாள் ஆகியோர். பதினேழு பெண்கள் மணிக்கொடியில் எழுதிய சிறுகதை ஆசிரியர்களாக அறியப்பெறுகின்றனர். மேலும் இதே காலத்தில் கமலா விருத்தாச்சலம் (புதுமைப்பித்தனின் மனைவி), விசாலாட்சி அம்மாள், சாவித்திரி அம்மாள், குமுதினி, குகப்ரியை போன்றோர் இதழ்களில் சிறுகதை எழுதிவந்துள்ளனர். மணிக்கொடிக்குப் பின்னான காலத்தில் வெளிவந்த மங்கை (1945) இதழிலும் பலர் சிறுகதைகளை எழுதியுள்ளனர். இப்படியான முயற்சிகள் இருந்தும் 1950க்குப் பின்னரே இலக்கிய ரீதியிலும் வடிவ உணர்வுடனும் பெண்கள் சிறுகதை புனைய முன்வந்தனர் என்ற கருத்து இருந்துள்ளது (சிட்டி சிவபாதசுந்தரம், 1989: 226). இது மறுபரிசீலனைக்கு உட்படுத்தப்பட வேண்டிய கருத்தாகும். 1950க்கு முன்னான பெண்களின் சிறுகதைகளைத் தனியாக ஆய்வு செய்யும் அளவுக்கு இக்களம் விரிவானது. பிற்சேர்க்கை யிலுள்ள தரவுகளைக் கொண்டு பெண்கள் எழுதிய சிறுகதைகளைத் தொகுத்தால் அதன் சாத்தியம் புலப்படும்.

முதல் தமிழ்ச் சிறுகதை

சிறுகதை என்பது வடிவரீதியில் வேறுபடுவது; மேலைத் தாக்கம் கொண்டது. அதன் உள்ளடக்கம் சமகாலச் செய்திகளைப் பேசும் தன்மையைக் கொண்டது. அது உருவான காலத்தில் முற்றிலும் இதழைச் சார்ந்து உருப்பெற்றது. அதில் இடம்பெறும் தொன்மமும் மீள்வாசிப்பு, மறுவாசிப்பு போன்ற நோக்கத்தில்தான் கையாளப்படுகின்றன. ஓர்

உணர்வின், நிகழ்ச்சியின் சூட்சுமத்தைச் சுற்றிச் சுழலும் தன்மையது. உத்திபூர்வமாகக் கதைபின்னும் திறத்தைக் கோருவது. இதற்கு முன்னர் குறிப்பிட்ட கதை வடிவம் பழமையை, மரபைப் பற்றி நிற்கும். சிறுகதை சமூக, கால மாற்றத்தின் பின்னணியில் தோன்றி, நடப்பு வாழ்க்கையின் நுணுக்கங்களையும் அன்றாடத் தன்மையையும் கதையாகப் பின்னும் தன்மையது. இவ்விரண்டும் சில புள்ளிகளில் இணையக்கூடியவை தான், ஏனெனில் கதை கூறும் தன்மையை இரண்டுமே கொண்டுள்ளன.

இந்தப் புள்ளியில் தான் தமிழின் முதல் சிறுகதை முயற்சியாகப் பெண் ஒருவர் எழுதிய கதையைச் சுட்டும் வாய்ப்புள்ளது. ஹிதகாரிணி யில் ஹிந்து ஸகோதரி என்பவரின் கதையும் விசாலாட்சி அம்மாளின் சிறுகதையும் இவ்வகையில் முன்னோடி முயற்சியாகக் கொள்ளத் தக்கன. தமிழ்ச் சிறுகதை வரலாற்றில் அம்மணி அம்மாள் எழுதிய ஸங்கல்பமும் ஸம்பவமும் (விவேகபோதினி, மார். 1913) என்ற சிறுகதையே முதல் சிறுகதையாகக் கூறப்பட்டுவந்தது. ஆனால் அதற்கும் முற்பட்டு 'ஹிந்து ஸகோதரி' என்ற புனைபெயரில் எழுதிய ஒருவரின் உறுதி (ஹிதகாரிணி, அக். 1910) என்கிற சிறுகதையும், பண்டிதை விசாலாக்ஷி அம்மாள் எழுதிய கல்பகம் (ஹிதகாரிணி, டிச. 1911) என்னும் சிறுகதையும் இடம்பெறுகின்றன. இவ்விரு சிறுகதைகளும் அம்மணி அம்மாளின் சிறுகதைக்கும் வ.வே.சு. ஐயரின் சிறுகதைக்கும் காலத்தால் முற்பட்டவை. பதின்மூன்று வயதான கல்பகம் என்ற சிறுமி நாற்பத்தைந்து வயது கிழவனை, அதுவும் பல பெண்களுடன் கள்ள உறவு கொண்டிருந்தவனை மணந்து எவ்விதம் அல்லலுறுகின்றாள் என்பதே இச்சிறுகதை. இது விவாகம், ஸம்ஸாரம், ஸகோதரியை ஸந்தித்தல், என்னுடைய பிரார்த்தனை என நான்கு உட்பகுப்புகளைக் கொண்டுள்ளது. இச்சிறுகதையின் நீண்ட முன்னுரையில்[36] கதை உருவான விதத்தை விசாலாக்ஷி அம்மாள் விரித்துரைக்கின்றார். அத்துடன் ஆசிரியர்

36. ஆரிய ஸஹோதர ஸகோதரிகளே!

1911 வருஷம் டிசம்பர் மாதம் 7 தேதி இரவு 12 மணிக்கு நான் படுத்து நித்திரை செய்யலானேன். அதுவரையில் வீட்டு விஷயமாய் ஏதோ பேசிக்கொண்டிருந்தேன். தூக்கம் வந்த நேரம் தெரியாது. கண் விழித்துக்கொண்டேன். மணி மூன்று முறை அடித்தது. 3 மணியென்று அறிந்தேன். அது வரியில் நான் கண்ட கனவு ஆச்சர்யத்தை விளைக்குமென்று தெரிந்துகொள்ளவில்லை. ஓர் அழகிய யுவதி என் அருகில் உட்கார்ந்து கண்ணீர் பெருக தன் வாழ்நாளின் ஸம்பவங்களைச் சொல்லி அழுதாள். அவளுடைய களங்கமற்ற முகமும், ஸத்விதயங்களடங்கிய ஹிருதயமும், வயதுக்கு மிஞ்சின விவேக விசார சக்தியும், வைராக்ய விரதமும், ஞானத்திலபிமானமும் என் மனதை வசமாக்கிக் கொண்டன. விழித்தேன். என் கண்கள் நான் படுத்திருந்த மாடியை ஓர் முறை பார்த்து 'காணவில்லையே' என்ற வருத்தத்துடன் சோர்ந்தன. மனம் பதைத்து 'எவ்விதமாயினும் ஆகுக. கிரகித்த விஷயங்களை வீணாக்காவண்ணம் எழுதி வெளியிடுவது உசிதம்' என்று தூண்டிற்று. அதின் அபீஷ்டப்படியே 'கல்பகம்' என்ற இந்தப் புஸ்தகத்தை வரைந்து முடித்தேன். என்னுடைய பிரிய ஸோதர ஸோதரிகள் இதைப்படித்து ஆலோசிப்பார்களாக.

கூற்றாக வரும் என்னுடைய பிரார்த்தனை என்ற பகுதியில் இந்துக் குடும்பங்களில் திருமணம் சீர்திருத்தப்படவேண்டுவதன் அவசியத்தை வலியுறுத்துகின்றார்.

சிறுகதை எழுதிய பெண்களுக்கு முன்னோடியாகக் கூறத்தக்க மற்றொருவர் அம்மணி அம்மாள் என்பவர். இவரது சிறுகதையான 'ஸங்கல்பமும் ஸம்பவமும்' விவேக போதினியில் வெளிவந்தது. இன்று உணரப்படும் சிறுகதையின் வரைவிலக்கணத்திற்கு இது முழுதும் பொருந்துவதாகக் கூறமுடியாதெனினும் கதை என்கிற அடிப்படையில் தனக்குள் ஒரு கருத்தை/ செய்தியைக் கொண்டுள்ளது. அன்றைய சூழலில் வெளிவந்த தினசரிப் பத்திரிகைகளின் மீதான விமர்சனத்தை, ஒரு தோப்பிலுள்ள சவுக்கு மரம் தினசரிப் பத்திரிகைக்குப் பயன்படும் காகிதமாகப் போவதன்மூலம் முன்வைக்கிறார். சமகாலச் சமூகத்தின் ஓர் அங்கமான நாளேடைப் பற்றிய விமர்சன ரீதியிலான கருத்தைப் பதிவுசெய்வதால்[37] இது சிறுகதை வடிவத்திற்கு நெருக்கமாகின்றது.

தொன்மத்தை மீள்வாசிப்பு செய்யும் சிறுகதைகள்

மனிதர்கள் வாழ்க்கையில் உள்ளும் புறமும், மொழியிலும் பண்பாட்டிலும் இரண்டறக் கலந்துள்ளவை தொன்மங்கள். உலகில் அனைத்து இனக் குழுக்களுக்கும் தத்தம் நம்பிக்கை சார்ந்த தொன்மக் கதைகள் உண்டு. அவ்வாறான தொன்மங்களைக் கால மாற்றத்தால் நவீனமான சிந்தனைக்கு ஆட்பட்ட, எதையும் ஆராய்ந்து பார்க்கும் நவீன மனம் வேறு கோணத்தில் காண்கின்றது. தொன்மத்தில் வெளிச்சம் பாய்ச்சப்படாத பகுதிகளைத் தேடுகின்றது. அதற்கு விடைகாணும் முகமாகத் தனது கற்பனையில் ஓர் கதையை உருவாக்குகின்றது. இந்த அடிப்படையில், சிறுகதை எழுதியுள்ள பெண் எழுத்தாளர்களும் தொன்மம் என்பதைக் கைக் கொண்டு தமது கற்பனையைக் கலந்து புதிய புனைவுகளைப் படைக்க முயன்றுள்ளனர்.

கு.ப. சேது அம்மாள் அகலிகை என்ற தொன்மத்தில் அதுகாறும் கவனிக்கப்படாத இந்திரன் மனைவி இந்திராணியின் உள்ளத்து உணர்வு களைச் சிறுகதையாகப் புனைந்துள்ளார் (தேவசுகம், வசந்தம், செப். 1945). எப்பொழுதும் அகலிகை பற்றியே பேசப்படுவதால் மறுபக்கத்தில்

---

37. சவுக்கு மரத்துக்கு நேர்ந்த கதியை வகுப்பில் கதையாகச்சொல்லி அதன் கருத்தை ஆசிரியர் கேட்க, 'தரித்திரம் பிடித்த தினசரிப் பத்திரிகைகள் கூடாது என்பது என் கருத்து' என்றான் ஒரு மாணவன். 'பதில் சொன்ன பையன் சிறுவனானதால் கேலியாக பதில் சொன்னான் என்று நாம் நினைப்பதற்கு இடமில்லை. அதையும் தவிர அவன் சொன்ன கருத்தும், தப்புந் தவறுமாய் அழுக்கு பிடித்தக் காகிதத்தில் அதிக மையும் மையில்லாமலும் மாற்றி மாற்றி அச்சிடப்பட்டு நாம் படும் சிரமத்திற்குத் தக்க பயன் கொடுக்காத அநேக தினசரி பத்திரிகைகளால் பீடிக்கப்பட்டப் பெரியோர்களாகிய நாம் அங்கீகரிக்கக் கூடியதல்லவா?'

இந்திரன் மனைவியின் நிலையை எண்ணிப் படைத்ததாகக் கூறு கின்றார்.[38] ஒரு கிழவி எழுதுவது என்ற புனைபெயர் பூண்டு ஒரு பெண்மணி கருத்தடைக்குப் பரமசிவன் சிபார்சு என்ற சிறுகதையை எழுதியுள்ளார். சமூகத்தில் நிலவும் ஒரு சொலவடையைத் தொன்மக் கதையொன்றின் பின்னணியில் வைத்து இது பதிவுசெய்கின்றது. குமரன் இதழ் பகுத்தறிவுக் கருத்தினைப் பேசுகின்ற ஓரிதழ் என்பது இவ்விடத்தில் குறிக்கப்படவேண்டிய ஒன்று. பரமசிவனிடம் பார்வதி குழந்தை வேண்டுமெனக் கேட்கிறார். ஒரு குடத்தில் சிறு பூசணிப் பிஞ்சை சிவன் வளர்க்கச் சொல்ல, நாளடைவில் பூசணி வளர, குடத்தை எடுக்க இயலவில்லை. குடம் உடையாமல் பூசணியை எடுக்க வேண்டும் என்று கூற, கடைசியில் குழந்தை வேண்டாமென பார்வதி கூறி விடுகிறார். இதனைத் தான் கருத்தடைக்குப் பரமசிவன் சிபார்சு என நவீன கால மாற்றத்தில் கருத்தடையின் தேவையைத் தொன்மத்தின் மூலம் உணர்த்த முயல்கின்றார். இதில் பூசணியும் குடமும் மறைமுக மாகப் பெண்ணுடலையும் குழந்தையையும் குறித்து நிற்கின்றன.

பொதுவாக மக்களிடம் காணப்படும் பழைமையை நோக்கும் பண்பினை அடிப்படையாகக்கொண்டு வரலாற்றுச் சிறுகதைகள் எழுதப்பட்டுள்ளன. இந்திய நாடு அந்நியர் ஆட்சியின்கீழ் இருந்தமை யால் ஏற்பட்ட தாழ்வுணர்ச்சியைப் போக்கி, நாட்டு மக்களின் பெருமித உணர்வைத் தூண்டும்விதமாகப் பழம்பெருமையை நினைவுறுத்தியும் அதன் உன்னத நிலையை மனத்திரையில் கற்பனையாக உலவவிடவும் உதவுவன இவ்வகையான வரலாற்றுச் சிறுகதைகள். 1901-1950 கால கட்டத்தின் பெண் எழுத்துகளிலும் இவை இடம்பெறத் தவறவில்லை. பெரும்பாலும் ரஜபுதனத்தை மையமாகக் கொண்டும் மொகலாயப் பேரரசை மையமாகக் கொண்டுமே வரலாற்றுக் கதைகள் பின்னப் பட்டுள்ளன.

சிறுகதைகளை எழுதும்போது ஆற்றொழுக்காக எழுதுவது ஒரு வகை. சிறுகதையின் பொருண்மை வாசகர் உள்ளத்தில் பசுமையாய்ப் பதிவதற்கும் உருவத்தில் கதை சிறக்கவும் ஆசிரியர்கள் சில உத்தி களைப் பயன்படுத்துவதுண்டு. அவ்வகையில் பெண் எழுத்துகளில் இடம்பெறும் சிறுகதைகளில் உரையாடல், கடிதம், நாட்குறிப்பு, அஃறிணைப் பொருள் கதைசொல்லல் ஆகிய உத்திகள் பயன்படுத்தப் பட்டுள்ளன.

38. அகலிகை கல்லான கதையின் காரண கர்த்தா தேவேந்திரன். அவனைப்பற்றி அவன் பட்டத்தரசி இந்திராணியின் சித்தக்கடலில் வீசிய எண்ண அலைகளைச் சித்திரிக்கிறது இச்சொற்சித்திரம். அகலிகை கதையைப் பலர் பலவிதமாகப் பேசியும், எழுதியும், பாடியும் தீர்த்துவருவதற்கு, இது ஒரு மாற்று.

மொழிபெயர்ப்பு அல்லது தழுவல் இலக்கியம் படைத்தல் என்பது தமிழ் இலக்கியத் தளத்தில் நீண்ட காலமாக நடைபெற்றுவருவது. புனைகதைகள் ஆதிக்கம் பெற்றுவந்த இருபதாம் நூற்றாண்டின் தொடக்க காலத்தில் திராவிட மொழிகள், பிற இந்திய மொழிகள், அயல்நாட்டு மொழிகள் எனப் பல மொழிகளிலிருந்தும் புனைகதைகள் தமிழில் மொழிபெயர்க்கப்பட்டன. பெண் எழுத்தாளர்களும் தங்கள் பங்கிற்குப் புனைகதை மொழிபெயர்ப்பில் ஈடுபட்டனர். கன்னடம், ஹிந்தி, வங்கம், குஜராத்தி போன்ற இந்திய மொழிச் சிறுகதைகளையும் ரஷியா போன்ற அயல்மொழிச் சிறுகதைகளையும் மொழிபெயர்த்து எழுதியுள்ளனர்.

சமூகச் சிக்கல்கள், வரலாறு, தொன்மம், உத்திகளைப் பயன்படுத்தல், மொழிபெயர்ப்பு எனச் சிறுகதையில் பெண் எழுத்தாளர்கள் பலபட முயன்றுள்ளமை குறிப்பிடத்தக்கதாகும். பொதுவாக 1901-1950 கால கட்டத்தில் குறிப்பிடத்தக்க சிறுகதை எழுத்தாளர்களாக சகோதரி வி. பாலம்மாள், கு.ப. சேது அம்மாள், வை.மு. கோதைநாயகியம்மாள், பண்டிதை ரா. ரங்கநாயகி, கி. சரஸ்வதி அம்மாள், வேங்கடலக்ஷ்மி, சரோஜா ராமமூர்த்தி, சகுந்தலா ராஜன், குகப்ரியை, ஜயலக்ஷ்மி ஆர். ஸ்ரீநிவாசன் போன்றவர்களைக் குறிப்பிடலாம். பெரும்பாலும் குடும்பம் சார்ந்த கருப்பொருளை இவர்களின் சிறுகதைகள் உள்ளடக்கமாகக் கொண்டிருந்தன.

கட்டுரை

கட்டுரை என்பது ஒருவரின் கருத்துகளைப் புனைவு சாராத, சீரிய முறையில் தர்க்கபூர்வமாக முன்வைக்க உதவுகின்ற உரைநடை வடிவம். பத்தொன்பதாம் நூற்றாண்டுக்கு முன்புவரை தமிழ் மொழியில் அனைத்து அறிவுத்துறைசார் செய்திகளும் செய்யுளிலேயே எழுதப்பட்டன. அச்சு ஊடக வரவு, மேனாட்டு இலக்கியப் பரிச்சயம், ஜனநாயக ஜனரஞ்சகத் தன்மை போன்றவற்றால் உரைநடையில் எழுதுதல் பரவலாயிற்று. பொதுவான எழுத்தறிவும் கல்வியும் சமூகத்தில் பரவ, செய்யுளிலும் யாப்பிலும் பாண்டித்தியம் பெறும் தேவை அனைவருக்கும் ஏற்பட வில்லை. மக்களுடனான தொடர்பில் முதன்மையாக இருந்த இதழ்கள் வாசகர் நோக்கி எளிமையான, எழுத்தறிவு பெற்ற அனைவரும் புரிந்து கொள்ளக்கூடிய உரைநடையைப் பயன்படுத்தின. இந்தப் பயன் பாட்டில் அனைத்துப் பொது விஷயங்களையும் முன்வைத்துப் பேசு கின்ற எழுத்து வடிவமாகக் கட்டுரை உருவானது. பலதுறை சார்ந்த பல கருத்துகளையும் வெளியிடும் வடிவமாக, களமாகக் கட்டுரை பரிணமித்தது.

இதில் 1901-1950 காலப்பகுதியில் எழுதிய பெண்கள் பல பொருள் களைப் பற்றியும் கட்டுரை வரைந்துள்ளனர். இந்திய நாட்டின் சீரமைப்பிற்குத் தேவையானவை, நாட்டுப்பற்று, நாட்டின் பண்டைய வரலாற்றுப் பெருமையும் சிறப்பும் என நாட்டை மையமிட்ட கருத்து களையும் அனைத்துலகச் செய்திகளையும் இலக்கியம், பொருளாதாரம், அறிவியல், சட்டம் போன்ற துறைசார் விஷயங்களையும் மனிதப் பண்புகளின் உயர்வையும் தேசிய, உலகளாவிய பிரபலங்களையும் அவர்களது சாதனைகளையும் அறிமுகம் செய்தும் விரிவாக எழுதி யுள்ளனர். அத்துடன் வானொலியில் ஒலிபரப்பப்பட்ட சிலரது சொற்பொழிவுகள் கட்டுரையாக்கம் செய்யப்பட்டுள்ளன. உரைநடை வடிவத்தால் செழுமையுற்ற கட்டுரையே பெண் எழுத்தாளர்களால் அதிகமாகக் கைக்கொள்ளப்பட்ட வடிவமாகும். சிக்கலைக் கண்டுணர்தல், அதனை ஆராய்ந்து தீர்வை முன்வைத்தல், அறிவுறுத்தல், அறிவூட்டுதல், சமகால நிகழ்வுகளைக் கூர்ந்து கவனித்தல் எனச் சமூக ரீதியிலான அனைத்துப் பொருள்களையும் பேசவல்லதாய்க் கட்டுரைகள் இடம் பெற்றுள்ளன.

உரையாடல்

உரையாடல் என்பது இருவரோ இருவருக்கும் மேற்பட்டோரோ சேர்ந்து தம் கருத்துகளைப் பகிர்ந்துகொள்ளும் நோக்கில் பேசுவதாகும். 1901-1950 காலகட்டத்தில் இதழில் எழுதிய பெண்கள் தங்கள் சமகால விஷயங்களைப் பற்றிய தமது கருத்தினை வெளிப்படுத்தும் விதமாக உரையாடல் வடிவத்தைக் கையாண்டுள்ளனர். இரண்டு அல்லது மூன்று பெண்கள் ஓரிடத்தில், ஒரு வீட்டில் கூடி ஒரு குறிப்பிட்ட பொருளைப் பற்றித் தத்தம் கருத்தைப் பேசுவதாக இது அமைந்திருக்கும். இது அதன் அமைப்பிலேயே, ஒரு பெண் மற்றொருவருக்கு அறிவுறுத்தும்போது அது மறைமுகமாக வாசகருக்கும் அறிவுறுத்தும் போக்கில் இருக்கும். இவ்விதம் சில உரையாடல்கள் இடம்பெற்றுள்ளன.

குகப்ரியை அவர்கள் வைசூரி ஒரு சம்பாஷணை (சிந்தாமணி, ஜுன் 1925) என்ற தலைப்பில் தானும் மற்றொரு பெண்ணும் உரையாடுவது போல் எழுதியுள்ளார். இவ்வுரையாடலில், வைசூரி அல்லது அம்மை என்ற நோயைப் பற்றிப் பொதுமக்களிடம் உள்ள மூடநம்பிக்கைகளைச் சுட்டிக்காட்டி அப்பெண் எழுப்பும் ஐய வினாக்களுக்கும் பதிலளிக் கிறார். அம்மை நோய் கண்ட தம் குழந்தைக்கு ஆசிரியர் மருந்து கொடுக்க, அதைப் பார்த்த ஒரு பெண் அப்படிச் செய்தால் அம்மன் கோபித்துக்கொள்ள மாட்டாளா என்று கேட்க, உரையாடல் தொடங்கு கிறது. இவ்வுரையாடலின் ஒரு பகுதியில் அம்மை நோயைச் சுற்றி

வளர்ந்துள்ள தொன்மத்தைத் தர்க்கரீதியில் விளக்குகின்றார்.[39] இது பழைய மூடநம்பிக்கையை உடைத்துப் புதிய காலத்திற்கான மருத்துவ (ஆங்கில மருத்துவம்) முறையை ஆதரித்தலைக் காட்டுகின்றது. இதேபோன்று, இவர் கதர்ச்சேலை ஒரு சம்பாஷணை (சிந்தாமணி, ஜூலை 1925) என்ற உரையாடலையும் எழுதியுள்ளார். அதில் தீபாவளிக்கு ஆசிரியர் கதர்ச்சேலை எடுக்க, பட்டுப்புடவை எடுக்கவில்லையா என்று அவர்தம் பாட்டி கேட்க உரையாடல் தொடங்குகின்றது. பாட்டி கதர்ச் சேலை மடி இல்லையே என்று கூற பேத்தி 'மடி' என்பதன்மீது கேள்வி எழுப்பிக் கதரின் நன்மையைக் கூறுகின்றாள். இது கால மாற்றத்தினை யும் தலைமுறை இடைவெளியினையும் பதிவுசெய்யும் உரையாடலாகும்.[40] அகிம்சையைப் பேசுவதாலும் கதரைச் சிறப்பிப் பதாலும் இதில் காந்தியக் கொள்கையின் தாக்கம் இருப்பதும் வெளிப்படை.

39. நான் (ஆசிரியர்):- நான் சொல்வதைக் கேள். அம்மை ஒரு தொத்து வியாதி. பூர்வத்தில் ஜனங்கள் காடுகளுக் கருகிலுள்ள கிராமங்களில் வசித்து வந்தார்கள்,. அப்பொழுது வைசூரி போட்டி யிருப்பவர்களை கவனியாமல் விட்டுவிட்டார்கள். சாதாரணமாய் சிரங்கின் நாற்றத்திற்கு ஈ வருவதுபோல அந்த வைசூரியின் நாற்றத்தினால் அருகில் காட்டிலிருந்த புலி, சிங்கம் முதலிய துஷ்ட மிருகங்கள் வரத்தொடங்கி, வைசூரி வார்த்திருக்கும் மனிதரைத் தூக்கிப்போகவும் ஆரம்பித்தன. அதனால் பயந்த ஜனங்கள் பற்பலவிதமாய் யோசிக்கத் தொடங்கினார்கள். அவர்களுள் ஒருவர் 'வைசூரி ஒருவருக்கு வந்தால் ஊரெங்கும் பரவுகிறதே. ஆகையால் இந்த தேவதைக்கு யாராவது குற்றம் செய்திருக்கலாம்' என்றார். மற்றொருவர், 'ஆம் அப்படித்தானிருக் கலாம். இல்லாவிட்டால் துர்க்கையின் வாகனமாகிய புலியும் சிங்கமும் மனிதரைத் தூக்கிப் போகுமா? ஆகையால் ஏதோ ஒரு தேவதைதான் அம்மை ரூபமாய் வந்து மனிதரைத் தொந்தரை செய்கிறது. ஆகையால் பொங்கலிட்டுக் கூத்து வைத்து அம்மனைத் திருப்தி செய்யவேண்டும்' என்றுசொல்லித் தமுக்கு தம்பட்டம் அடித்துக் குதித்துக்கூத்தாடியிருப்பார்கள். இந்தக்கொட்டு முழக்கத்தினால் துஷ்ட மிருகங்கள் வராமலிருந்திருக்கலாம். பிறகு அவர்கள் பொங்கலிட்டதனால் அம்மன் மகிழ்ந்து விட்டதாகவும் அதனால்தான் புலி வரவில்லை யென்றும் எண்ணிக் கொண்டார்கள். பிறகு மாரியம்மன் என்கிற பெயரையும் ஏற்படுத்திக் கோயிலும் கட்டி எல்லோரும் வணங்கவேண்டுமென்றும் திட்டம் பண்ணினார்கள்.

40. நான்:- அதுசரிதான். நீங்கள் சொல்லுகிற 'மடி' விழுப்பு என்கிற அசுத்த மில்லாமல் சுத்தமா யிருக்க வேண்டுமென்பது தானே. அப்படியானால் மிருகங்களை அனியாயமாய்க் கொன்று எடுத்த மான் தோலும் புலித் தோலும் மடி என்கிறீர்கள், அதே மாதிரி வேறொரு தோலாற்செய்த செருப்பு விழுப்பு என்கிறீர்கள். தொட்டால் ஸ்நானஞ் செய்ய வேண்டும். மானும், புலியும், எருதும், எருமையும் எல்லாம் மிருகந்தானே. இவற்றுள் சில மடியாயும், சில விழுப்பாயு மிருப்பானேன். எத்தனையோ கோடி பட்டுப்பூச்சிகளைக்கொன்று அவற்றால் தயாரிக்கும் பட்டு மடியாயிருக்கிறது... ஒரு புடவைக்காக எத்தனை ஜீவன்கள் வென்னீரில் செத்தனவோ? 'அஹிம்ஸா பரமோ தர்ம.' என்று வாயினால் சொல்லுகிறோமே ஒழியப் பட்டினால் எவ்வளவு ஜீவஹிம்ஸை ஏற்படுகிற தென்பதை எண்ணுகிறதில்லை... கதர் பட்டவ்வளவு சோபிதமாயில்லை, எனக்கு கதர் நன்றாயிராது என்று ஒவ்வொருவரும் எண்ணிக் கொள்ளுகிறீர்கள். அதோடு கூடப் பட்டு மடி என்ற பெயரால் அழைக்கப்படுகிறது, என்ன மடியோ!... கதர் ஒன்று தான் ஜீவஹிம்ஸை இல்லாததாய் இருக்கிறது.

பா: செடிகளுக்கும் உயிரிருக்கிற தென்று யாரோ கண்டு பிடித்திருக்கிறாரென்று நீயே எப்பொழுதோ சொன்னாயே? அப்படிப் பார்த்தால் கதரும் ஜீவஹிம்ஸை தானே.

நான்: நீங்கள் சொல்வது உண்மை தான். பருத்தியைக் காயாய் இருக்கும்போது மற்ற காய்கறிகளைப்பறிப்பதுபோல் பறிக்கிறோமோ. அது தானாய் வெடித்துக் கீழே விழும் தருணத்தில் நாம் எடுப்பதினால் செடிக்கு அதனால் ஒரு தொந்தரவுமில்லை. உதிர்ந்து போகவேண்டிய நகத்தைக் கத்திரிப்பதனால் நமக்கு தொந்தரவு உண்டாகிறதா?

பண்டிதை வி. பாலாம்பாள் எழுதிய இன்பக்கடல் அலை என்ற உரையாடல் (கிரஹலக்ஷ்மி, பிப். 1940) கருப்பு நிறம் மாற என்ன செய்யவேண்டும் என்ற அழகுக் குறிப்பொன்றைத் தருகின்றது.[41] இவ்வுரையாடல் அழகுக் குறிப்பினைத் தாங்கியிருந்தாலும் இதில் பல செய்திகள் உள்ளடங்கியுள்ளன. வம்பு பேசும் தன்மை, சிவப்பு அல்லது வெள்ளை நிறம்தான் அழகு என்கிற மனோபாவத்தைக் கேள்வி கேட்டல், பெண்ணின் நிலை குறித்த அக்கறை ஆகியவை இந்தச் சிறிய உரையாடலுள் பொதிந்துள்ளன.

பெண்கல்வி, ஆஸ்திக நாஸ்திக வாதம், விதவைகளின் துன்பம், விதவை மறுமணம், பெண்களின் வாக்குரிமை, குழந்தை வளர்ப்பு, உடல்நலம் எனப் பல பொருள்கள் உரையாடலில் விவாதிக்கப் படுகின்றன.

உரையாடல் என்கிற வடிவம் பெண்களின் உரையாடலை வைத்து அவர்கள் எதிர்கொள்ளும் சிக்கலையும் முடிந்தால் அதற்கு ஏதோவொரு தீர்வையும் கொடுக்கும் விதத்திலும், நவீன கருத்துகளை முன்வைக்கும் ஊடகமாகவும் பயன்பட்டுள்ளது.

குறிப்புகள்

அன்றாட வாழ்விற்குத் தேவையான சில சின்னஞ்சிறு விஷயங்களை, குறிப்பாக வீட்டிற்குத் தேவையானவற்றைப் பெண்களுக்குக் கொண்டு செல்லும் விதமாகக் குறிப்புகள் இதழ்களில் இடம்பெற்றுள்ளன. பெண்களை நோக்கியும், பெண்கள் வாசகராயிருப்பதை அறிந்தும் 1901-1950 காலகட்டத்து இதழ்களில் சமையல் குறிப்புகள், அழகுக் குறிப்புகள், தையற்குறிப்புகள் போன்றன இடம்பெறத் தொடங்கு கின்றன. இப்போக்கு 1930க்குப் பின்னரே தொடங்குவதை அவதானிக்க முடிகின்றது. சுதேசமித்திரன், கிரகமணி, கிரஹலக்ஷ்மி, மங்கை போன்ற இதழ்கள் சமையல் குறிப்புகளை வெளியிட்டுள்ளன. அழகுக் குறிப்பு களையும் தையல் குறிப்புகளையும் மங்கை இதழ் வெளியிட்டுள்ளது. வெகுசனத் தன்மையின் தாக்கம் இதழ்களில் ஏற்படத் தொடங்கியதையே

41. சரோஜா 'ஏண்டி பாலம், நமது பக்கத்து வீட்டுக் காமுவை கறுப்பாயிருக்கிறாளென்று குற்றங்கூறி நாணு தள்ளி வைத்து வேறு கல்யாணஞ் செய்து கொள்ளப் போறானாமே? நிஜந்தானாடி?'

பாலம் 'அதென்ன மோம்மா, நேக்குத் தெரியாது. மங்குஸ்தான் பழம் கருப்பு தான்! சுவையில் குறைவுண்டா? கருப்பில் அழகில்லையா? குணமில்லையா? வேறு என்ன குற்றங்கண்டான் இந்தப் பைத்தியக்கார நாணு. பெண்ணென்றால் கேள்வி முறை யில்லையா? அப்படியே சிறிது கருப்பா யிருந்தால் தானென்ன? முருங்கை வேர்ப்பட்டையையும், மஞ்சட்பொடியையும், பூலாங்கிழங்குடன் சேர்த்து, ஒரு மாதம் அரைத்துத் தேய்த்து வந்தால் உடம்பு பொன்போலாகிறது? இதற்காக ஒரு பெண்ணின் வாழ்வைக் குலைப்பதா?

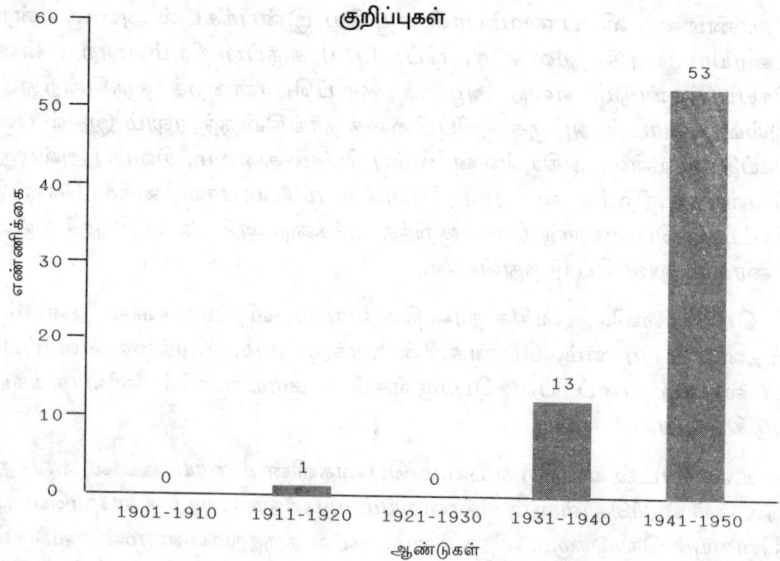

இது காட்டுகின்றது. மேலும் பெண்களைப் பற்றிப் பேசும் போது குடும்பம் மையப்படுத்தப்படுவதால் இக்குறிப்புகள் 'பெண்களுக்காக' இடம்பெறத் தொடங்குகின்றன. இவை தவிர, பெண்கள் தங்கள் உடலைப் பேணவேண்டியதைக் கூறும் உடல்நல/ மருத்துவக் குறிப்புகளும் இதழ்களில் இடம்பெற்றுள்ளன. ஹிதகாரிணி, ஜகன்மோகினி, கிரஹலக்ஷ்மி, மங்கை, பாரதமணி ஆகிய இதழ்கள் உடல்நல/ மருத்துவக் குறிப்புகளை வெளியிட்டுள்ளன.

பெண்கள் என்றால் வீட்டுப் பொறுப்பும் குடும்ப நிர்வாகமுமே மையமாகக் கூறப்பட்ட காலத்தில், அவை சார்ந்த அறிவுறுத்தல்களைப் பெண்களுக்குக் கொண்டுசெல்லும் வாயிலாகக் குறிப்புகள் அமைகின்றன. உரையாடலும் இப்பின்புலத்தில் அமையப்பெற்ற வடிவமாகும். இவை பெரும்பாலும் 1930க்குப் பின்னரே அதிகமாகத் தோன்றுகின்றன. நடுத்தர வர்க்க ஆண்கள் ஆங்கிலக் கல்விகற்று, அதன் மூலம் அன்றைய ஆங்கில அரசுசார் நிறுவனங்களில் பணிபுரியத் தொடங்குகின்றனர். அரசுப் பணியின் நிமித்தமாகச் சில நேரங்களில் வேறு ஊருக்கு மாற்றம் செய்யப்பட்டால், குடும்பம் இடம்பெயர வேண்டிய சூழல் ஏற்படுகின்றது. கூட்டுக்குடும்ப வாழ்க்கையிலிருந்து பிரிந்துபோய், கணவன் மனைவி மட்டும் தனியாக வாழும் சூழல் ஏற்படுகின்றது. அந்நிலையில் அந்தப் பெண்களுக்கு வீட்டு நிர்வாகம் தொடர்பான செய்திகளை எடுத்துச் செல்லும் வகையில் இதழ்களில் இடம்பெறும் இவ்விதமான குறிப்புகள் உதவுகின்றன. இது தவிரவும் புதிதாக,

நவீனமாக, கால மாற்றத்திற்கு ஏற்றாற்போன்ற சமையல், அழகு, உடல்நலம் போன்றவற்றைக் கூறுவனவாகவும் இவை வடிவம் கொள் கின்றன. அத்துடன், ஒரு குழுவுக்கு மட்டும் தெரிந்ததான விஷயங் களாக இருந்தவை மாறி, பல குழுக்களின் விஷயங்களும் இங்குத் தொகுக்கப்படுகின்றன. சான்றாக, தமிழ்நாட்டின் பற்பல பகுதிகளின் உணவுகளும் பிற மாநிலங்களின் உணவு வகைகளும் சமையல் குறிப்பில் இடம்பெறுவது இதனைச் சுட்டும். முன்னர் குறிப்பிட்ட, அரசுப் பணியின் காரணமாக வேறு ஊரில் வாழும் வாய்ப்பை மனைவிகள் பெற்றதுடன் பிற மாநிலத்தின் சமையல் குறிப்புகள் இடம்பெறுவதை யும் ஒத்துநோக்கலாம்.

உரைமொழிகள், துணுக்குகள்

ஒரு சிலர் உரைத்த கருத்துகள், அவர்தம் அனுபவத்தில் கிடைத்த சில படிப்பினைகள் சிறிய பொன்மொழி அல்லது பழமொழி போன்ற துணுக்காக இதழ்களில் இடம்பெறுவதுண்டு. முழுமையான கட்டுரை யாகவோ ஒரு பொருள் பற்றிய குறிப்புகளாகவோ இல்லாது துண்டாகக் கொடுக்கப்பட்டவை துணுக்குகள் என்ற வகையில் அடக்கப்பட்டுள்ளன. இவ்வகையான வேறு துணுக்குகளும் நகைச்சுவைத் துணுக்குகளும் இதழ்களில் இடம்பெற்றுள்ளன. வை.மு.கோ. அம்மாள் அவர்கள் தமது ஜகன்மோகினி இதழில் தொடர்ந்து அனுபவக் குறிப்புகள், அனுபவ நீதிசாரம் ஆகிய பெயர்களில் உரைமொழிகளையும் அத்துடன் ஹாஸ்யத் துணுக்குகள் என்ற தலைப்பில் நகைச்சுவைத் துணுக்கு களையும் எழுதிவந்துள்ளார். ஸ்வர்ணம் என்பவர் அம்மா (மங்கை, நவம்பர்-டிசம்பர் *1946*) என்ற பெயரில் ஒரு துணுக்கு எழுதியுள்ளார். இதன் சாரம் தாயின் சிறப்பைக் கூறுவது. மனைவியின் சொல்கேட்டு தாயைக் கொன்று அவளது இருதயத்தைக் கையிலேந்தி மகன் எடுத்துச் செல்கின்றான். வழியில் ஒரு கல் தடுக்கி அவன் தடுமாற, தாயின் இருதயம் பார்த்துச் செல் மகனே என்று பரிவுடன் கூறுகின்றது. எந்நேரமும் மக்களைப் பற்றியே நினைக்கும் தாயுள்ளத்தின் சிறப்பு இத்துணுக்கில் ஆசிரியரால் பதிவுசெய்யப்படுகின்றது.

விடுகதை

விடுகதை, விடுகவி போன்ற பெயர்களால் தமிழிலக்கியத்தில் குறிப்பிடப் பெறும் விடுகதை வாய்மொழி மரபுகளுள் ஒன்று. ஒரு புதிரைப் போடுவதும் அதை விடுவிப்பதுமே விடுகதையின் நோக்கமாகும். அது ஒரு சூசகமான மொழியைக்கொண்டது. *1901-1950* காலகட்டத்தின் முதல் பத்தாண்டிலும் கடைசி பத்தாண்டிலும் மட்டுமே இதழ்களில்

விடுகதைகள் பெண் எழுத்துகளாக இடம்பெற்றுள்ளன. வாசகர்கள் (பெண்கள்) விடுகதை எழுதி, இதழில் வெளியான விடுகதைக்கு விடையும் எழுதியுள்ளனர்.

கேள்வி - பதில், கடிதம்

இதழுக்கும் வாசகருக்குமான தொடர்பு இதழை வாசிக்கும்போது வெளிபடத் தெரிவது இரண்டு பகுதிகளில். ஒன்று கேள்வி-பதில், மற்றொன்று கடிதம். இதழில் வாசகரையும் பங்கேற்கச் செய்யும் இவ்விரு வடிவங்களும் வாசகத் தொடர்பின் பாற்பட்டது. வாசகருக்கும் இதழுக்குமான உறவில், வாசகர் எழுப்பும் கேள்விகளுக்கு அவர்களது ஐயம் நீங்கும் வகையில் பதிலளித்தல் மங்கை இதழில் இடம் பெற்றுள்ளது.

'மங்கை' என்ற பெயரிலேயே உங்கள் அபிப்பிராயம் என்ன? என்ற கேள்வி - பதில் பகுதி இடம்பெற்றுள்ளது.

> இந்தத் தலைப்பின்கீழ் சமூக வழக்கம் பற்றின ஒரு பிரச்சினை பிரதி மாதமும் ஆராயப்படும். இரண்டு தரப்பும் விவாதிக்கப்படும். வாசகர்கள் இருவர் கூறுவதையும் படித்துவிட்டு தமது தீர்மானத்தைச் சுருக்கமாகவும், தெளிவாகவும் எழுதி அனுப்பினால் நலம் (மங்கை, நவ. 1946)

என்ற குறிப்புடன் இப்பகுதி இடம்பெற்றுள்ளது.

முதலில் எடுத்துக்கொள்ளப்பட்ட விஷயம் ஒன்பது கெஜம் புடவையின் நீளத்தை ஆறு கெஜமாகக் குறைப்போமா என்பதாகும். இதனை ஆதரித்தும் எதிர்த்தும் வாசகர் கடிதங்கள் வந்துள்ளன. அதே போல் ஒவ்வொரு ஊரிலும் ஒரு லேடீஸ் கிளப் வேண்டுமா என்று அடுத்த விவாதம் முன்வைக்கப்பட்டுள்ளது. ஒரு விஷயத்தின் இரு தரப்புகளையும் அறிவதன் பொருட்டும் மாற்றுக் கருத்துகளும் இருக்கின்றன என்பதை எடுத்துக்காட்டவும் இம்முயற்சி மேற்கொள்ளப்பட்டுள்ளதாகக் கொள்ளலாம். ஆனால் இது தொடரவில்லை; தீவிரமான சர்ச்சைகளுக்குப் போகவுமில்லை.

எஸ். விசாலாட்சி (மங்கை ஆசிரியர்), லில்லி நர்ஸ், அன்னபூரணி ஆகியோர் சகோதரிகளின் சந்தேகங்கள் என்கின்ற தலைப்பில் வாசகியரின் கேள்விகளுக்குப் பதில் அளித்துள்ளனர்.

கடிதங்கள் என்று சொல்லத்தக்க வகையில் இரண்டு கடிதங்களே 1901-1950 காலப் பகுதியில் கிடைக்கின்றன. அவையும் முதல் இருப தாண்டுகளுக்குள்ளாகவே இடம்பெறுகின்றன. அசலாம்பிகையம்மாள் ஒரு நிருபம் என்று ஞானபோதினி இதழாசிரியருக்கு வரைந்துள்ளார் (ஞானபோதினி, ஆக. 1901). ஞானபோதினி இதழின் பழந்தமிழ்ச்

செய்யுள் மரபு சார்ந்த பண்டித நடையினைப் பாராட்டி அக்கடிதத்துடன் தமது செய்யுள் ஒன்றையும் அவர் இணைத்துள்ளார்.[42] கடிதத்தில் கண்ட படியே இவரது செய்யுள் (குறைவிண்ணப்பம்) அதே இதழில் இடம் பெற்றுள்ளது. ஞானபோதினியின் மீது வாசகர், எழுதுபவர் என இரு விதங்களிலும் இவருக்கிருந்த பற்றும் மதிப்பும் இதன்மூலம் தெரிகின்றது. க. மீனாம்பாள் என்பவர் ஆத்திசூடி வெண்பாவைப் பற்றிய ஐயத் தெளிவுரை (விவேகோதயம், டிச. 1917) என்ற ஒரு கடிதத்தை எழுதியுள்ளார். விவேகோதயம் ஆகஸ்ட் மாத இதழில் ஆத்திசூடி வெண்பாவைப் பற்றிய ஐயங்கள் என்ற கட்டுரையை கே.எஸ். நீலாயாதாக்ஷி என்பவர் வரைந்துள்ளார். அதனால் ஸ்ரீமதி கே.எஸ். நீலாயதாக்ஷி அம்மையவர்களுக்கு என்று குறிப்பிட்டே இக்கடிதத்தை மீனாம்பாள் அனுப்பியுள்ளார். இதழின் தொடர்ந்த வாசகராய் அவர் இருந்திருப்பதும் ஆழ்ந்த புலமை பெற்றிருப்பதும் இதிலிருந்து தெரியவருகின்றது.

இதழின் மையமே வாசகர்கள் தான். இதழ் என்று ஒன்று இருந்தால் அதற்கு வாசகர்கள் இருப்பார்கள். அந்த வாசகருடனான ஊடாட்டத்தை நேரடியாகச் செய்வன வாசகர் கடிதங்களும் கேள்வி பதிலும். இதற்கு மிகக் குறைந்த தரவுகளே உள்ளன என்றாலும் வாசகரை அங்கீகரிக்கும் போக்கும், வாசக வட்டத்தைப் பெருக்குகின்ற இதழியல் உத்தியும் இவற்றில் பொதிந்துள்ள தன்மையை அவதானிக்க முடிகின்றது.

1901-1950 காலப் பெண் எழுத்துத் தரவுகளின் அடிப்படையில் பார்க்கும்பொழுது, ஒவ்வொரு வடிவமும் பொதுவாக எண்ணிக்கையில் அதிகரித்திருப்பதைக் காணமுடிகின்றது. கட்டுரை, சிறுகதை, குறிப்புகள், கவிதை, தொடர்கதை ஆகியன அதிகம் பயன்படுத்தப்பட்ட வடிவங் களாகும். முதல் பத்தாண்டில் முதலிடத்தில் இருந்த கவிதை, பிறகு

42. பத்திராதிபரவர்கட்கு

ஐயா,

தற்காலம் பாமர ரஞ்சிதமாகவே வெளிவரும் தமிழ்ப் பத்திரிகைகள் எண்ணிறந்தன. தமது ஞானபோதினியொன்றே அவ்வாறின்றிச் செய்யுளின் தீஞ்சுவை கண்டவர்களாகிய பண்டிதர்க்கும் அச்செய்யுட்சுவைபருகும் அவாவினர்க்கும் ரஞ்சிதமாக வெளிவந்துலவுகின்ற தென்பதுண்மை. இதன் உண்மையையும் உயர்வையும் உற்றுணராது சென்ற சூன்மீ 8உ திங்கட்கிழமை வெளியான சுதேசமித்திரனின் தலையங்கத்தைச்சார்ந்த 3-வது பத்தியில் 'ஞானபோதினி' எனும் தலைப் பெயரால் வரையப்பட்டிருக்கும் விஷயங்கள் நிருபமெழுதுவோர்க்கு வருத்தத்தை விளைக்கக் கூடியதென்றே நம்பத்தகும். எனினும் நமக்கும் இஞ்ஞானபோதினியின் நிர்வாக அங்கத்தினர்க்கும் அத்தகைய கொள்கை ஒரு காலத்து முளதாகாதென்னும் துணிபையே மேற்கொண்டு யானியற்றிய குறைவிண்ணப்பம் எனும் செய்யுள் ரூபத்தையும் ஞானபோதினியிற் பிரசுரிக்குமாறு வரைந்துள்ளேன்.

இங்ஙனம்

அசலாம்பிகையம்மாள்.

எண்ணிக்கையில் அதிகரித்திருந்தாலும், கட்டுரை சிறுகதையுடன் ஒப்பிடும்போது அதை வளர்ச்சி எனச் சுட்டவியலாது. இதழியல் என்பது உரைநடையோடு ஊடாடுவதால் கவிதை என்பது வழமையான ஒன்றுக்கு மாற்றாகவே இடம்பெறுகின்றது. அதுவும் வடிவ நெகிழ்ச்சியுடன் இடம்பெறுவதை அவதானிக்க முடிகின்றது. மொத்தத்தில், பெண் எழுத்தில் கையாளப்பட்டுள்ள வடிவங்கள், இதழியல் தேவை சார்ந்தும் வாசகத் தேவை நோக்கியும் உத்திபூர்வமாகவும் பல தன்மைப் பட்ட செய்திகளை ஒருங்கே தொகுத்தளிப்பதற்காகப் பயன்படுத்தப் பட்டுள்ளன.

பெண் எழுத்துகளின் உள்ளடக்கம்

1901-1950 காலகட்டத்தில் வெளிவந்த இதழ்களில் எழுதிய பெண்கள் பல பொருண்மைகளில் தங்களின் கருத்துகளைப் பதிவுசெய்துள்ளனர். அவை பெண் மையப் பொருண்மைகளாகவும் பொதுப் பொருண்மை களாகவும் இடம்பெற்றுள்ளன. பெண் எழுத்தாளர்கள் அன்றைய தங்கள் சமகால, சக பெண்களும் பெண் எழுத்தாளர்களும் சந்திக்கின்ற சிக்கல்களையும் அவற்றுக்கான தீர்வுகளையும் (தீர்வு எனத் தாங்கள் எண்ணியவற்றையும்) தங்களின் எழுத்துகள் மூலம் முன்வைத்துள்ளனர். பெண்கல்வி, பெண் சுதந்திரம், பெண்களின் திருமணம், வரதட்சணை, பெண்களின் சொத்துரிமை, அரசியலில் பெண்களின் பங்கு, தேவதாசி முறை ஆகிய முக்கியமான சிக்கல்களை மையமிட்டு விரிவாக எழுதியுள்ளனர்.

பெண்கல்வியைப் பொறுத்தவரையில் பெண்கல்வியின் தேவையைக் கூறல், எப்படியான பெண்கல்வி தேவை என்பது தொடர்பான சிந்தனை களையும் ஆலோசனைகளையும் முன்வைத்தல், தற்காலப் பெண்கல்வி யில் தேவைப்படும் சீர்திருத்தங்கள் என இவற்றை ஆராய்ந்துள்ளனர். பெண் சுதந்திரத்தைப் பற்றிப் பேசுகையில் பெண்ணின் அடிமை வாழ்வு, பெண் சுதந்திரத்தின் தேவை ஆகியவற்றைச் சுட்டியுள்ளனர். பெண்களின் திருமணம் பற்றிய விவாதத்தில் பெண்களின் திருமண வயது, அது தொடர்பான சட்டங்கள், திருமணத்தில் பெண்களின் விருப்பம் போன்றவற்றை முன்னிறுத்தியும் இது தொடர்பான வரதட்சணை வழக்கத்தின் கேடு பற்றியும் பலதார மணத்தடை பற்றியும் இவை தொடர்பான சட்டங்களை இயற்றுவது குறித்தும் பேசியுள்ளனர். விதவைப் பெண்களின் துன்பத்தைப் பதிவுசெய்து விதவைப் பெண் களின் மறுமணம் குறித்த கருத்தாடலையும் முன்னெடுத்துள்ளனர். அத்துடன் பெண்களுக்கெனச் சொத்துரிமை வேண்டுவதன் அவசியம், சொத்துரிமை இல்லாமையினால் பெண்களுக்கு நேர்கின்ற துன்பம்,

நெருக்கடி போன்றவற்றைப் பற்றிய சிந்தனைகளையும் வெளிப்படுத்தி யுள்ளனர். பெண்களுக்கு வாக்குரிமையும் அரசியலில் பங்கேற்கும் உரிமையும் வேண்டும் என்பது குறித்தும் விவாதித்திருப்பதுடன் தேவதாசி முறையை ஒழிப்பது பற்றிய சர்ச்சைகள் குறித்த பதிவும் இடம்பெற்றுள்ளன. பெண்களை மையமிட்ட பொருண்மைகளில் மட்டுமின்றிப் பொதுவான பொருண்மைகள் குறித்தும் தங்கள் கருத்து களையும் புரிதல்களையும் பதிவுசெய்துள்ளனர். இலக்கியம், அறிவியல், கடவுள் நம்பிக்கை, உடல்நலம், மருத்துவம், இசை, நடனம், திரைப் பட விமர்சனம், காந்தியத் தாக்கம், மேற்கத்திய நாகரிக வெறுப்பு எனச் சமூகத்தின் பன்முகப்பட்ட பிரதிபலிப்புகளையும் உள்வாங்கி அவற்றைத் தமது கருத்து சார்ந்து பதிவுசெய்துள்ளனர்.

பெண் மையப் பொருண்மைகள்

பெண்கல்வி

பெண்ணுக்குக் கல்வி வழங்குதல்/ பெண் கல்வி கற்றல் என்பது இன்று அத்தனை பெரிய சிக்கலாக இல்லாவிடினும், பத்தொன்பதின் இறுதி தொடங்கி இருபதாம் நூற்றாண்டின் தொடக்கம் வரையில் அவ்விதம் இல்லை. பெண்ணுக்குக் கல்வி வேண்டும் என்பதே யோசிக்கப்படாத காலம், அதாவது பெண்ணையும் கல்வியையும் ஒருசேர தொடர்பு படுத்திப் பாராத ஒரு காலம். பெண்ணுக்கும் கல்வி அளித்தல் வேண்டும் என்ற எண்ணம் ஆங்கிலேயருடனான பரிச்சயத்தின் மூலமே வந்தது. அதுவும் சமூகத்தின் மேட்டிமைக் குலத்தினரின் ஒருவித ‘மனசாட்சிக்கு அஞ்சிய நியாயப்பாட்டு’ மனப்பான்மையினால் எழுந்தது. இந்தியர் பெண் களை நடத்தும் விதம் பற்றிய வெள்ளையரின் பரிகாசத்தின் உண்மை சுட்டதனால் ஏற்பட்ட வலியின் எதிர்வினையாகவே அது எழுந்தது.

ஆங்கிலேயர் தொடர்பினால் உதித்த எண்ணம் என்ற முதன்மை யான காரணத்தினாலும் கல்விபெற்ற பெண்ணின் செயல்பாடுகள் (அதற்கு முன்மாதிரியாக ஆங்கிலப் பெண்கள் இருந்தனர்!!) குறித்த ஐயமும் அச்சமும் போன்ற பிற காரணங்களினாலும் பெண்கல்வி என்பது சராசரிகள் பலராலும் மிகத் தீவிரமாக எதிர்க்கப்பட்டது. ஆனால் பொறுப்புள்ள பல தேசியத் தலைவர்களும் முற்சொன்ன எதிர்வினை யாலும் காலமாற்றத்தில் இது தவிர்க்கமுடியாதது என்று உணர்ந்த தாலும் ஆங்காங்கே தனிப்படப் பெண்கள் கல்வி நடைபெற்றதாலும் பெண்கல்வியை அதன் தேவையைப் பலர் வலியுறுத்திப் பேசியும் எழுதியும் வந்தனர். இந்நிலையில், கிறித்துவ மதம் சார்ந்து பரவிய கல்வியினாலும் எழுத்தறிவினாலும் கிறித்துவ பெண்களுக்குக் கல்வி கற்றல் என்பது எளிதாகவும் தடையற்றதாகவும் இருந்தது. இருப்பினும்

மேட்டிமைச் சமூகத்துப் பெண்களுக்குக் கல்வி 'வழங்குதல்' என்பது தயக்கத்துடனேயே நடைபெற்றது. இதன் பொருட்டு இந்து மதப் பெண்களுக்கு வீட்டிலேயே சென்று கல்வி கற்பித்ததும் நடந்தது.

பெண்கள் கல்வி கற்பது சிறிது சிறிதாகச் சமூகத்தில் சகஜமாகிவிட அது ஏற்றுக்கொள்ளப்பட்டது. ஆனால் சமூகம் பெண்கல்விக்கான வரையறைகளையும் நிபந்தனைகளையும் விதித்தது. பெண்களுக்குக் கல்வி வேண்டும், ஆனால் அக்கல்வி எவ்விதம் இருக்க வேண்டும் என்ற விதி பரவலாகப் பேசப்பட்டது. பெண்கல்விக்கான தேவை தொடங்கி பெண்கல்வியின் வரையறை வரையிலான இந்தப் போக்கை இருபதாம் நூற்றாண்டின் முதல் முப்பது ஆண்டுகளில் அவதானிக்க முடிகின்றது.

பெண்ணுக்குக் கல்வி கொடுக்க வேண்டும் என்பதற்கான நியாயப் பாட்டினைச் சமூகத்திற்கு முன்வைக்க பண்டைய காலத்து 'பாரதப்' பெண்கள் கல்வி கற்றிருந்தனர் என்பதைக் கூறவேண்டிய தேவையும் பெண்கல்வி இந்திய/ தமிழ்ச் சமூகத்திற்குப் புதிதோ அந்நியமானதோ அன்று என்பதை நிறுவவேண்டிய தேவையும் ஏற்பட்டது. அத்துடன் பெண்கல்வி ஆங்கிலேயரால் கண்டுபிடிக்கப்பட்ட ஒன்றன்று என்பதையும் வலியுறுத்த வேண்டியிருந்தது. இந்தப் பின்னணியில் தான் பண்டிதை அசலாம்பிகை அம்மாளின் பல எழுத்துகள் செயல்படுகின்றன. கல்விக் கடவுள் கலைமகளை முன்னிலைப்படுத்தி இவர் எழுதிய குறை விண்ணப்பம் (ஞானபோதினி, ஆக. 1901) பெண்கல்வியை வேண்டுவதாக அமைந்துள்ளது. ஆனந்தபோதினி இதழில் இவர் தொடர்ந்து திலகவதி, மங்கையர்க்கரசி, கௌசல்யா, சுமித்திரா, கைகேயி, ஔவையார், சீதை ஆகியோர் குறித்துக் கட்டுரைகள் எழுதியுள்ளார். லக்ஷ்மி இதழிலும் பெரிய புராணப் பெண்ணரசிகள் என்ற கட்டுரையை எழுதியுள்ளார். பெண்கல்வியைச் சமய வட்டத்திற்குள்ளிருந்து இவர் பார்த்த தன்மையை இக்கட்டுரைகளின்வழி காணமுடிகின்றது.

பாரதி இதழில் பண்டைக்காலப் பெண் கல்வி (பாரதி, ஏப். 1930) குறித்து எழுதுகையில் பண்டைய காலக் கல்வியே சிறந்தது என்று தற்காலக் கல்வியுடன் ஒப்பிட்டுக் கூறுகின்றார். ஆணுக்கும் பெண்ணுக்கும் தனித்தனி முறையிலான கல்வி தேவை என்பதைத் தமிழ் மரபிலக்கியம்/ இலக்கணம் சுட்டுகின்ற இருபாலினரின் முரண்பட்ட இயல்பின் (ஆண் - ஆண்மை, அஞ்சாமை, வீரம், வன்மை; பெண் - அச்சம், மடம், நாணம், பயிர்ப்பு) அடிப்படையில் முன்வைக்கின்றார். பண்டைய கல்வியின் 'மேன்மை'யைத் தமிழ்ப் பண்பாட்டுச் சூழலுக்கு நாகரிகக் கல்வி ஒத்துவராது என்ற முரணிலிருந்து எடுப்பதோடு சமயத்தை அதில் முன்னிறுத்துவதைக் காணலாம். கல்வியின் மூலம் பணத்தை

ஈட்டுவதை, அதாவது வேலைக்குச் சென்று வருவதை ஆதரிக்காத தன்மையையும் இதில் காணமுடிகின்றது. கல்வி என்பது பாலினத்தைப் பொறுத்து வேறுபடவேண்டும் என்ற உறுதியான கொள்கையையும் கணவனையும் குடும்பத்தையும் பேணுவதாகிய பெண்ணின் கடமையைச் சார்ந்தே பெண்கல்வி இருக்கவேண்டும் என்ற நிலைப்பாட்டை எடுப்பதையும் அசலாம்பிகையம்மாளின் எழுத்தில் காணலாம்.[43]

பெண்களின் கல்வி பள்ளிக்கல்வி, வீட்டு வேலை பழகும் கல்வி என்ற இரு விதங்களிலும் கற்கும் அவகாசமின்றித் திருமணஞ் செய்து வைக்கப்படுவதால் இரண்டுமே அரைகுறையாகிற்று என்று பெண் கல்விக்குள்ள பிணி (பிரஜானுகூலன், ஜனவரி-பிப்ரவரி 1905) என்ற கட்டுரையில் விரிவாகக் கூறுகின்றார். அத்துடன் நாகரிகக் கல்வியை ஏன் விட்டொழிக்கவேண்டும் என்பதன் காரணத்தை விளக்குகின்றார். அக்காரணமும் அந்நிய நாட்டுப் பெண்களின் வாழ்முறை நம்நாட்டுப் பெண்டிருக்கு ஏற்புடையதாக இராது என்ற ஒப்பீட்டு முரணின் அடிப்படையில் எழுகின்றது.[44] மேலைநாட்டுப் பெண்கள், அவர்களின்

43. ஆண்மை, அஞ்சாமை, வீரம், வன்மை முதலிய ஆடவர்க் கமைய வேண்டிய இயல்புக் குணங்களை வளர்க்கத் தக்க முறையில் ஆடவன் இனத்திற்கும் அடக்கம், பொறுமை, ஒழுக்கம், உழைப்பு, விநயம், அன்பு, நிறை, ஈகை முதலிய இயல்புக் குணங்களை உரம் பெறச் செய்யும் முறையில் பெண் இனத்திற்கும் கல்வி யளித்திருத்தல் வேண்டுமென்பதற்குப் பண்டை கால சரித்திர ஸ்திரி பூமான்களே சான்றாகும்.

பெண்களிற் சிலர் கவிஞர்களாயும் இருந்தனர். அத்தகைய கவியரசிகளும் குடும்பப் பணிகளை முதற் கடனாக எண்ணி கணவனைப் போற்றி மக்களை ஈன்றும் வளர்த்தும், விருந்தினரை யுபசரித்தும் சிறந்திருக்கின்றனர். தவிர கல்வியாலோ கவிப் புலமையாலோ பொருள் தேடுதலை உரிய சாதனமாகக் கொண்டனரில்லை. ஆடவன் ஈட்டும் பொருளைத் தக்க அற முறையில் புகழ் பூப்பச் செலவிடும் பொறுப்பும், உரிமையும் ஆடம்பரமற்ற இயற்கை வாழ்வு நடாத்தும் திறமையும் பெண்ணரசிகளிடம் அடங்கி யிருந்தன. இன்றேல் இராமனையும், தர்மனையும், வீமனையும், அர்ச்சுனனையும், அரிச்சந்திரனையும் ஈன்றிருக்க முடியுமோ? சீதை, தமயந்தி, நளாயினி, சீமந்தனி, தேவவூதி முதலிய பெண்களை யுதவி யிருக்க முடியுமோ?

அத்தகைய தோற்றம் இந் நாளில் இறந்து பட்டதற்குக் காரணம் ஒழுக்கமற்ற, அடக்கமற்ற இயற்கைக் கல்வியைப் புறக்கணித்த ஆண் இனமும் பெண் இனமும் தேசத்தில் தோன்றிக் கொண்டிருப்பதே யென்பதைக் கூறவும் வேண்டுமோ?

பெண்கள் ஆண்களுடன் போட்டி போட்டு நாள்தோறும் வெளியேறுவதையும், அறத்தை வளர்க்கு மிடமாகிய மனை வாழ்க்கையை நிராகரிப்பதும் இயற்கைக் கடமைகளை யாற்றுதல் இழிவென எண்ணுவதையும் கண்டு கண்டு சலித்துப் போகின்றோம்... தற்கால நாகரீகம் இன்னம் சின்னாள் நீடித்து வரின் ஒழுங்கினமலிந்து சமூகச் சட்டங்கள் அழிந்து பண்டைக்கால மாதரசிகளைப் பற்றி எண்ணுவோரும் சிலராவர். ஆயினும் எல்லாம் வல்ல இறைவன் திருவுளம் இப்புது நாகரீக மயக்கம் தெளிந்து பண்டை நாகரீகம் தோன்றுமாறு துணை செய்யு மென்பதே அறிஞர் பலரின் நம்பிக்கை.

44. நம் நாட்டிற் பாடசாலைகளிற் பத்து அல்லது பதினோராண்டளவும் கல்வி பயிலும் சிறுமிகள் அம்மட்டோடு தங்கள் கடயைக் கட்டிவைத்து விடுவதால் அடையும் பயனை சிறிது யோசிப்போம். அவர்கள் அறிவு முதிர்ந்து கல்வியினால் தமக்குப் பிற்காலத்திலுண்டாகக் கூடிய உபயோகங்களையும் அவசியத்தினையும் சரிவர உணர்ந்து அதிற் கவனம் செலுத்தும் ஆவலையும் ஊக்கத்தையும் அடையச் சாதாரணமாய் 12 அல்லது 13வயது செல்லுகின்றது. தாகமெழுகையில் தண்ணீர் பாத்திரம்☞

நிலை இவற்றுடன் இந்தியப் பெண்களின் நிலையை ஒப்பிட்டு அக்காலப் பெண்கல்வியில் இருந்ததாகத் தாம் நினைத்த குறையை நுட்பமாகப் பகுப்பாய்வு செய்துள்ளார். மேலைநாட்டுடனான் ஒப்பீடு, இந்தியப் பண்பாட்டுப் பின்னணி என இது அந்நாளைய பெண்கல்வியின் மீதான விவாதப் பரப்பை அறியத் துணைசெய்கின்றது.

தங்கம் என்பவர் தமது பெண்கல்வி (ஸ்ரீ வாணீ விலாஸினீ, ஜன. 1907) என்ற கட்டுரையில் பெண்கல்வி நிராகரிக்கப்படுவதையும், பெண்களே பெண்கல்வியின் அருமையைப் புரியாமலிருப்பதையும், கல்வியினால் பெண்கள் அடையும் மேன்மைகளும் நன்மைகளும் என்னவென்பதையும் விரிவாக எடுத்துரைக்கின்றார். கல்விகற்ற ஒருசில பெண்கள் கர்வத்துடன் நடக்கும் காரணத்தால் அது மற்ற பெண்களின் கல்விக்கு அபாயமாக மாறக்கூடாது என்று பெண்களுக்கு எச்சரிக்கையும் அதே சமயம் இது போன்ற மிகச்சிலரால் பல பெண்களின் கல்வி பறிக்கப் படக்கூடாது என்று சமூகத்திற்கு கோரிக்கையும் விடும் தொனி இதில் அமைந்துள்ளது.[45] கிட்டத்தட்ட இதேபோன்று ஆர். கோமளம் என்பவரும்

☞ தவறிவிழுவதுபோல் அத்தகைய நல்ல தருணத்தில் கல்விப் பயிற்சியும் தடைப்படுகின்றது… பல பெண்கள் தாங்கள் இயற்கையாகவும் அவசியமாகவும் அறிந்திருக்க வேண்டிய வீட்டு வேலைகளையும் குடும்ப நிர்வாக முறைமையையும் செம்மை பெறத் தெரிந்து கொள்ள வெகு சிரமப்படுகின்றனர்… ஆகவே தாய்வீட்டில் உள்ள பெரியோர் இப்பெண்கள் புருஷன் வீட்டில் சமர்த்தியாக நிர்வகிக்கவேண்டிய கடமைகளையும் முறைமைகளையும் இன்னின்னவென பன்னிப் பன்னிப் போதிக்கவும் பயிற்றவும் தாராளமான அவகாசம் கிடைப்பதில்லை… தம்பதி நேசத்தை விர்த்திசெய்துக் கொள்ளவும் புக்ககத்து முதியோருக்குப் பணிவாகவும் அடக்கமாகவும் ஒழுகவும் 15 வயதிற்கு முன் ஒருநாளும் நம்பெண்கள் யோக்கியர்களாகமுடியாது. … மேற்கண்ட வயதிற்குள் ஒன்றிரண்டு பிராயங்கட்கும் இவர்கள் உட்பட்டவர்களாகச் சிலவிடங்களில் சம்பவிக்கின்றது. இதுவும் நேர்ந்துவிட்டால் பிறகு இவர்கள் முன்னர் விட்ட கல்வியை விர்த்திசெய்துகொள்ள எந்தச்சந்துவழிப்பார்த்தாலும் இடமில்லை…

அநுபவக்குறைவும் ஆராய்ச்சியுமில்லாத சிற்சிலர் தம் மனைவிகளைத்தாம் அருமை பாராட்டுவதற்கறிகுறியாக வீட்டு வேலைகள் எதிலும் பிரவேசிக்க வொட்டாமற் றடுத்து மேல் நாட்டு மாதர்கள் நம் தேசத்தில் வந்து எவ்வாறு கணவர்களுடன் சுகசாலிகளாய் வாழ்கின்றனரோ அதே நிதானத்தில் இருப்பது நாகரீகமென்றும் கண்ணியமென்றும் மதித்து நாடகம் புரிவதும் சமயம் வாய்த்தபோது வெளிப்பட எடுத்துரைப்பதும் நாம் செய்த துர்ப்பாக்கியந்தான். அவ்வன்னியர் அவர்கள் சொந்த தேசத்தில் நடக்கும் விதத்தினையும் ஆடவனைப்போலவே பெண்பாலும் நாள் முழுதும் ஓடியலைந்து பொருள் தேடிக் குடும்பப் பாதுகாப்பும்செய்து நிர்வகிப்பது இயல்பென்பதையும் அப்பெண்கட்கு எடுத்துரைப்பா ரின்மையால் தங்கள் கல்வி யபிவிர்த்திக்குத் தடையாக விருந்த இக்குடும்ப வேலையைச் செய்வது மிகக் குறைவென்று மனந்தளர்வதும் இதைக்கொண்டே பெண்கல்வி கூடாதென மருண்டுரைப்பார் சிலரும் கல்வியிற் கவனமுள்ள பெண்கள் குடும்ப வேலைகட்குப் பயன்பட மாட்டார்களென்று ஆதியில் கற்ற அற்ப கல்வியின் மேலும் அபவாத மேற்படுத்திக் குதர்க்கஞ்செய்யத் தலைப்படுகின்றனர். இத்தகைய அபவாதங்கட்கும் தப்புக் கொள்கைகட்கும் இடமுண்டாகாத வண்ணம் நம்மாதர்கள் கணவன் வீட்டிற்குச் செல்லு முன்பே கல்வி யபிவிர்த்திக்குக் கூடிய அவகாசமிருக்கும்படி நம் கனவான்கள் தயைகூர்ந்து பருவம் வந்ததும் மனைவிகளாக்கும் அயுக்த வழக்கத்தை அடியோடு பரிகரித்து வருதலே பெண்கல்விக் குண்டாம் பிணிக்குப் பிரதான ஔஷதமாகும்.

45. நமது இந்துதேசத்தில் பெண்கல்வி சென்ற 20 வருஷ காலமாக பெரும்பான்மையாயிருந்த போதிலும், இன்னமும் சிற்சில குடும்பங்களிலும், விசேஷமாய் நாட்டுபுறங்களிலும், பெண் ☞

(கிரஹலக்ஷ்மி, ஜூலை 1939) பெண்கல்விக்கு எழும் எதிர்ப்பின் பின்னணி மேலைய-இந்தியப் பெண்களின் இயல்பு முரணினூடாக எழுவதைச் சுட்டிக்காட்டி பெண்கல்வியின் தேவையை நிறுவுகின்றார்.[46]

இதன்மூலம் கல்விகற்ற பெண்ணின் செயல்பாடுகள் கூர்ந்து நோக்கப்படுவதையும் அவர்கள் செயலில் உள்ள சிறு பிறழ்வுக்கும் அவர்களுக்குக் கற்பிக்கப்பட்டிருந்த கடமையில் ஏற்படும் தவறுதலுக்கும் கல்வியே காரணம் கற்பிக்கப்பட்டு எதிர்ப்பு எழுவதையும் இக்கட்டுரைத் தெற்றென விளக்குகின்றது. எனவே கல்விகற்கும் பெண் கூடுதல் கவனத்துடனும் சமுகத்தின் எந்தக் குற்றச்சாட்டுக்கும் இடம்கொடாமல் எச்சரிக்கையுடனும் நடக்கவேண்டிய தேவை சுமத்தப்பட்டதை இது உணர்த்துகின்றது. இன்றும் பெண்ணின் செயல்பாடுகள் இதே அளவு கோலால் எடையிடப்படுவதும் இங்கு ஒப்புநோக்கத்தக்கது. பெண்ணுக் கெதிரான கட்டமைப்புகளை உடைப்பதும் பெண் சுதந்திரமாக இருப்பதும் 'படித்த திமிர்' என்று கோபத்தை உமிழவைக்கின்றது. கல்வியானது பெண்ணின் (கணவனுக்கும் குடும்பத்திற்கும்) அடங்கிப் போகும் தன்மையை இல்லாமற்செய்துவிடும் என்ற அச்சத்தின் அடிப் படையில் இது எழுகின்றது.

களுக்குக் கண்ணென விளங்கும் கல்வியை மிக்க நிராகரித்துப் பேசுவது ஸகஜமாயிருக்கிறது இதுவும் கல்வியில்லாமையினால்தான்! ...

விசாலாட்சி: காலங் கெட்டுப் போச்சு. பொம்மண்டாட்டி வாசிக்கிறதும், எழுதறதும், மேஜை யென்ன! குருச்சி யென்ன! புருஷாளுக்குக் கூட அப்படி நடக்காது. ...

அறைகுறையாய் எழுதப்படிக்கத் தெரிந்த சொற்பப் பெண்பேதைகள், ஸன்மார்க்கத்தைத் தவறி நடப்பதற்குக் கல்வியைக் காரணமாகக் கூறுவது கொடுமையினுங் கொடுமையாம். ... வித்தையினால் கற்பைக் காக்கலாகும். ஞானம் அபிவிருத்தியடையும். வீண்வம்பு, விருதாசண்டை, இவைகளுக்கு புத்தியைப் போகவிடாது தடுக்கும். கிருஹகிருத்தியங்களில் சமர்த்தராயும், எந்தவேலை செய்தாலும் சுத்தமாயும் தனக்குக் கீழ்ப்பட்டவர்களிடம் பரிதாபமும் தாக்ஷிணிய முமுடையவர்களாயும் இருக்கலாம். கல்வியின் பாக்கியத்தால் இவ்வனைத்தும் நாளடைவில் இயல்பாகவே உண்டாகுமென்பது திண்ணம். பதிவிசுவாஸம், தெய்வபக்தி, அடக்கம், பொறுமை, கருணை முதலிய ஸ்திரீகள் அவசியம் பெறவேண்டிய இக்குணங்கள் யாவற்றுக்கும் கல்வியே மூலாதாரமாகும். தமயந்தி, ஸாவித்திரி, ஸுசீலை, மற்றுமுள்ள பதிவிருதைகளெல்லாம், வித்தை யினால் செப்புதற்கரிதான கீர்த்தி பெற்றிருப்பதை, சான்றோரால் கேட்டும் படித்துமிருக்கிறோம்.

46. சில பெரிய மனிதர்கள் பெண் கல்விக்கு பெரும் சத்துருக்களாய் இருக்கின்றார்கள். ஏன்? அவர்களுடைய அபிப்பிராயம் என்ன? இப்பொழுது ஆடவர்கள் பெண்களுக்குச் செய்து வரும் கொடுமைகளை யுணர்ந்து பழிக்குப் பழி வாங்க முற்பட்டு விட்டால் என் செய்வது என்ற பயம் தான் காரணம். ஸ்திரீகள் படித்தால் நாகரீகமடைந்து வீட்டுக் காரியங்களில் பங்கெடுத்துக் கொள்ள மாட்டார்கள். இவ்விதம் கொஞ்சம் நாட் சென்றதும் சேவா மனப்பான்மையை அகற்றி விட்டு, தாய் தந்தை, மாமன் மாமி, சகோதர சகோதரிகள் கணவன் இவர்களை சிறிதும் மதிக்காமல் ஆங்கில ஸ்திரீகளைப் போல் சுயேச்சையுடன் சுக வாழ்வில் மிதக்க ஆரம்பித்து விடுவார்கள் என்பது மற்றொரு காரணம். இவ்விஷயத்தை விளக்க அறைகுறையாய்ப் படித்து விட்டு தாய் நாட்டிற்கும் ஸமூகத்திற்கும் அவமானம் விளைவித்த இரண்டொரு பெண் மணிகளின் வரலாறுகளைக்கூறி தமது கொள்கையை நிலை நிறுத்துகின்றார்கள். பரிபூரணமான கல்வி இன்மையினால் தான் இவ்விதத் தீமைகள் உண்டாகின்றன என்பதை உண்மையில் உணர்ந்தாரில்லை. உண்மையாகவே அறிவுள்ள ஸ்திரீகளால் தான் மானிடவர்க்கத்தின் மேன்மை நன்கு விளங்கும்.

இந்தச் சூழலில் பெண்கள் கல்வி பெறுவதற்கு அக்கல்வியினால் ஏற்படும் நன்மைகள் பட்டியலிட்டுக் காட்டப்படுகின்றன. எனவே பெண்கல்வி பெண்களின் குடும்பப் பொறுப்பையும் பண்பாட்டைக் காக்கும் பொறுப்பையும் சிறப்புறச் செய்யவே உதவிபுரிகின்றது என்பதைக் கவர்ச்சிகரமாகப் பரிந்துரைக்க நேர்கின்றது. அது மிகக் கவனமாகக் குடும்பத்தைப் பேணுவதற்கான கல்வியாகக் கட்டமைக்கப் படுகிறது. இதனை நிரூபிக்கும் விதமாக, ஓர் இந்து சகோதரி என்ற புனைபெயரில் எழுதிய ஒரு பெண்மணியும் (ஹிதகாரிணி, ஜூலை 1910) பெண்ணின் கல்வி குடும்பத்திற்கும் கணவனுக்கும் நன்மை பயக்கும் என்றும், சிலர் செய்யும் தவறுக்குக் கல்வி காரணமாகாது என்றும் கல்வியானது கற்பவரது நற்குணங்களை மேலும் கூர்மைப் படுத்தும் என்றும் கூறுகின்றார்.[47]

சிந்தாமணி இதழாசிரியராய் இருந்த சகோதரி வி. பாலம்மாள் அவர்கள் தமது சமகாலத்துக் கல்விமுறை குறித்தும் அதில் பெண் கல்வி குறித்தும் தமது தெளிவான, அழுத்தமான கருத்துகளை முன் வைக்கின்றார். மூன்று நிலைகளில் இவர்தம் பெண்கல்வி பற்றிய கருத்துகளைப் பகுத்துப் பார்க்கலாம். அவை - பெண்கல்வி தற்காலம் எப்படியுள்ளது என்ற பகுப்பாய்வு, பெண்களுக்குரிய கல்வி என்று இவர் பரிந்துரைப்பவை, பெண்கல்வியில் இவர் பரிந்துரைக்கும் சீர்திருத்தங்கள். அவர் காலத்தில் நிலவிய நாகரிகக் கல்வியை நடைமுறைக்கு ஒவ்வாத வெறும் உத்தியோகக் கல்வி என்றும் ஆண் பெண் இருவருக்கும் ஒரே மாதிரியான கல்விமுறை இருத்தல் சரியன்று என்றும் விமர்சித்துள்ளார். அசலாம்பிகை அம்மையார் முன்வைத்த கருத்தின் பிரதிபலிப்பாகவும் நீட்சியாகவும் இது அமைந்துள்ளது. நாகரிகக் கல்வி கிறித்தவ மத அடிப்படையில் அல்லது சார்பிலிருந்து எழுவதால் அதனை மறைமுகமாக இந்துமதப் பின்னணியிலிருந்து இவர் விமர்சிப்பதையும் புறக்கணிப்பதையும் அவதானிக்கலாம்.[48]

47. மூடத்தனத்தால் சீறுமாறாக வளர்த்தி விட்டு வயது வந்தபிறகு படித்துக் கெட்டார்களென்று சிலர் சொல்வது வழக்கம். அது சுத்தப்பிசகு... நமது நற்குணங்கள் விருத்தியடைந்து செழிப்பதற்கும் விகசித்துப் பிரகாசமடைவதற்கும் கல்வி முக்கிய ஏதுவாயிருக்கின்றது.

48. ஆண் பெண் இரு பாலர்க்கும் இம்மை மறுமைக் குரிய வழிகளைச் சிறப்பாகக் கூறுவதே கல்வி எனப்பட்டதாகும். இயற்கையாய் ஏற்படுத்தப்பட்டிருக்கும் அறிவை நல் வழிக்குட்படுத்தலே கல்வியென முன்னோர்களால் கருதப்பட்டிருந்தது. இச்சந்தர்ப்பத்தில் உத்தியோகக் கல்வி என்று ஒன்று இந்தியாவில் தலை காட்டிற்று. இது கண்டு பூர்வீகக் கல்வியை ஆடவர்கள் புறக் கணிக்கலானார்கள். ... பெண்கல்வி க்ஷீண முற்ற காலத்தில் மீண்டும் இந்தியாவில் அதை ஒரு விதமாக ஸ்தாபிக்க முன்வந்தவர்கள் கிருஸ்து மதத்தினர்களேயாவர். ... கல்விச்சாலைகளைத் தம் மதப்பிரசாரத்திற்கும் அபிவிருத்திக்குமாகவே உபயோகித்ததனால் பெண் கல்வி விருத்தி யடையாமல் போய்விட்டது. ... அரசாங்கத்தினரால் ஏற்படுத்தப்பட்டிருக்கும் கல்வியானது ஆண் பெண் என்ற வித்தியாசமும் பாரபக்ஷமுமின்றி ஒரேவிதமாக இருக்கிறதன்றி பெண் மக்களனைவர் களுக்கும் உபயோகப்படக் கூடியதாயில்லை. (பெண் கல்வி, சிந்தாமணி, செப். 1924)

பெண்கள் கல்வி பெறவேண்டிய வயது வரையறையையும் (7 முதல் 12) பெண்களுக்குரிய கல்வியாக என்னென்ன இருக்கவேண்டும் என்பதனையும் திட்டவட்டமாக வரையறுக்கின்றார். பனிரெண்டு வயதுவரை பெண்கள் வெளியில் (பள்ளியில்) சென்று கல்வி கற்கலாம் என்றும் பெண்கள் வீட்டு வேலைகளைப் பழகுதலைப் பொறுத்துப் பள்ளியின் நேரம் நெகிழ்த்தப்படவேண்டும் என்றும் கருத்துரைக்கின்றார்.[49] அடுத்து, பெண்கள் படிக்கக் கூடிய மேற்படிப்பு எவை என்றும் பெண்களின் கல்வியில் தேவைப்படுவதாகத் தாம் கருதிய சில சீர்திருத்தங்களையும் முன்வைக்கின்றார்.[50]

பண்டைய கல்வியின் உன்னதம், பாலின இயல்பின் அடிப்படையில் ஆண்-பெண்ணுக்கான கல்வி வேறுபட வேண்டும் என்ற வலியுறுத்தல், நவீன நாகரிகக் கல்வியின் ஒவ்வாமை மற்றும் மறுப்பு, அரைகுறையான நாகரிகக் கல்வி விளைவிக்கும் (குறிப்பாகப் பெண்களிடத்தில்) கேடு, தமிழ்ச் சமய/ பண்பாட்டுரீதியிலான கல்வியால் பெண்களுக்கு ஏற்படும் நன்மை, அதன் அடிப்படையில் பெண்கள் கல்வி கற்க வேண்டிய வயது வரையறை, கல்வியின் தன்மை ஆகிய இந்த அனைத்தையும் மையப்படுத்திய தீவிர விவாதத்திலிருந்து பெண்கல்வியும் அதன் தேவையும் எடுத்துக்காட்டப்படுகின்றன. தேவதாசிகள் அல்லாத குடும்பப் பெண்கள் கல்வி கற்க வேண்டியதன் அவசியத்தைச் சமூகத்தில் மெல்ல பரவவிடுவதற்கும் இந்து/ இந்திய/ தமிழ் நாகரிகம்

49. நாகரிக வழியையோ அல்லது சௌகரியத்தையோ அனுசரித்துப் பெண்களின் விவாக வயது இப்போதைக்காட்டிலும் சற்று சீர்திருத்தப்பட்டாலும் அதிகரிக்கப்பட்டாலும் ஒரு பெண் உற்சாகத்துடன் கவலை, கூச்சம் இவைகளன்றிக் கல்வி பயிலக்கூடிய வயது பனிரண்டுதான். கணவன் சம்மதத்தினாலோ அல்லது சுயத் தீர்மானத்தாலோ தனக்குள்ள சௌகரியத்தாலோ ஒரு பெண் உயர்தரக் கல்வியைக் கற்க முன் வருவாளானால் அதற்கும் அஸ்திவாரமாகப் பனிரண்டு வயதிற்குள் கற்பதே பெண்மக்கட்குரிய படிப்பு எனப்படும். ....

படிப்பு, வீட்டுவேலை இரண்டிலும் பெண்கள் பயிற்சி யடையக்கூடிய காலம் ஏழு முதல் பனிரண்டு வயதளவாகவே இருப்பதால் இவர்கள் படிக்கும் நேரமும் பாடங்களும் வேறுவிதமாக இருத்தல் முக்கியம். சுய பாஷையைப் பிழையின்றி நன்றாக எழுதவும் படிக்கவும், கணக்கில் வாய்ப்பாடு, கூட்டல், கழித்தல் போன்றவைகளை நன்றாய் அறிந்து கொள்ளவும், சங்கீதத்தில் வாய்ப்பாட்டுக்களை அபசுவரமின்றிப் பாடவும், தையல் வேலைகளைச் செய்யவும் இவ்வைந்து வருஷகாலத்தில் பெண்கள் தக்க பயிற்சி யடையச் செய்வது கஷ்டமன்று. பள்ளிக்கூட நேரங்களையும் பகல் இரண்டு மணியிலிருந்து மாலை ஐந்து மணிவரை என்று ஏற்படுத்தல் வேண்டும். இவ்விதம் பெண்மக்கட் குரிய படிப்பு புகட்டப் படுமானால் சிறுமிகள் குடும்ப காரியங்களிலும், சுயபாஷையிலும் சங்கீதத்திலும், தையல் முதலிய உபயோகத் தொழிலிலும் ஒருங்கே தேர்ச்சியடைந்து விடுவார்கள். (சிந்தாமணி, செப். 1924)

50. தற்காலமுறைப்படி கல்வி கற்கும் பெண்மணிகள் உபாத்தியாயினிகளாகவும் (ஆசிரியர்) வைத்தியத் தொழிலிலும் சகஜமாய் அமரக்கூடும். சற்றுப் பிரயாசை எடுத்தால் சட்டப் பரீக்ஷையில் தேறி, பெண்கள் வக்கீலாக இருக்கலாம்... தற்காலப் பெண்கல்வி முறையில் முக்கிய சீர்திருத்தங்கள்ாவன: தேச பாஷையில் புத்தகங்கள், போதித்தல், பரீக்ஷைகள், பல வருஷம் பள்ளிக்கூடங்களில் படிக்கவேண்டுமென்பதில்லாமை, படிக்க முன்வரும் பெண்கள் ஏழையாயிருப்பின் தக்க உபகாரச் சம்பமளித்தல் முதலியவையேயாம். (சிந்தாமணி, நவ. 1924)

பெண்களை அடிமைகளாக்கவில்லை என்று நிறுவுவதற்கும் பெண்கல்வி குறித்த இச்சொல்லாடல்கள் இதழ் ஊடகத்தில் எடுத்தாளப்பெற்றன.

பெண் சுதந்திரம்

பெண்களின் பல நிலைகளைக் குறித்துப் பல அறிஞர்கள், எழுத்தாளர்கள் விவாதித்தும் பேசியும் பெண்களின் உரிமைகள் கொஞ்சங் கொஞ்சமாகக் கிடைத்துவந்துள்ளன. 1901-1950 காலகட்டதில் எழுதிய பெண்களுள் பெண்களின் அடிமை நிலையினையும் பெண்களுக்கு சுதந்திரம் வேண்டுமென்பதனையும் ஓரளவு உணர்ந்து அது பற்றித் தமது கருத்தை சகோதரி வி. பாலம்மாள் அவர்கள் தொடர்ந்து சிந்தாமணி இதழில் விவாதித்துள்ளார். குறிப்பாக, நாகரிக வாழ்வே பெண்களின் அடிமை வாழ்விற்குக் காரணம் என்று கூறுகின்றார். உத்தியோகக் கல்வியினால் ஆண்களுக்கு ஓய்வு நேரம் உள்ளது ஆனால் பெண்கள் ஓய்வு ஒழிச்சல் ஆசுவாசம் இன்றி வீட்டுவேலைகளில் ஈடுபட்டும் தொடர்ந்த பிள்ளைப் பேற்றினாலும் உடல்நலம் கெட்டு வெறும் சிற்றின்பம் தரும் அடிமை களாக உழல்கின்றனர் என்று ஆற்றாமை பொங்கக் கூறுகின்றார்.[51]

இவர் கூறும் பெண் சுதந்திரம் என்பது நாகரிக வழியில் செல்லாமல் இந்தியப் பாரம்பரியத்தின் பூர்விக வழியில் வாழ்வதாகும். ஆண்கள் படித்து நவநாகரிக வழியில் செல்கின்றார்கள் என்றும் பெண்களை மரபு வழியில் செல்லவிடாமலும் நாகரிக வழியில் சென்றால் ஒதுக்கு கின்றனர் என்றும் பெண்கள் பூர்விக வாழ்க்கை முறையையே விரும்பு கின்றனர் என்றும் ஆணித்தரமாகக் கூறுகின்றார். அத்தோடு நாகரிக வழியில் ஆடவர்களைச் செல்லவிடாது காப்பவர்கள் பெண்களே என்று அழுத்தந்திருத்தமாகப் பதிவுசெய்கின்றார்.[52] எனவே நாகரிக வழியில்

51. தற்காலம் நாகரீகத் தோரணையில் பெண்கள் சிற்றின்பக் கருவிகளாக மட்டுமே கருதப்படு கிறார்கள். ... அகாலப்பிரசவம், ஆரோகியமின்மை, அற்பாயுளுள்ள குழந்தைகள் இவைக் கொண்டே பெண்கள் எத்தகைய அடிமை வாழ்க்கையில் ஆழ்த்தப்பட்டிருக்கிறார்கள் என்பதைத் தெரிந்துகொள்ளலாம். ... படித்துத் தேறிய ஆடவர்களும் குடும்பம், மனைவி என்பவை தங்களுடைய சுய லாபத்திற்காகவென்றே கருதுவதைக் காணுங்கால் நாகரீக வாழ்க்கையால்தான் பெண்கள் அடிமைப் படுத்தப்பட்டிருக்கிறார்கள் என தெரிகிறது. ... ஆடவர்களுக்கு ஓய்வு வேண்டும், உலாவல் வேண்டும், நண்பர்களின் சம்பாஷனை வேண்டும், காஷுவல் லீவ் வேண்டும், பிரிவிலேஜ் லீவ் வேண்டும், வைத்தியரின் அபிப்பிராயம் பெற்ற பர்லோ (நீண்ட லீவ்) லீவும் வேண்டும். பெண்களுக்கு மட்டும் ஒன்றுமே கூடாது. இது என்ன நியாயம்! வெளிகாற்றும் தோழிமாருடன் சேர்ந்து சம்பாஷணையும் பிறந்த வீடு செல்லும் ஓய்வும் சிறிதுமின்றி பெண்கள் வாழவேண்டுமானால் இதை யடிமை வாழ்க்கையெனக் கூறல் நியாயமே யன்றோ. தாங்கள் சற்று ஓய்வெடுப்பினும், பிறந்தகம் சென்றாலும் கணவன் தீய வழியிற் சென்றுவிடுவானோவெனப் பெண்கள் அஞ்சி நடப்பது அடிமை வாழ்க்கையன்றோ? (சிந்தாமணி, செப் 1927)

52. பெண்கள் சுதந்திரமென்றால் மட்டும் ஆடவரில் சிலர் திகை திகைப்பதுமல்லாது பற்பல வாதங்களையும் கண்டனங்களையும் புரிந்து வருவதேன்? ... பெண்களுக்குச் சுதந்திரமெதற்கு என்று சந்தேகிப்பார் சிலர். பெண்களுக்கும் சுதந்திரமாவென்று ஆக்கிரகம் கொள்வார் சிலர்.☞

செல்லாமல் பூர்விக வழியில் சமய, பண்பாட்டு முரணின்றிக் குடும்ப வாழ்க்கையில் ஈடுபடுவதையே பெண் சுதந்திரமாகக் கொள்கின்றார்.

பெண்களின் திருமணம்

பெண்களின் திருமணத்தைப் பொறுத்தவரையில் பெண்களின் திருமண வயது பற்றியும் அது குறித்த சட்டத்தைக் குறித்தும் இள வயதில் திருமணம் செய்வதனால் ஏற்படும் சிக்கல்களைப் பற்றியும் திருமணத்தின் போது பெண்ணின் விருப்பமும் கருத்தில்கொள்ளப்பட வேண்டு மெனவும் வரதட்சணை கொடுமை பற்றியும் பல கருத்துகள் பெண் எழுத்தாளர்களால் தெரிவிக்கப்பட்டுள்ளன. குழந்தை மணத்தின் விளைவால் ஏற்படும் தீமைகள், பெண்கள் அதனால் மிக இளம் வயதிலேயே விதவைகளாகும் அவலம் ஆகியவற்றை அக்கறையுடன் வெளிப்படுத்தியுள்ளனர்.

பண்டிதை அசலாம்பிகையம்மாள் பொருந்தாத் திருமணம் குறித்தும் பலவந்தமான, பெண்களுக்கு விருப்பமற்ற திருமணம் கூடாதென்றும் எழுதியுள்ளார். அத்துடன், வரதட்சணை குறித்தும் பொருள் இல்லாத காரணத்தால் நல்ல பெண்ணைத் தகுதியற்றவருக்குக் கொடுக்கும் வழக்கத்தை(குறிப்பாக வேதியரிடத்தில் உள்ள இவ்வழக்கத்தை)க் கண்டித்தும் எழுதியுள்ளார் (*காக்கைப் பொன்னிலுங் கல்லிழைப்பதா, ஞானபோதினி, டிச. 1901*).

சகோதரி வி. பாலம்மாள் பொதுவாகப் பெண்களின் இள வயது திருமணம் பற்றியும் பால்ய விவாகம் பற்றிச் சமூகத்தில் உலவும் கருத்துகள் பற்றியும் எல்லாச் சிக்கல்களுக்கும் காரணம் நாகரிக வழியில் செல்வதே என்றும் கூறுகின்றார். ஆண்களுக்குப் பதினெட்டு வயதிற்குள் திருமணம் கூடாதென்கிறார். அதற்குச் சட்டங்கள் ஏற்படுத்தப்பட்டால் மட்டும் போதாது மனத்தளவில் மாற்றம் ஏற்படவேண்டும் என்ற தொனியில் கூறுகின்றார்.[53]

☞ இவ்வாறு பெண்கள் சுதந்திரம் என்று பிரஸ்தாபமேற்படும்பொழுதே பலவித அபிப்பிராயங்களும் ஆசங்கையுமுண்டாகின்றன... சுதந்திர மென்பது தமது உரிமைகளைப் பாதுகாத்துக்கொள்வதற்காக வென்றும் கோரிக்கைகளை ஈடேற்றிக் கொள்வதற்கென்றும் இரு வகைகளிற் பாவிக்கப்படலாம். தங்களுடைய வாழ்நாளைச் சீரும் சிறப்புமாகவும் சந்தோஷமாகவும் மேன்மையுடனும் கல்வியறிவுடனும் கற்றோர் போற்றத்தக்கதாக நியாயமான வழியில் உண்மையுற்ற நோக்கத்துடன் பரிசுத்தத் தன்மையில் பெண்கள் நடந்து கொள்ளக்கூடிய வழிகள் பெண்கள் சுதந்திரமெனப்படும். இன்றளவும் இயன்றவரைப் பூர்வீக வாழ்க்கையைக் கைவிடாதும் ஆடவர்களையும் மிதமீறி நாகரிகத்துறையில் செல்லவிடாதும் காப்பாற்றி வருபவர்களான இந்தியப் பெண்மணிகள் தாங்களே முன்வந்து தங்கள் நியாயமான சுதந்திரத்தையும் இந்திய நாகரிகத்தையும் மீண்டும் புத்துயிர்பெறச் செய்யக்கூடிய காலமிதுவேயாகும். (*சிந்தாமணி, மார். - மே. 1925*)

53. தற்சமயம் நடைபெறும் விவாகங்கள் ஆண் பெண் இரண்டிற்கும் முற்காலம் போல் இளம் வயதாக இல்லாமலும் தற்காலம் கோருவது போல இருவருக்கும் தக்க வயதாகவும் இல்லாமலும்☞

கோமளவல்லி என்பவர் வேறெந்த விஷயத்தில் பெண்களுக்குச் சுதந்திரம் இல்லாவிடினும் திருமணத்தைப் பொறுத்தவரையில் சுதந்திரம் வேண்டும் என்பதை வலியுறுத்துகின்றார். குறைந்தபட்சம் திருமண வாழ்வு மனத்திற்குப் பிடித்தமானதாக இருந்தால் கணவனின் ஆதரவு இருக்கும் என்ற சிறியதொரு நம்பிக்கையே இதற்கு அடிப்படையாகின்றது. பெண்ணின் விருப்பத்திற்கு இடங்கொடாத சாத்திரங்களைப் பழிக்கும் கோபம் சுவாரசியகரமானது. *பெண்களுக்கு வேறெவ்வித சுதந்திரங்களில்லாதபோதிலும் விவாக காலத்தில் அவர்களின் அபிப்பிராயத்தை யநுசரித்துச் செய்வதென்ற உறுதிப்பாடு மட்டுமிருக்குமேயானால் அது ஒன்றே அவர்களின் கஷ்டங்களை நிவர்த்திக்கப் போதுமானதாகும். இதற்குக்கூட இடங்கொடாத சாஸ்திரங்கள் ஏதேனும் உண்டாயின் அவைகளைச் சுட்டெரித்துப் போடுதல் மிக்க நலம்* (நான் படும்பாடு, பிரஜாநுகூலன், மே. 1910) என்று பெண்ணின் மனவேதனையுடன் கூறுவது திருமண வாழ்வு பெண்களை ஓரளவு நசிக்காமல் இருப்பதன் மையப் புள்ளியாகப் பெண்ணின் விருப்பத்தை வைக்கின்றார்.

குழந்தைத் திருமணக் கொடுமையை ஒழிக்க இந்தியப் பெண்கள் எடுத்துக்கொண்ட முயற்சிகள் குறித்தும் அவற்றின் பயனாகச் சாரதா சட்டம் ஏற்பட்டது குறித்தும், இளமை மணங்களை அறவே ஒழிக்க வேண்டியதின் அவசியத்தை விளக்கியும் 'டைம்ஸ் ஆஃப் இந்தியா' இதழில் பத்மினி சத்யநாதன் என்பவர் எழுதியுள்ளதன் சாரம் இந்திய ஸ்திரீகளின் முற்போக்கு (மாதர் மறுமணம், ஜூன் 1938) என்ற தலைப்பில் தமிழில் வெளியாகியுள்ளது. இந்திய சட்டசபையில் முதன்முதலாக இடம்பெற்ற ராதாபாய் சுப்பராயன் என்பவர் மத்திய சபையில் பலதார மணத்தடை மசோதாவைக் கொண்டுவரபோவதாக அறிவித்துள்ளார். இம்மசோதாவின் தேவை குறித்து அவர் கூறிய காரணங்களும் மசோதாவின் முழு விவரங்களும் விரிவாக மாதர் மறுமணம் இதழில் வெளிவந்துள்ளமை குறிப்பிடத்தக்கது. பலதார மணங்கள் நடைபெறுவதனால் பெண்களுக்கு ஏற்படும் கொடுமையைத் தடுக்கவே இந்த மசோதா தோன்றியதாகக் கூறப்படுகின்றது. இது இந்திய சமூகத்தில் முன்னர் இருந்துவந்த பலதார மணத்தால் பிரச்சினை இல்லை, கல்வி கற்ற பெண்கள் ஏற்கெனவே திருமணமான ஆண்களை மணப்பதால் முதல் மனைவி வெறுக்கப்பட்டுப் பொய்க் காரணங்களால் விவாகரத்து செய்யப்பட்டுத் துன்புறுவதாலே இந்த மசோதா பலதார மணத்தைக்

☞ வர தட்சிணையின் ஏற்றக்குறைவிற்கும் பெற்றோர்களின் மனப்போக்கிற்கு ஏற்றதுபோல நடைபெற்று வருவதையும், பெண்கள் கேவலம் பிரஜைகளை விருத்திசெய்யும் யந்திரங்களாகவே நடத்தப்படுவதையும் நம்மவர்கள் கவனிப்பார்களா? பெண்களின் விவாக வயதை உயர்த்துவதால் மட்டும் இக்குறைகள் நீங்கி விட மாட்டா என்பது நிச்சயம். (பெண்களின் விவாக வயது, சிந்தாமணி, செப். 1926)

கடினமாக்குகின்றது என்று கூறுவது சுவாரசியகரமானது. இதிலும் மரபான பலதார மணத்திற்கும் கல்வியால் (கல்வி கற்ற பெண்ணால்) செய்யப்படும் 'நவீன' பலதார மணத்திற்குமான வேற்றுமையை எடுத்துக்காட்டிச் சட்டவரைவை முன்வைப்பது சிந்திக்கத்தக்கது. மேற்கத்திய சமூகத்தோடு ஊடாடுவதால் இந்திய சமூகத்தில் ஏற்பட்ட 'நவீன' பிரச்சினைகளைத் தீர்க்க மேற்கத்திய நீதிமுறைமையான சட்டத்தை இயற்றுவதனூடாகவே முயற்சி மேற்கொள்ளப்பட்டதை இது சுட்டுகிறது. பெண்கள் இருவரின் உரையாடலின் ஊடாகப் பலதார மணத்தடை, மணவிலக்கு, விதவை மறுமணம், மாதர் மறுமணம் ஆகியவை சட்டப்பூர்வமாக்கப்படவேண்டும் என்று அலமு என்பவர் எழுதியுள்ளார் (ஓய்வு நேரத்தில்!, கிரஹலக்ஷ்மி, டிச. 1939).[54]

பார்ப்பனச் சமூகத்தில் திருமணச் சடங்கில் இருந்துவரும் முறை பெண்வீட்டார் திருமணத்தின்போது மணமகனுக்குப் பொருள் தருவது. பிறகு சமூகத்தில் உயர்நிலையடைய வேண்டும் என்ற நோக்கத்தில் பிற சமூகங்களிலும் பெண்வீட்டார் வரதட்சணை கொடுக்கின்ற வழக்கம் தோன்றியது. வரதட்சணையைக் கொடுக்க முடியாததால் இந்திய நாட்டில் பெண்களுக்கு நடந்த கொடுமைகள் அனைவரும் நன்கறிந்ததே. இருபதாம் நூற்றாண்டின் தொடக்கத்தில் பார்ப்பனர்களிடையே இருந்து வந்த இந்த வரதட்சணை பற்றியும் அதனால் ஏற்படும் கேடுகள் பற்றியும் அதனைக் கைவிடுதல் பற்றியும் மீனாக்ஷியம்மாள் என்பவர் மிக விரிவான ஒரு கட்டுரையை எழுதியுள்ளார் (வித்யா விஹாரிணி, அக். 1909). அதில் பார்ப்பனச் சாதியில் பல பிரிவுகள் இருப்பதும் இப்பிரிவுகளில் பரஸ்பரம் மணம் செய்தல் தடையாயிருப்பதுமே வரதட்சணை தோன்றக் காரணம் என்கின்றார். அத்துடன் மணமகனின் கல்வித்தகுதியைப் பொறுத்தும் பெண்ணின் அழகைப் பொறுத்தும் வரதட்சணை எவ்வாறு ஏற்ற இறக்கத்துடன் இருக்கின்றது என்பதைப் படம்பிடித்துக் கட்டுகின்றார். மேலும் பெண் வயதுக்கு வருமுன் திருமணம் செய்துகொடுக்கும் வழக்கமும் இருந்ததால் அதற்கு அவசரப் பட்டுத் திருமணம் செய்யப்போய் கிழவனுக்குச் சிறுமியைக் கொடுத்து அவள் கைபெண்ணாகும் அவல நிலை விளைய ஏதுவாகின்றது என்று தர்க்கம் செய்கின்றார். இது பார்ப்பனர்களுக்கான அறிவுறுத்தலாகவும்

54. தமக்கு தக்க வயது வருமுன்னரே கணவன் இறந்துவிடினும் வாழ்க்கை முழுதும் பாழாய் 'அமங்கலி' யாயிருப்பதைத் தவிர வேறு வழியில்லை. இன்னும் ஆண்கள், சொந்த மனைவி யிருப்பினும் பரத்தையர் சகவாசம் கொண்டு தம் மனைவிகட்குத் துரோகமும், பொதுவாக பெண் குலத்திற்கே இழிவையும் விளைவிக்கின்றனர். இவர்களுக்குச் சாஸ்திரமாவது சமூகமாவது தண்டனையளிக்கிறதா? இக்குறைகளை எல்லாம் நீக்குவதற்குத் தான், விவாகரத்து, பலதார மணத்தடை, விதவா விவாகம், மாதர் மறுமணம் இவற்றிற்குச் சட்டம் வேண்டு மென்பது.

இத்தகைய முறையை மாற்ற வேண்டும் என்ற வேண்டுதலாகவும் அமைந்துள்ளது.[55]

குழந்தை மணம், பொருந்தா மணம் போன்றவற்றால் மிக இள வயதில் கணவனை இழந்து கைம்பெண்ணாகித் துன்புற்ற பெண்கள் இருபதாம் நூற்றாண்டின் தொடக்கத்தில் அதிகம். விதவைப் பெண்கள் அதிகரிப்பதற்கு அடிப்படைக் காரணமான குழந்தை மணத்தை எதிர்த்துச் சட்டம் கொண்டுவரப்பட்டது. இருப்பினும் விதவைகளுக்கு மறுமணம் வேண்டும் என்ற கருத்தும் பரவலாக முன்வைக்கப்பட்டது. பெண்களே விதவை மறுமணத்திற்கு ஆதரவாகவும் எதிராகவும் கருத்து கூறி யுள்ளதையும் காணமுடிகின்றது. விதவை மறுமணத்தைக் கோருவோர் விதவைகள் படும் துயரையும் சேர்த்தே பதிவுசெய்துள்ளனர். அந்தத் துயரத்திலிருந்து மீண்டுவரவே மறுமணம் பரிந்துரைக்கப்படுகின்றது.

கோமளவல்லி என்பவர் அறுபது வயது குடிகாரக் கிழவனுக்கு வாழ்க்கைப்பட்டு, விதவையாகித் தாம் படும் துன்பத்தை விவரித் துள்ளார் (நான் படும்பாடு, பிரஜாநுகூலன், மே. 1910). அதே கட்டுரை யில், சுதேசமித்திரன் இதழின் அதிபரான ஜி. சுப்பிரமணிய ஐயர் தமது பெண்ணுக்கு மறுமணம் செய்த வரலாற்றைப் பதிவுசெய்து பூப்படை வதற்கு முன்னமே கணவனை இழந்த கைம்பெண்களுக்கு மறுமணம் செய்துகொள்கின்ற உரிமை வராதா, அதைச்செய்யும் துணிவு

55. இந்நாளில் நடந்தேறிவரும் நம்மவர் விவாகமுறையை யெடுத்துக்கொள்வோம். ஒரு பிரம்மகுலப் பெண்ணுக்கு விவாகம் செய்வதில் எவ்வித இடையூறுகளையெல்லாம் பரிகரிக்க வேண்டி வருகிறதென்பதையும், அது மனதிற்கிசைந்தவாறு முடிவுபெறுவது எவ்வளவு கஷ்டமென்பதை யும் யாருமறிந்தேயிருக்கிறார்கள். ... நல்ல மணமகன் அகப்படவேண்டுமெனில், தக்ஷிணையு மதிகமாய்ச் செலுத்தவேண்டிவரும். அதினும், எவ்வளவுக் கெவ்வளவு படிப்பும், பணமும் அதிகப்பட்டிருக்கிறதோ, அவ்வளவுக்கவ்வளவு வரதக்ஷிணையும் உயருகிறது... வரதக்ஷிணைக்குச் சில ரேட்டுகளு மேற்பட்டிருக்கிறதுபோலும். மெட்ரிகுலேஷன் பாஸ் பண்ணினவனுக்குச் சுமார் ரூ. 1000 முதல் ரூ. 2000 வரையிலும், எப். ஏ. தேறினவனுக்கு ரூ. 2000 முதல் ரூ. 4000 வரையிலுயரும். பி. ஏ. டிக்ரீ பெற்றவனுக்கு ஐந்தாறு பைகள் சாமான்னியமாய்க் கிடைக்கலாம். வக்கீல் பரீட்சை கொடுத்தவர்களுக்கோ வென்றால், பத்திலொரு லக்ஷமும் கொடுக்க வேண்டி வரும்... இந்த லக்ஷணத்தில் பெண் ஏழை வீட்டில் பிறந்ததாயும், அழகில்லாமலு மிருந்துவிட்டால், மேற்குறித்த ரேட்டுகளை இன்னும் உயர்த்தவேண்டி நேரிடும். ஒருக்கால், பிள்ளை பரீட்சையொன்றும் தேறாமல், ஏழையாயுமிருப்பின், ரேட்டுகள் ஒருவாறு குறையும்... ஜாதியில் பல பிரிவுகளின் காரணம்பற்றி உற்பவித்த வரதக்ஷிணையினாலுண்டாகும் தீமைகள் மேற்சொன்னவை மாத்திர மல்லாமல் இன்னும் பலவிருக்கின்றன. முக்கியமானவை அதிபாலிகா விவாகம், பாலியவிதவை ஆகிய இவைகள்... எப்படியெனில், பெண் பெரியதாய்விடின், விவாகம் செய்யவேண்டிய அவசரம் வருகிறது. பிள்ளைகளும் தக்கவயதையடைந்து பரீக்ஷை களும் தேறியிருந்தால் அவசர நிமித்தியமாய் வரதக்ஷிணை எங்கு அதிகமாய் விடுமோ என்று பயந்து, குழந்தையாகவிருக்கும் பொழுதே விவாகத்தைச் செய்ய மனம் தூண்டுகிறது... நன்றாயோசிக்குமிடத்து நாமிவ்விதம் கஷ்டங்களையெல்லா மனுபவிக்கக் காரணம் வரதக்ஷிணை யென்பதே யென் சிற்றறிவிற்குப் புலப்படுகிறது... இனியாகிலும் நாமும் நமக்குப்பின்னுற்பவிக்கும், பாலர்கள் பாலிகைகளும், இக்கொடுமைகளுக் காளாகாமல் நீடூழிகாலம் வாழ்ந்துகொண்டிருக்க மார்க்கங்களைத் தேட வேணுமாய் நம் கற்றறிந்த பெரியோர்களை மிக்க பக்தி, சிரத்தையுடன் பிரார்த்தித்துக்கொள்கிறோம்.

தமிழ்நாட்டவருக்கு இருக்கிறதா என்ற கேள்வியையும் எழுப்பித் தமது ஆதங்கத்தையும் துன்ப நிலையையும் எடுத்துக்கூறியுள்ளார்.[56]

விதவை மறுமணத்தைக் குறித்துத் தமிழ்ச் சமூகத்தாரிடையே விழிப்புணர்வூட்டும் ஒரே நோக்கத்தைக் கொண்டு 1936இல் வெளிவந்த இதழ் மாதர் மறுமணம். அதில் பாடல், கவிதை, கட்டுரை, சிறுகதை, பொன்மொழி எனப் பல எழுத்து வடிவங்களிலும் விதவைகளின் மறுமணம் தேவை என்ற கருத்து பெண்களால் மிக ஆழமாகவும் வன்மையாகவும் பதிவுசெய்யப்பட்டுள்ளது குறிப்பிடத்தக்கதாகும். அவற்றில் விதவைகளின் துயரம், விதவைகள் மறுமணம் செய்து கொள்வதை எதிர்க்கின்ற வைதிகரின் போக்கைச் சாடுதல், மனைவியை இழந்த ஆண்கள் உடனே திருமணம் செய்ய பெண்களுக்கு மட்டும் மறுமணம் மறுக்கப்படும் சமூக முரண்பாடும் சமூக அவலமும் தோலுரித்துக் காட்டப்படுகின்றன; இத்துடன் விதவை மணம் வேண்டும் என்ற விழிப்புணர்வைப் பரப்புகின்றன. இந்த இதழ் கையாண்ட மற்றோர் உத்தி சுவாரசியமானது. விதவைகள் மறுமணம் செய்துகொள்வதை (இந்து) மத சாஸ்திர அடிப்படையில் மறுத்துவந்தனர். அதனை எதிர் கொள்ளும் வகையில் இந்துமத சாஸ்திரம் ஒருநாளும் விதவைகள் மறுமணம் புரிவதை மறுத்ததில்லை, மாறாக ஆதரித்துள்ளது என்பதைப் பல பனுவல்களின் வாயிலாக நிறுவி அவர்களின் வாயை அடைத்துள்ளது.

56. இதை எழுதிக்கொண்டு வருகிற நான் எனது பத்தாவது பிராயத்தில் தனவானான ஒரு மிராஸ்தாரருக்கு மூன்றாவது தாரமாக அவருடைய அறுபதாவது வயதில் வாழ்க்கைப்பட்டேன். இந்த அநியாயமும் நம் நாட்டிலே நடக்கிறதல்லவா?... மனைவி மரித்த மறுகணமே மறுமணத்திற்கு மார்க்கம் யோசிப்பதேன்? இறந்துவிட்ட காதலியின் பிரிவாற்றாமைத்துயரை புதுமணக்களிப்பின் உதவியால் மறக்கக்கருதி யன்றா? புருடர்களினும் அதிக மெல்லிய மனது படைத்த மாதர்களிடத்தில்மட்டும் ஏன் இந்தக் கருணை யில்லாமற்போயிற்று? ஆடவர்க்குள்ள உணர்ச்சி மாதர்களுக்கு இல்லையென்ற எண்ணமா? ... என் பிதா பிடிவாத புத்தி மேலிட்டு இந்தப் படுகுழியில் தள்ளினார். எனக்காகப் பெற்றுகொண்ட தொகையைக்கொண்டு மாடிவீடு கட்டிக் கொண்டு வைபோக வாழ்வில் இருக்கிறார். என்னைப் பெற்ற மாதா மஞ்சள் குங்குமம் அணிந்து கொண்டு நிற்கிறாள். நானோ வேறு சேலையுடுத்து வேஷமாறி மூலைவீட்டில் உட்காரலானேன். ... ஒரு பெண்ணுக்கு மணமகன் தேடப்புகும்போது அவனுக்கு சொத்துண்டா, நிலம் உண்டா, படிப்புண்டா, என்பதைக் கவனிக்கிறார்களே தவிர அந்தரங்கத்தில் அவன் என்ன நோய் பிடித்தவனோ, குடியனோ, வெறியனோ, வேசிக்கள்வனோ இதை யார் கேட்கிறார்கள்? அதை விசாரிக்கிறதேயில்லை. ... நான் கைம்பெண்ணானேன். சென்ற வருடத்திற்றான் ருதுவானேன். இந்தப் பாழுங்கதி எனக்கு வந்திராவிட்டால் எனது சாந்தி முகூர்த்தம் எத்தனை வைபவமாய் நடந்தேறியிருக்கும். நானும் மற்ற பெண்களைப்போலக் களிப்புடன் சுகித்திருக்கக்கூடுமே!

ருதுமதியாவதற்குமுன் மாங்கல்யமிழந்த பெண்கள் மறுவிவாகம் செய்துகொள்ளலாமென்று 'பிரஜானுகூலன்' போன்ற பத்திரிகைகள் முறையிடுகின்றன. அவர்களின் முறையீடு நமது மூடப்புரோகிதர்களின் செவிக்கு ஏறப்போகின்றதா? நமது ஸமூகத்தவரேனும் கவனிக்கப் போகின்றார்களா? சென்னை சுதேசமித்திரன் பத்திராதிபர் ஸ்ரீ ஜி. சுப்பிரமண்ய ஐயர் தமது பெண்ணுக்கு இரண்டாவது விவாகம் நடத்திப் பட்டபாடு உலகறியுமே. அவரையொத்த தைரிய சாலிகள் நம் நாட்டில் யார் இருக்கிறார்கள்? வடநாட்டுக்கு வீரேசலிங்கம் பந்துலு இருக்கிறார். தென்னாட்டுக்குத்தான் எவரையும் காணோம். இனி என் காலம் எவ்வாறு கழியுமோ? எனக்கே தெரியவில்லை.

பெண்களும் சொத்துரிமையும்

சகோதரி. வி. பாலம்மாள் பெண்கள் எதிர்கொண்ட சிக்கலில் ஒன்றான சொத்துரிமை இன்மையைப் பற்றியும் தமது கட்டுரைகளில் விரிவாகப் பேசியுள்ளார். பழைய காலத்தில் பெண்களுக்கென்று தனியாகச் சொத்து தரத் தேவையில்லாத நிலைமை இருந்ததை விளக்கி, தற்கால நாகரிக காலத்தில்தான் அதற்குத் தேவை ஏற்பட்டுள்ளது என்று கூறி யுள்ளார். ஆண் வாரிசற்ற தந்தைக்கு வயிற்றில் பிறந்த பெண்ணிருக்க, தந்தையோடு உடன் பிறந்தவர்களுக்குச் சொத்தில் உரிமை இருப்பதில் நியாயமில்லை என்று கூறுகின்றார். அத்துடன், ஆண் வாரிசில்லாதவர் களுக்குத் தமது ஆண்பிள்ளையைத் தத்து கொடுப்பவர்கள் அப்பிள்ளை மூலம் சொத்தை அடைய முற்படுவதும் பெண்ணுக்கு எதிராகத் திரும்பு வதையும் சுட்டிக்காட்டியுள்ளார். சொத்துரிமையின்மையால் பெண் களுக்குப் பிறந்த வீட்டிலும் புகுந்த வீட்டிலும் ஏற்படும் இன்னல்களை யும் சட்டரீதியிலான மேற்கண்ட சிக்கல்களையும் எடுத்துக் கூறி இந்து சொத்துரிமைச் சட்டத்தைத் திருத்தவேண்டுமெனப் பல கட்டுரை களில் உரைத்துள்ளார்.[57] வெறும் வறட்டுத்தனமாக இவ்விஷயத்தை விவாதிக்காமல் இது அனைவருக்கும் புரியும் விதத்தில் சட்டச்சிக்கல் ஏற்படும் சூழலையும் கதாபாத்திரத்தையும் உருவாக்கிப் பெண்களுக்குச் சொத்துரிமை இல்லாமையினால் ஏற்படும் துன்பத்தைக் கதையில் வடித்துள்ளார் (கலாவதி அல்லது காலத்தின் கொடுமை, சிந்தாமணி, பிப். - மே. *1925*).

அதேபோல் மல்லிகை சுந்தரம் சூட்டியாபிள்ளை என்பவர் பெண் களுக்குச் சொத்துரிமை வேண்டுமென்பதைத் தர்க்கரீதியாக வலியுறுத்து கின்றார். ‘தகப்பனார் சொத்திலும் சரி, கணவன் சொத்திலும் சரி, பெண்ணுக்குச் சமபங்கு, சமவுரிமை வேண்டும். ஆணைப் பெற்றவர்கள் தான் பெண்ணையும் பெற்றார்கள். கண்கள் இரண்டும் சமம். அதுபோலப் புத்திர வாத்ஸல்யம் என்பதும் பிள்ளையாயிருந்தாலும், பெண்ணா யிருந்தாலும் ஒன்று போல்தான் இருக்கும். அப்படியிருக்க, அன்பில் மாத்திரம் வேறுபாடு இல்லாதபோது, ஆஸ்தியில் மட்டும் பாரபட்சமேன்! (சொத்துரிமை அவசியம் தானா, ஜகன்மோகினி, பிப்ரவரி *1950*) என்று வாதிடுகின்றார்.

57. மனுதர்ம சாஸ்திரத்தை அனுஸரித்து ஏற்பட்டிருக்கும் ஹிந்துலாவில் பெண்பிறந்தால் தந்தை வீட்டுச் சொத்துக்களில் பாகமில்லை என்பதாக இருக்கிறது. ... தற்கால ஸ்திதியை ஆலோசிக்குங்கால் பெண்களுக்கு பிறந்த வீட்டுச் சொத்துரிமையில் சில திருத்தங்கள் ஏற்படல் அவசியமாகவிருக்கிறது. ... பெண்களின் சொத்துரிமை இருவகைப்பட்டதாகும். ஒன்று பிறந்த வீட்டில்; மற்றொன்று கணவன் வீட்டில். ஆக இவ்விரு வகையிலும் ஹிந்துலா திருத்தப்பட வேண்டியது நியாயமாகவும் தேவையுள்ளதாகவுமிருக்கிறது. ... ஆண் வார்சு இல்லாத பிறந்த வீட்டிலும் இறந்த கணவனது அவிபக்த (பிரிவினையாகாத) குடும்பத்திலும் பெண்களுக்குத் தக்க பாத்திய மேற்படுத்துதல் அவசியமாகும். *(சிந்தாமணி, டிச. 1924)*

பெண்களும் அரசியலும்

பெண்களுக்கு அரசியலில் 33% சதவிகித ஒதுக்கீட்டை நிறைவேற்று வதே இன்று சிக்கலுக்குள்ளான ஒரு விஷயமாக இருக்கின்றது என்றால் 85 ஆண்டுகளுக்கு முன்பு அரசியலில் பெண்களும் பங்கேற்கவேண்டும் என்ற கருத்தை, அதுவும் ஒரு பெண், பதிவுசெய்வது மிகவும் துணிகர மான ஒன்றே. சென்னை மாகாணத்தில் பெண் களுக்கும் ஓட்டுரிமை கிடைத்துள்ளது பற்றியும் அதனைத் தொடர்ந்து பெண்கள் செல்ல வேண்டிய பாதை மக்கள் பிரதிநிதியாக சட்டசபையில் இடம்பெற வேண்டியதே என்ற கருத்தினை அழுத்தமாகப் பதிவு செய்துள்ளார் சகோதரி வி. பாலம்மாள். பெண்கள் தங்கள் தேவையை இன்ன தென்பதை நன்கு அறிவர் என்றும் சட்டசபையில் இடம்பெற படிப்பு அவசியமில்லை என்பதால் வயதான, அனுபவமுள்ள பெண்கள் சட்டசபையில் இடம்பெறலாமெனக் கூறுகின்றார். அத்துடன் சட்ட சபையின் நடவடிக்கைகள் முழுதும் தாய்மொழியில் இருக்கவேண்டும் என்றும்[58] பெண்களின் சிக்கலைப் பேச பெண்களே சட்டசபையில் இடம்பெறவேண்டும் என்பதையும் கூறி அவ்விதம் இல்லாத நிலையைக் குறித்துக் கேள்வியெழுப்புகின்றார்.[59]

தேவதாசி முறையை ஒழித்தல்

தேவதாசிகள் என்று அழைக்கப்பட்டோர் கோயில்களுக்கு இன்னின்ன தொண்டுகளை இன்னின்ன காலங்களில் செய்ய வேண்டியது என விதிகள் இருந்தன. அந்தத் தொண்டுகளைப் புரிவதற்காக அவர்களுக்கு மானியங்கள் வழங்கப்பட்டிருந்தன. அப்பெண்கள் பொட்டு கட்டிக் கொண்டு கோயில்களில் பணிபுரிந்தனர். ஆனால் காலப்போக்கில் இந்த முறை அவ்வவ்வூரில் இருந்த பணம் படைத்தவர்களால் தன்வசப்

58. சமீபத்தில் நடைபெற்ற சென்னை சட்ட சபையின் கூட்டத்தில் சட்ட சபைகளுக்குப் பெண் மக்களும் அபேக்ஷகராக ஏற்பட்டு ஸ்தானம் பெறலாமென்ற தீர்மானம் ஏக மனதாக நிறைவேற்றப் பட்டிருக்கிறது... அனுபவமும் முதிர்ந்த வயதும் தன் இனத்தவர்களின் கோரிக்கைகளைத் தெரிந்தும் அவர்களால் மதிக்கப்பெற்றும் உள்ள பெண்மணிகள் சட்ட சபைகளில் ஸ்தானம் வகித்துத் தங்கள் கடமையை செவ்வனே நடத்தி முடிப்பதற்கான உதவியை வாக்காளர்களும் ஆடவர்களும் முன் நின்று செய்யத் தவறமாட்டர்களென்று நினைக்கிறோம்... சட்ட சபை நடவடிக்கைகள் முழுதும் தேச பாஷையில் ஏற்பட்டாலன்றி ஒரு பயனும் விளையாது *(சிந்தாமணி, ஆக. 1926)*

59. பெண்பாலர் விஷயங்களில் முடிவு கூறவும் எதிரிடையானதை தடுப்பதற்கும் ஜனப்பிரதிநிதி ஸ்தானங்கள் பெண்களுக்கு அவசியமில்லையா?... பெண்கள் விஷய்ங்களைப்பற்றி ஆடவர்கள் மட்டும் பொதுக் கூட்டங்களில் பேசுவதும் சட்ட சபைகளில் தீர்மானப் படுத்துவதுமாக இருந்து கொண்டிருக்கும் பக்ஷத்தில் இந்தியா ஒரு காலத்திலும் விருத்தியடையமாட்டாது... ஸ்திரீகள் சட்ட சபைகளில் ஸ்தானம் வகிக்கிறார்கள் என்றால் அச்சமயம் பெண்ணுலகம் தன் தேவைகளை உணர்ந்து அவைகளைப் பெறுவதற்கு முன் வருமாதலால் அச்சமயமே பொதுவாய் அவைகள் இன்னதென்று வெளிப்படையாகத்தெரியவரும். *(சிந்தாமணி, ஆக. 1924)*

படுத்தப்பெற்றுப் பாலியல் தொழிலில் ஈடுபடுவோராக அவர்கள் மாற்றப்பட்டனர். பொதுவாக நாடு முழுவதும் இச்சமூகத்தினர் தங்கள் நிலை மாறவேண்டும் என்ற விழிப்புணர்வுபெற்றனர். இதர குலப் பெண்களைப்போன்று தாங்களும் மணம்புரிந்து குடும்ப வாழ்வு நடத்த வேண்டுமென்று இந்நூற்றாண்டில் விரும்பத் தொடங்கினர். இது தொடர்பாக மைய அரசிலும் ஓரளவு சென்னை சட்டசபையிலும் சில சட்டப் பிரகரணங்கள் நிறைவேற்றப்பட்டன. பம்பாய் மாகாணத்தில் 1934ஆம் ஆண்டிலேயே பொட்டுக் கட்டுதலைத் தடைசெய்யும் சட்டம் நிறைவேற்றப்பட்டது. கொச்சி, திருவாங்கூர் சமஸ்தானங்ளும் இதைப் போன்ற சட்டங்களை இயற்றின. சென்னையில் கொண்டுவரப்பட்ட தேவதாசித்தடை மசோதா பம்பாய் மாகாணச் சட்டத்தின் அடிப்படை யில் அமைக்கப்பட்டதாகும். இதன்படி இனி தேவதாசிகள் பொட்டுக் கட்டக் கூடாது; ஏற்கனவே பொட்டுக் கட்டப்பட்ட தேவதாசிகளும் முறைப்படி மணம் செய்துகொள்ளலாம். அவர்களின் திருமணம் சட்டப்படி அங்கீகாரம் செய்யப்படும். அத்துடன் அவர்களின் குழந்தை களுக்கு வாரிசுரிமையும் உண்டு (தேவதாசித்தடை மசோதா, கிரஹலக்ஷ்மி, செப். 1939) என தேவதாசிகளின் தோற்றம், வரலாறு, சீரழிவை இக்கட்டுரை சுட்டிச் செல்கின்றது.

மிகுந்த சர்ச்சைகளுக்கிடையிலும் எதிர்ப்புகளுக்கிடையிலும் போராட்டத்திற்கிடையுலுமே பொட்டுகட்டும் வழக்கமும் தேவதாசி முறையும் சட்டத்தால் ஒழிக்கப் பெற்றன. இதில் டாக்டர் முத்துலக்ஷ்மி ரெட்டி அவர்களுக்குப் பெரும்பங்குண்டு. சட்டசபையில், இந்த தேவதாசி முறையினை ஒழிப்பதற்குச் சட்டம் கொண்டுவரவேண்டும் என்று சொன்னபோதெல்லாம் பல பெரிய தலைவர்கள் எதிர்ப்பும் கால தாமதமும் செய்தனர். இதனை முத்துலக்ஷ்மிரெட்டி கண்டித்துள்ளார். இந்த தேவதாசிமுறை பற்றியும் அது ஒழிக்கப்படவேண்டியது பற்றியும் டாக்டர் முத்துலக்ஷ்மி ரெட்டி அவர்கள் விரிவாக எழுதியுள்ளார் (பெற்றோர்க்கு ஒரு வேண்டுகோள், கிரஹலக்ஷ்மி, செப். 1939). தேவதாசிகள் எப்படி உருவாக்கப்படுகிறார்கள் என்பதையும் அவர் களின் குழந்தைகள் எவ்விதம் இந்த வாழ்க்கைக்குத் தள்ளப்படுகிறார்கள் என்பதையும் தேவதாசி மலடானால் வேற்றுக் குலச்சிறுமி தத்தெடுக்கப் பட்டு தேவதாசி முறைக்குப் பழக்கப்படுத்தப்படுவதால் இது அனைத்து சாதியினரையும் பாதிக்கும் முறை என்றும் எடுத்துக் கூறி இம்முறை சட்டத்தின் துணையுடன் ஒழிக்கப் படவேண்டியதன் அவசியத்தை வலியுறுத்துகின்றார்.[60] தேவதாசி முறை என்பது ஒரு சாதிக்கான

60. பாலகிகளையும், யுவதிகளையும் பொட்டுக் கட்டும் வழக்கத்தினின்றும் சட்டப்படி தடை செய்வது உண்மையில் குழந்தைகளின் தெய்வீகமான உரிமைகளைப் பாதுகாப்பதற்கே பிரதானமாக உபயோகப்படுகிறது. ☞

சிக்கலில்லை எனச் சுட்டிக்காட்டுவதன் மூலம் தேவதாசி முறையை ஒழிப்பதில் அனைவரும் ஒன்றுசேர வேண்டும் என உணர்த்துகின்றார். இந்தச் சிக்கலை அதன் ஆணிவேர்வரை நுட்பமாக அலசி இதன் பாதிப்பு ஒட்டுமொத்த சமூகத்தின் பாதிப்பு என்ற வாதத்தை வைப்பதன் மூலம் இம்முறையை வேருடன் அழிப்பதற்காக முத்துலக்ஷ்மி எடுத்துள்ள முயற்சியின் தீவிரமும் சிரத்தையும் வெளிப்படுகின்றது.

பொதுப்பொருண்மைகள்

இலக்கியம்

இலக்கியம் என்பது சமூகத்தைப் பிரதிபலிக்கின்ற கண்ணாடி என்பது பொதுவாக அனைவராலும் எடுத்தாளப்படுவது. இலக்கியப் படைப்பைத் தங்கள் களமாகக்கொண்டு எழுதிய பெண்கள் இலக்கியத்தை பற்றிய தமது கருத்துகளையும் இலக்கிய ஆய்வுகளையும் எழுதி வெளியிட்டுள்ளனர்.

தமிழ் இலக்கியம் பற்றி எழுதிய பெண்களுள் குறிப்பிடத்தக்கவர் பண்டிதை அசலாம்பிகையம்மாள். அதிலும் பழந்தமிழ் இலக்கியங்களில்

☞ **தேவதாசிக் குழந்தைகள் யார்?**

தேவதாசியின் குழந்தைகள் தேவதாசித் தாய்க்கும் பெரும்பான்மையானதை கேஸ்களில் இதர ஜாதித் தந்தைக்கும் பிறந்தவைகள். மேலும் தேவதாசி மலடாய் விட்டால் இதர ஜாதி ஏழைகளிடமிருந்து பெண் குழந்தைகள் விலைக்கு வாங்கப் பெற்று தேவதாசித் தொழிலுக்குப் பயிற்சி செய்யப்படுகின்றன. எனவே தேவதாசி பிரச்சினை ஒரு ஜாதி அல்லது மத சம்பந்தமான பிரச்சினை மட்டுமல்ல. அது விவாக மாகாத தாய்மார்கள், பொறுப்பற்ற தந்தைகள், தங்கள் குற்றம் யாதுமின்றி கேவலமான செய்கைகள் செய்து ஜீவிக்கும்படி செய்யப்படும் அனாதை ஏழைக் குழந்தைகள் பிரச்சினையாகும். கோவிலுக்குப் பொட்டுக் கட்டும் வழக்கத்திலுள்ள இரு அம்சங்கள் அதைச் சாதாரண விபசாரத்தினின்றும் வேறு படுத்துகிறது. ஒழுக்கம் கெட்ட வாழ்க்கை நடத்த அக் குழந்தைகள் வெகு பால்ய வயதிலிருந்தே பயிற்சி அளிக்கப் படுகிறார்கள். மிகவும் அருவருக்கத் தகுந்ததும், மகாபாபமானது மாகிய ஒரு தொழிலைச் செய்வது தங்களது குல தர்மம் என்றும், பரம்பரை பாத்தியதை என்றும் அவர்கள் கருதும் படியான மனப்பான்மையை ஆலய தர்ம கர்த்தாக்கள், பட்டர்கள், பாமர ஹிந்து ஜனங்கள், தேவதாசிக் குழந்தைகளின் பெற்றோர் முதலியோர் அவர்களிடத்தில் வளர்த்து விடுகிறார்கள்...

வேண்டிய வசதிகளும், சந்தர்ப்பங்களும் கொடுக்கப் பட்டால் கற்புடைய மனைவியர்களாகவும், பேரன்புடைய தாய்மார்களாகவும், கண்ணியமான பிரஜைகளாகவும் திகழக் கூடிய ஒரு கூட்டத்தாரின் பெண்களை வெட்கக் கேடான வாழ்க்கையில் புகும்படி செய்து விபசாரத்தினால் ஏற்படும் பல கொடூரங்களுக்கு அவ்வனிதையர்களை ஆளாக்குவதைக் கற்றோரும் பெற்றோரும் பார்த்துக்கொண்டு வாளா இருப்பது தர்மமா? விபசாரப் பெண்கள் படும்பாடு ஆண்டவனே அறிவான்! அதற்கென ஒரு குலத்துப் பெண்களை தனியாக மதத்தின் பேரால் ஒதுக்கி வைப்பது எவ்வளவு மதியீனம்? தெய்வ சம்மதம் இந்த துர்ப்பழக்கத்துக்கு இருக்குமென்று எந்த தெய்வபக்தியுள்ளவர் கூறுவார்?

இந்த முறை சட்டப்படி தடுக்கப்படும் வரை பழைய குடும்பங்கள் சீர்திருத்தமடைந்து தங்கள் பெண்களை சரியானபடி விவாகம் செய்து கொடுத்து தூய வாழ்க்கை நடத்தி வரச்செய்தாலும், வேறு சிலர் இதைக்கையாள முற்படுகின்றனர். இந்த இழிவான முறையை அடியோடு அகற்ற வேண்டியது பிள்ளை பெண்களைப் பெற்ற ஒவ்வொரு ஸ்திரீ புருஷரின் முக்கியக் கடமையாகும் என்று நான் சொல்லவும் வேண்டுமா?

இடம்பெறும் பெண்களைப் பற்றியும் (திலகவதி, மங்கையர்க் கரசி, இயற்பகை நாயனார் மனைவி, திரௌபதி, கௌசல்யா, கைகேயி, சுமித்ரா) தமிழ் இலக்கியம் படைத்த ஔவையார் குறித்தும் பற்பல கட்டுரைகளை எழுதியுள்ளார். குறிப்பாக ஔவையார் பற்றித் தொடர்ந்து ஆனந்தபோதினியில் மூன்று ஆண்டுகள் எழுதியுள்ளார் என்பது குறிப்பிடத்தக்கதாகும் (ஆகஸ்ட் 1934 தொடங்கி அக்டோபர் 1937 வரை). வி. ராதாமணி என்பவரும் ஆதிமந்தியார் என்ற கட்டுரையை எழுதி யுள்ளார் (கிரஹலக்ஷ்மி, ஏப். 1940). இலக்கியம் தொடர்பானதாக எழுதி யுள்ள போதிலும் அதிலும் பெண் பாத்திரங்களை மையப்படுத்திப் பலர் எழுதியுள்ளதை அவதானிக்க முடிகின்றது. பொன்மலை பண்டிதை வி. பாலம்மாள் சக்தி இதழில் தமிழ் இலக்கியம் சார்ந்த கட்டுரைகளை எழுதியுள்ளார் (தமிழ்ப்புலவர்களும் நகைச்சுவையும், ஆக. 1939; திருவாரூர்க் குறவஞ்சி, நவ. 1939; புதுக்கோட்டையும் தமிழ்ப் புலவரும், பிப். 1940). தமிழ்ப் புலவர்களும் நகைச்சுவையும் என்ற கட்டுரையில் பழந்தமிழ்ப் புலவர்களின் நகைச்சுவையுணர்வைக் காட்டும் விதமாக நடைபெற்ற சில நிகழ்ச்சிகளைத் தொகுத்து எழுதியுள்ளார்.[61]

> 1923ஆம் ஆண்டு, மாசித்திங்கள் 27ஆம் நாள் வெளிவந்த நம் அருமைத் திராவிடனில் 'தமிழ் மொழியும் அதன் முற் செலவும்' என்ற பொருள் ஒன்று 'தமிழகம்' என்னும் ஓர் இதழினின்றும் எடுத்தெழுதுதப் பட்டிருந்தது. அதனை நன்கு பயின்றபின் அதன்கண் தமிழைப் பற்றிய பலபொருந்தாக் கொள்கைகள் காணப்பட்டன; அவைகளைப்பற்றிச் சிறிது ஆராய்வோம்

என்ற முன்னுரையுடன் நாகை நீலாம்பிகை அம்மை தனித் தமிழ்ப் பாதுகாப்பு (ஆனந்தபோதினி, நவ. 1923) என்ற கட்டுரையை வெளி

61. கந்த புராணச் சுருக்கம் பாடிய தருமபுர ஆதீனத்துச் சம்பந்த சரணாலயத் தம்பிரான் மைசூர் சென்று அவ்வரசனைக் காண நேர்ந்தது. தம்பிரான் மிகவும் கருப்பு நிறமுடையிவராயிருந்த படியால் மைசூர் அரசர் அவரைப் பார்த்த பொழுது, 'அவர் அண்டங் காக்கைக்குப் பிறந்தவரோ?' என்று பரிகாசமாகக் கூற, தம்பிரான் 'அண்டங் காக்கைக்குப் பிறந்தவன் நானல்ல, தாங்களே' என்று கூறினார். சபையோரும் அரசனும் தம்பிரானை வியந்து புகழ்ந்தார்கள். (அண்டத்தைக் காப்பாற்று கிறவன் அரசனென்பது கவனிக்கத்தக்கதாகும்.)

கடிகைமுத்துப் புலவருடைய அந்திய காலத்திலே பாலை அழுக்குத்துணியால் நனைத்து அவருடைய புத்திரி அவர் வாயில் பிழிய, அந்தப் பால் நாறிய படியால் உள் வாங்காமல் வெளியிடும் படியாயிற்று. அப்பொழுது மகள் புலவருக்கு மரணக்குறியாக பால் கசக்கிறது போலும் என்று நினைத்து, 'பால் கசக்கிறதோ' என்று கேட்க, 'பாலும் கசக்கவில்லை, துணியும் கசக்கவில்லை' என்றாராம். (கசக்கவில்லை - சுவை கசப்புத்தன்மை யில்லை என்றும் துணி அழுக்காயிருப்பதால், அது கசக்கப்படவில்லை என்றும் பொருள்படுதல் காண்க)

போடிநாயக்கனூர் ஜமீன்தாரைக் காண வேண்டிச் சில புலவர்கள் அவ்வூரை யடைந்து ஜமீன்தாருக்குத் தங்கள் வரவைச் சொல்லி யனுப்பி உத்தரவு பெற்று உள்சென்றனர். அவர்கள் வந்ததும் ஜமீன்தார் அவர்களைநோக்கி 'வாருங்கள் கவிக் கூட்டங்களே' என்று கவர்பொருள் படக்கூற, உடனே அவ்வித்வான்களில் ஒருவரான திருமலைக் கொழுந்து கவிராயர் ஜமீன்தாரை நோக்கித் 'தாங்கள் 'தரு'ப் போலிருப்பதால் இங்கேதானே கவிகளெல்லாம் வரவேண்டும்' என்றாராம். (கவி - குரங்கு, தரு - மரம்)

யிட்டுள்ளமை குறிப்பிடத்தக்கதாகும். இக்கட்டுரை மீதும் இப்பொருள் தொடர்பாகவும் ஆனந்தபோதினி இதழில் விவாதங்கள் தொடர்ந்து வெளியாகியுள்ளன. தமிழ் மொழிப்பற்றினையும் தனித் தமிழ் இயக்கத்தின் கருத்தினையும் பதிவுசெய்கின்றது நீலாம்பிகை அம்மையின் கட்டுரை.

ஹிதகாரிணி இதழில் சாரதா என்பவர் எழுதியுள்ள சில திருடர்கள் (ஹிதகாரிணி, ஆக. 1911) என்ற கட்டுரை இலக்கியத் திருட்டைப் பற்றிக் கூறுகின்றது. நடேச சாஸ்திரி, சம்பந்த முதலியார், விசாலாட்சியம்மாள் ஆகியோரால் எழுதப்பட்ட கதைகள், நாடகங்களிலிருந்து சில பகுதி களை மட்டும் உருவியெடுத்துச் சிலர் வேறு பெயரில் நூலாக வெளி யிட்டுள்ளனர் என்று போலி எழுத்தாளர்களைக் குறித்தும் அந்தப் போலி நூல்களைக் குறித்தும் எச்சரிக்கை விடுக்கப்பட்டுள்ளது.[62] 1911இலேயே இலக்கியத் திருட்டைப் பற்றி ஒரு கட்டுரை வெளிவந்துள்ளது மிகவும் சுவாரசியமானது.

அறிவியல்

ஆர். எஸ். சுப்பலக்ஷ்மி என்பவர் ககோளதத்துவம் - பாலபாடம் என்ற தலைப்பில் பூமியைப் பற்றிய அறிவியல்சார் விஷயங்களைத் தொடர்ந்து எழுதி யுள்ளார் (வித்யாவிஹாரிணி, டிச,1909, மார். 1910, ஜூன் 1910). பேராசிரியை ஈ. த. இராசேசுவரி அம்மாள் அறிவியல் பற்றிய, குறிப்பாக இயற்பியல் தொடர்பான பல கட்டுரைகளைத் தமிழ்த்தென்றல் இதழில் தொடர்ந்து எழுதிவந்துள்ளார். அறிவியலும் சமயமும் - இவற்றின் தற்கால நிலை (நவசக்தி, ஏப். 1933) என்று பொதுவாக அறிவியலையும் சமயத்தையும் குறித்து எழுதியுள்ளார். இவர் தம் அறிவியல் கட்டுரைகள் சூரிய சக்தி, அணுசக்தி, கதிர்வீச்சு, அறிவியல் அறிஞர் ஆகியவற்றை மையமிட்டதாக அமைந்துள்ளன.[63] அறிவியல் கருத்துகளைத் தமிழில்

62. தற்காலம் சில நவீன புஸ்தகங்களைக் கண்ணுற்றதில் சொல்லமுடியாத ஆச்சர்யமுண்டாயிற்று. பிரம்மஸ்ரீ பண்டித நடேச சாஸ்திரியார், ஸ்ரீமான் க. ஸம்பந்தமுதலியார், ஆ.அ., ஆ.ஃ., பிரம்மஸ்ரீ நாராயண சாஸ்திரி, ஆ.அ., ஆ.ஃ., ஸ்ரீமதி பண்டிதை விசாலாக்ஷியம்மாள், ஆகிய இவர்களால் வரையப்பட்டுள்ள நாடகம், நாவல்களிலிருந்து நவரஸ விஷயங்களைப் பொறுக்கி வேறு பெயர் கொடுத்து அச்சிட்டுத் தமது ஸாமர்த்தியத்தால் எழுதப்பட்டதென்று பட்டப்பெயர் கொடுத்துத் திரியும் சில போலிபுஸ்தகங்களை நானும் என் ஸகோதரிகளும் படித்துப் பார்த்தோம். எங்களுக் குண்டான ஆக்கிரகத்தைச் சொல்லி முடியாது. போஜசரித்திரம், மனோகரன், அமலாதித்யன், லீலாவதி, ஸுலோசனா, நிர்மலா, ஜலஜாக்ஷி, ஹேமாம்பரி, மதிகெட்ட மனைவி, திக்கற்ற இரு குழந்தைகள் முதலிய கிரந்தங்களிலுள்ள சிற்சில பாகத்தைப் புஸ்தகங்களில் சேர்த்து ஸந்திப்பு, ஸம்பாஷணை, ஸந்தோஷம், ஸமயோசித ஸாமர்த்தியாதிகளை உபயோகிக்கத் தெரியாமல் தடுமாறி உளறி வழிகின்றனர். இத்திருட்டுப் புஸ்தகங்களின் நாமங்களோ ஸம்ஸ்கிருத சொற்களை வெகு ஸ்வாரஸ்யமாய்க் கொண்டிருக்கின்றன. என்ன அநியாயம்... என் அருமைச்சகோதர சகோதரிகளே! இனியாவது ஏமாறாதிருங்கள் ஓர் புஸ்தகம் புதிதாய் வந்திருக்கிறதென்றால் அதன் உடையவர் யார் என்று விசாரித்து அதை வாங்குவீர்களாக.

63. ஆர்க்குமிடீசர், தமிழ்த்தென்றல், நவ. 1948
மண்ணும் விண்ணும், தமிழ்த்தென்றல், டிச. 1948

கொண்டுவந்த பெண்களுள் இவரை முக்கியமானவராக அடையாளங் காணலாம். ரா. ஸ்ரீ. சிந்தாமணி என்பவர் இந்திய நாட்டு அறிவியலைப் பற்றி எழுதியுள்ளார் (இந்திய விஞ்ஞானம் அன்றும் இன்றும், காவேரி, நவ. 1947). லக்ஷ்மி என்பவர் இரத்த மாற்று முறையைப் பற்றி எழுதி யுள்ளார். *இரவல் ரத்த முறை மனித வர்க்கத்துக்கு கிடைத்த ஒரு வரப்ரசாதம். எவ்வகையில் என்பதை வெளியிடுகிறது இக்கட்டுரை* என்ற குறிப்புடன் தொடங்கப்பட்டுள்ளது (இரவல் ரத்தம், சக்தி, மார். 1947).

உடல்நலம், மருத்துவம்

'சுவரில்லாமல் சித்திரம் எழுதமுடியாது' என்பது பழமொழி. மக்கள் தங்கள் உடல்நலத்தைப் பேணுவதும் நோய் ஏற்படின் அதற்கேற்ற சிகிச்சையாக மருந்துகளை எடுத்துக்கொள்வதும் முறைமை. பொதுவாக ஆரோக்கியத்தையும் உடல்நலத்தையும் பராமரிக்க சில வழிமுறை களும் உடற்பயிற்சிகளும் உள்ளன. அத்துடன், வருமுன் காப்போம் என்ற முறையில் கடைபிடிக்க வேண்டிய சுகாதார முறைகளும் உள்ளன. இவ்வாறான உடல்நலம், மருத்துவம் சார்ந்த விஷயங்களைக் குறிப்பு களாலும் கவிதை, கட்டுரை, உரையாடல் போன்ற பல வடிவங்களிலும் பெண்கள் எழுதி அறிவுறுத்தியுள்ளனர். தங்களைக் கவனித்துக் கொள்ளாமல் குடும்ப உறுப்பினர்களின் உடல்நலத்தில் அக்கறை கொள்ளும் பெண்களுக்கு உடல்நலம் தொடர்பான மருத்துவ விஷயங்கள் உதவிகரமானவையாக இருக்கின்றன.

சகோதரி வி. பாலம்மாள் அவர்கள் உடல்நலத்தைப் பற்றிப் பேசும்போது, *மானிட வாழ்க்கைக்கு தேகாரோக்கியம் அவசியம். அறம் பொருள் இன்பம் வீடு என்ற நான்கு வித புருஷார்த்தங்களையடைவதற்கு தேகாரோக்கியமின்றி முடியாது* (சிந்தாமணி, ஆக. 1927) என்று ஆரோக்கியத்திற்கான தேவையைப் புருஷார்த்தங்களிலிருந்து தொடங்கு கின்றார். ஆசாரம் என்ற வழமைக்கும் உடல்நலத்திற்கும் தொடர்புள்ள தாகக் காட்டுகின்றார். நாகரிகத்திலும் செல்வத்திலும் பெருத்த வசதி படைத்தவர்கள் உடற்பயிற்சியின்றி ஆரோக்கியத்தை இழந்து ஆங்கில மருந்துகளை நாடுகின்றனர் என்று கூறுகின்றார்.[64] நோயணுகாமல்

☞ *நாமும் சூரிய குலமே, தமிழ்த்தென்றல், ஜன. 1949*
சூரியனை வாரி விழுங்குகிறோம், தமிழ்த்தென்றல், பிப். 1949
அண்டப் பூங்கொத்தில் அணுவின் இதழ்கள், தமிழ்த்தென்றல், மார். 1950
கதிர் வீச்சில் ஒரு கால சஞ்சீவி, தமிழ்த்தென்றல், டிச. 1950

64. *ஆரோக்கியமே மனித வாழ்க்கைக்கு இன்றியமையாதது. தர்மத்தைக் கடைபிடித்து வாழ்வதற்கு சரீரம் முக்கியமென்றும் இச்சரீரத்தை நோய் வாய்ப்படாது காப்பதற்கு ஆரோக்கியம் அவசிய மென்றும் இவ்வாரோக்கியத்தை மனிதன் கைவிடாது கவனித்து வருவதன் பொருட்டு ஆசாரம் என்ற கட்டுப்பாட்டை நமது பெரியோர் சாஸ்திரங்கள் மூலமாகவும் சம்பிரதாய மூலமாகவும்* ☞

இருப்பதற்கு அடிப்படையான சுகாதாரத்தைப் பற்றியும் விரிவாகக் கூறியுள்ளார். பி. ஏ. பட்டம் பெற்ற ஒரு பெண்மணி பாடியது என்ற பெயருடன் சுகாதாரக் கும்மி என்ற பாடல் 'மகடூஉ முன்னிலையாக' சுகாதாரத்தை அறிவுறுத்துகின்றது (மாதர் மறுமணம், ஏப். 1937).[65] பண்டிதை வி. பாலாம்பாள் அவர்கள் இன்பக்கடல் அலை என்ற உரையாடலில் மருத்தவக் குறிப்பொன்று தருகின்றார் (கிரஹலக்ஷ்மி, மார்ச் 1940). சரஸ்வதி, காமாக்ஷி என்ற பெண்கள் இருவர் உரையாடு கின்றனர். பெண்ணின் தேமலுக்கு என்ன செய்ய என்று சரஸ்வதி கேட்க, அதற்கு காமாக்ஷி ஒரு கைவைத்தியத்தைக் கூறுகின்றார்.[66] பெண் களும் யோக ஆசனமும் என்ற பெயரில் சீதாலட்சுமி குமாரஸ்வாமி என்பவர் யோகாசன முறைகளை விளக்கிக் கட்டுரை எழுதியுள்ளார் (மங்கை -ஆக., நவ., டிச. 1947 - ஏப்., ஜுன் 1948).

கடவுள் நம்பிக்கை

சமயத்திலும் மதத்திலும் நம்பிக்கை உள்ளவர்களும் அதனை எதிர்த்துப் பகுத்தறிவு வழியில் செல்வோரும் பண்டைக் காலந்தொட்டு இன்று வரை உள்ளனர். சுயமரியாதை இயக்கம் தோன்றிப் பகுத்தறிவு கருத்துகள் தோன்றிப் பரவிய காலத்திலும் அதனைத் தாண்டி இன்று வரையிலும் கடவுள் நம்பிக்கை என்பது சமூகத்தில் இருந்து வருகின்றது. கடவுள் நம்பிக்கை கொண்ட பெண் எழுத்தாளர்கள் அதனை வெளிப்படுத்தும்

ஏற்படுத்தி யிருக்கின்றனர். ... ஆரோக்கியமெனப்படுவது முக்கியமாக உணவு விஷயத்தில் அடங்கியிருக்கிறது. சாமான் அறையை அன்றாடம் பார்வையிட்டுச் சமையல் வேலையைத் தம் கையால்செய்து வரும் ஏழைகளின் வீடுகளில் ஆரோக்கியம் மிகுந்திருப்பதைக் காணலாம். வீட்டு வேலைகளைச் செய்வதால் சரீரப் பயிற்சி ஏற்பட்டு அதனாலும் இவர்கள் சுகமாய் ஜீவிக்க இடமுண்டாகிறது. இத்தகையாருக்குப் பீச்சுக் காற்றும் மாலையுலாவுதலும் தனிப்பட்ட சரீரப்பயிற்சியும் விதவிதமான டானிக் மருந்துகளும் வைத்தியர்களின் மருந்துப் புட்டிகளில் அடைத்து வைத்திருக்கும் அக்கினித் தீவனம், ஆரோக்கியம் இவைகளை கைக்காசுகொண்டு விலைக்கு வாங்குதலும் அனாவசியம். (சிந்தாமணி, ஜுலை 1926)

65. மாசொ டறியாமை நேசமாகத் தம்முள்
வாய்த்த மணஞ்செயும் காரணத்தால்
பேசுமுலகினில் நோய்களெனும் பல
பிள்ளைகள் வந்து பிறக்குமம்மா

சுத்தமே என்றும் சுகமளிக்கும் - தீய
சோம்பலை ஓட்டித் துரத்துமம்மா
இத்தரை வாழ்வைப் பெருக்குமம்மா - அதற்
கீடெதும் இல்லையான் சொன்னேனம்மா

66. சரஸ்வதி 'குட்டிக்கு உடம்பெல்லாம் தேமல். கன்னத்திலும் இருக்கு; நானும் என்னென்னவோ மருந்து மாயமெல்லாம் போட்டுப் பார்த்தேன். குணமாகிற வழியாயில்லே.'

காமாக்ஷி 'சுடச்சுட வடித்த சாதத்தில் மோர் போட்டு சாப்பிட்டால் உடம் பெங்கும் தேமல் உண்டாகும்! கொஞ்சம் தேங்காயைத் துருவி தயிரிலே கலக்கி வெறும் வயிற்றில் பத்து நாள் சாப்பிட்டால் இந்தத் தேமலெல்லாம் உதிர்ந்து போயிடுமேடி.'

விதத்தில் பொதுவாக மதத்தின் சிறப்பு, பக்தி, துதிகள், தலச் சிறப்புக் கட்டுரைகள், மத நூலிலுள்ள கருத்துகளை வெளியிடுதல் போன்ற வகைகளில் கீர்த்தனை பாடல் உள்ளிட்ட வடிவங்களில் கடவுள் நம்பிக்கையை வெளிப்படுத்தியுள்ளனர்.

பண்டிதை ந. பத்மாசனி அம்மாள் அவர்கள் நமது ஆலயங்கள் (தமிழர் போதினி, பிப். 1925) என்ற தலைப்பில் எழுதி யுள்ளார். இவரே உலகில் பெரிய ஞானாசிரியர் என்ற தலைப்பில் அமெரிக்காவில் பசடீனா என்னும் இடத்திலுள்ள ஷேக்ஸ்பியர் சபையில் விவேகானந்தர் செய்த சொற்பொழிவு ஒன்றை மொழி பெயர்த்துக் கட்டுரையாக எழுதியுள்ளார் (சிந்தாமணி, ஏப். 1925). பி. மங்களாபாயி என்பவர் சிந்தாமணி இதழில் தொடர்ந்து கீதையிலுள்ள சில பகுதிகளை மொழி பெயர்த்து எழுதியுள்ளார் (பகவத்கீதையிலுள்ள சில போத வசனங்கள், நவம்பர்- டிசம்பர் 1925, பிப்ரவரி- ஆகஸ்ட் 1926). டி. எஸ். ஜானகி அம்மாள் என்பவர் கிரஹலக்ஷ்மி இதழில் தொடர்ந்து சில தலங்களைப் பற்றியும் அவற்றின் சிறப்புகளைப் பற்றியும் எழுதிவந்துள்ளார். கும்பகோணம், திருவிடை மருதூர், திருநாகேசுவரம், தாராசுரம், ஸ்வாமிமலை, கருப்பூர், உத்தர ரங்கம், பேரூர், இரத்தினகிரி, கங்கை கண்ட சோழபுரம் ஆகிய தமிழகத் தலங்களைப் பற்றியும் துல்ஜாபூர், பிரயாகை ஆகிய வடநாட்டுத் தலங்களைப் பற்றியும் விரிவாக எழுதியுள்ளார்.

இவைமட்டுமின்றி, தொன்மங்களின் அடிப்படையில் எழுதப்பட்டுள்ள கதைகள், சிறுகதைகள் மூலமாகவும் கட்டுரைகளிலும் ஊடுபாவாக அவர்கள்தம் கடவுள் நம்பிக்கை வெளிப்படுத்தப்படுகின்றது.

மேற்கத்திய நாகரிக வெறுப்பு

நாகரிகம் என்பது நகர் சார்ந்து உருவானதாகும். மனிதர்களின் வாழ்முறையில் வெளித்தோற்றம் சார்ந்த நடை, உடை, பாவனைகள், பேச்சு, வசிப்பிடத் தன்மை, அவற்றின் வசதிகள் ஆகியவற்றிலுள்ள செவ்விய தன்மையே நாகரிகத்தின் அடிப்படையாக அமைவது. 1901-1950 கால கட்டத்தில் எழுதிய பெண்கள் பலரும் ஆங்கிலேய ருடனான தொடர்பால் மக்கள் கைக்கொண்ட மேற்கத்திய நாகரிகத்தை வெகுவாகக் கண்டித்துப் பழைய இந்திய மரபும் நாகரிகமுமே சிறந்தது என்றும் அதுவே இந்திய வாழ்முறைக்கு ஏற்றது என்றும் வன்மையாக எடுத்துக்கூறியுள்ளனர்.

பண்டிதை அசலாம்பிகையம்மாள் மேற்கத்திய நாகரிகத்தைப் பின்பற்றுவதைப் பண்டை இந்திய மாதர்கள் (பாரதி, ஜன. 1929) என்ற

கட்டுரையில் கண்டிக்கின்றார். நாகரிக மோகத்தினால் குடும்பம் என்ற அமைப்பு சீர்குலையத் தொடங்குகின்றது என்ற கவலையைப் பதிவு செய்கின்றார். அந்நிய நாகரிகத்தின் தீமையைக் கூறி அதனை மக்கள் விட்டொழிக்க வேண்டும் என்று வேண்டுகோள் விடுக்கின்றார். இந்தியப் பண்பாட்டையும் மேற்கத்திய நாகரிகத்தையும் முரணாக வைத்து அதன்மூலமான அறிவுறுத்தலின் மூலம் சீர்குலையத்தொடங்கும் சமூகத்திற்கு வழிகாட்டப்படுகின்றது.[67]

வி. பாலம்மாளும் சமகாலப் பெண்களின் சிக்கல்கள் பலவற்றைக் குறித்துப் பேசுகையில் அவற்றிற்கெல்லாம் மூல காரணம் மேற்கத்திய நாகரிகமும் அதனை ஆண்கள் பின்பற்றுவதும்தான் என்று மிக அழுத்த மாகக் கூறியுள்ளார். இந்திய நாகரிகத்தையும் மரபையும் உயர்த்தியும் மேற்கத்திய நாகரிகத்தைப் பின்பற்றுவதை இழித்தும் பேசும் தன்மை யையும் மேற்கத்திய கல்வியினால் கெட்டுப்போன ஆண்களே பெண் களின் துன்பத்திற்குக் காரணம் என்றும் அதனா லேயே பெண்கள் அடிமை களாக வாழ நேர்கின்றது என்றும் மேற்கத்திய நாகரிகத்தால் எந்த நன்மையுமில்லை என்றும் கூறியுள்ளதையும் அவதானிக்க முடிகின்றது.

காந்தியத் தாக்கம்

1901-1950 காலகட்டத்துப் பெண் எழுத்துகளில் காந்தியத் தாக்கம் ஊடுருவியிருப்பதைக் காணமுடிகின்றது. இது நேரடியாக காந்தியைப் பற்றி எழுதுதல், அவரது கொள்கைகளைப் பற்றி (கத்ரைப் போற்றுதல், கிராம சேவை பற்றிப் பேசுதல்) எழுதுதல் போன்ற முறைகளில் இடம்பெற்றுள்ளன.

பண்டிதை அசலாம்பிகையம்மாள் அவர்கள் ஸ்ரீராமரும் காந்தியும் (ஆனந்தபோதினி ஏப்ரல் *1930*) என்ற கட்டுரையில் தெய்வமாகக் கருதப்படுகின்ற இராமனுடன் காந்தியை ஒப்பிட்டிருப்பதைக் காண

67. உண்மையில் சுய தேசம், சுய பாஷை, சுய நடை, சுயமுறமை இவைகளைக் கைவிட்டு, பரதேச நடை, உடை, மொழி, கோல முதலியவைகளைத் தாங்கி தற்கால ஆடவர், மகளிர் இரு பாலாரும் நாகரிகப்பெயர் புனைந்து வருவதை யுற்று நோக்குங்கால் சென்னையில் உயிர் நீத்த பசுவின் கன்றினுடலில் வைக்கோலைத் திணித்துத் தாய்ப்பசுவை ஏமாற்றும் கருத்துடன் சிலர் சுயநலமுடைய பால் வியாபாரிகள் தோள்களிற் சுமந்து செல்லும் காட்சி நினைவிற்கு வருகிறது... இவ்வந்நிய போலி நாகரிகத்தினாலும் பெருகும் தீமைகள் பல நாள்தோறும் பெருகுகின்றன...

முடிவாகக் கூறுமிடத்து நமது நாட்டில் பெரும் பான்மையும் நகர வாசங்களில் பர நாகரீகக்காற்று மிக மிக வேகமாக மோதியலைகின்றது. வேற்றுணர்ச்சி யென்னும் பெரும் புயல் இல்லறக் கப்பலை நடத்தும் மாலுமிகளாகிற பெண்பாலாரைத் திகைப்புக்குள்ளாக்கி யிருக்கிறது. ஆடம்பரமும் அனாவசியமுமான உண்டி யுடையாதிய பல செலவுகள் செல்வர்களையும் உயிரற்ற ஓவியங்களாக மாற்றுகின்றன. ... பாரத தேசத்தைப் பாரத தேசமாக்குங்கள்; பரதேசமாக்காதீர்கள். எளிய வாழ்விற் கடிகோலுங்கள். பழமை பாராட்டுங்கள். தேச மொழியைப் பயிலுங்கள். நோயணுகாவண்ணம் உடற்பயிற்சி பெறுங்கள். குடும்ப அரசாட்சியைப் புகழ்பட ஆளுங்கள். எவர்க்கும் அடிமையாகாதீர்கள். இயற்கை வாழ்விற் கிச்சையுறுங்கள்.

முடிகின்றது. இவரே காந்தியின் மீது காந்திபுராணம் பாடியிருப்பது காந்தியின் மீதான இவர்தம் ஆழ்ந்த பற்றினைக் காட்டுகின்றது. கதர், ராட்டையில் நூல்நூற்றல் பற்றிக் கும்மிப்பாடலொன்றையும் இவர் எழுதியுள்ளார் (லக்ஷ்மி பிப். 1927).[68] குகப்ரியையும் கதரின் சிறப்பைக் கூறுகின்ற கதர்ச்சேலை ஒரு சம்பாஷணை (சிந்தாமணி, ஜுலை 1925) என்ற பாட்டிக்கும் பேத்திக்குமான ஒரு உரையாடலை எழுதியுள்ளார்.

காந்தி பற்றாளர்களாக இருந்தவர்களுள் வை. மு. கோதைநாயகி குறிப்பிடத்தக்கவர். காந்தியச் சிந்தனைகளையும் சுதந்திரப் போராட்டச் சிந்தனைகளையும் கட்டுரை வடிவில் ஜகன்மோகினியில் வெளியிட்டுள்ளார். தீண்டாமை ஒழிப்பு, மது ஒழிப்பு, கதரின் மகத்துவம், உப்புச் சத்தியாக்கிரகம் போன்ற கருத்துகளை இக்கட்டுரைகள் பேசியுள்ளன. காந்தி இறந்தபொழுது அவருக்கு அஞ்சலி செலுத்தும் விதமாக காந்தியின் நினைவு மலர் (01.03.1948) ஒன்றை வெளியிட்டுள்ளார். அவ்விதழில் பலர் காந்தியைப் பற்றிக் கட்டுரைகள் எழுதியுள்ளனர். எஸ். அம்புஜம்மாள் மகாத்மா தரிசனம், கிராமப்புனருத்தாரணம் ஆகிய கட்டுரைகளை காந்தியத் தாக்கத்தினால் எழுதியுள்ளார்.

குமுதினி தமது என் குறை (கலைமகள், பிப். 1950) என்கிற கட்டுரையில் காந்தியின் இறப்பினால் இந்தியச் சமூகத்திற்கு ஏற்பட்ட சேவையின் இழப்பினால் சமூகத்தில் ஏற்பட்டுள்ள அலட்சியம், கவனக்குறைவு, சமூக அக்கறையின்மை, தொடக்கப் பள்ளிகளின் சீரற்ற நிலைமை, பிற நாட்டவருடன் ஒப்பிடுகையில் பொறுப்பற்று இருத்தல், கிராம சேவையில் நாட்டம் குறைதல் ஆகியவை குறித்துக் குறைப்படுகின்றார். காந்தியைப் போற்றுவதோடு அவருக்குப் பின்னான நிலைமை சீரழிந்துள்ளதை எண்ணி ஆதங்கப்படுகிறார்.[69] அதுமட்டுமின்றி, வாய்ப்புக் கிடைக்கும் போதெல்லாம் அவர் காந்தியைச் சுட்டத் தவறவில்லை. காந்தியின் முகவுரை பெற்ற இரு நூல்களைத் தமிழில் மொழிபெயர்த்துள்ளார்

68. கும்மியடியுங்கள் கோதையரே நிதம்
கோதறும் காந்தி மகான் மொழியும்
செம்மதி யார் கத ராடை புனைந்திவண்
சேர்ந்து கும்மி யடியும் பெண்காள் - மனம்
கூர்ந்து கும்மி யடியும் பெண்காள்

நம்மவர் துன்பம் துடைத்து நலந்தரு
நற்றிருவாகு மிராட்டையினை
எம்மதத்தோர்களும் சம்மதியாகவே
ஏற்றிடுவீர் தினம் நூற்றிடுவீர்

69. பூஜ்ய காந்தியடிகள் இருந்தவரையில் நான் நிர்விசாரமாக இருந்தேன் அவர் நம் எல்லோருக்குமாக சிரத்தை எடுத்துக்கொண்டு நிர்மாண வேலை, சத்தியாக்கிரகம் எல்லாம் பார்த்துகொண்டு இருந்தார். அவர்தாம் இருக்கிறாரே, நமக்கு என்ன விசாரம் என்று நான் இருந்தேன். ... அவர் போன பிறகு, நாம் இத்தனை பேர்கள் முனைந்தாலும் அவர் செய்த வேலையில் ஓர் அம்சங்கூடச் செய்ய இயலாதே.

(கிராம இயக்கம் - *1946*, ஏசுநாதர் போதனை - *1946*). இவரது சிறுகதை யிலும் காந்தியத் தாக்கம் இடம்பெறுகின்றது.

கலைகள்

ஆய கலைகள் அறுபத்து நான்கு என்று கூறுவது வழக்கம். மூன்றாக வகுக்கப்பட்ட தமிழில் இசைத்தமிழும் நாடகத் தமிழும் கலை அடிப்படையில் வருவன. கலைகளுள் இசைக்கலை குறித்தும் நடனக் கலை குறித்தும் ஆய்வு எல்லைக்குரிய காலத்தில் பெண்கள் எழுதி யுள்ளனர். இசையில் மிகுந்த ஈடுபாடு உடையவரும் நன்கு வாய்ப் பாட்டு பாடக்கூடியவருமான வை.மு. கோதைநாயகி அவர்கள் இசை யைப் பற்றியும் இசையின் நுணுக்கங்களைப் பற்றியும் எழுதியுள்ளார். பாரதியாரின் மனைவி செல்லம்மா பாரதி அவர்கள் பாரதியும் சங்கீதமும் (சக்தி, நவ. *1941*) என்ற தலைப்பில் பாரதியாருக்கும் இசைக்குமான தொடர்பினைக் குறித்து எழுதியுள்ளார். அதற்கு முகவுரையாக இடம் பெறும் ஒரு சிறு குறிப்பில் இசையுடன் தமிழிசை குறித்த பிரக்ஞை தோன்றிய காலம் பதிவுசெய்யப்படுகின்றது.[70] நடனக் கலையைப் பற்றியும் (எஸ். சாரதா, நாட்டியம், தர்மஜோதி, ஜூலை *1946*) பரத நாட்டியத்தைப் பற்றியும் (ஜனககுமாரி, பரதநாட்டியமும் பாவையரும், கிரஹலக்ஷ்மி, மே *1940*) கட்டுரைகள் இடம்பெற்றுள்ளன.

திரைப்பட விமர்சனம்

இருபதாம் நூற்றாண்டின் பொழுதுபோக்கு அம்சங்களுள் மிக முக்கியமான ஒன்றாகத் தமிழகப் பரப்பில் இருக்கின்ற வெகுசன ஊடகம் திரைப்படமாகும். ஆய்வில் கிடைத்த தரவுகளில் திரைப்பட விளம்பரங்கள் இதழ்களில் இடம்பெற்றாலும், திரைப்பட விமர்சனம் பெண் எழுத்துகளில் இடம்பெறும் ஒரே இதழ் ஜகன்மோகினி. அதில் வை.மு.கோ.வும் வத்ஸகுமாரி என்பாரும் திரைப்படங்களை விமர்சனம் செய்துள்ளனர். வை. மு. கோதைநாயகி அவர்கள் இந்தப் பூனையும் பால் குடிக்குமா? என்ற தலைப்பில் காமதேனு என்கிற திரைப்படத்தை விமர்சனம் செய்துள்ளார் (ஜகன்மோகினி, ஏப்ரல் *1941*). இவர் திரைப்படத் தணிக்கைக் குழு உறுப்பினராக இருந்தவர் என்பது குறிப்பிடத்தக்கது. வத்ஸகுமாரி என்பவர் டாக்கி விமர்சனம் என்ற தலைப்பில் பாலயோகினி (ஜகன்மோகினி, பிப்ரவரி *1937*), சங்கீத ஜேயதேவர் (ஜகன்மோகினி, மார்ச் *1937*) ஆகிய திரைப்படங்களை விமர்சனம் செய்துள்ளார்.

70. தமிழிசைக் கிளர்ச்சி நடக்கும் இந்த மையத்தில், இசையுலகிலும் ஓர் இடம் பெறத்தக்க பல பாடல் களைப் பாடித் தந்த கவி பாரதியின் சங்கீதப்பற்றுதலைக் காட்டும் இந்தக் கட்டுரை பொருத்தமான தாகும். கவிஞரின் மனைவி எழுதியுள்ள பாரதி சரித்திரம் என்ற நூலில் உள்ள ஓர் அத்தியாயம் இது.

இவ்விதம் 1901-1950 காலப் பகுதியில் இடம்பெறும் பெண் எழுத்து களில் பெண் மையப் பொருண்மைகளும் பிற பொருண்மைகளும் இடம்பெற்றுள்ளன. ஆங்கிலேய அரசாட்சியின் கீழ் இருந்து வந்த நாட்டில், அவர்களுடனான தொடர்பில் பல துறைகளிலும் இங்கே மாற்றம் ஏற்பட்டது. தொழில், கல்வி, இலக்கியம், பொருளாதாரம், சமயம், நாகரிகம் எனப் பல புலங்களிலும் மாற்றமும் மீள்பார்வையும் காலத்தின் தேவையாயின. இங்கு ஆய்வுக்கு உட்படுத்தப்பட்டுள்ள பெண் எழுத்துகளில் அக்கால ஆண்களின் மீதான விமர்சனம், மிகச் சிலரால் தவிர, பெரிதும் முன்வைக்கப்படவில்லை. சிந்தாமணி ஆசிரியர் வி. பாலம்மாள் ஆண்களின் மேற்கத்திய நாகரிகச் சாய்வினை விமர்சனம் செய்கின்றார். அத்துடன், ஆண்களைபோல் அந்த நாகரிக வழியில் செல்லாமல், பண்டைய இந்திய மரபின்பால் அவர்களைத் திருப்பு கின்ற கடமையையும் பொறுப்பையும் பெண்களிடம் விடுகின்றார். இந்த மையப் புள்ளியிலிருந்துதான் அவர் பேசுகின்ற பெண்கல்வி தொடங்கி பெண் சுதந்திரம் வரையிலுமான அனைத்துச் சிக்கல்களும் அதற்கான தீர்வுகளும் முன்வைக்கப்படுகின்றன. ஆனால், ஓரளவு பெண்ணிய ரீதியிலும் சட்டரீதியிலும் பெண்களுக்கான தீர்வுகளையும் ஆண்கள் மீதான விமர்சனத்தையும் வைத்தவராக டாக்டர் முத்துலக்ஷ்மி ரெட்டியை அடையாளங் காணலாம். விதவை மறுமணம், தேவதாசி முறை ஒழிப்பு போன்றவை பற்றிய அவர்தம் கருத்துகள் இதனைத் தெளிவாக்குகின்றன.

கல்வியினாலும் அச்சு ஊடகத்தினாலும் சமூகத்தில் ஏற்பட்டு வந்துள்ள மாற்றத்தை உணர்ந்து அதன் மீதான எதிர்வினையாற்றுதலாகவும், அதன் போக்கை உணர்ந்து கிரகித்துக் கொள்கின்றவர்களாகவும் இப்பெண்களை அவர்தம் எழுத்துகளின் மூலம் மதிப்பிடலாம். குறிப்பாக, இந்துமதப் பற்றுள்ள, நடுத்தர வர்க்கத்தைச் சேர்ந்த, உயர் சாதிக் குடும்பப் பின்னணியைக் கொண்டவர்களாகவே இப்பெண்கள் பெரும்பாலோர் இருந்துள்ளனர். வெகுசன ஊடகத் தன்மை கொண்ட போக்கிலிருந்தும் மையமாகக் கருதப்படுகின்ற சமூக இயக்கத்தி லிருந்தும் விலகிய தமிழிசை, பகுத்தறிவு போன்ற சிந்தனைகளும் ஆங்காங்கே காணப்படுகின்றன. இதற்குக் குமரன் இதழின் பங்களிப்பே காரணம். பகுத்தறிவு இதழ்களின் பெண் எழுத்துகளைத் தொகுப்பதன் மூலம் அந்த வரலாற்றின் இழையைக் கண்டுகொள்ளவியலும்.

குடும்ப நிர்வாகம் சார்ந்த பெண்ணின் கடமையையும் செயலாற்ற லையும் கூர்மைப்படுத்தும் நோக்கில் பெண் மையப் பொருண்மைகள் இருக்க, இந்திய சமூகத்தின் பழமரபையும் பண்பாட்டையும் சமயத்தை யும் மெச்சும் போக்கில் பொதுப் பொருண்மைகள் அமைகின்றன.

இவை தமக்குள் ஊடாடிக்கொள்ளும் இடங்களும் உண்டு. அத்துடன் சமகால மாற்றங்களை உள்வாங்கி அவற்றின் நன்மை தீமைகளை இந்திய நாட்டுப் பண்பாட்டுப் பின்னணியில் ஆராய்வனவாகவும் பொதுப் பொருண்மைகள் அமைகின்றன. பண்பாடு என்ற பின்புலத்தில் இவை மீண்டும் பெண்களின் பங்கினையே பேசுகின்றன. பொதுப் பொருள்கள் பேசப்படுமிடத்தும் அதனுள் ஒரு பகுதியாகப் பெண்ணின் கடமையும் பொறுப்பும் உணர்த்தப்படுகின்றன. கல்வி கற்றல், பொருளாதாரத் தற்சார்பு, அரசியலில் பங்கேற்பு ஆகிய சுதந்திரங்கள் பெண்களுக்கு 'வழங்க'ப்பட்டாலும் குடும்ப நிறுவனத்தைச் சிதைக்காத தாகவே இவை பெண்களால் கைக்கொள்ளப்பட வேண்டும் என்பதும் கற்புநெறி பிறழாமல் இருக்க வேண்டும் என்பதுமே இக்காலப் பெண் எழுத்துகளின் திரட்சியில் கிடைக்கும் சாரம். இந்தச் சுதந்திரங்கள் பாலியல் சுதந்திரத்திற்கு மாற்றானவை. பாலியல் சுதந்திரம் கூடாது என்ற கவனமான, பூடகமான அறிவுறுத்தலே இந்தப் பெண் எழுத்து களின், இந்த எழுத்துகளை அங்கீகரித்த தந்தையாதிக்கச் சமூகத்தின், (வெகுசன) ஊடகத்தின் பெருங்கதையாடலாகும். ஆங்கிலேயப் பெண்களைப் போல் இந்தியப் பெண்கள் ஆகிவிடக்கூடாது என்ற எண்ணம் சூசகமாக வெளிப்படுத்தப்படுவதன் பின்னணி இதுதான்.

ஆண்களின் நடத்தை பற்றிய விமர்சனம் இருந்தாலும் அது திருத்தப் படக்கூடிய ஒன்றாகவே கருதப்படும். ஆணைத் திருத்துகின்ற பொறுப்பைச் சுமந்தவளாகப் பெண் சித்திரிக்கப்படுகின்றாள். நெறி பிறழும் ஆணுக்குத் திருந்தும் வாய்ப்பும் மறுவாழ்வும் உண்டு; திருந்த வில்லை என்றாலும் ஒதுக்கி வைக்கப்படுகின்றான். சமூகத்திற்குக் கேடாகப் பார்க்கப்படுவதில்லை. நெறி பிறழும் பெண் ஒன்று விலைமகள் என்று ஏசப்பட்டு சமூகக் கேடாகச் சித்திரிக்கப்படுவாள் அல்லது தனது நெறிபிறழ்ந்த செயல் மனச்சாட்சியை உறுத்த மரணத்தை நாடுவாள்; அவளுக்கு மறுவாழ்வு சுட்டப்படுவதில்லை. ஆக மரணம் ஒன்றே பெண்ணின் நெறிப்பிறழ்வை ஈடுகட்டக் கூடியது; அதே சமயம் பெண்களுக்கு இது ஓர் எச்சரிக்கையாகவும் இருக்கும். இந்தப் பின்னணி யில் எழும் அச்சமே பெண்களைச் சிறிய வட்டத்திற்குள் அழுத்தி வைக்கப் போதுமானது. பாலின அடிப்படையில் எழும் இந்தப் பேதமே வெகுசனத் தன்மைகொண்ட எழுத்துகளின் சாரம். இது கேள்விக் குள்ளாக்கப்படுவதில்லை. இந்தக் கருத்தாடலிலிருந்தும் மாற்றம் பெற்ற சமூக, பொருளாதார உற்பத்தி முறையிலிருந்தும் பண்பாட்டு உரசலிலிருந்துமே 1901-1950 காலகட்டத்துப் பெண் எழுத்துகளின் வரலாறு எழுப்பப்படுகின்றது; கட்டமைக்கப்படுகின்றது.

தொகுப்புரை

இலக்கியத் துறையில் நீண்ட காலமாக ஈடுபட்டு வரும் பெண்களின் பங்களிப்பு வரலாற்று ரீதியாகத் தொடர்ந்து இருக்கவில்லை; இருந்த தற்கான பதிவுகளும் அதிகமில்லை. அவ்விதம் தொடர்ந்த பங்களிப்பு நிகழத் தொடங்கிய இருபதாம் நூற்றாண்டிலும் 1950க்கு முற்பட்ட காலப்பகுதியின் பெண் எழுத்துகளைப் பற்றிய வரலாற்றுப் பூர்வமான பதிவும் ஆராய்ச்சியும் குறைவே. 1901-1950 காலப்பகுதியில் வெளியான மாத இதழ்கள், சில மாதமிருமுறை இதழ்கள் ஆகிய 58 இதழ்களிலிருந்து சேகரித்த 575 பெண் எழுத்தாளர்களின் எழுத்துத் தரவுகளை ஆதாரமாகக் கொண்டு பெண் மையத் திறனாய்வு, வரலாற்று முறைத் திறனாய்வு ஆகியவற்றின் அடிப்படையில் செய்யப்பட்டதே இந்தத் தமிழ்ப் பெண் எழுத்துகளின் வரலாறு.

பத்தொன்பதாம் நூற்றாண்டின் கடைப்பகுதி தொடங்கியே அச்சு ஊடகத்திற்கும் பெண்களுக்குமான ஊடாட்டம் நிகழத் தொடங்கி விட்டது. சிறிது சிறிதாகப் பெண்கள் இதழ்களை வாசிக்கத் தொடங்கினர். அத்துடன் வெறும் பெண் என்ற அடையாளத்துடனோ தாங்கள் இன்னார் என்ற வெளிப்படையான அடையாளத்துடனோ இதழ்களில் எழுதிவந்துள்ளனர். மேனாட்டுக் கல்வியின் வரவாலும் கிறித்தவ இயக்கங்களின் முயற்சியினாலும் பெண்கல்வி கால்கொள்ளத் தொடங்கி இருபதாம் நூற்றாண்டின் தொடக்கத்தில் ஓரளவு வீச்சுடன் பரவத் தொடங்கியது.

சமூகச் சீர்திருத்தம் தொடர்பான கருத்துகளை முன்வைத்தோர் அதில் பெண்கல்வி உள்ளிட்ட பெண்களின் பல சிக்கல்களைப் பேசினர். பெண் களின் சிக்கல்களை முதலில் ஆண்கள் பேச, கல்வியும் எழுத்தறிவும் இதழ்களுடனான ஊடாட்டமும் கைவரப் பெற்ற பெண்கள் தாங்கள் இனங்கண்ட தங்கள் சிக்கல்கள் குறித்துத் தாங்களே இதழ்களில் பதிவு செய்துள்ளனர். ஒவ்வொரு பத்தாண்டிலும் பெண் எழுத்தாளர்களின் தொகை பன்மடங்கு பெருகுவதை அவதானிக்க முடிகின்றது. இதழ் களுடனான ஊடாட்டத்தில் வாசக நிலை, எழுத்து நிலை, அத்துடன் இதழ் ஆசிரியராகப் பொறுப்பேற்கும் நிலை என மூன்று நிலைகள்

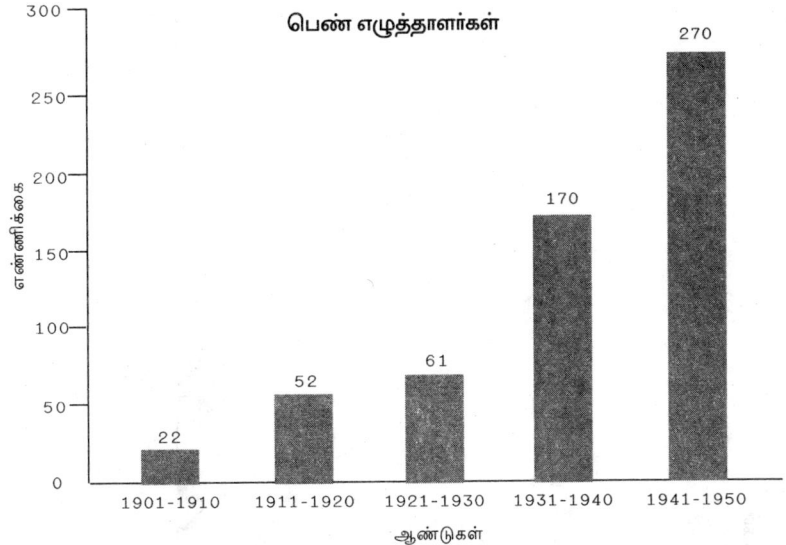

உள்ளன. மூன்றிலும் இதழ் ஆசிரியராக இருப்பதைப் பெண்களின் எழுத்துப் பரிணாமத்தின் உச்சநிலையாகக் கொள்ளலாம். பண்டிதை விசாலாட்சி அம்மாள், சகோதரி வி. பாலம்மாள், வை. மு. கோதைநாயகி அம்மாள், மு. மரகதவல்லி, குகப்ரியை போன்றோர் அந்த உச்ச நிலையை எய்தியுள்ளனர்.

பெண்களின் எழுத்துப் பதிவின் அடுத்த கட்டமாக, அவர்களின் எழுத்தினை, எழுத்துத் திறனை எடைபோடுகின்ற மதிப்பீடுகள் இடம் பெறுகின்றன. இந்தக் காலப் பகுதியில் இடம்பெறும் பெண் எழுத்து பற்றிய மதிப்பீடுகள் விமர்சனமாக அமையாமல் பாராட்டுரையாகவே அமைந்திருப்பதைக் காணமுடிகின்றது. மேலும் பெண் எழுத்து களை ஊக்குவிக்கும் போக்கும் காணப்படுகின்றது. தொடக்கத்தில், நூலாசிரியரின் பெயரைக் குறிப்பிட்டோ, குறிப்பிடாமலோ நூலின் சிறப்பைச் சொல்வதாக இருந்த மதிப்புரைகள், ஆண்டுகள் செல்லச் செல்ல ஆசிரியரின் எழுத்துச் சிறப்பைக் கூறும் விதமாகவும் அதனூடாக நூலின் சிறப்பைக் கூறுவதாகவும் மாறியுள்ள போக்கைக் கண்டுணர முடிகின்றது. தங்களது சக பெண் எழுத்தாளர்களைப் பெண்கள் ஏற்று அங்கீகரித்திருப்பதை அவதானிக்க முடிகின்றது.

மதிப்புரைகளில் இடம்பெறும் பாராட்டுரைகள் உண்மையாகவோ, வெறும் வார்த்தைகளாகவோ இருக்கலாம். இந்தப் பெண்களும் பெண் எழுத்துகளும் சமூகம் அங்கீகரிக்கின்ற, ஆதர்சம் என்று முன்வைக்கின்ற, கட்டுக்கோப்பான குடும்பப் பெண் என்ற பிம்பத்திற்குப் பங்கம்

மொத்த வடிவங்கள்
சதவீதம்
50
45
40
35
30
25
20
15
10
5
0
5.05
1.43
1.28
4.97
28.01
47.59
2.79
5.12
2.26
0.9
0.6
கவிதை
நாடகம்
கதைகள்
தொடர்கதைகள்
சிறுகதை
கட்டுரை
உரையாடல்
குறிப்புகள்
உரைமொழிகள்/ துணுக்குகள்
விடுகதை
கேள்விபதில்/ கடிதம்
வடிவங்கள்

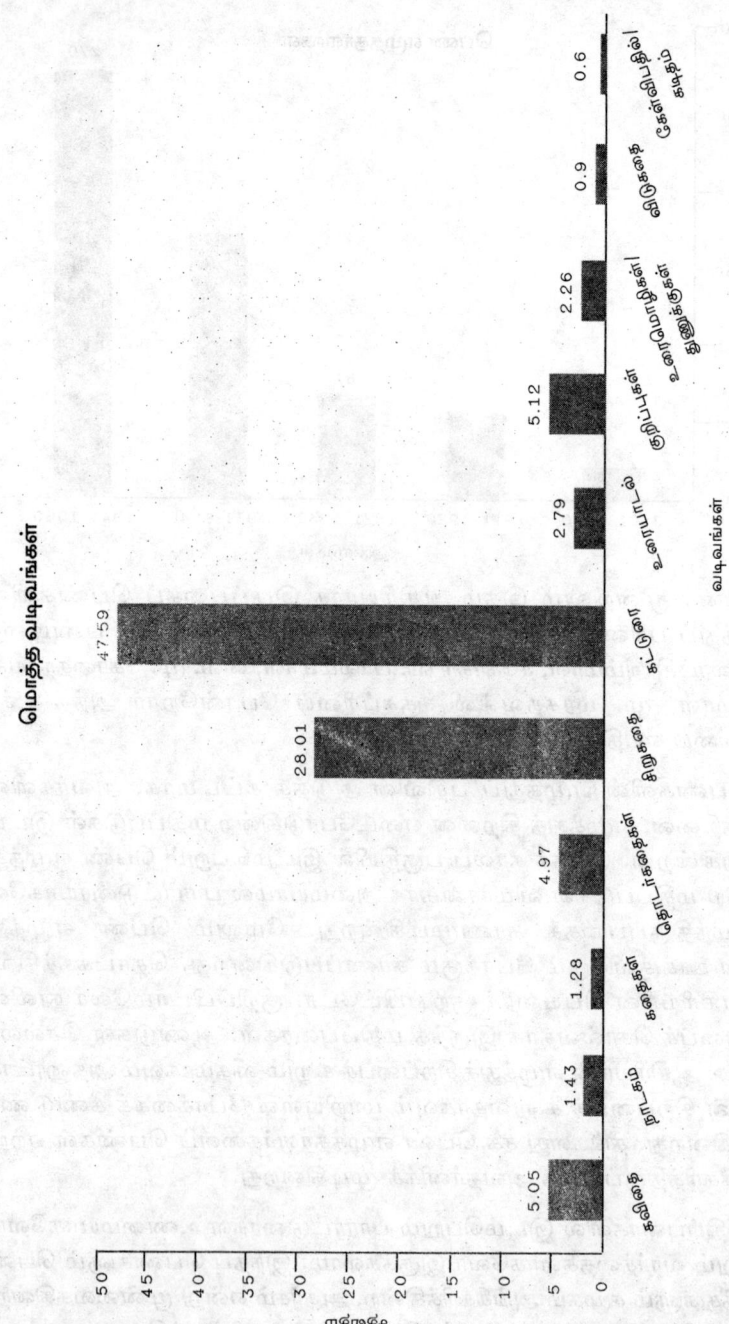

விளைவிக்காதவை என்பதே இந்தப் பாராட்டுரையின், அங்கீகாரத்தின் பின்னுள்ள அரசியல். மேனாட்டு நாகரிகம் வகுத்த பெண் சுதந்திரம் என்ற பாதையில் செல்லாமலும் கற்பை உயிராகக் கருதுகின்றவர்களாகவும் இருக்கவேண்டும் என்ற சமூகத்தின், ஆண்களின் வரையறைக்கு உட்பட்டவர்கள் இந்த எழுத்தாளர்கள். தங்களுக்கு இடப்பட்டுள்ள வரையறையை உணர்ந்து அதனை எதிர்த்துக் கேள்வி கேட்க வேண்டும் என்ற எண்ணம் சிறிதுமின்றி மனதார ஏற்று எழுதியவர்கள். மீறினால் என்ன நடக்கும் என்பதற்குத் தற்காலப் பெண் கவிஞர்கள் எதிர்கொள்ளும் விமர்சனமே சாட்சி. இந்தப் பின்னணியில் அமைந்துள்ள பெண் எழுத்துகளின் வடிவமும் உள்ளடக்கமும் எல்லா வகையிலும் இந்த அரசியலின் உற்பத்திப் பொருளாகவே இருக்கின்றன.

கவிதை, நாடகம், கதை, கட்டுரை எனப் பல வடிவங்களில் பெண்ணெழுத்து வெளிப்படுகின்றது. பத்து பத்து ஆண்டுகளாக 1950 வரையிலான காலப் பகுதியைப் பிரித்துப் பார்த்தால் அனைத்துக் காலப் பகுதிகளிலும் கட்டுரை வடிவமே செல்வாக்கு செலுத்தியுள்ளது. அடிப்படையான எழுத்தறிவும் கல்வியும் ஓரளவு பொது அறிவும் இருப்பின் ஒரு சிறு முயற்சியுடன், சிந்தனையின் ஓட்டத்துடன் கட்டுரை எழுதுவது யாருக்குமே எளிது. இந்த எளிமை பற்றியே கட்டுரை வடிவம் மிகப் பெரும்பான்மையாகக் கைக்கொள்ளப்பட்டுள்ளது. கவிதை, சிறுகதை போன்ற வடிவங்களுக்குப் பயில்திறனும் சமகால இலக்கிய அறிவும் நூலறிவும் ஓரளவு பரந்த வாசிப்பும் தேவை.

கட்டுரைக்கு அடுத்ததாக, அதிகம் கையாளப்பட்ட வடிவம் சிறுகதை யாகும். இது மேனாட்டுத் தொடர்பில் புதிதாக வந்த வடிவம் என்ற ஆர்வமும், கதை சொல்லுதல் என்பது தமிழ் மரபுக்குப் புதிதன்று என்ற அறிவும் எழுத்தின் மீதுள்ள நம்பிக்கையும் சிறுகதையைக் கைக்கொள்ளச் செய்துள்ளன. இவற்றுடன் இதழியல் தேவையும் சிறுகதையின் வளர்ச்சிக்குக் காரணமாயுள்ளது. இந்திய நாட்டின் பண்டைய வரலாற் றையும் நாகரிகத்தையும் எடுத்துக்காட்டும் விதமான சிறுகதைகள் எழுதப்பட்டுள்ளன. அத்துடன் சமகாலச் சமூக மாற்றத்தில் இந்தப் பழமையைப் பொருத்திக் காட்டுவதன் மூலம் பண்பாட்டைப் பேணுதல் எப்படி என்று அறிவுறுத்தும் சிறுகதைகள் இடம்பெற்றுள்ளன. இந்த இருமையை 1950க்கு முற்பட்ட பெண் எழுத்துகளின் தொடர்ந்த வாசிப்பிலிருந்து உய்த்துணர முடிகின்றது. சிறுகதை எழுதிய பெண் களுள் பண்டிதை விசாலாட்சி அம்மாளும் அம்மணி அம்மாளும் முன்னோடிகளாக உள்ளனர். இவர்களை அடுத்து வி. பாலம்மாள், குகப்ரியை, குமுதினி, ஜயலக்ஷ்மி ஆர். ஸ்ரீநிவாசன் போன்றோர் குறிப் பிடத்தக்கவர்கள்.

வடிவ வேறுபாடு கருதி சிறுகதை, கதை, தொடர்கதை வெவ்வேறாகப் பிரிக்கப்பட்டிருந்தாலும் மூன்று கதை வடிவங்களும் சேர்ந்து பெண் ணெழுத்தில் கணிசமான இடம்பெற்றுள்ளதை அவதானிக்க முடிகின்றது. தொடர்கதைகள் பெரும்பகுதி 'நாவல்' என்றே குறிப்பிடப்படுகின்றன. புதினமும் தொடர்கதையும் 'ஒரு பொருள் பன்மொழி'யாகவே பயன் படுத்தப்பட்டுள்ளன. தொடர் கதையைப் பொறுத்தவரையில் 1931-1950 காலப் பகுதியில் அது பன்மடங்காக அதிகரிக்கக் காரணம் ஜகன்மோகினி ஆசிரியரான வை.மு. கோதைநாயகி. பெண் எழுத்துத் தரவில் 1901-1950 காலப்பகுதியில் கிடைக்கும் 66 தொடர்கதைகளில் 42 வை.மு.கோ.வால் எழுதப்பட்டவை என்பது அதனை உறுதிப்படுத்தும். இதழில் வெளி வந்த பல தொடர்கதைகள் புதின வடிவம் பெற்று வெளிவந்துள்ளன. இருபதாம் நூற்றாண்டில் புதினம் எழுதிய பெண்களுள் பண்டிதை விசாலாக்ஷி அம்மாள் முன்னோடியாகத் திகழ்கின்றார். இக்கதை வடிவங்கள் அனைத்துமே இதழியலின் உற்பத்திப் பொருட்களாகும். இதழிலிருந்து இவற்றைப் பிரித்துப் பார்க்கவியலாது.

முதல் பத்தாண்டுகளில் கட்டுரைக்கு அடுத்ததாகச் செல்வாக்கு பெற்றிருந்த கவிதை வடிவம் அடுத்தடுத்த பத்தாண்டுகளில் சற்று ஏற்றத் தாழ்வுடன் அதிகரித்தாலும் கட்டுரை மற்றும் சிறுகதையின் வளர்ச்சி யுடனும் எண்ணிக்கையுடனும் ஒப்பிடும்பொழுது அதன் வளர்ச்சி குறைவாகவே தோன்றுகின்றது. செய்யுள் வடிவம் அருகிப் பாடல் வடிவம் அதிகரித்துக் கடைசிப் பத்தாண்டில் ஒரேயொரு வசன கவிதை இடம்பெறுகின்றது. கவிதையின் வடிவம் செய்யுள், பாடல், வசனம் என்பதாகப் பயணம் செய்துள்ளதையும் நெகிழ்ச்சி கொள்வதையும் இதன்மூலம் அவதானிக்க முடிகின்றது. குறிப்புகள் என்ற வடிவம் பெண்களை நோக்கியதாக, வீட்டுக் காரியங்களில் அவர்களுக்குத் தேவைப்படுகின்ற சமையல், தையல், உடல்நலம் மற்றும் அழகு பற்றிய சிறு சிறு விவரங்களைத் தொகுத்தளிப்பதாக உள்ளது. இக்குறிப்புகள் கடைசி இருபதாண்டுகளில் மட்டும் செல்வாக்கு பெற்று அதிகரித்திருப் பதைக் காணமுடிகின்றது. அதிலும் 1941-1950 காலப் பகுதியில் குறிப்புகள் அதிகம் இடம்பெற்றிருப்பதன் காரணம் மங்கை இதழாகும்.

பெண் எழுத்துகளின் உள்ளடக்கம் பெண்கல்வி, பெண் சுதந்திரம், குடும்பம் சார்ந்த பெண்ணின் நிலை, விதவைகளின் நிலை, விதவைகள் மறுமணம் போன்ற பெண் மையப் பொருண்மை களையும் இலக்கியம், அறிவியல், உடல்நலம், மருத்துவம், கடவுள் நம்பிக்கை, மேற்கத்திய நாகரிக வெறுப்பு, காந்தியத் தாக்கம், கலை போன்ற பொதுவான பொருண்மைகளையும் கொண்டு அமைந்துள்ளது.

இந்திய, தமிழ்ப் பண்பாட்டுப் பின்னணியில், இப்பண்பாட்டைப் பேணிக் காக்கும் பொறுப்பாளர்களாகப் பெண்கள் முன்னிறுத்தப் படுவதும் அப்பொறுப்பைக் கேள்வியின்றி எடுத்துச் செய்கின்றவர் களாகப் பெண்கள் இருப்பதும் இந்த உள்ளடக்கங்களின் ஊடும் பாவு மாக இழைந்திருக்கின்றன. பண்பாட்டு எல்லையை மீறாத, மேலை நாகரிகத்தை வெறுக்கின்ற, பண்டைய இந்திய நாட்டின் பெருமை யையும் உன்னத நிலையையும் மீண்டும் நிலைநிறுத்த முயல்கின்ற முயற்சியாகப் பெண் எழுத்தின் ஒட்டுமொத்த உள்ளடக்கத்தின் பின்புலத்தை வரையறுக்கலாம். குமரன் இதழில் இடம்பெறும் பகுத்தறிவு அடிப்படையிலான ஒரு சில பெண் எழுத்துகள் தவிர இது அனைத்து எழுத்துகளுக்கும் பொருந்தக்கூடியதே.

இருபதாம் நூற்றாண்டின் முற்பாதியில் 58 தமிழ் இதழ்களில் சேகரிக்கப்பட்ட தரவுகளில் எழுதியவர்களாக 575 பெண்கள் அறியப் படுகின்றனர். இத்தனை பெண்களின் எழுத்துப் பணி வரலாற்றில் சரிவர பதிவுசெய்யப்படவில்லை என்பது தெளிவு. தேடிச்சென்று முயன்று ஆய்வு செய்வோர் தவிர, இவ்விவரங்களை அறிவோர் குறைவே. அப்படியான ஆய்வுகளும் ஆங்காங்கே ஒன்றிணையாமல் துண்டு துண்டாக நிற்கின்றன. இவற்றை ஒன்றுதிரட்டிப் பார்க்கும் போதுதான் வரலாற்றுச் சுவடைக் கண்டறிய முடியும்; சமூகச் செயல்பாட்டில் பெண்கள் இயங்கிய தன்மையையும் கண்டறிய முடியும்.

பெண்கள் தமது கல்வியறிவைப் பயன்படுத்தி அக்காலச் சூழலுக் கேற்ப எழுத்துப் பணியை ஆற்றியுள்ளனர் என்பது மறுக்கமுடியாதது. தங்களுக்கு எழுதக் கிடைத்த வாய்ப்பைப் பயன்படுத்திப் பெண்கள் தங்களுடைய சிக்கல்களைப் பற்றிப் பேசியுள்ளனர். பெண்கல்வியின் தேவையை வலியுறுத்தியுள்ளனர். குடும்பத்தையும் இந்திய, தமிழ்ப் பண்பாட்டையும் பேணுதலே தங்கள் முக்கியக் கடமை எனவும் பெண்கள் நம்பியுள்ளனர். இதைச் சார்ந்தே பெண்ணுக்கான அனைத்து விஷயங்களும் பேசப்பட்டுள்ளன. இதழ்களில் எழுதிய பெண்கள் வெகு கவனமாகக் குடும்பப் பெண் என்பதைத் தங்கள் அடையாளமாக எழுத்து வெளியில் காட்டிக்கொள்ளத் தவறவில்லை. அதைத் தவற விட்டால் அது பெண் சமூகத்தின் வளர்ச்சிக்கு முட்டுக் கட்டையிடும்.

அந்தக் காலச் சூழலுக்கேற்ப அரசியல் தளத்திலும், குறிப்பாக காந்தியக் கொள்கையிலும் பெண்கள் ஈடுபட்டுள்ளனர். அரசியலில் ஈடுபடுவதற்கான நியாயப்பாட்டை காந்தியிடமிருந்தே பெற்றுள்ளனர். அரசியலில் பங்கெடுப்பதற்கான ஊக்கத்தை இதழில் எழுதிய பெண்கள் வாசகப் பெண்களுக்கு ஊட்டியுள்ளனர். வெகுசனத் தன்மை உருவா

வதற்கான சாயல்கள் தோன்றியுள்ளதையும் இந்தப் பெண் எழுத்துகளில் காணமுடிகின்றது. ஐநூற்று எழுபத்தைந்து பெண்களில் பரவலாகவும் பிரபலமாகவும், தமிழிலக்கிய மாணவர்களாலே நன்கு அறியப்பட்டவர்களாகவும் விரல்விட்டு எண்ணக்கூடியவர்களே உள்ளனர். வெகுசனத் தன்மை சார்ந்து இருந்தாலும் இல்லாவிட்டாலும் இந்நிலையே இருப்பதை உணரமுடிகின்றது. இருபதாம் நூற்றாண்டு இலக்கிய வரலாற்றில் பெண்களின் இலக்கியப் பங்களிப்பு வெற்றிடமாக இருந்திருக்கவில்லை. இந்த வரலாற்றுடன் பெண்கள் எழுதி வெளியிட்டுள்ள அச்சு நூல்கள் வழியும் திராவிட இயக்கத்தின் இதழ்கள், நூல்கள் வழியும் பொதுவுடைமை இயக்கத்தின் இதழ்கள், நூல்கள் வழியும் அறியப்படும் பெண்களின் இலக்கியப் பங்களிப்பைக் குறித்தான முற்றுமுழுதான ஆவணமும் ஆய்வும் பெண் எழுத்து வரலாற்றினை முழுமை நோக்கி இட்டுச்செல்லும்.

துணைநூற்பட்டியல்

அகிலன், கதைக்கலை, பழனி பிரசுரம், புதுக்கோட்டை, 1955.

அரசு, வீ., புனைவின் வரலாறும் வாசிப்பின் அரசியலும், இளவழகன் பதிப்பகம், சென்னை, 2001.

— (செவ்விதாக்கம்), தமிழ் ஆவணங்கள், கல்வியியல் கல்லூரி, தமிழ் இலக்கியத் துறை, சென்னைப் பல்கலைக்கழகம், 2004.

அன்னி தாமசு, இருபதில் தமிழ் வளர்ச்சி, உலகத் தமிழாராய்ச்சி நிறுவனம், சென்னை, 1994.

— (ப. ஆ), தமிழக மகளிரியல், உலகத் தமிழாராய்ச்சி நிறுவனம், சென்னை, 2002.

இராமலிங்கன், மா., டாக்டர், விடுதலைக்கு முன் புதிய தமிழ்ச் சிறுகதைகள், தமிழ்ப் புத்தகாலயம், சென்னை, 1977.

இராஜம் கிருஷ்ணன், காலந்தோறும் பெண்மை (சமூகவியல் ஆய்வு - கட்டுரைகள்), தாகம், சென்னை, 1990.

— காலந்தோறும் பெண் (சமூகவியல் ஆய்வு - கட்டுரைகள்), தாகம், சென்னை, 1991.

கண்ணகி துரைசாமி, வை. மு. கோதைநாயகி அம்மாள் புதினங்களில் பெண்கள், துரை பதிப்பகம், சென்னை, 2001.

கிருபை சத்தியநாதன், சகுணா (மொ. பெ. பால்), மதிநிலையம், சென்னை, 2002.

— கமலம் (மொ. பெ. பால்), மதிநிலையம், சென்னை, 2002.

குகப்ரியை, ஜீவகலை, தினமணி காரியாலயம், சென்னை, 1945.

— தேவகி முதலிய கதைகள், அல்லயன்ஸ் கம்பெனி, சென்னை, 1945.

குமுதினி, திவான் மகள், கலைமகள் காரியாலயம், சென்னை, 1942.

— மக்கள் மலர்ச்சி, கலைமகள் காரியாலயம், சென்னை, 1944.

கௌரி அம்மாள், கடிவாளம், கலைமகள் காரியாலயம், மயிலாப்பூர், சென்னை, 1949.

சம்பந்தன், மா. சு., அச்சும் பதிப்பும், தமிழர் பதிப்பகம், சென்னை, 1979.

— தமிழ் இதழியல் களஞ்சியம், தமிழர் பதிப்பகம், சென்னை, 1990.

சாமி, அ. மா., தமிழ் இதழ்கள் தோற்றம் - வளர்ச்சி, நவமணி பதிப்பகம், 1987.

— தமிழில் இஸ்லாமிய இதழ்கள், நவமணி பதிப்பகம், 1994.

— 19ஆம் நூற்றாண்டுத் தமிழ் இதழ்கள், நவமணி பதிப்பகம், 1995.

— தமிழ்க் கிறிஸ்துவ இதழ்கள்- ஓர் ஆய்வு, நவமணி பதிப்பகம், 1996.

— இந்து சமய இதழ்கள் ஓர் ஆய்வு, நவமணி பதிப்பகம், 2000.

— திராவிட இயக்க இதழ்கள், நவமணி பதிப்பகம், 2002.

சிட்டி சிவபாதசுந்தரம், தமிழ் நாவல் நூறாண்டு வரலாறும் வளர்ச்சியும், கிறிஸ்தவ இலக்கிய சங்கம், சென்னை, 1977.

— தமிழில் சிறுகதை: வரலாறும் வளர்ச்சியும், க்ரியா, சென்னை, 1989.

சிட்டி, அசோகமித்திரன், பா. முத்துக்குமாரசாமி (தொ. ஆ), மணிக்கொடி இதழ்த் தொகுப்பு, கலைஞன் பதிப்பகம், சென்னை, 2001.

சிதம்பரநாதன், அ., தமிழில் சிறுகதையின் தோற்றமும் வளர்ச்சியும், பிலோமினா பதிப்பகம், சென்னை, 1977.

சிவகுருநாதன், இ., இலங்கையில் தமிழ்ப் புதினப் பத்திரிகையின் வளர்ச்சி, தினகரன், கொழும்பு, 1993.

சிவத்தம்பி, கா., தமிழில் சிறுகதையின் தோற்றமும் வளர்ச்சியும், 1967.

— நாவலும் வாழ்க்கையும், தமிழ்ப் புத்தகாலயம், சென்னை, 1978.

சுசீலா, எம். ஏ., விடுதலைக்கு முன் தமிழ் நாவல்களில் பெண்கள், உலகத் தமிழாராய்ச்சி நிறுவனம், சென்னை, 1995.

சுந்தரமூர்த்தி, இ., அரசு, மா., ரா. (ப. ஆ), மகளிர் இதழ்கள், உலகத் தமிழாராய்ச்சி நிறுவனம், சென்னை, 2003.

— இந்திய விடுதலைக்கு முந்தைய தமிழ் இதழ்கள் (தொகுதி 1), உலகத் தமிழாராய்ச்சி நிறுவனம், சென்னை, 1998.

செல்வி திருச்சந்திரன், தமிழ் வரலாற்றுப் படிமங்கள் சிலவற்றில் ஒரு பெண் நிலை நோக்கு, குமரன் பதிப்பகம், சென்னை - கொழும்பு, 1997.

செந்தமிழ்ச்செல்வி, தி., மணிக்கொடி சிறுகதைகளில் மகளிர், குடியரசி பதிப்பகம், சென்னை, 2001.

தசரதன், ஆ., மகாலட்சுமி, தி., நிர்மலாதேவி, சூ., பூமிநாகநாதன், த., (தொ.ஆ.), தமிழில் ஆவணங்கள், உலகத் தமிழாராய்ச்சி நிறுவனம், சென்னை, 2001.

தண்டாயுதம், இரா., நாவல் வளம், தமிழ்ப் புத்தகாலயம், சென்னை, 1977 (இரண்டாம் பதிப்பு).

தாயம்மாள் அறவாணன், மகடூஉ முன்னிலை, தாயறம், திருச்சி, 2004.

தேவதத்தா (ப. ஆ), பெண்கள் படைப்பில் பெண்கள், அன்னை தெரசா மகளிர் பல்கலைக்கழகம், கொடைக்கானல், 1986.

— இதழ்கள் சித்திரிக்கும் பெண்கள் நிலை, அன்னை தெரசா மகளிர் பல்கலைக்கழகம், கொடைக்கானல், 1990.

பக்தவத்சல பாரதி, இரா. சம்பத் (ப. ஆ), பெண்ணிய ஆய்வுகள், புதுவை மொழியியல் பண்பாட்டு ஆராய்ச்சி நிறுவனம், புதுச்சேரி, 1998.

பஞ்சாங்கம், க., பெண்ணெனும் படைப்பு (மொழிபெயர்ப்பு), செல்வன் பதிப்பகம், புதுச்சேரி, 1994.

— பெண் - மொழி - புனைவு, காவ்யா, பெங்களூர், 1999.

பழனியப்பன், மு., விடுதலைக்கு முந்தைய பெண்களின் நாவல்கள், தி பார்க்கர், சென்னை, 2003.

பாலம்மாள், வி., சிந்தாமணி கதா மாலை, ஸ்ரீமதி பிரசுராலயம், சென்னை, 1927.

— விருந்தில் விலங்கு (கற்பக மலர் 1), ஸ்ரீமதி பிரசுராலயம், சென்னை, 1932.

— அவள் இஷ்டம் (கற்பக மலர் 2), ஸ்ரீமதி பிரசுராலயம், சென்னை, 1932.

பாலஸரஸ்வதி தேவகுஞ்சரியம்மாள், மங்களாம்பாள், எஸ். ஜி. ஐயர் அண்டு கம்பெனி, சென்னை, 1911.

— சுப்ரமண்யர் தோத்திரக் கொத்து, ஸ்ரீ பாலசுப்ரமண்யம் கம்பெனி, சென்னை, 1915.

பிரேமலதா, பி. என்., இந்தியப் பெண்கள் பண்டைக் காலம் முதல் முதல் 1947 வரை, அன்னை தெரசா மகளிர் பல்கலைக்கழகம், கொடைக்கானல், 1997.

பிரேமா, இரா., வை. மு. கோதைநாயகி அம்மாள் (இந்திய இலக்கியச் சிற்பிகள்), சாகித்திய அக்காதெமி, புதுதில்லி, 2001.

— பெண்ணியம், உலகத் தமிழாராய்ச்சி நிறுவனம், சென்னை, 1994.

பெரியார், ஈ. வே. ரா., பெண் ஏன் அடிமையானாள், பெரியார் சுயமரியாதைப் பிரச்சார நிறுவன வெளியீடு, சென்னை, 2001.

மங்கை, அ., பெண்ணிய அரசியல், பரிசல், சென்னை, 2005.

மலைமகள், முரளீதரன் விவேகபோதினி ஆபீஸ், சென்னை, 1914.

மோகன், இரா., நாவல் வளர்ச்சி, மணிவாசகர் பதிப்பகம், சென்னை, 1989.

மைதிலி சிவராமன், பெண்ணுரிமை சில பார்வைகள், தமிழ்ப் புத்தகாலயம், சென்னை, 1997.

ரகுநாதன், இலக்கிய விமர்சனம், மீனாட்சி புத்தக நிலையம், சென்னை, 1980. (நாலாம் பதிப்பு)

ராஜமார்த்தாண்டன், புதுக்கவிதை வரலாறு, யுனைடெட் ரைட்டர்ஸ், சென்னை, 2003.

வளவன், சா., பெண் படைப்பாளர் தம் படைப்புகள், திருமலை தெய்வம் பிரிண்டர்ஸ், சென்னை, 1995.

விசாலாட்சி அம்மாள், பண்டிதை, ஆநந்தமஹிளா, மினர்வா அச்சியந்திர சாலை, சென்னை, 1903.

— கௌரீ, மினர்வா அச்சியந்திர சாலை, சென்னை, 1906.

— ஞானரஞ்சனி, வைஜெயந்தி அச்சியந்திர சாலை, சென்னை, 1907.

— ஸுஜாதா, கார்டியன் அச்சுக்கூடம், சென்னை, 1908.

— வனஸுதா, கார்டியன் அச்சுக்கூடம், சென்னை, 1909.

— விராஜினி, கார்டியன் அச்சுக்கூடம், சென்னை, *1909*.

— ஆரியகுமாரி, கார்டியன் அச்சுக்கூடம், சென்னை, *1910*.

— லலிதாங்கி, லலிதாவிலாச புத்தக சாலை, சென்னை, *1911*.

— ஸ்ரீகரி, ஹிதகாரிணி, சென்னை, *1911*.

— ஜெயத்ஸேனா, கார்டியன் அச்சுக்கூடம், சென்னை, *1911*.

— மஹீஸுதா, வைஜயந்தி அச்சியந்திரசாலை, சென்னை, *1911*.

— ஸ்ரீமதி ஸரஸா, வைஜயந்தி அச்சியந்திரசாலை, சென்னை, *1911*.

— இரட்டைச் சகோதரர்கள், பி. ஆர். ராம அய்யர் அண்டு கம்பெனி, சென்னை, *1911*.

— ஜ்வலிதாங்கி, கார்டியன் அச்சுக்கூடம், சென்னை, *1911*.

— மஹேசஹேமா, கார்டியன் அச்சுக்கூடம், சென்னை, *1912*.

— தேவிசந்திரப்ரபா, ஹிதகாரிணி, சென்னை, *1913*. 2ஆம் பதிப்பு.

— உமா, கார்டியன் அச்சுக்கூடம், சென்னை, *1913*.

— ராஜப்பிரபா, ஹிதகாரிணி, சென்னை, *1914*.

— ஸாதனா, ஹிதகாரிணி, சென்னை, *1915*.

— தாரா அல்லது மகர கண்டியின் மர்மம், ஹிதகாரிணி, சென்னை, *1926*.

வீராசாமி, தா. வே., தமிழ் நாவல் இயல், தமிழ்ப் புத்தகாலயம், சென்னை, *1986*.

வேங்கடசாமி, மயிலை, சீனி., பத்தொன்பதாம் நூற்றாண்டில் தமிழ் இலக்கியம், சாந்தி நூலகம், சென்னை, *1962*.

வேங்கடாசலபதி, ஆ. இரா., நாவலும் வாசிப்பும், காலச்சுவடு பதிப்பகம், நாகர்கோவில், *2002*.

ஜெயலக்ஷ்மி ஸ்ரீநிவாசன், ஆர்., லட்சுமி கடாட்சம், அல்லயன்ஸ் கம்பெனி, சென்னை, *1943*.

— புஷ்ப ஹாரம், அல்லயன்ஸ் கம்பெனி, சென்னை, *1944*.

— பூமாவின் புன்னகை, அருள் நிலையம், சென்னை, *1946*.

— பிரேமா, ஓம்கார நூலகம், புதுக்கோட்டை, *1947*.

Barnett, L. D. and Pope, G. U. (Compilers), A Catalogue of the Tamil Books in the Library of the British Museum, Volumes I & II, Asian Educational Services, Chennai, 1995.

Lakshmi, C.S., The Face behind the mask Women in Tamil Literature, Vikas Publishing House Pvt Ltd, 1984.

Phillipa Kafka, On the outside looking In(dian) Indian Women Writers at Home and Abroad, Peter lang publishing, 2003.

Venugopala Saraha and Hemalatha John (Editors), Women Writers in South India Languages, New World Publications, 1995.

பின்னிணைப்புகள்

பின்னிணைப்பு 1

பெண் எழுத்துத் தரவுகள்

இந்த நூல் கிளத்தும் உரையாடல் மையத்தின் அடிப்படையாக அமைவன 1901 தொடங்கிய ஐம்பதாண்டு காலத்தில் வெளியான இதழ்களுள் 58 இதழ்களிலிருந்து திரட்டப்பட்ட பெண்களால் எழுதப்பட்ட கவிதை, கதை, கட்டுரை முதலான அனைத்து எழுத்து வடிவங்கள் ஆகும். இந்த எழுத்துத் தரவுகளின்வழி 575 பெண்கள் அறியப்பெறுகின்றனர். இப்பெண்கள் அவர்தம் பெயரின் அகர வரிசைப்படி நிரல்படுத்தப்பட்டுள்ளனர். ஓர் எழுத்தாளர் பல இதழ்களில் எழுதிய பல படைப்புகளும் கால வரிசையில் அவர்தம் பெயரின் கீழ் ஒன்றாகத் தொகுக்கப்பட்டுள்ளன. இதழ்கள் மூலம் சேகரிக்கப்பட்ட இந்தத் தரவுகளையும் மேலதிகமான தரவுகளையும் (இதழியல் உத்தி சார்ந்தவை, சில பெண் எழுத்தாளர்களின் அச்சு நூல்கள்வழி திரட்டப்பட்டவை) கொண்டே இவ்வாய்வு உருவாக்கப்பட்டுள்ளது. குறிப்பாகப் பெண் எழுத்துகளின் வடிவம், உள்ளடக்கம் சார்ந்த பகுப்பாய்வும் சில புள்ளிவிவரங்களும் இவ்விரண்டின் மூலம் உய்த்துணரப்பட்ட சில முடிபுகளும் இந்தத் தரவுகளை ஆதாரமாகக் கொண்டவை. பெண்களது இலக்கியப் பங்களிப்பின் பெரும்பரப்பையும் பன்முகத்தன்மையையும் இவை பதிவுசெய்கின்றன; ஆவணப்படுத்துகின்றன. இவற்றினூடான மேலாய்வுகள் பெண்மையக் கருத்தாடலின் பற்பல கதவுகளைத் திறக்கும் சாத்தியப்பாடுடையன.

பெண் எழுத்தாளர்கள் கைக்கொண்ட ஒவ்வோர் எழுத்து வடிவத்தையும் தனியே ஓர் ஆய்வுக்களமாக விரிக்கலாம். சான்றாகச் சிறுகதை, கட்டுரை, உரையாடல் போன்றவற்றினூடாகப் பெண்கள் மேற்கொள்ளும் ஊடாட்டங்கள் பலதரப்பட்ட விவாதங்களை முன்னெடுக்கின்றன. அதேபோல் பெண் எழுத்துகள் முன்வைக்கும் பொருண்மைகள் இங்குச் சுட்டப்பெற்றவற்றுடன் நின்றுவிடுவனவல்ல; ஒவ்வொரு பொருண்மை குறித்த ஆழ்ந்த, பரந்த ஆய்வு சாத்தியமே. குறிப்பாகப் பெண்கல்வி, திருமணமும் அது சார்ந்த சிக்கல்களும், அரசியல் தளத்தில் பெண், சமூகத் தளத்தில் பெண், பெண்ணுரிமை சார்ந்த சட்டங்கள் போன்றவை குறித்து இவர்கள் கட்டமைக்கும்

பெருங்கதையாடல் இருபதாம் நூற்றாண்டுச் சமூகத்தின் வரலாற்றை, அதன் போக்கை, வேண்டி நிற்கும் மாற்றத்தைப் பதிவுசெய்யும் இன்றியமையாத சான்றுகளாகும். அத்துடன், இக்காலகட்டத்தின் தொடக்கம் முதல் இறுதிவரையிலான தமிழ்நடை தனித்தமிழ் இயக்கத்தின் வீச்சையும் அதன் பயனையும் உணர்த்திநிற்கின்றது.

இந்த ஆவணத்தொகுப்பில் சுட்டப்பெறும் பெண் எழுத்தாளர் களின் எண்ணிக்கை மாறக்கூடியதே. ஒரே பெயரில், ஒத்த பெயரில், ஓர் எழுத்து மட்டுமே மாற்றம் கொண்ட பெயரில் எழுதுவோரை ஒருவரா, இருவரா எனப் பிரித்தறிந்து கூறுவது கடினம். தெளிவாக ஒருவர் அல்லது ஒன்றுக்கு மேற்பட்டோர் என அறுதியிட இயலாத விடத்து ஏதோவொரு தர்க்கரீதியான கூறின் அடிப்படையில் (தொடர்ச்சி யாக ஓர் இதழில் அல்லது ஒரே நிறுவனத்தின் இதழ்களில் எழுதுதல், ஒரே பொருளில் எழுதுதல், ஒரே வடிவத்தைப் பயன்படுத்துதல், ஒரே காலத்தில், ஆண்டுகளில் எழுதுதல்) ஒரு பெயராகவோ இருவேறு பெயர்களாகவோ முடிவு செய்யப்பட்டது. இதில் தவறு நிகழாதிருக்க வாய்ப்பில்லை; ஆனால் அதனை உறுதிசெய்யும் வழியும் குறைவு. அதேபோன்று, பெண் எழுத்தாளர்கள் மீதான மதிப்பீடு என்ற தலைப்பில் இடம்பெறும் இருபதின்மருள் ஐவர் - தாமரைப் பெண், பாலசரஸ்வதி தேவகுஞ்சரியம்மாள், மலைமகள், செய்யூர் சாரநாயகி அம்மாள், டி. எஸ். ராஜலக்ஷ்மி - இந்த ஆவணத் தொகுப்பில் இடம் பெறாதோர் என்பது கவனத்திற்குரியது. இதில் முதல் நால்வரும் புதின எழுத்தாளர்கள்; ஐந்தாமவரான டி. எஸ். ராஜலக்ஷ்மி இதழாசிரியர் (வெண்மதி). இதழ்கள் மூலம் பெறப்பட்ட தரவுகள் தவிரவும் இதே காலத்தில் வெளியான அச்சு நூல்கள் மூலம் ஒப்பிட்டுப் பார்ப்பது இதுபோன்ற குழப்பங்களை ஓரளவு விடுவிக்கவல்லது; முழுமை யான பகுப்பாய்வை வழங்கவல்லது.

பெண்கள் தங்களது அடையாளத்தைப் பெயர்மூலம் சுட்டும் விதம் அவர்கள் மீதான சமயத்தின், மரபின், சமூகத்தின், நாகரிகத்தின் தாக்கத்தைப் பிரதிபலிக்கின்றன. பெயர் என்பதன் மூலமாக மட்டுமே பெண் என்ற பாலினத்தை இனம்காண முடிவதனால் பெயரை வெளிப் படுத்துகின்ற தன்மையானது இந்த ஆய்விற்கும் இலக்கிய வெளியில் பெண்கள் செயல்படும் அரசியலை உணர்வதற்கும் உசாத்துணையா கின்றது. இயற்பெயரைச் சுட்டுதல், புனைபெயர் சூடல், பெண் என்ற அடையாளத்தைச் சுட்டும் பொதுபெயரில் எழுதுதல், ஸ்ரீமதி போன்ற ஒட்டுகள் மூலம் மட்டுமே பெண் என அடையாளப்படுத்தல், முதலெழுத்தை மட்டும் பெயராகக் கொடுத்தல், தமது பெயருக்கு முன் மிஸ், மிஸஸ், ஸ்ரீமதி, திருமதி போன்ற திருமண நிலையினை

வெளிப்படுத்தும் ஒட்டுகளைச் சேர்த்தல், வித்வான், பண்டிதை, பி.ஏ., எம்.ஏ., எம்.பி.பி.எஸ். போன்ற கல்விசார் ஒட்டுகளைச் சேர்த்தல் எனப் பெயரை வெளியிடுவதில் பல போக்குகளை அவதானிக்க முடிகின்றது.

இயற்பெயர் சுட்டல்

பல பெண்கள் தங்களது இயற்பெயரில் எழுதியுள்ளனர். அகிலாண்ட நாயகி அம்மாள், அசலாம்பிகை அம்மாள், இந்திரா, பத்மஜா, பார்வதி போன்ற பெயர்கள் இவ்வகையின.

புனைபெயர்

சிலர் இயற்பெயரைச் சுட்டாமல் புதுப்பெயர் புனைந்து எழுதி யுள்ளனர். கற்பி, காந்தள், கினஜா, குமுதினி, குயில், சுரபி, புதுமதி போன்றவை இவ்வகையில் அடங்கும். புனைபெயர்கள் சிலவேளை மேற்கோள் குறியினுள் இடம்பெற்றிருக்கும்.

பெண்பால் பொதுப்பெயர்

தான் ஒரு பெண் என்பதை மட்டும் சுட்டுகின்ற பெண்பாலைக் குறிக்கும் பொதுப்பெயரைப் பயன்படுத்தும் போக்கும் இருந்துள்ளது. ஒரு பெண்மணி, ஒரு மங்கை, ஓர் மாது, ஓர் சகோதரி, ஓர் பெண்பால், உமன் சிற்றிஸன் போன்றவை இவ்விதத்தில் அடங்கும். இதிலும் பொதுப்பெயரில் ஒரு கூடுதல் அடையாளத்தை இணைத்தும் எழுது கின்றனர். ஓர் இந்து சகோதரி என்பது பெண் என்பதோடு கூடுதலாக மத அடையாளத்தையும் சேர்க்கின்றது. ஒரு வைத்ய ஸ்த்ரீ வித்யார்த்தி, ஓர் நாட்டுப்புறச் சகோதரி, ஓர் விதவை, காவேரிக் கரையில் பிறந்தவள் போன்றவை பெண் என்பதைக் கடந்து அவர்கள் பற்றிய கூடுதல் தகவலைக் கொடுக்கின்றன. இவ்விதமான பெயர்கள் அவர்கள் எழுது கின்ற பொருளைச் சார்ந்து அமைகின்றன. பொது வெளியில் எழுத்து மூலமாகப் பெண்கள் செயல்படுவதன் எதிர்வினை எல்லா நேரங் களிலும் சாதகமாக இல்லாதிருக்கும் பட்சத்தில் இந்த முறை ஒரு கேடய மாக இருக்கும். அநாமதேயத்திற்கு யாரைப் பொறுப்பாளியாக்க முடியும்?

முதலெழுத்துகள் மட்டுமே பெயராக

சிலர் தமது முதலெழுத்துகளை (Initials) மட்டும் குறிப்பிட்டுள்ளனர். அதனுடன் வரும் மிஸ், ஸ்ரீமதி போன்ற ஒட்டுகள் மூலமே பெண் என்பது நிறுவப்படுகின்றது. சான்றாக, குமாரி எஸ். என். என்., ஸ்ரீமதி பா.ம., ஸ்ரீமதி எஸ். வி. ரா. போன்றன.

கணவர் பெயரை மட்டும் குறிப்பிடல்

தமது பெயரை எந்த விதத்திலும் குறிப்பிடாது இன்னாரின் மனைவி என்ற அடையாளத்துடன் மட்டும் எழுதியுள்ளனர் சிலர். திருமதி ஜெ. கனகராயன், ஸ்ரீமதி கிரி, மிஸ்ரஸ் தியாகராய முதலியார், மிஸஸ் கே.கே. ஸ்ரீனிவாசாசாரியார், ஸ்ரீமதி ஏ. ஜெசுதாஸன், திருமதி எல்.ஏ. பிதாவடியான், ஸ்ரீமதி வி. ராமன் ஆகிய பெயர்கள் ஒட்டுகள் மூலம் மட்டுமே பெண் அடை யாளத்தை முன்னிறுத்துகின்றன. இவர்களது இயற்பெயரோ அடையாளமோ அறவே இல்லை; கணவனின் பெயரின் மூலமே அடையாளமும் அங்கீகாரமும் கிடைக்கின்றன. மிஸ். என். ராமன் என்பவர் இதே வகையில் தந்தையின் பெயர் மூலம் தன்னை அடையாளப்படுத்திக் கொள்கிறார்.

கணவன் பெயரை இணைத்துக்கொள்ளல்

கணவரின் பெயரையும் தமது பெயருடன் இணைத்து அடையாளப் படுத்திக் கொண்டுள்ளனர் சிலர். ஸ்ரீமதி ஸாரநாயகி ஜகன்னாதன், ஸ்ரீமதி கமலா பத்மனாபன் போன்றவை. ஸ்ரீமதி, மிஸஸ் போன்ற ஒட்டுகள் இல்லாதவிடத்து உறுதியாகக் கணவன் பெயர் தான் எனச் சொல்ல இயலவில்லை என்றாலும் பெரும்பாலும் கணவராக இருக்கலாம் என்று ஊகிக்க இடமுண்டு. சுந்தரம்மாள் ராகவாசாரி, பாகீரதி ஸ்ரீராம், ராஜம் ராமமூர்த்தி, ஜானகி கிருஷ்ணன் எனப் பல பெயர்கள் இவ்விதம் ஆண் பெயருடன் வருகின்றன.

ஊர்ப்பெயரை இணைத்துக்கொள்ளல்

ஊர்ப் பெயரையும் தமது பெயருடன் இணைத்துச் சிலர் குறிப்பிடு கின்றனர். இலங்கையைச் சேர்ந்தோர் பெரும்பாலும் தமது சொந்த ஊரின் பெயரைச் சேர்த்துக்கொள்ள, தமிழகத்துப் பெண்கள் சொந்த ஊர் தவிர்த்துத் தாம் இடம்பெயர்ந்து வாழ்கின்ற ஊரின் பெயரைக் குறிப்பிடுகின்றனர். சான்றாக புலோலி ஸ்ரீமதி பண்டிதை ந. பத்மாசனி அம்மாள், யாழ்ப்பாணம் பண்டிதை சு. பாலாம்பிகை அம்மாள், மலாக்கா எஸ். ரங்கம்மாள், கானாடுகாத்தான் எல். பார்வதி தேவி, பொன்மலை பண்டிதை வி. பாலம்மாள், பம்பாய் ஸ்ரீமதி நீ.ல. பட்டம்மாள், பனாரிஸ் ஸுதா, மங்களூர் பார்வதி சுப்ரமணியம் போன்ற பெயர்கள்.

பணி, பதவியுடன் பெயரைக் குறிப்பிடல்

தமது பணி, பதவி போன்றவற்றைச் சேர்த்துக் குறிப்பிட்டுள்ளனர் சிலர். நர்ஸ் லில்லி, பேராசிரியை ஈ. த. இராசேசுவரி அம்மாள்

போன்றவை அதற்கான சான்றுகள். இது தவிர ஒருவர் திருச்சி தோழர் லீலாவதி எனக் கட்சி/கொள்கைசார்ந்த ஒட்டை இணைத்துள்ளது கவனத்திற்குரியது.

பொதுவாக நாகரிகப் போக்கையும் நாகரிக மோகத்தையும் இதழ்களில் எழுதிய பெண்கள் கடிவது ஒருபக்கம் இருந்தாலும், மிஸஸ் என்ற ஒட்டுடன் இன்னார் மனைவி என்று தமது பெயரைக் கூறிக் கொள்ளும் மேற்கத்திய முறை பின்பற்றப்பட்டுள்ளதன் காரணமும் அது இந்திய, தமிழ்ப் பண்பாட்டில் அகவயப்படுத்தப்பட்டதன் (மிஸஸ் என்பது திருமதி, ஸ்ரீமதி எனத் தமிழாக்கம் பெறுவது) காரணமும் கவனத்திற்குரியது. கணவனே கண்கண்ட தெய்வம் எனக் கணவனைப் பெண்ணுக்குக் கடவுளாக்கும் தன்மையின் நீட்சியாக அதற்கு ஒத்தவாறே இந்த மேற்கத்திய முறைமை வேற்றுப் பண்பாட்டின் கூறு என்பதிலிருந்து மழுங்கிவிட்டதாகவே தோன்றுகின்றது.

அகிலாண்ட நாயகி அம்மாள், தி. சரஸ்வதி ஸ்தோத்ரம் (வெண்பா), பெண்கல்வி, செப்டம்பர், 1916.

அசலாம்பிகையம்மாள், பண்டிதை, மகாராணியவர்கள் மீது இரங்கற்பா (செய்யுள்), ஞானபோதினி, பிப்ரவரி, 1901

— குறைவிண்ணப்பம் (நேரிசையாசிரியப்பா), ஞானபோதினி, ஆகஸ்ட், 1901.

— ஒரு நிருபம் (கடிதம்), ஞானபோதினி, ஆகஸ்ட், 1901.

— காக்கைப் பொன்னிலுங் கல்லிழைப்பதா (கட்டுரை), டிசம்பர், 1901.

— பாஞ்சாலி கூற்று (கட்டுரை), மார்ச், 1902.

— பெண் கல்விக் குள்ள பிணி (கட்டுரை), பிரஜானுகூலன், ஜனவரி- பிப்ரவரி, 1905.

— நாகரீகம் (கட்டுரை), விவேகபோதினி, அக்டோபர், 1909.

— ஆத்திசூடி வெண்பா (கட்டுரை), விவேகபோதினி, பிப்ரவரி- ஏப்ரல், 1917; ஜூலை-ஆகஸ்ட், 1917.

— இந்திய மாதர்கள் (கட்டுரை), லக்ஷ்மி, டிசம்பர், 1924.

— பெண்கள் நிலை (கட்டுரை), லக்ஷ்மி, ஆகஸ்ட், 1926.

— வந்தே மாதரம் (கட்டுரை), லக்ஷ்மி, மார்ச், 1927.

— பெரியபுராணப் பெண்ணரசிகள் (கட்டுரை), லக்ஷ்மி, ஆகஸ்ட், 1927.

— இயற்பகை நாயனுர் மனைவியார் (கட்டுரை), லக்ஷ்மி, அக்டோபர், 1927.

— காந்தி புராணம் (செய்யுள்), தமிழர்போதினி, ஜனவரி, 1925.

— இந்திய மாதரும், முந்திய ஒழுக்கமும் (கட்டுரை), தமிழர்போதினி, ஜனவரி, 1925.

— தேசபாஷைப் பத்திரிகைகள் (கட்டுரை), தமிழர்போதினி, ஏப்ரல், 1925.

— அன்பும் மாதரும் (கட்டுரை), சிந்தாமணி, பிப்ரவரி, 1925.

— கதர்க்கும்மி (பாடல்), லக்ஷ்மி, பிப்ரவரி, 1927.

— பண்டை இந்திய மாதர்கள் (கட்டுரை), பாரதி, ஜனவரி, 1929.

— கவிதையின் பெருமை (கட்டுரை), பாரதி, ஏப்ரல், 1929.

— பெண்மை (கட்டுரை), பாரதி, ஜூலை, 1929.

— எமது அபிப்பிராயம் (கட்டுரை), பாரதி, டிசம்பர், 1929.

— இன்னிசை வாழ்த்துக்கள் (செய்யுள்), பாரதி, பிப்ரவரி, 1930.

— பண்டைக் காலப் பெண் கல்வி (கட்டுரை), பாரதி, ஏப்ரல், 1930.

— இந்தியாவின் துன்ப நிலை (பாடல்), நவீனபாரதி, நவம்பர், 1930.

— ஸ்ரீ இராமரும் காந்தியும் (கட்டுரை), ஆனந்தபோதினி, ஏப்ரல், 1930.

— இளையான்குடி மாறனுர் (கட்டுரை), ஆனந்தபோதினி, ஜனவரி, 1931.

— திலகவதியார் (கட்டுரை), ஆனந்தபோதினி, ஏப்ரல், 1931.

— மங்கையர்க்கரசியார் (கட்டுரை), ஆனந்தபோதினி, ஜூன், 1931.

— பெண்மைத் தன்மை (கட்டுரை), ஆனந்தபோதினி, ஆகஸ்ட், 1931.

— தேசம் விழைவது எதனை? (கட்டுரை), ஆனந்தபோதினி, செப்டம்பர், 1931.

— பெண்ணின் கடமைகள் (கட்டுரை), ஆனந்தபோதினி, நவம்பர், 1931.

— வியாஸ பாரதமும்-வில்லி பாரதமும் (கட்டுரை), ஆனந்தபோதினி, டிசம்பர், 1931.
— கௌஸல்யா மகாராணியார் (கட்டுரை), ஆனந்தபோதினி, ஜனவரி-பிப்ரவரி, 1932.
— சுமித்திரா தேவியார் (கட்டுரை), ஆனந்தபோதினி, மார்ச், 1932.
— கைகையார் (கட்டுரை), ஆனந்தபோதினி, ஏப்ரல், 1932.
— பிராட்டியார் (கட்டுரை), ஆனந்தபோதினி, மே, 1932 - ஜூன், 1934.
— ஔவையார் (கட்டுரை), ஆனந்தபோதினி, ஆக. 1934 - அக்டோபர், 1937.
— சமூகமும் சட்டமும் (கட்டுரை), ஆனந்தபோதினி, ஏப்ரல், 1938.
— தானமும் தருமமும் (கட்டுரை), ஆனந்தபோதினி, மே, 1938.
— பெண்மை யரசு (கட்டுரை), ஆனந்தபோதினி, ஜூன், 1938.
— பழைமையும் புதுமையும் (கட்டுரை), ஆனந்தபோதினி, ஆகஸ்ட், 1938.
— சீமந்தனி (கட்டுரை), ஆனந்தபோதினி, செப்டம்பர், 1938.
— முன்னேற்றம் என்பது என்ன? (கட்டுரை), ஆனந்தபோதினி, அக்டோபர், 1938.
— சுசீலையார் (கட்டுரை), ஆனந்தபோதினி, நவம்பர், 1938.
— சத்தியாக்கிரகம் (கட்டுரை), ஆனந்தபோதினி, ஜனவரி, 1939.
அநுத்தமா, பூமா (தொடர்கதை), கலைமகள், ஏப்ரல்-ஆகஸ்ட், 1949.
''அம்மா'', குழந்தை அழுவதேன்? (கட்டுரை), நவசக்தி. மார்ச், 1941.
அம்மாள், வி.எஸ்.வி, எழும்பூர் கவர்ன்மெண்டு விதவாச்ரமம் (கட்டுரை), மாதர் மனோரஞ்சினி, மார்ச், 1913.
அம்புலு, ஸ்ரீமதி, ஞானதீபம் (சிறுகதை), கிரஹலக்ஷ்மி, ஜனவரி, 1940.
அம்புஜம், உலிசை (கதை), ஹிதகாரிணி, ஜூன், 1909.
அம்புஜம்மாள், எஸ்., ஸ்ரீமதி., எங்கள் கிராமவாசம் - இருளும் ஒலியும் (கட்டுரை), ஜகன்மோகினி, ஜூன், 1942.
— ஸ்ரீமதி டாக்டர் முத்துலட்சுமி ரெட்டி (கட்டுரை), ஜகன்மோகினி, ஜூலை, 1942.
— ''குகப்ரியை'' (கட்டுரை), ஜகன்மோகினி, ஜனவரி, 1943.
— ''குமுதினி'' (கட்டுரை), ஜகன்மோகினி, மார்ச், 1943.
— மகாத்மா தரிசனம் (கட்டுரை), ஜகன்மோகினி, ஏப்ரல், 1943.
— ஸ்ரீமதி. கி. ஸாவித்ரியம்மாள் (கட்டுரை), ஜகன்மோகினி, மே, 1943.
— நம் சகோதரிகளுக்கு மட்டும் (கட்டுரை), ஜகன்மோகினி, பிப்ரவரி-மார்ச், 1944.
— விவாகச் சடங்கு (கட்டுரை), ஜகன்மோகினி, ஏப்ரல், 1944.
— விவாகம் - விதிவிலக்குகள் (கட்டுரை), ஜகன்மோகினி, மே, 1944.
— விவாகச் சீர்திருத்தங்கள் (கட்டுரை), ஜகன்மோகினி, செப்டம்பர்-டிசம்பர், 1944.
— ஸ்த்ரீதனம் (கட்டுரை), ஜகன்மோகினி, பிப்ரவரி-ஏப்ரல், 1945.
— கிராமப் புனருத்தாரணம் (கட்டுரை), மங்கை, மார்ச், 1946.
— மேடம் க்யூரி (கட்டுரை), மங்கை, ஜூலை, 1946.
அம்புஜவல்லி, எஸ்., ஸ்ரீமதி, சரீரக் கடமை (கட்டுரை), சிந்தாமணி, ஆகஸ்ட், 1926.
— விதவைக்குற்ற பந்து (சிறுகதை), சிந்தாமணி, ஜனவரி, 1927.
— பெண் மக்களுக்கு எத்தகைய கல்வி தேவை? (கட்டுரை), சிந்தாமணி, பிப்ரவரி, 1927.
அம்பை-ஜனகம், ஜாதிமத மயக்கம் (கட்டுரை), குமரன், ஆகஸ்ட், 1932.

அம்மணி அம்மாள், ஸங்கல்பமும் ஸம்பவமும் (சிறுகதை), விவேகபோதினி, மார்ச், *1913*.

அம்மு சுவாமிநாதன், ஸ்ரீமதி, புதுமைப்பெண் (கட்டுரை), மாதர் மறுமணம், நவம்பர், *1938*.

அமிர்தம்மாள், எஸ்., சகோதரி, வாழ்த்துப்பா (செய்யுள்), அமிர்த குணபோதினி, ஏப்ரல், *1930*.

அரசாம்பாள், க., ஸ்ரீமதி, புதுவை, பத்திரிகையால் அடையும் பயன் (கட்டுரை), சிந்தாமணி, செப்டம்பர், *1924*.

அரங்கநாயகி, பி.எஸ்., ஸ்ரீமதி, பெண்கல்வியில் நாட்டுப்புரமும் நகரப்புரமும் (கட்டுரை), சிந்தாமணி, ஏப்ரல், *1927*.

— பாரதியின் வாழ்த்துப்பா (செய்யுள்), பாரதி, பிப்ரவரி, *1929*.

— மாதர் விடுதலை (கட்டுரை), பாரதி, பிப்ரவரி, *1929*.

— திருக்குறள் (கட்டுரை), பாரதி, மே, *1929*.

— மாதர் உரிமை (கட்டுரை), பாரதி, ஆகஸ்ட், *1929*.

— தீண்டாமை (கட்டுரை), பாரதி, ஜனவரி, *1930*.

— இன்னிசை வாழ்த்துக்கள் (அகவற்பா), பாரதி, பிப்ரவரி, *1930*.

— மாதர் வாழ்க்கை (கட்டுரை), பாரதி, மார்ச், *1930*.

— அன்பு (கட்டுரை), பாரதி, ஜூன்-ஜூலை, *1931*.

''அரவிந்தம்'', ஸ்ரீமதி, அமராவதி நதிக்கரையில் (கட்டுரை), ஜகன்மோகினி, மே, *1944*.

— உடலோம்புதல் (உடல்நலக் குறிப்புகள்), மங்கை, ஜனவரி-ஏப்ரல், *1946*.

— பூண்டு (உடல்நலக்குறிப்பு), மங்கை, அக்டோபர், *1946*.

அருளானந்தம், ஏ., ஸ்ரீமதி, தனி ஜெபம் (கட்டுரை), கிரகமணி, ஆகஸ்ட்-செப்டம்பர், *1945*.

அலமேலு, பி.எஸ்., ஸ்ரீமதி, ஓய்வு நேரத்தில்! (உரையாடல்), கிரஹலக்ஷ்மி, அக்டோபர்-நவம்பர், *1939*, பிப்ரவரி, மார்ச்-மே, *1940*.

— சாந்தி கிட்டுமா? (சிறுகதை), கிரஹலக்ஷ்மி, ஏப்ரல், *1940*.

— சிசுக்களின் சிறப்பும் வளர்ப்பு முறைகளும் (கட்டுரை), மங்கை, மார்ச், *1946*.

அலமேலு, எஸ்., ஸ்ரீமதி, ஸ்ரீமதி கமலா பத்மநுபன் (கட்டுரை), ஜகன்மோகினி, ஆகஸ்ட், *1943*.

அலமேலு அம்மாள், பெண்கல்வி (கட்டுரை), விவேகபோதினி, மே, *1914*.

அலமேலு அம்மாள், எஸ்., ஸ்ரீமதி, இந்தப் பெண்மணியின் பெயரென்ன? (விடுகதை), ஜகன்மோகினி, மே, *1944*.

அலமேலுதேவி, என்., அவன் யார்? (சிறுகதை), மங்கை, ஜூலை, *1946*.

அலர்மேலு மங்கைத் தாயாரம்மாள், கா., நவீன இந்துமதம் என்னும் சமரச சமயம் (கட்டுரை), லக்ஷ்மி, டிசம்பர், *1925*.

அன்புமலர், சு., கங்கைக் கரையில்! (கட்டுரை), தமிழ்த் தென்றல், ஜூன், *1950*.

அன்னக்கிளி, சீ.க., வித்வான், தாயும் மகளும் (சிறுகதை), ஆனந்த போதினி, ஜனவரி, *1938*.

அன்னபூரணி, ஸ்ரீமதி, சகோதரிகளின் சந்தேகங்கள் (கேள்வி-பதில்), மங்கை, ஜூன், *1948*.

— தெரிந்துகொள்ளுங்கள் (கேள்வி-பதில்), மங்கை, ஜூலை, *1948*.

அன்னபூரணி, கே., ஸ்ரீமதி, தமிழ்நாடும் பண்டைத் தமிழர்களும் (கட்டுரை), ஆனந்தபோதினி, அக்டோபர், 1935.

அன்னபூரணி அம்மாள், ஸ்ரீமதி, பாட்டியம்மாளின் சமூக ஊழியம் (உரையாடல்), சிந்தாமணி, ஏப்ரல், 1926.

அன்னுள் சத்தியநாதன் அம்மையார், நல்ல தாய் (கட்டுரை), கிரகமணி, ஆகஸ்ட், 1943 – மார்ச், 1944.

அன்னை வசந்தை, ஒருமையைப் போற்றுதல் (செய்யுள்), தர்மஜோதி, ஜனவரி, 1946.

— வெளிப்ராகாரம் (கட்டுரை), தர்மஜோதி, ஜனவரி, 1947.

அனசூயாதேவி, ஜஹானுரா (சிறுகதை), மணிக்கொடி, ஜூன், 1938.

— விதி விட்ட வழி (சிறுகதை), மணிக்கொடி, ஆகஸ்ட், 1938.

— காதல் போட்டி (சிறுகதை), மணிக்கொடி, டிசம்பர், 1938.

— உமா-மஹேச்வரி (சிறுகதை), மணிக்கொடி, பிப்ரவரி, 1939.

ஆண்டாள் அம்மாள், ஆர்., விடுகதைகள் (விடுகதை), ஹிதகாரிணி, ஜூன், 1910.

— விடுகதைக்கு விடை, ஹிதகாரிணி, ஜூன், 1910.

— உதாரணம் (கதை), ஹிதகாரிணி, ஆகஸ்ட்-செப்டம்பர், 1910.

ஆண்டாளம்மாள், சி., ஸ்திரீவித்யாப்யாஸத்தைப் பற்றி ஒரு ஸ்திரீயின் அபிப்பிராயம் (கட்டுரை), விவேகசிந்தாமணி, ஜூலை, 1906.

ஆண்டாளம்மாள், ம., கற்பு (கட்டுரை), பெண்கல்வி, ஏப்ரல்-மே, 1913.

ஆத்மநாதன், ஸ்ரீமதி, அழகுக்குறிப்பு (அழகுக் குறிப்பு), மங்கை, ஏப்ரல்-ஜூன், 1948.

''ஆத்ரேயி'', ஞானியின் மகள் (சிறுகதை), காவேரி, நவம்பர், 1947.

ஆதிலக்ஷ்மி, ஸ்ரீமதி, தியாகத்தின் பெருமை (கட்டுரை), லக்ஷ்மி, ஜூலை, 1926.

ஆவுடையாரம்மாள், எப்படியிருந்தாலென் (கீர்த்தனை), விவேக சிந்தாமணி, மே, 1901.

— விதேஹகைவல்ய ஸாம்ராஜ்யம் (செய்யுள்), விவேகசிந்தாமணி, அக்டோபர், 1906.

இந்திரா, வி.வி., ஸ்ரீமதி, உலகில் ஸ்திரீகளைப் பற்றிய விஷயங்கள் (கட்டுரை), சிந்தாமணி, பிப்ரவரி, 1925.

இராசாமணி அம்மையார், இராணி மங்கம்மாள் (நாடகம்), தமிழர் நாடு, ஏப்ரல், 1950.

இராசாமணியம்மையார். ஆர்., வழக்குரை காதை (நாடகம்), தமிழ்த் தென்றல், ஆகஸ்ட், 1949.

இராசேசுவரி அம்மாள், ஈ.த., ஸ்ரீமதி, பேராசிரியை, அறிவியலும் சமயமும்-இவற்றின் தற்கால நிலை (கட்டுரை), நவசக்தி, ஏப்ரல், 1933.

— பெண்ணின் பெருமை (கட்டுரை), சுதேசமித்திரன், ஆகஸ்ட் 1943.

— குப்பனே பொன்னன் (கட்டுரை), தமிழ்த்தென்றல், அக்டோபர், 1947.

— தெருக்குப்பையில் தேவாமுதம் (கட்டுரை), தமிழ்த்தென்றல், நவம்வர், 1947.

— சாக்கடையில் நாகரிகம் (கட்டுரை), தமிழ்த்தென்றல், டிசம்பர், 1947.

— ஆர்க்குமிடீசர் (கட்டுரை), தமிழ்த்தென்றல், நவம்பர், 1948.

— மண்ணும் விண்ணே! (கட்டுரை), தமிழ்த்தென்றல், டிசம்பர், 1948.

— நாமும் சூரிய குலமே (கட்டுரை), தமிழ்த்தென்றல், ஜனவரி, 1949.

— சூரியனை வாரி விழுங்குகிறோம் (கட்டுரை), தமிழ்த்தென்றல், பிப்ரவரி, 1949.
— சூரியனை விழுங்கும்: தோல்வாய் (கட்டுரை), தமிழ்த்தென்றல், மார்ச், 1949.
— சூரியனூர் தருகின்ற அமுத சஞ்சீவி (கட்டுரை), தமிழ்த்தென்றல், ஏப்ரல், 1949.
— உலகுக்கு எல்லாம் ஒரு விசிறி (கட்டுரை), தமிழ்த்தென்றல், ஜூலை, 1949.
— உலகுக்கு எல்லாம் ஓர் ஏற்றக்கோல் (கட்டுரை), தமிழ்த்தென்றல், ஆகஸ்ட், 1949.
— ஊருக்கெல்லாம் ஒரே விளக்கு (கட்டுரை), தமிழ்த்தென்றல், நவம்பர், 1949.
— ஐயோ சூரியன் சாவானு? (கட்டுரை), தமிழ்த்தென்றல், டிசம்பர், 1949.
— அண்டப் பூங்கொத்தில் அணுவின் இதழ்கள் (கட்டுரை), தமிழ்த்தென்றல், மார்ச், 1950.
— மின்னில் விளங்கும் எண்ணும் எடையும் (கட்டுரை), தமிழ்த்தென்றல், ஏப்ரல், 1950.
— பின்னக் கணக்கில் பீறட்டு எழும் ஆற்றல் (கட்டுரை), தமிழ்த்தென்றல், ஜூலை–செப்டம்பர், 1950.
— கருச்சிதைவுச் சங்கிலியில் கண்டெடுத்த அணுகுண்டு (கட்டுரை), தமிழ்த்தென்றல், ஆகஸ்ட், 1950.
— தொடர் நிலைச் சிதைவில் தோன்றிய அணுக்குண்டு (கட்டுரை), தமிழ்த்தென்றல், நவம்பர், 1950.
— கதிர் வீச்சில் ஒரு கால சஞ்சீவி (கட்டுரை), தமிழ்த்தென்றல், டிசம்பர், 1950.
இராஜ சரஸ்வதி அம்மாள், லேட்படான், ஸ்ரீமதி, பெண்கள் தாழ்மை யன்று, தாய்மை (கட்டுரை), மாதர் மறுமணம், அக்டோபர், 1936.
— மங்களமாகப் பொங்கல் பொங்குக (கட்டுரை), மாதர் மறுமணம், டிசம்பர், 1936.
— கைமைப் பிணியைக் களையுங்கள் (பாடல்), மாதர் மறுமணம், ஜூன் 1937, ஜனவரி, 1938.
இராஜநாயகம், ஜே., திருமதி., பி.ஏ.எல்.டி., குழந்தை வளர்ச்சி (கட்டுரை), தமிழ்த்தென்றல், ஜூன்–நவம்பர், 1949.
இராஜலக்ஷ்மி, ஆர்.எஸ்., செல்வி, அட எமனே! கடன் கொடு (சிறுகதை), தமிழரசு, ஆகஸ்ட், 1933.
இராஜாம்பாள், மா., ஸ்ரீமதி, பூனைக்குட்டி (கதை), லக்ஷ்மி, அக்டோபர், 1924.
இராஜாம்பாள், ஜே., ஸ்ரீமதி, தொந்திச் செட்டியாரின் திருவிளையாடல்கள் (சிறுவர் கதை), தமிழரசு, மே, 1934.
உடன் சகோதரிகள், என்னூரில் கூடின ஞானோதய வித்தியாசாலை (கட்டுரை), மாதர்போதினி, மார்ச், 1921.
உமன் சிற்றிஸன், ஓர் மனைவியின் வேண்டுகோள் (கட்டுரை), அன்பானந்தன், மே-ஜூன், 1925.
— உமா, கடற்காற்று (கவிதை), சக்தி, ஆகஸ்ட், 1941.
— கடல் (பாட்டு), சக்தி, ஆகஸ்ட், 1942.
— தேனீ (பாட்டு), சக்தி, டிசம்பர், 1942.
— பொம்மை (பாட்டு), சக்தி, ஜூலை, 1943.
— வாழ்க்கைச் சக்கரம் (கவிதை), ஜூன், 1944.
உமா ஸ்ரீநிவாஸன், மனமே ராஜ்யம்! (கவிதை), காவேரி, ஜூலை, 1947.

உருக்குமணியம்மாள், ஸ்ரீமதி, ஸ்த்ரீ புருஷ சம்பாஷணை (உரையாடல்), சிந்தாமணி, மார்ச், 1925.
— மோட்சம் அல்லது உலக விடுதலை (கட்டுரை), சிந்தாமணி, மே, 1925.
— அன்பிற்கு உயிர்ப்பரிசு (சிறுகதை), சிந்தாமணி, ஏப்ரல், 1926.
உன் அக்கா, மதுபானியை மணஞ் செய்யாதே (கட்டுரை), அமிர்த குணபோதினி, ஜனவரி-மார்ச், 1932.
உஷா, ஊசியும் நூலும் (தையற்குறிப்பு), மங்கை, நவம்பர், 1947.
எஸ்.என்.என்., குமாரி, ராதையின் காதல் (சிறுகதை), மங்கை, ஆகஸ்ட் 1947.
எஸ்.வி., ஸ்ரீமதி, மங்கிலியப் பெண்டுகள் (சிறுகதை), மணிக்கொடி, அக்டோபர், 1939.
ஒரு கிழவி, கருத்தடைக்குப் பரமசிவன் சிபார்சு (சிறுகதை), குமரன், டிசம்பர், 1931.
ஒரு பெண்மணி, கற்புள்ள ஸ்திரீயின் கதை (சிறுவர் கதை), விவேக சிந்தாமணி, நவம்பர், 1903.
ஒரு பெண்மணி, சோம்பல் (கட்டுரை), ஜோதி, மார்ச், 1938.
ஒரு பெண்மணி, பி.ஏ., சுகாதாரக் கும்மி (பாடல்), மாதர் மறுமணம், ஏப்ரல், 1937.
ஒரு மங்கை, யோசனை சொல்வீர்களா (சிறுகதை), மங்கை, ஆகஸ்ட், 1947.
ஒரு வைத்ய ஸ்த்ரீ வித்யார்த்தி, ஒருபக்கத் தலைவலி (கட்டுரை), பெண்கல்வி, ஆகஸ்ட், 1916.
ஓர் இந்து சகோதரி, பக்தி (கட்டுரை), ஹிதகாரிணி, நவம்பர், 1909.
— அறிவு (கட்டுரை), ஹிதகாரிணி, டிசம்பர், 1909.
— ஏழைகளுக்கு தர்மம் செய்தல் (கட்டுரை), ஹிதகாரிணி, ஜூன், 1910.
— பெண்கல்வி (கட்டுரை), ஹிதகாரிணி, ஜூலை, 1910.
ஓர் மாது, சென்னை லேடீஸ் ரிக்ரியேஷன் கிளப்பில் ஹர் எக்ஸலன்ஸி லேடி ஹார்டிஞ்ச் (கட்டுரை), மாதர் மனோரஞ்சினி, டிசம்பர், 1913.
ஓர் நாட்டுப்புறச் சகோதரி, எனது தொண்டு (கட்டுரை), ஆனந்தபோதினி, அக்டோபர், 1931.
ஓர் பெண்பால், மகப்பேறு (கட்டுரை), ஆனந்தபோதினி, ஏப்ரல், 1921.
ஓர் விதவை, சுயசரிதை (கட்டுரை), மாதர் மறுமணம், ஜூலை, 1937.
ஓர் ஸகோதரி, எஸ்.பி., பரோபகாரம் (கட்டுரை), ஆனந்தபோதினி, செப்டம்பர், 1917.
— மௌனத்தின் மஹிமை (கட்டுரை), ஆனந்தபோதினி, டிசம்பர், 1917.
— ஆத்மா அழிவற்றது (கட்டுரை), ஆனந்தபோதினி, பிப்ரவரி, 1918.
— ஸ்த்ரீ தர்மம் (கட்டுரை), ஆனந்தபோதினி, மார்ச், 1918.
— மாதரொழுக்கம் (கட்டுரை), ஆனந்தபோதினி, ஆகஸ்ட், 1918.
— ஜீவகாருண்யம் (கட்டுரை), ஆனந்தபோதினி, மே, 1922.
ஓர் ஹிந்துஸ்த்ரீ, காக்கைவலிப்புக்கு மருந்து (மருந்துவக் குறிப்பு), ஹிதகாரிணி, ஜனவரி, 1913.
ஔவை, எ.கே., கன்னித்தெய்வம் (சிறுகதை), ஆனந்தபோதினி, அக்டோபர், 1948.
கண்ணம்மாள் இராசமாணிக்கம், இனி நாம் செய்ய வேண்டுவதென்? (கட்டுரை), பாரதி, நவம்பர், 1931.
கண்ணம்மாள், எஸ்., ஸ்ரீமதி, தேவி ஸ்ரீ அஹல்யாபாய் (கட்டுரை), கிரஹலக்ஷ்மி, ஜனவரி, 1938.

— காதல் தியாகம்! (சிறுகதை), கிரஹலக்ஷ்மி, ஏப்ரல், 1940.
கமலத்தன்னை, சந்திரவதனன் (தொடர்கதை), மாதர் மனோரஞ்சினி, ஜனவரி-ஏப்ரல், 1913.
— பக்திமார்க்க அனுபவம் (கட்டுரை), மாதர் மனோரஞ்சினி, பிப்ரவரி, 1917.
— மாதவி அல்லது உயர்குணமாது (கட்டுரை), மாதர் மனோரஞ்சினி, பிப்ரவரி, 1917.
கமலம், சக்தி வணக்கத்தின் சிறப்பு (கட்டுரை), ஆனந்தபோதினி, அக்டோபர், 1929.
கமலம், ஸ்ரீமதி, மனிதத்தோற்றம் (கட்டுரை), ஊழியன், ஏப்ரல், 1935.
கமலம், மிஸஸ், கற்பு - மாதர்க்கணியா? (கட்டுரை), குமரன், ஜூலை, 1931.
— காதலின் வெற்றி (கட்டுரை), குமரன், ஆகஸ்ட்-செப்டம்பர், 1931.
— ஆசையறுமின், ஆசையறுமின் (கட்டுரை), குமரன், அக்டோபர், 1931.
— நமதியக்கம் (கட்டுரை), குமரன், டிசம்பர், 1931.
— எவன் பார்ப்பான்? (கட்டுரை), குமரன், ஜனவரி, 1932.
— மனித சமூக வளர்ச்சி (கட்டுரை), குமரன், மே, 1932.
கமலா, ஸ்ரீமதி, சுலபமான சிகிச்சைகள் (மருத்துவக் குறிப்பு), பாரதமணி, ஜூலை, 1939.
கமலா, எம்.எஸ்., சிற்பி சந்திரமோஹன் (சிறுகதை), சுதேசமித்திரன், ஆகஸ்ட், 1943.
— மலர்ந்த மல்லிகை (சிறுகதை), காவேரி, அக்டோபர், 1942.
— பொங்கல் பரிசு (சிறுகதை), காவேரி, ஜனவரி, 1943.
— சுயம்வரம் (சிறுகதை), காவேரி, பிப்ரவரி, 1943.
— விடிந்தது (சிறுகதை), காவேரி, ஜூன், 1943.
— ஆவணி அவிட்டம் (சிறுகதை), காவேரி, ஆகஸ்ட், 1943.
— பாமினியின் கொலு (சிறுகதை), காவேரி, செப்டம்பர், 1943.
— முதல் தீபாவளி (சிறுகதை), காவேரி, அக்டோபர், 1943.
— தாம்பத்திய தண்ட விதாயகம் (கட்டுரை), காவேரி, ஜூன், 1944.
— வறண்ட பார்வை (சிறுகதை), காவேரி, டிசம்பர், 1944.
— ரத்ன மாலா (சிறுகதை), காவேரி, டிசம்பர், 1945.
— சுயேச்சை மணம் (சிறுகதை), காவேரி, நவம்பர், 1947.
— கோயிலும் மசூதியும் (சிறுகதை), காவேரி, மார்ச், 1949.
— அந்த இரு கண்கள் (சிறுகதை), ஜகன்மோகினி, ஆகஸ்ட், 1943.
— மலர் மாலை (கட்டுரை), ஜகன்மோகினி, பிப்ரவரி, 1944.
— ஸ்ரீமதி எம்.எஸ். கமலா (கட்டுரை), ஜகன்மோகினி, ஏப்ரல், 1944.
— நர்ஸ் (சிறுகதை), நவசக்தி, மார்ச், 1945.
— மிஸஸ், வசுந்தரா, எம்.ஏ. (சிறுகதை), பாரதமணி, டிசம்பர், 1946.
— களங்கினி (சிறுகதை), மங்கை, ஏப்ரல், 1946.
— பாசம் (சிறுகதை), மங்கை, ஜனவரி, 1947.
கமலா, எஸ்., ஸ்ரீமதி, ஆரோக்கிய குழந்தையும், வியாதிபட்ட சிசுவும் (கட்டுரை), கிரஹலக்ஷ்மி, ஜனவரி, 1938.
— பின்லந்து வீரமாதர் (கட்டுரை), கிரஹலக்ஷ்மி, ஜனவரி, 1940.
கமலா, கே., சின்னஞ் சிறுக்கி (சிறுகதை), மணிக்கொடி, மார்ச், 1938.
கமலா, கே., தன் நலமற்ற அலமு (சிறுவர் கதை), கிரஹலக்ஷ்மி, நவம்பர், 1940.

— வீர விஜயாள் (சிறுவர் கதை), கிரஹலக்ஷ்மி, பிப்ரவரி, 1940.

— முயலின் தந்திரம் (சிறுவர் கதை), கிரஹலக்ஷ்மி, மே, 1940.

கமலா, திட்டக்குடி, விடுகதைகள் (விடுகதை), கலைமகள், ஜனவரி, 1946.

கமலாதாஸ், ஸ்ரீமதி, போராட்டம் (சிறுகதை), மங்கை, நவம்பர், 1947.

கமலாதேவி, ஸ்ரீமதி, கமலாதேவியின் வீர உரைகள் (உரைமொழி), தனவணிகன், ஜூன், 1930.

கமலாதேவி, ஸ்ரீமதி, இந்திய அரசியலில் விவசாயிகள் ஸ்தானம் (கட்டுரை), ஊழியன், மே, 1935.

கமலா பத்மனுபன், ஸ்ரீமதி, சுவாமி தரிசனம் (கட்டுரை), பாரதமணி, பிப்ரவரி, 1939.

— ஏமாந்தது யார்? (சிறுகதை), பாரதமணி, ஏப்ரல், 1939.

— பாக்கியலக்ஷ்மி எங்கு தங்குவாள்? (சிறுவர் கதை), பாரதமணி, ஜூன், 1939.

— ராமுவின் மனைவி (சிறுகதை), பாரதமணி, ஜூலை, 1939.

— கலாவின் கருணைக் கண்கள் (சிறுகதை), காவேரி, அக்டோபர், 1942.

— ஸுஜாதா (தொடர்கதை), காவேரி, செப்டம்பர்-நவம்பர், 1943.

— உபய களத்திரம் (சிறுகதை), காவேரி, பிப்ரவரி, 1944.

— மசக்கை ஆசை (சிறுகதை), காவேரி, மார்ச், 1944.

— மனம்போல மாங்கல்ய வாழ்வு (சிறுகதை), காவேரி, ஏப்ரல், 1944.

— படித்த முட்டாள் (சிறுகதை), காவேரி, மே, 1944.

— ஸ்திரீ சுபாவம் (சிறுகதை), காவேரி, ஜூன், 1944.

— வரப்பிரசாதி (சிறுகதை), காவேரி, டிசம்பர், 1944.

— நல்ல துணை! (சிறுகதை), ஜகன்மோகினி, ஜூலை, 1943.

— நான் யார் தெரியுமா? (விடுகதை), ஜகன்மோகினி, ஏப்ரல், 1944.

கமலாபாய், ஸ்ரீமதி, நாரீ ஹ்ருதயம் (சிறுகதை), மணிக்கொடி, ஜனவரி, 1936.

கமலாம்பாள், எஸ்., முதலைச்சட்டை (சிறுகதை), மணிக்கொடி, செப்டம்பர், 1936.

— காசுமாலை (சிறுகதை), மணிக்கொடி, ஜனவரி, 1937.

— குழந்தை மீனுள் (சிறுகதை), மணிக்கொடி, செப்டம்பர், 1937.

— காதல் பூர்த்தி (சிறுகதை), மணிக்கொடி, ஜனவரி, 1938.

கமலாவதி சந்திரராஜ், இன்சொல் (கட்டுரை), தமிழரசி, ஜனவரி, 1929.

கல்பனு, ஆயிரத்தில் ஒருவர் (சிறுகதை), மங்கை, ஏப்ரல், 1946.

— அழகி (சிறுகதை), மங்கை, ஆகஸ்ட், 1947.

— அபராதி (சிறுகதை), மங்கை, ஜூலை/ஆகஸ்ட், 1948.

— எதிர்பாராதது (தொடர்கதை), மங்கை, ஏப்ரல்-ஜூன், 1948.

கல்யாணி, பூரி ஜகன்னுதர் கோயில் (கட்டுரை), சக்தி, அக்டோபர், 1947.

கல்யாணி, ஏ.எஸ்., ஸ்ரீமதி, சினிமா அமளி அல்லது ஓர் மார்வாடியின் ஸாகஸம் (சிறுகதை), ஊழியன், மே, 1935.

கல்யாணி அம்மாள், ஆர்., ஸ்ரீமதி, சூரியாஸ்தமனம் (சிறுகதை), சிந்தாமணி, ஜனவரி, 1927.

கல்யாணி அம்மாள், எஸ்., ஜடாயுவும் ராவணனும் (கட்டுரை), பெண்கல்வி, ஆகஸ்ட், 1916.

கலாவதி, வாழ்க்கையின் துயரங்கள் (சிறுகதை), ஆனந்தபோதினி, நவம்பர், 1932.

— கணிசமூலம் (சிறுகதை), ஆனந்தபோதினி, ஜன. 1933.

— வணிக தர்மம் (கட்டுரை), ஆனந்தபோதினி, பிப்ரவரி-ஜூன், 1933; ஆகஸ்ட், 1933.

— உறுவிலை (கட்டுரை), ஆனந்தபோதினி, ஜூலை, 1933.

''கற்பி'', நீலாம்பாளின் நெடுங் கம்பி (சிறுகதை), பிரசண்ட விகடன், பிப்ரவரி, 1934.

கனகம், சன மருளோ? சாஸ்திர மருளோ? (சிறுகதை), தமிழரசு, ஏப்ரல், 1933.

— தன்னைப் பலியிடல் (சிறுகதை), தமிழரசு, ஜூலை, 1933.

— பலகாரந் தின்பதற்குப் பாசாங்கு செய்த பார்ப்பாத்தி (சிறுகதை), தமிழரசு, செப்டம்பர், 1933.

கனகம்மையார், இரா., எச்சரிக்கை (கட்டுரை), பூந்தோட்டம், 1947.

கனகரத்தினம், ப., ஸ்ரீமதி, மதமும் மாதரும் (கட்டுரை), லக்ஷ்மி, ஜனவரி, 1928.

கனகராயன், ஜெ., திருமதி, தீர்ப்பு (சிறுகதை), ஆனந்தபோதினி, அக்டோபர், 1948.

கனகவல்லி, ஸி., ஸ்ரீமதி, மயூராசனம் (கட்டுரை), கிரஹலக்ஷ்மி, அக்டோபர், 1939.

— ஜோன் ஆப் ஆர்க் (கட்டுரை), கிரஹலக்ஷ்மி, பிப்ரவரி, 1940.

— முப்பால் முனிவர் (கட்டுரை), கிரஹலக்ஷ்மி, மார்ச், 1940.

— காதல் (கட்டுரை), கிரஹலக்ஷ்மி, ஏப்ரல், 1940.

— ஔவையெனும் அருட்கொடியில் பூத்த ஒரு கவிமலர் (கட்டுரை), கிரஹலக்ஷ்மி, மே, 1940.

கஸ்தூரி, யார் சாட்சி? (சிறுவர் கதை), கலைமகள், மே, 1949.

காசினி, புளி நல்லதா?, பாலும் பழமும் (சமையற்குறிப்பு), சுதேசமித்திரன், ஏப்ரல், 1943.

— ஒரு புடவை (கட்டுரை), சுதேசமித்திரன், ஏப்ரல், 1943.

— ஒரு சட்டை, ராகிமா பக்ஷணம் (கட்டுரை, சமையற்குறிப்பு), சுதேசமித்திரன், ஏப்ரல், 1943.

— ஒரு நகை (கட்டுரை), சுதேசமித்திரன், ஏப்ரல், 1943.

— சிரித்த முகம் (கட்டுரை), சுதேசமித்திரன், மே, 1943.

— ஒரு புடவை, பயத்தம் தோசை (கட்டுரை, சமையற்குறிப்பு), சுதேசமித்திரன், மே, 1943.

— காலம் கெட்டுப் போச்சா?, பால்கூட்டு (கட்டுரை, சமையற்குறிப்பு), சுதேசமித்திரன், ஜூன், 1943.

— ஒரு நகை, காரட் பாயசம் (கட்டுரை, சமையற்குறிப்பு), சுதேசமித்திரன், ஜூன், 1943.

— கலியாணம் (கட்டுரை), சுதேசமித்திரன், ஜூலை, 1943.

— ஒரு விருந்து (கட்டுரை), சுதேசமித்திரன், ஆகஸ்ட், 1943.

— புடவை (கட்டுரை), சுதேசமித்திரன், ஆகஸ்ட், 1943.

— கூட்டுறவு சமையல்! (கட்டுரை), சுதேசமித்திரன், ஆகஸ்ட், 1943.

— ஒரு புடவை, சாம்பார்சாதம் (கட்டுரை, சமையற்குறிப்பு), சுதேசமித்திரன், ஆகஸ்ட், 1943.

''காந்தள்'', நியாயமா துரோகமா? (சிறுகதை), ஆனந்தபோதினி, பிப்ரவரி, 1949.

— நினைக்கத் தனக்கு (சிறுகதை), ஆனந்தபோதினி, நவம்பர், 1950.

காந்திமதி, ஸ்ரீமதி, கோபமுற்ற மனைவி (சிறுகதை), கதாரத்னாகரம், மே, 1921.

காமு, கானமணி (சிறுவர் கதை), மங்கை, நவம்பர், 1947.

— ராஜகுமாரன் கருணாகரன் (சிறுவர் கதை), மங்கை, டிசம்பர், 1947.

— மாம்பழக் கதை (சிறுவர் கதை), மங்கை, ஏப்ரல், 1948.

காமேச்வரி, ஜி., அல்லியும் தாமரையும் (கட்டுரை), தியாகி, மே, 1946.

காவேரிக் கரையில் பிறந்தவள், பெண் கல்யாணம் (சிறுகதை), சிந்தாமணி, ஆகஸ்ட், 1926.

கிரி, ஸ்ரீமதி, அதிசயப்பிறவி (சிறுகதை), மங்கை, டிசம்பர், 1947.

கிரிஜா, ஸ்ரீமதி, லட்வியா (கட்டுரை), கிரஹலக்ஷ்மி, ஜனவரி, 1938.

கிருபாகரி, லெனின் எப்படி வேலை செய்வது வழக்கம்? (கட்டுரை), ஜோதி, மார்ச், 1940.

கிருஷ்ணகுமாரி, குசன் கதை (கதை), விவேகபோதினி, அக்டோபர், 1911.

— வேடனும் யோகியும் (கதை), விவேகபோதினி, டிசம்பர், 1916.

கிருஷ்ணகுமாரி, திருட்டு பயம் (சிறுகதை), பாரதமணி, மார்ச், 1939.

கிருஷ்ணகுமாரி, டி., தாய்ப்பால் (கட்டுரை), மங்கை, ஜூன், 1946.

— தாதிப்பால் (கட்டுரை), மங்கை, செப்டம்பர், 1946.

— தாய்ப்பால் (கட்டுரை), மங்கை, மார்ச், 1947.

— கைப்பால் (கட்டுரை), மங்கை, ஜூலை, 1947.

கிருஷ்ணவேணி, புதிய சட்டப்படி! (நாடகம்), நாடோடி, நவம்பர், 1946.

கிருஷ்ணவேணி, ஸ்ரீமதி, ஏன்? (சிறுகதை), பாரதமணி, பிப்ரவரி, 1939.

கிருஷ்ணாபாய், ஏ., ஹாஸ்யக்கதை (துணுக்கு), ஜகன்மோகினி, அக்டோபர், 1927.

— ஏரோப்ளேன் ஹாஸியம் (துணுக்கு), ஜகன்மோகினி, ஜூன், 1928.

கிளார்க், ஆர்., மிஸஸ், உதடுகளின் கனி (கதை), கிரக மணி, ஜனவரி, 1947.

— கிறிஸ்தவ குடும்ப இயக்கம் (குறிப்புகள்), கிரக மணி, ஜூலை, 1947.

— எலுமிச்சம் சாதம் (சமையற்குறிப்பு) கிரக மணி, பிப்ரவரி, 1949.

கினஜா, ஜடைபில்லை (சிறுகதை), மங்கை, ஜூலை, 1946.

— ஆண்மனம் (சிறுகதை), மங்கை, டிசம்பர், 1946.

குகப்ரியை, ஸ்ரீமதி, வைசூரி ஒரு சம்பாஷணை (உரையாடல்), சிந்தாமணி, ஜூன், 1925.

— கதர்ச்சேலை ஒரு சம்பாஷணை (உரையாடல்), சிந்தாமணி, ஜூலை, 1925.

— ஒரு கனவு (கட்டுரை), சிந்தாமணி. ஆகஸ்ட், 1926.

— சோம்பல் (கட்டுரை), சிந்தாமணி. ஜனவரி, 1927.

— சுகன்யை சரித்திரம் (நாடகம்), சிந்தாமணி, ஜனவரி-பிப்ரவரி, 1927.

— பைத்தியத்தின் வகைகள் (கட்டுரை), சிந்தாமணி. மார்ச், 1927.

— மொல்ல ஐயந்தி (கட்டுரை), கிரஹலக்ஷ்மி, ஜனவரி, 1938.

— ஸ்திரீகளும், வியாசம் வரைதலும் (கட்டுரை), கிரஹலக்ஷ்மி, ஏப்ரல், 1940.

— அவன், அவள், அது (கட்டுரை), கிரஹலக்ஷ்மி, மே, 1940.

— அம்மா யோசனை (சிறுகதை), பாரதமணி, ஜனவரி, 1939.

— இல்லொளி (தொடர்கதை), பாரதமணி, பிப்ரவரி-ஏப்ரல், 1939.

— பெண்களுக்கு மட்டும் (கட்டுரை), திருமகள், நவம்பர், 1942.

— வைகாசி விசாகம் (கட்டுரை), ஜகன்மோகினி, ஜூன், 1942.

— ஆனியின் சிறப்பு (கட்டுரை), ஜகன்மோகினி, ஜூலை, 1942.

— ஆடியின் அபூர்வம் (கட்டுரை), ஜகன்மோகினி, ஆகஸ்ட், 1942.
— மார்கழியின் மகத்வம் (கட்டுரை), ஜகன்மோகினி, ஜனவரி, 1943.
— சஞ்சலகுமாரி (சிறுகதை), ஜகன்மோகினி, பிப்ரவரி, 1943.
— லலிதகுமாரி (சிறுகதை), ஜகன்மோகினி, மார்ச், 1943.
— தியாகச்சுடர் (சிறுகதை), ஜகன்மோகினி, ஏப்ரல், 1943.
— தேவி சுசிலை (சிறுகதை), ஜகன்மோகினி, மே, 1943.
— ஸங்கமித்ரை (சிறுகதை), ஜகன்மோகினி, ஜூலை, 1943.
— ஜீஜீபாய் (சிறுகதை), ஜகன்மோகினி, ஆகஸ்ட், 1943.
— ஜய ஸாகரம் (சிறுகதை), ஜகன்மோகினி, அக்டோபர், 1943.
— தாயீ பாயீ (சிறுகதை), ஜகன்மோகினி, டிசம்பர், 1943.
— லீலாவதி (கட்டுரை), ஜகன்மோகினி, மார்ச், 1944.
— கார்க்கி (கட்டுரை), ஜகன்மோகினி, ஏப்ரல், 1944.
— மைத்ரேயி (கட்டுரை), ஜகன்மோகினி, மே, 1944.
— புனல்விழா (கட்டுரை), ஜகன்மோகினி, செப்டம்பர், 1944.
— காக்கைபாடினியார் (கட்டுரை), ஜகன்மோகினி, அக்டோபர், 1944.
— ஸ்ரீரங்கப்பட்டணம் (கட்டுரை), ஜகன்மோகினி, பிப்ரவரி–மார்ச், 1945.
— அனுபமையின் காதல் (தொடர்கதை - மொ.பெ.), காவேரி, ஜூன்-ஆகஸ்ட், 1943.
— குழந்தை சத்தியாக்ரகிகள் (கட்டுரை), மங்கை, டிசம்பர், 1945.
— சிறந்த எழுத்தாளராக வேணுமா? (கட்டுரை), மங்கை, ஜனவரி, 1946.
— நாங்கள் (கட்டுரை), மங்கை, ஏப்ரல், 1946.
— ஒரு துளி எண்ணெய் (கட்டுரை), மங்கை, ஜூன், 1946.
— அம்மா (கட்டுரை), மங்கை, அக்டோபர், 1946.
— இழந்த செல்வம் (சிறுகதை), மங்கை, நவம்பர், 1946.
— இன்பத்தொல்லை (கட்டுரை), மங்கை, டிசம்பர், 1946.
— வெற்றி (சிறுகதை), மங்கை, மார்ச், 1947.
— செல்வம் எது? (கட்டுரை), சக்தி, ஜனவரி, 1947.
ராஜலக்ஷ்மி அம்மாளுடன் இணைந்து குகப்ரியை மொழிபெயர்த்த சிறுகதைகள்
— எங்கள் உபாத்தியாயர் (சிறுகதை), நாடோடி, நவம்பர்-டிசம்பர், 1946.
— கிருஷ்ணமூர்த்தியின் மனைவி (சிறுகதை), மங்கை, டிசம்பர், 1946.
— தீர்ப்பு (சிறுகதை), மங்கை, ஜனவரி, 1947.

குகஸ்ரீ, திருப்புகழ் விரிவுரை (கட்டுரை), அமிர்தவசனி, ஏப்ரல்-மே, 1919; ஏப்ரல், 1920 - மார்ச், 1921.

குஞ்சம்மாள், எஸ்., ஸ்ரீமதி, குடியானவர் கொண்டாட்டம் (கும்மி), நவசக்தி, மார்ச், 1941.

குஞ்சலம், உங்கள் பணத்தைச் செலவழிப்பதெப்படி (கட்டுரை), மங்கை, ஜூலை, 1947.
— குழந்தைகள் விளையாட்டு (கட்டுரை), மங்கை, நவம்பர்-டிசம்பர், 1947.
— கவர்ச்சி (கட்டுரை), மங்கை, ஜூலை/ஆகஸ்ட், 1948.

குஞ்சிதம், எ., ஸ்ரீமதி, பக்தி (கட்டுரை), ஜகன்மோகினி, மே, 1944.

குணரத்தினம் நாயுடு, மிஸ்., கல்வியும் பெண்களின் தற்கால நிலைமையும் (கட்டுரை), சிந்தாமணி, ஜூலை, 1926.

குமாரி, ஏழையின் பெண் (சிறுகதை), சக்தி, அக்டோபர், 1941.
குமுதினி, திவான்மகள் (தொடர்கதை), மணிக்கொடி, ஜனவரி, 1939 - ஜூலை, 1939.
— வழி வேண்டுவோர் (தொடர்கதை), காவேரி, அக்டோபர், 1942.
— சுக்லாம் பரதரம் (கட்டுரை), மங்கை, டிசம்பர், 1945.
— புத்தகப் புழுக்கள் (கட்டுரை), கலைமகள், ஏப்ரல், 1946.
— என் குறை (கட்டுரை), கலைமகள், பிப்ரவரி, 1950.
''குயில்'', ஸ்திரீகளின் சமூக அந்தஸ்து (கட்டுரை), ஜோதி, மே, 1938.
குரு காமாக்ஷி அம்மாள், ஜி., கடவுளை நம்பினோர் கைவிடப்படார் (கட்டுரை), அமிர்தகுணபோதினி, ஜூன், 1931.
— பி.ஏ. படிப்பதின் ரகசியம் (கட்டுரை), அமிர்தகுணபோதினி, ஜூலை, 1931.
குஸுமா, ஏழையின் உள்ளம் (சிறுகதை), காவேரி, டிசம்பர், 1945.
கோகிலாம்பாள் அம்மாள், புரசை, சென்னை, வல்லாள மகாராஜன் சரித்திரம் (தொடர்கதை), சக்ரவர்த்தினி, ஆகஸ்ட்,1912 – மே, 1913.
கோதை, அ.கு., சென்னை, இப்படி நடந்தால்... (சிறுகதை), தமிழ்த்தென்றல், டிசம்பர், 1948.
— பைத்தியமா? (சிறுகதை), தமிழ்த்தென்றல், பிப்ரவரி, 1949.
கோதைநாயகி, சி.நா., இந்திர சேனு (சிறுகதை), தியாகி, ஜூலை, 1946.
கோதைநாயகி அம்மாள், வை.மு., வைதேகி (நாவல்), ஜகன்மோகினி, அக்டோபர், 1925 – ஆகஸ்ட், 1926.
— பத்மசுந்தரன் (நாவல்), ஜகன்மோகினி, அக்டோபர், 1926 – நவம்பர், 1927.
— ராதாமணி (நாவல்), ஜகன்மோகினி, டிசம்பர், 1927 – டிசம்பர், 1928.
— நவநீதகிருஷ்ணன் (நாவல்), ஜகன்மோகினி, டிசம்பர், 1928 – ஜூலை, 1929.
— சாருலோசனு (நாவல்), ஜகன்மோகினி, ஆகஸ்ட், 1929 – மே, 1930.
— சாமளநாதன் (நாவல்), ஜகன்மோகினி, ஜூன், 1930 – பிப்ரவரி, 1931.
— ஸாரமதி (நாவல்), ஜகன்மோகினி, மார்ச், 1931 – செப்டம்பர், 1931.
— நளின சேகரன் (நாவல்), ஜகன்மோகினி, அக்டோபர்–நவம்பர், 1931.
— பரிமள கேசவன் (நாவல்), ஜகன்மோகினி, டிசம்பர், 1931 – ஜூன், 1932.
— உத்தம சீலன் (நாவல்), ஜகன்மோகினி, ஜூலை, 1932 – நவம்பர், 1932.
— காதலின் கனி (நாவல்), ஜகன்மோகினி, டிசம்பர், 1932 – ஆகஸ்ட், 1932.
— படோடோபத்தின் பரிபவம், (நாவல்), ஜகன்மோகினி, செப்டம்பர், 1933 – நவம்பர், 1933.
— தியாகக் கொடி (நாவல்), ஜகன்மோகினி, டிசம்பர், 1933 – ஆகஸ்ட், 1934.
— புத்தியே புதையல் (நாவல்), ஜகன்மோகினி, செப்டம்பர், 1934 – நவம்பர், 1934.
— மங்களபாரதி (நாவல்), ஜகன்மோகினி, ஜனவரி, 1935 – ஆகஸ்ட், 1935.
— பிச்சைக்காரக் குடும்பம் (நாவல்), ஜகன்மோகினி, செப்டம்பர் – அக்டோபர், 1935.
— ஆனந்தஸாகர் (நாவல்), ஜகன்மோகினி, நவம்பர் – டிசம்பர், 1935.
— இன்பஜோதி (நாவல்), ஜகன்மோகினி, ஜனவரி – மே, 1936.
— ராஜமோஹன் (நாவல்), ஜகன்மோகினி, ஜூன் – ஆகஸ்ட், 1936.
— ப்ரேமப்ரபா (நாவல்), ஜகன்மோகினி, நவம்பர் – டிசம்பர், 1936.
— சாந்தகுமாரி (நாவல்), ஜகன்மோகினி, ஜனவரி – ஏப்ரல், 1937.

— மாயப்ரபஞ்சம் (நாவல்), ஜகன்மோகினி, மே – ஆகஸ்ட், 1937.
— சந்திரமண்டலம் (நாவல்), ஜகன்மோகினி, செப்டம்பர் – டிசம்பர், 1937.
— வாழ்க்கையின் நாதம் (நாவல்), ஜகன்மோகினி, ஜனவரி – மே, 1938.
— ஜீவியச்சூழல் (நாவல்), ஜகன்மோகினி, ஜூன் – ஆகஸ்ட், 1938.
— மாலதி (நாவல்), ஜகன்மோகினி, நவம்பர் – டிசம்பர், 1938.
— புகழ்மாலை (நாவல்), ஜகன்மோகினி, ஏப்ரல், 1941.
— ஞானதீபம் (நாவல்), ஜகன்மோகினி, ஜூன் – ஜூலை, 1942.
— வாத்ஸல்யம் (நாவல்), ஜகன்மோகினி, ஆகஸ்ட், 1942 – பிப்ரவரி, 1943.
— மதுரகீதம் (நாவல்), ஜகன்மோகினி, மார்ச், 1943 – டிசம்பர், 1943.
— இதய ஒலி (நாவல்), ஜகன்மோகினி, ஜனவரி – ஜூலை, 1944.
— மலர்ந்த இதழ் (நாவல்), ஜகன்மோகினி, ஆகஸ்ட், 1944 – ஏப்ரல், 1945.
— இசைப்புயல் (நாவல்), ஜகன்மோகினி, செப்டம்பர், 1948.
— வீராங்கனை (நாவல்), ஜகன்மோகினி, ஜனவரி – ஜூன், 1950.
— கானகலா (நாவல்), ஜகன்மோகினி, மே, 1950.
— தூய உள்ளம் (நாவல்), ஜகன்மோகினி, ஜூன், 1950.
— ஸௌபாக்கியவதி (நாவல்), ஜகன்மோகினி, ஜூலை, 1950.
— ப்ரேமாச்ரமம் (நாவல்), ஜகன்மோகினி, ஆகஸ்ட், 1950.
— நியாயமழை (நாவல்), ஜகன்மோகினி, செப்டம்பர், 1950.
— மனச்சாட்சி (நாவல்), ஜகன்மோகினி, அக்டோபர், 1950.
— ப்ரபஞ்சலீலை (நாவல்), ஜகன்மோகினி, நவம்பர், 1950.
— வெற்றிப்பரிசு (நாவல்), ஜகன்மோகினி, டிசம்பர், 1950.
— அனுபவ மணிகள் (உரைமொழி) அமிர்தகுணபோதினி, மே – ஆகஸ்ட், 1931.
— பழங்கால நினைவு (கட்டுரை) அமிர்தகுணபோதினி, மே, 1931.
— எமது நோக்கம் (கட்டுரை), ஜகன்மோகினி, அக்டோபர், 1926.
— சங்கீதமே இன்பம் (கட்டுரை), ஜகன்மோகினி, அக்டோபர், 1926.
— ஹாஸ்யத் துணுக்குகள் (துணுக்கு), ஜகன்மோகினி, அக்டோபர், 1926, டிசம்பர், 1926, ஏப்ரல், 1927, ஜூலை, 1927, அக்டோபர், 1927, மே, 1928, ஜூன், 1928, டிசம்பர், 1928.
— அனுபவக் குறிப்புகள் (உரைமொழி), ஜகன்மோகினி, ஏப்ரல், 1927.
— கடவுள் வணக்கம் (பாடல்), ஜகன்மோகினி, டிசம்பர், 1927, மே, 1928, ஜூன், 1928.
— அனுபவ நீதிசாரம் (உரைமொழி), ஜகன்மோகினி, டிசம்பர், 1927, மே, 1928, ஜூன், 1928, டிசம்பர், 1928, பிப்ரவரி, 1929, மார்ச், 1929, ஜூலை, 1940, டிசம்பர், 1940, ஜனவரி, 1941, ஆகஸ்ட், 1943.
— கையறு நிலை (பாடல்), ஜகன்மோகினி, ஜூன்-ஜூலை, 1931.
— திருமால் துதி (பாடல்), ஜகன்மோகினி, பிப்ரவரி-மே, 1937 – ஜூலை, 1937.
— கீர்த்தனை (பாடல்), ஜகன்மோகினி, ஜூன், 1937.
— பாரதியாரும் திருப்பள்ளியெழுச்சியும் (கட்டுரை), ஜகன்மோகினி, ஜனவரி, 1938.
— ஆசிரியரும் அன்னையும் (கட்டுரை), ஜகன்மோகினி, மார்ச், 1938.
— இறந்த காலத்தின் இன்ப உணர்ச்சிகள் (உரையாடல்), ஜகன்மோகினி, ஏப்ரல், 1938.

— பெண்களும் உலகமும் (கட்டுரை), ஜகன்மோகினி, ஜூலை, 1938.
— ஸ்ரீஜெயந்தி கொண்டாட்டம் (நாடகம்), ஜகன்மோகினி, செப்டம்பர், 1938.
— நவராத்திரி கொண்டாட்டம் (நாடகம்), ஜகன்மோகினி, அக்டோபர், 1938.
— தாளபத்த சங்கீதம் (கட்டுரை), ஜகன்மோகினி, ஜூலை, 1940.
— உலகில் உண்டா (உரைமொழி-கேள்வி), ஜகன்மோகினி, ஆகஸ்ட்-செப்டம்பர்; நவம்பர், 1940.
— வனிதா மண்டலம் (உரையாடல்), ஜகன்மோகினி, ஆகஸ்ட், நவம்பர், டிசம்பர், 1940.
— வனிதா மண்டலம் (கடிதம்), ஜகன்மோகினி, ஜூன் - ஜூலை, 1942.
— எங்க பாட்டிகளின் பரிபாஷை (உரையாடல்), ஜகன்மோகினி, ஆகஸ்ட், 1940 – நவம்பர், 1940.
— காந்தி பைத்தியம் (கட்டுரை), ஜகன்மோகினி, செப்டம்பர், 1940.
— நித்தியானந்தரின் ரேடியோ டயரி (கட்டுரை), ஜகன்மோகினி, ஜனவரி, 1941.
— எதிர்மறையில்லாது பேசமுடியுமா? (கட்டுரை), ஜகன்மோகினி, மார்ச் - மே, 1941.
— இந்தப் பூனையும் பாலைக் குடிக்குமா? (கட்டுரை - பட விமர்சனம்), ஜகன்மோகினி, ஏப்ரல், 1941.
— பழமொழியா? நடை (கட்டுரை), ஜகன்மோகினி, ஏப்ரல், 1941.
— பாரதநாட்டு திலகங்கள் (கட்டுரை), ஜகன்மோகினி, ஆகஸ்ட், 1942.
— ஸ்ரீ ஜெயலக்ஷ்மி ஸ்ரீநிவாஸன் (கட்டுரை), ஜகன்மோகினி, ஜூன், 1943.
— கோயில் ப்ரஸாதம் (கட்டுரை), ஜகன்மோகினி, ஆகஸ்ட், 1943.
— சங்கீத சண்டமாருதம் / விநோத வியாக்யானம் (கட்டுரை), ஜகன்மோகினி, செப்டம்பர், 1943.
— முனிச்வரனுக்கு நோட்டீஸ் (கட்டுரை), ஜகன்மோகினி, அக்டோபர், 1943.
— பக்தியின் மகிமை (கட்டுரை), ஜகன்மோகினி, பிப்ரவரி, 1944.
— பெருமாள் பிரத்யக்ஷம் (கட்டுரை), ஜகன்மோகினி, மார்ச், 1944.
— பாரதநாட்டின் பவித்ர மாதா/விளையாட்டும் விபரீதமும் (கட்டுரை), ஜகன்மோகினி, ஏப்ரல், 1944.
— குண்டுக்குமேல் குண்டு (உரையாடல்), ஜகன்மோகினி, மே, 1944.
— தானியங்களின் மகா நாடு (கட்டுரை), ஜகன்மோகினி, பிப்ரவரி-மார்ச், 1950.
— சித்திரைவதை (உரையாடல்), ஜகன்மோகினி, மார்ச், 1950.
— தாம்பூலம் தரித்தல் (கட்டுரை), ஜகன்மோகினி, நவம்பர், 1950.
"கோமதி", அலராற்றுமை (பாடல்), சிந்தாமணி, ஜூலை, 1925.
— ஊஞ்சல் பாட்டு (பாடல்), சிந்தாமணி, நவம்பர், 1925.
கோமதி சுப்ரமணியம், ஸ்ரீமதி, பைராகி (சிறுகதை), வசந்தம், மே, 1944.
— என்ன சிகிச்சை? (சிறுகதை), வசந்தம், ஜூலை, 1944.
கோமதி சுவாமிநாதன், பாவத்தின் சின்னம் (சிறுகதை), வசந்தம், ஆகஸ்ட், 1946.
கோமதி ராஜாங்கம், குருதேவரே கதி (கட்டுரை), அமிர்தவசனி, நவம்பர், 1921.
— முற்பகல் செய்யின் (கட்டுரை), அமிர்தவசனி, பிப்ரவரி, 1922.
கோமதி ஸ்வாமிநாதன், வேஷ்டியும் புடவையும் (நாடகம்), நாடோடி, நவம்பர், 1946.
கோமளம், சொத்துரிமை வேண்டும் (கட்டுரை), கிரஹலக்ஷ்மி, ஜனவரி, 1938.

கோமளம், எஸ்., அழகாபுரி, கண் தெரியா காதல் அல்லது கரூர் சுப்ரமண்ய சாஸ்திரி (சிறுகதை), ஊழியன், ஜூன், *1935*.
கோமளவல்லி, நான் படும்பாடு (கட்டுரை), பிரஜானுகூலன், மே, *1910*.
கோமளவல்லி, குழந்தை கோபாலன் - ஒரு சம்பாஷணை (உரையாடல்), சிந்தாமணி, செப்டம்பர், *1924*.
கோமளவல்லி வேதாந்தம், ஸ்ரீமதி, பாரதியாரின் சிறந்த பாட்டு (கட்டுரை), ஜகன்மோகினி, மே, *1944*.
கோஹினூர் பரிமளம், ஸ்ரீமதி, மாதர்கள் முன்னேறும் மாண்புறு நாடு (கட்டுரை), ஊழியன், ஜூன், *1935*.
கௌசல்யா, பிரயாணம் (சிறுகதை), வசந்தம், ஜனவரி, *1945*.
கௌசீ, தைரியசாலி (சிறுகதை), காவேரி, அக்டோபர், *1943*.
— அம்புஜம் (சிறுகதை), காவேரி, நவம்பர், *1943*.
— தேர்ப் புளியமரம் (சிறுகதை), காவேரி, மார்ச், *1944*.
கௌரி அம்மாள், வேலைக்காரி (சிறுகதை), கலைமகள், மே, *1949*.
கௌரி/கௌரீ, தேவன் (சிறுகதை), காவேரி, பிப்ரவரி, *1943*.
— பிசகு யார் பேரில்? (சிறுகதை), காவேரி, ஜூன், *1943*.
— விடிவு (சிறுகதை), காவேரி, ஆகஸ்ட், *1943*.
— அழுவானேன் கேடு? (சிறுகதை), காவேரி, நவம்பர், *1943*.
— பண்ணைத் தெய்வம் (சிறுகதை), காவேரி, ஏப்ரல், *1944*.
— பொல்லா உலகம் (சிறுகதை), காவேரி, மே, *1944*.
— தேமேன்னு பாவம் (சிறுகதை), காவேரி, செப்டம்பர், *1944*.
— அம்மாளின் வீரச்செயல் (சிறுகதை), காவேரி, நவம்பர், *1945*.
— ராகுலன் (சிறுகதை), காவேரி, ஏப்ரல், *1947*.
— பாழும் பணம் (சிறுகதை), காவேரி, மே, *1947*.
— முத்து மூக்குப் பொட்டு (சிறுகதை), காவேரி, செப்டம்பர், *1947*.
கௌரீ, பெண்ணும் தொண்டும் (கட்டுரை), மங்கை, அக்டோபர், *1946*.
''சக்திவாணி'', சுதந்திரம் (கட்டுரை), மங்கை, டிசம்பர், *1947*.
சகுந்தலா, நாங்கள் இருவர் (சிறுகதை), காதல், அக்டோபர், *1949*.
சகுந்தலா, ரா., மாரிமுத்து (சிறுகதை), பாரதமணி, ஆகஸ்ட் *1939*.
சகுந்தலாதேவி, டாக்டர், ஸ்ரீமதி, எம்.பி.பி.எஸ்., விதவா விவாக மாநாடு (கட்டுரை), மாதர் மறுமணம், ஏப். *1938*.
சகுந்தலா பாரதி, ந., ஆசாரப் பேய் (சிறுகதை), மங்கை, ஏப்ரல், *1948*.
— பாரதியும் பட்டாடையும் (கட்டுரை), சக்தி, மே, *1948*.
சகுந்தலா ராஜன், கடைசிக்கதை (சிறுகதை), மங்கை, ஜனவரி, *1946*.
— நர்ஸ் நாகபூஷணம் (சிறுகதை), மங்கை, அக்டோபர், *1946*.
— வேலைக்காரி (சிறுகதை), மங்கை, ஜனவரி, *1947*.
— பேய் வீடு (நாடகம்) மங்கை, ஆகஸ்ட், *1947*.
— அழகும் அதிருஷ்டமும் (சிறுகதை), மங்கை, டிசம்பர், *1947*.
— ரேவதியின் பரிசு (சிறுகதை), மங்கை, ஏப்ரல், *1948*.
சசிதேவி, இடைச்சுவர் இருபுறமும் (சிறுகதை), மங்கை, மார்ச், *1946*.
— அலை ஓயாதோ (சிறுகதை), மங்கை, அக்டோபர், *1946*.
சசிரேகா, பாரதியாரும் பெண்மையும் (கட்டுரை), மங்கை, ஜூன், *1948*.

சத்திய நாதன், கே., ஸ்ரீமதி, ரங்கூன் வடை (சமையற் குறிப்பு), கிரக மணி, அக்டோபர், 1945.
சத்தியநாயகி, கற்புடைய ஸ்திரீகளின் ஒழுக்கம் (கட்டுரை), கலாசிந்தாமணி, பிப்ரவரி, 1916.
— கற்பு (கட்டுரை), கலாசிந்தாமணி, மார்ச், 1916.
— ஸ்திரீ தர்மம் (கட்டுரை), கலாசிந்தாமணி, செப்டம்பர் – நவம்பர், 1916.
— கற்பின் மாக்ஷி (கட்டுரை), கலாசிந்தாமணி, பிப்ரவரி, 1917.
சத்தியவதி அம்மாள், ந., ஸ்ரீமதி, காரிகையீர் - கண்டபாவனையிற் கொண்டை கட்டாதீர்! (கட்டுரை), ஆனந்தபோதினி, மார்ச், 1932.
சத்தியவதி அம்மையார், ஆ., ஸ்ரீமதி, எனது காதலின் வெற்றி (கட்டுரை), நவீனபாரதி, டிசம்பர், 1930.
சத்தியவல்லி, துஷ்ட சகவாசம் (கட்டுரை), அமிர்தவசனி, மார்ச், 1912.
சதானந்தம் அம்மாள், ஞா.ப., சர்வதேச சங்கம் (கட்டுரை), கதாநிதி, டிசம்பர், 1937.
சந்திரா பிச்சமூர்த்தி, அவல வாழ்வு (சிறுகதை), தமிழர் நாடு, மார்ச், 1950.
சந்திரிகா, தீபாவளி (கவிதை), கிரஹலக்ஷ்மி, நவம்பர், 1939.
— தமிழரசி! (கவிதை), கிரஹலக்ஷ்மி, ஏப்ரல், 1940.
சம்பகவல்லி அம்மாள், ஸ்ரீமதி, காலத்தின் கோலம் (சிறுகதை), விவேகபோதினி, மே – ஜூன், 1920.
சரசா, கனகாவின் கடிதங்கள் (கடிதம், கட்டுரை), ஜோதி, செப்டம்பர், 1937 – மே, 1938.
சரசுவதிபாசு, கதம்பம் (சிறுகதை), வசந்தம், ஆகஸ்ட், 1944.
சரஸ்வதி, ஆர்., ஸ்ரீமதி, உடைந்த ஹிருதயம் (சிறுகதை), கிரஹலக்ஷ்மி, அக்டோபர், 1939.
— மரண வாக்கு (சிறுகதை), கிரஹலக்ஷ்மி, பிப்ரவரி, 1940.
— அழகியின் ஆசை (சிறுகதை), வசந்தம், ஆகஸ்ட், 1943.
— நீரும் நிழலும் (சிறுகதை), வசந்தம், ஜூலை, 1944.
சரஸ்வதி அம்மாள். கி., காணமற்போன காதோலை (சிறுகதை), மங்கை, ஏப்ரல், 1946.
— நிழலும் ஒளியும் (தொடர்கதை), கலைமகள், மார்ச், 1949 – பிப்ரவரி, 1950.
சரஸ்வதி தியாகராஜன், அஞ்சனா (சிறுகதை), வசந்தம், மார்ச், 1945.
— வெற்றி (சிறுகதை), மங்கை, மார்ச், 1946.
சரஸா, அதிருஷ்ட சங்கிலி (சிறுகதை), மங்கை, டிசம்பர், 1945.
— கவியரசி சரோஜினி தேவி (கட்டுரை), மங்கை, ஜனவரி, 1946.
— வசலைக்கீரை (கட்டுரை), மங்கை, செப்டம்பர், 1946.
சரஸி, பிரச்னை (சிறுகதை -மொ.பெ.), மங்கை, டிசம்பர், 1947.
— அறுசுவை (சமையற் குறிப்பு). மங்கை, டிசம்பர், 1947.
சரோஜா, கண்ணன் காட்டிய வழி (சிறுகதை), மணிக்கொடி, நவம்பர், 1939.
சரோஜா, ஸி.ஆர்., ஸ்ரீமதி, மாயாவின் மகன் (சிறுகதை), நவசக்தி, மார்ச், 1941.
— விசித்திரமான பெண் (சிறுகதை), சக்தி, நவம்பர், 1941.
— சிருஷ்டி (சிறுகதை), சக்தி, ஜனவரி, 1942.
— பச்சைப் புடவை (சிறுகதை), சக்தி, மார்ச், 1942.
— படமும் குழந்தையும் (சிறுகதை), சக்தி, ஜூன், 1942.

— அண்டை வீட்டுப் பெண் (சிறுகதை), சக்தி, ஆகஸ்ட், 1942.
— குடும்ப புராணம் (சிறுகதை), சக்தி, செப்டம்பர், 1942.
— வரப்பிரசாதம் (சிறுகதை), ஜகன்மோகினி, ஜூன், 1943.
சரோஜா ராமமூர்த்தி, சௌந்திரம் (சிறுகதை), சக்தி, ஆகஸ்ட், 1943.
— குடும்பக் காட்சி (சிறுகதை), சக்தி, அக்டோபர், 1943.
— ஆகி வந்த படம் (சிறுகதை), சக்தி, டிசம்பர், 1943.
— பிள்ளை வளர்ப்பு (சிறுகதை), சக்தி, ஜூலை, 1944.
— பார்வதி (சிறுகதை), மங்கை, மார்ச், 1946.
— பிருந்தையின் அருள் (சிறுகதை), மங்கை, ஜனவரி, 1947.
— மனைவி (தொடர்கதை), கலைமகள், அக்டோபர், 1946.
— யாருடைய சித்தம்? (சிறுகதை), கலைமகள், பிப்ரவரி, 1949.
— ரங்கத்தின் ஆவி (சிறுகதை), கலைமகள், மே, 1950.
சரோஜினி, சேத்துப்பட்டு, விடுகதைகள் (விடுகதை), கலைமகள், ஜனவரி, 1946.
சரோஜினி, இரா., பி.ஏ., பெண்களும் சுகாதாரமும் (கட்டுரை), பிரசண்ட விகடன், ஜனவரி, 1949.
சரோஜினி, வி., குழந்தைகளின் சட்டை (தையற் குறிப்பு), மங்கை, செப்டம்பர், 1946.
— பெண்கள் சட்டை (தையற் குறிப்பு), மங்கை, அக்டோபர்-டிசம்பர், 1946.
சரோஜினி தேவி, ஆசியா விழித்துக்கொண்டது (கட்டுரை), சக்தி, மே, 1947.
— தாயின் மணிக்கொடி, மங்கை, ஆகஸ்ட், 1947.
சரோஜினி தேவி, பி.வி., ஸ்ரீமதி, பெண்களும் சுதந்தரமும் (கட்டுரை), லக்ஷ்மி, மார்ச், 1927.
— வாழ்க்கைத் துணை (கட்டுரை), பாரதி, ஜூன் 1931.
— பெண் கல்வி அவஸ்யமா? (கட்டுரை), பாரதி, ஆகஸ்ட், 1931.
சாந்தா, வேலைக்காரன் (சிறுகதை), மங்கை, மார்ச், 1947.
"சாமு", புதுமலர்ச்சி (சிறுகதை), மாதர் மறுமணம், டிசம்பர், 1936.
சாரதா, சில திருடர்கள் (கட்டுரை), ஹிதகாரிணி, ஆகஸ்ட், 1911.
சாரதர், விமலாவின் விமோசனம் (சிறுகதை), தமிழரசு, ஜனவரி, 1937.
சாரதா, எம்.ஏ., ஸ்ரீமதி, நாம் செய்ய வேண்டியது (கட்டுரை), குங்குமம், டிசம்பர், 1948.
சாரதா, ஆர், எனது உடலும் நானும் (கட்டுரை), தர்மஜோதி, அக்டோபர், 1946.
சாரதா, எஸ், ஸ்ரீமதி ருக்மிணி தேவி (கட்டுரை), தர்மஜோதி, பிப்ரவரி, 1946.
— ஸ்ரீ ஜினராஜதாஸரின் அக்ராஸனப் பிரவேசனச் சொற்பொழிவு (கட்டுரை), தர்மஜோதி, மே, ஜூன், 1946.
— நாட்டியம் (கட்டுரை), தர்மஜோதி, ஜூலை, 1946.
சாரதா, வே., ஸ்ரீமதி, வேண்டாத கர்வம் (கட்டுரை), குங்குமம், டிசம்பர், 1948.
சாவித்திரி, வாசல் (சிறுகதை), மங்கை, ஜூன், 1948.
சாவித்திரி அம்மாள், கி., யாம் அறிந்த மொழிகளிலே (கட்டுரை), கலைமகள், செப்டம்பர், 1946.
— இரவலும் இலக்கியமும் (கட்டுரை), மங்கை, அக். 1946.
சாவித்திரி அம்மாள், பி., விடுகதை (விடுகதை), கலைமகள், அக்டோபர், 1946.

சாவித்திரி ராஜன், நான் பிறந்த ஊர் (கட்டுரை), மங்கை, டிசம்பர், 1945.
— டாக்டர் அன்னி பெஸண்ட் (கட்டுரை), மங்கை, நவம்பர், 1946.
சாஸ்திரி, ஸ்ரீமதி, நமது ரசனை (கடிதம் / கட்டுரை), வசந்தம், ஜூலை, 1944.
சிங்காரம்மாள், என்., உபாத்யாயர்களும் மாணுக்கர்களும் (கட்டுரை), பெண்கல்வி, மார்ச், 1914.
சிங்காரி, புருடர் சீர்திருத்தம் (கட்டுரை), ஆனந்தபோதினி, நவம்பர், 1933.
சித்ரா, பெரியாழ்வாரோடு ஓர் இரவு (கட்டுரை), மணிக்கொடி, அக்டோபர், 1938.
— ஆண்டாள் (கட்டுரை), மணிக்கொடி, நவம்பர், 1938.
— குலசேகராழ்வார் (கட்டுரை), மணிக்கொடி, டிசம்பர், 1938.
— திருமழிசையாழ்வார் (கட்டுரை), மணிக்கொடி, டிசம்பர், 1938.
— தொண்டர் அடிப்பொடி ஆழ்வார் (கட்டுரை), மணிக்கொடி, ஜனவரி, 1939.
— திருப்பாணுழ்வார் (கட்டுரை), மணிக்கொடி, பிப்ரவரி, 1939.
— மதுரகவி ஆழ்வார் (கட்டுரை), மணிக்கொடி, பிப்ரவரி, 1939.
— திருமங்கை ஆழ்வார் (கட்டுரை), மணிக்கொடி, மே, 1939.
— திருமங்கையாழ்வாரின் ஆத்ம சோதனை (கட்டுரை), மணிக்கொடி, மே, 1939.
— திருமங்கை ஆழ்வாரின் கதை (கட்டுரை), மணிக்கொடி, ஜூன், 1939.
— ஆத்ம ஆராய்ச்சிச்சாலை (கட்டுரை), மணிக்கொடி, ஜூலை, 1939.
— பொய்கையாழ்வார் (கட்டுரை), மணிக்கொடி, ஜூலை, 1939.
— பண்டைக் காதல் உலகம் (கட்டுரை), காவேரி, அக்டோபர், 1942.
— ஒரு நந்தவனத்திலே (கட்டுரை), காவேரி, பிப்ரவரி, 1943.
— பூசனை (கவிதை), காவேரி, பிப்ரவரி, 1950.
— ஆடவரும் ஆண்டாளும் (கட்டுரை), மங்கை, ஜூலை, 1946.
சிந்தாமணி, ரா.ஸ்ரீ., இந்திய விஞ்ஞானம் அன்றும் இன்றும் (கட்டுரை), காவேரி, நவம்பர், 1947.
சியாமளா, குமாரி, மாப்பிள்ளை முறுக்கு (கட்டுரை), மங்கை, ஜூலை – ஆகஸ்ட், 1948.
— உள்ளக்காதல் (சிறுகதை), மங்கை, ஏப்ரல், 1948.
— இனிக்கும் சொற்கள் (கட்டுரை), மங்கை, ஜூன், 1948.
சியாமளா பாலகிருஷ்ணன், வேலை தேடிய ரங்கன் (சிறுகதை), சக்தி, டிசம்பர், 1943.
— மருதையின் கடிதம் (சிறுகதை), சக்தி, நவம்பர், 1945.
— பெண்களும் பத்திரிகை உலகமும் (கட்டுரை), மங்கை, ஜூலை, 1946.
— சாந்தி (சிறுகதை), மங்கை, ஜூலை, 1947.
சிவகாமியம்மாள், ஸ்ரீமதி, பரோபகாரம் (கட்டுரை), வித்யாவிஹாரிணி, நவம்பர், 1909 – மே, 1910.
சிவஞானம்மாள், ஒய்.சி., பொங்கற் புதுநாள் (கவிதை), தமிழரசு, ஜனவரி, 1937.
சிவயோகம் அம்மாள், இந்திய பெண்மணிகள். முற்காலமும் தற்காலமும் (கட்டுரை), குமரன், ஜூலை, 1931.
சீதம்மாள், ஸ்ரீமதி, ராணி சாந்த்பீபி (தொடர்கதை), சிந்தாமணி, ஜனவரி – பிப்ரவரி 1927.
சீதா, ஏமாந்த பூதம் (சிறுவர் கதை), பிரசண்ட விகடன், ஜூலை, 1942.
சீதா செல்லம், சௌ., தேவியின் அருள் (சிறுகதை), மங்கை, செப்டம்பர், 1946.

சீதாதேவி, என் குழந்தைகள் (சிறுகதை - மொ.பெ.), மங்கை, மார்ச், 1946.
— எங்கள் வீடு (சிறுகதை - மொ.பெ.), மங்கை, ஜனவரி, 1947.
சீதாதேவி, வல்லவனுக்குப் புல்லும் ஆயுதம் (கட்டுரை), கலைமகள், பிப்ரவரி, 1950.
— பாட்டியின் மருந்து (சிறுகதை), கலைமகள், மார்ச், 1950.
— எல்லைப் பிடாரி (சிறுவர் கதை), கலைமகள், ஜூன், 1950.
சீதாபாய், பாசம் (சிறுகதை), காவேரி, ஏப்ரல், 1944.
சீதாலட்சுமி குமாரஸ்வாமி, பெண்களும் யோக ஆசனமும் (கட்டுரை), மங்கை, ஆகஸ்ட், நவம்பர், டிசம்பர், 1947 – ஏப்ரல், ஜூன், 1948.
சீதாலக்ஷ்மி, சி.என்., ஸ்ரீமதி, கல் வளையல் (சிறுகதை), ஜகன் மோகினி, ஏப்ரல், 1950.
சுந்தரம்மாள், கே., இதயம் அறியா உலகம் (தொடர்கதை), காவேரி, ஜூன், 1942 – பிப்ரவரி, 1943.
— ஷஷ்டாஷ்டகம் (சிறுகதை), காவேரி, ஆகஸ்ட் – செப்டம்பர், 1943.
— லலிதாவின் வெற்றி (சிறுகதை), காவேரி, அக்டோபர், 1943.
— உள்ளத்தின் ஒளி (சிறுகதை), காவேரி, நவம்பர், 1943.
— உடைந்த வீணை (தொடர்கதை), காவேரி, டிசம்பர், 1943 – மே, 1944.
— காதம்பரீ சுயம்வரம் (சிறுகதை), காவேரி, ஜூன், 1944.
— ஜகஜ்ஜனனீ (சிறுகதை), காவேரி, ஜூலை, 1944.
— லக்ஷ்யச் சிதைவு (சிறுகதை), காவேரி, நவம்பர் – டிசம்பர், 1944.
— அம்பாச்சாரி (தொடர்கதை), காவேரி, அக்டோபர், 1945 – ஜனவரி, 1946.
— சித்ரா (தொடர்கதை), காவேரி, பிப்ரவரி – ஜூலை, 1947.
— நடன கலா (தொடர்கதை), காவேரி, ஆகஸ்ட், 1947 – பிப்ரவரி, 1948.
— இதுதான் உலகம் (தொடர்கதை), காவேரி, நவம்பர், 1948 – ஜனவரி, 1949.
— வீராங்கனு (சிறுகதை), காவேரி, மார்ச் – ஏப்ரல், 1949.
சுந்தரம்மாள் ராகவாசாரி, மிஸஸ், நமது குடும்ப வாழ்வில் சிக்கனம் தேவை (கட்டுரை), குங்குமம், டிசம்பர், 1948.
சுந்தரா, எம்., ஸ்ரீமதி, சங்கீதத்தின் வசிய சக்தி (கட்டுரை), ஜகன்மோகினி, நவம்பர், 1944.
சுந்தராம்பாள், கோயம்புத்தூர், விடுகதைகள் (விடுகதை), கலைமகள், பிப்ரவரி, 1946.
சுப்பலக்ஷ்மி அம்மாள் / சுபலக்ஷ்மி அம்மாள், ஆர். எஸ்., ஞானராமாயணக் கப்பல் (பாடல்), விவேகசிந்தாமணி, மே – ஜூன், 1905.
— அனந்தங்காடு ஸ்ரீவாங்கள் என்கிற சந்நியாசி செய்த பூஜையும், அனந்தபத்மநாபர் ஸ்தோத்திரமும் (பாடல்), விவேக சிந்தாமணி, ஆகஸ்ட் – செப்டம்பர், 1905.
— லலிதாம்பாள் சோபனம் (பாடல்), விவேகசிந்தாமணி, மே – ஆகஸ்ட், 1906.
— வேதாந்தத் திருவனந்தல் (பாடல்), விவேகசிந்தாமணி, செப்டம்பர், 1906.
— வால்மீக இராமாயணப் பாட்டு (பாடல்), விவேக சிந்தாமணி, செப்டம்பர், 1906.
— ககோளதத்துவம் - பாலபாடம் (கட்டுரை), வித்யாவிஹாரிணி, டிசம்பர், 1909, மார்ச், 1910, ஜூன், 1910.
— திருக்குறள் (கட்டுரை), திருமகள், நவம்பர், 1942.

— பெண்கள் (கட்டுரை), மங்கை, நவம்பர், 1940.
— என் சுய சரிதை (கட்டுரை), ஜகன்மோகினி, ஆகஸ்ட் – செப்டம்பர், 1948, டிசம்பர், 1949 – டிசம்பர், 1950.
சுப்பிரமணியம், ஸ்ரீமதி, பெண்களும் பேனுவும் (கட்டுரை), மங்கை, டிசம்பர், 1945.
சுப்புலட்சுமி, சு., புயலும் அமைதியும் (சிறுகதை), மார்ச், 1943.
சுபஸ்ரீ, சிறுகதைப் போர்க்களம் (கட்டுரை), நாடோடி, அக்டோபர், 1946.
— வாழ்க்கை (சிறுகதை), கலைமகள், ஜூன், 1949.
சுமதிபாய், ஜி., பி.ஏ., எல்.டி., பேதமையோ மாதர்க் கணிகலம்? (கட்டுரை), ஆனந்தபோதினி, செப்டம்பர். 1929.
சுரபி, குடிசையில் குபேர போகம் (பாடல்), சக்தி, ஜனவரி, 1942.
— பாப விமோசனம் (கவிதை), சக்தி, ஜூன், 1945.
— காந்தி பிறந்தநாள் (பாடல்), சக்தி, அக்டோபர், 1945.
— காத்தானின் கேள்வி (பாடல்), சக்தி, செப்டம்பர், 1947.
— வையம் இருளடைந்து போச்சு (கவிதை), சக்தி, பிப்ரவரி, 1948.
— இயற்கையின் எழில் (கவிதை), கலைமகள், ஏப்ரல், 1946.
— சுதந்திரத் தீபாவளி (கவிதை), மங்கை, நவம்பர், 1947.
சுலோசனு, வி., காட்டில் பொங்கல் (சிறுவர் கதை), கலைமகள், ஜனவரி, 1946.
— வழி பிறந்தது (சிறுவர் கதை), மங்கை, ஜூலை / ஆகஸ்ட், 1948.
சுனந்தா, எழுத்தாளர் உலகில் பிரவேசம் (கட்டுரை), மங்கை, நவம்பர், 1946.
சூசையம்மாள், எஸ்.பி., ஸ்ரீமதி, தாடகைத்தாரங் கொண்டவன் தலைவிதி (கட்டுரை), கிரஹலக்ஷ்மி, ஜனவரி, 1938.
''சூடாமணி'', வனிதா விலாசம் (உரையாடல்), ஜகன்மோகினி, பிப்ரவரி – ஏப்ரல், 1937.
— வனிதா மண்டலம் (உரையாடல்), ஜகன்மோகினி, மார்ச், 1937.
சூடாமணி, உப்பு மூட்டை (சிறுவர் கதை), பாரதமணி, நவம்பர், 1946.
செல்லம், சந்திரமணி அல்லது சமூகத் தொல்லை (சிறுகதை), தமிழரசு, செப்டம்பர், 1938.
செல்லம், ஸ்ரீமதி, தோப்போரம் (சிறுகதை), பாரதமணி, மார்ச், 1939.
— முதல வாயிதா (சிறுகதை), பாரதமணி, மார்ச், 1939.
— வாழ்க்கைப் போராட்டம் (சிறுகதை), பாரதமணி, மே, 1939.
— திண்ணைக் கச்சேரி (சிறுகதை), பாரதமணி, அக்டோபர், 1939.
செல்லம், அயிஷா (சிறுகதை), நாடோடி, டிசம்பர், 1946 – ஜனவரி, 1947.
— பெண் பார்த்தல் (சிறுகதை), நாடோடி, மார்ச், 1947.
— சுதந்திர தீபாவளி (சிறுகதை), நாடோடி, நவம்பர், 1947.
செல்லம், ஆகாரம் (சமையற் குறிப்பு), மங்கை, ஆகஸ்ட், 1947.
செல்லம்மா பாரதி, பாரதியும் சங்கீதமும் (கட்டுரை), சக்தி, நவம்பர், 1941.
செல்லம்மாள், விநோத அரசர்கள் (கட்டுரை), சக்தி, மே, 1940.
செல்லம்மாள், ஸ்ரீமதி, நோயற்ற வாழ்வே குறைவற்ற செல்வம் (கட்டுரை), சிந்தாமணி, ஏப்ரல், 1925.
செல்லம்மாள், ஏ.கே., காட்டில் கல்யாணம் (பாடல்), கலைமகள், மார்ச், 1949.
— விகட கவியின் சாமர்த்தியம் (சிறுவர் கதை), கலைமகள், மார்ச், 1949.
— தர்மம் தலைகாக்கும் (சிறுவர் கதை), கலைமகள், ஏப்ரல், 1949.

— அரச குமாரன் (சிறுவர் கதை), கலைமகள், ஜூலை, 1949.
— விதூஷகனின் சாமர்த்தியம் (சிறுவர் கதை), கலைமகள், நவம்பர், 1949.
செல்லம்மாள், டி.ஆர்., திருமதி, சண்பகத்தின் சாமர்த்தியம் (சிறுகதை), தமிழரசு, அக்டோபர், 1934.
செல்லம்மாள். வி., ஒழுகமங்கலம், விடுகதைகள் (விடுகதை), கலைமகள், பிப்ரவரி, 1946.
செல்லம்மாள், வை., விளையாட்டுப் பிள்ளை (கட்டுரை), மங்கை, ஜூலை/ஆகஸ்ட், 1948.
— சொல்லின் செல்வன் (கட்டுரை), குங்குமம், டிசம்பர், 1948.
சேது அம்மாள், கு.ப., பிசகு (சிறுகதை), மணிக்கொடி, ஜனவரி, 1937.
— காதல் வாயில் (சிறுகதை), மணிக்கொடி, மார்ச், 1937.
— மானஸா தேவி (சிறுகதை), மணிக்கொடி, பிப்ரவரி, 1938.
— லலிதா (சிறுகதை), மணிக்கொடி, மார்ச், 1938.
— ஸாவித்திரியின் கடிதம் (சிறுகதை), மணிக்கொடி, ஏப்ரல், 1938.
— மஹா காலரின் காதலி (சிறுகதை), மணிக்கொடி, மே, 1938.
— ஞாபகச் சின்னம் (சிறுகதை), மணிக்கொடி, ஜூன், 1938.
— குலவதி (சிறுகதை), மணிக்கொடி, செப்டம்பர், 1938.
— புத்தம் சரணம் கச்சாமி (சிறுகதை), மணிக்கொடி, ஜனவரி, 1939.
— பார்வதியின் தவம் (நாடகம்), மணிக்கொடி, ஏப்ரல், 1939.
— தவக் காலம் (சிறுகதை), பாரதமணி, பிப்ரவரி, 1941.
— தேவ சுகம் (சிறுகதை), வசந்தம், செப்டம்பர், 1945.
— ஆசாபங்கம் (சிறுகதை), மங்கை, ஜூன், 1946.
— அற்பவிஷயம் (சிறுகதை), மங்கை, நவம்பர், 1946.
சைலபாலா, அன்னை கஸ்தூரிபா (கட்டுரை), மங்கை, டிசம்பர், 1945.
சௌந்தரி, விளையும் பயிர் (சிறுகதை), மணிக்கொடி, டிசம்பர், 1938.
சௌபாக்யம், ஸ்ரீமதி, மீனுச்சி தந்த வரம் (சிறுகதை), மணிக்கொடி, பிப்ரரி, 1936.
ஞானம், கல் பேசுகிறது! (சிறுகதை), கலைமகள், மார்ச், 1946.
— கானல் நீர் (சிறுகதை), கலைமகள், பிப்ரவரி, 1949.
ஞானம், தேவானை (சிறுகதை), காவேரி, செப்டம்பர், 1947.
ஞானதீபிகை, திருவருள் (கட்டுரை), பெண் கல்வி, செப்டம்பர், 1916.
ஞானும்பாள், ஸ்ரீ, இந்து ஸ்த்ரீ ரத்தினங்கள் (கட்டுரை), பெண் கல்வி, ஏப்ரல்-மே, 1913.
ஞானும்பாள், விபூதி (கட்டுரை), ஹிதகாரிணி, ஜூலை, 1909.
— ஆரியர்களின் சரித்திரம் (கட்டுரை), ஹிதகாரிணி, ஆகஸ்ட், 1909.
ஞானும்பாள், மிஸ், ஔவை யுண்ட விருந்து (கட்டுரை), ஆனந்தபோதினி, செப்டம்பர், 1932.
ஞானும்பாள், பி., பரதேசியிடம் கற்ற படிப்பினை (நாடகம்), ஆனந்தபோதினி, மார்ச், 1939.
ஞானும்பிகை, என்., ஸ்ரீமதி, பக்தி (கட்டுரை), ஜகன்மோகினி, மே, 1944.
தங்கம், பெண்கல்வி (கட்டுரை), ஸ்ரீ வாணீ விலாஸினீ, ஜனவரி, 1907.
தங்கம், அழகுக் குறிப்புகள் (அழகுக் குறிப்பு), மங்கை, டிசம்பர், 1945.
— சருமப் பாதுகாப்பு (அழகுக் குறிப்பு), மங்கை, மார்ச், 1946.

— தலை அலங்காரம் (அழகுக் குறிப்பு), மங்கை, ஏப்ரல், *1946.*
— மலரும் மகளும் (அழகுக் குறிப்பு), மங்கை, ஜூன், *1946.*
— ஆடைகள் (கட்டுரை), மங்கை, ஜூலை, *1946.*
— குழந்தை உள்ளம் (சிறுகதை), மங்கை, செப்டம்பர், *1946.*
— வளையல்கள் (அழகுக் குறிப்பு), மங்கை, செப்டம்பர், *1946.*
— காலத்திற்கேற்ற காதணிகள் (அழகுக் குறிப்பு), மங்கை, நவம்பர், *1946.*
தங்கம்மாள், பொய் (கட்டுரை), ஜோதி, நவ. *1938.*
தங்கம்மாள் பாரதி, பாரதியார் சொன்ன கதை (கட்டுரை), சக்தி, டிசம்பர், *1941.*
— வீரத்தாய் (கட்டுரை), சுதேசமித்திரன், ஏப்ரல், *1943.*
— புயற்காற்று (கட்டுரை) சுதேசமித்திரன், ஏப்ரல், *1943.*
— கண்ணன் குழலோசை (கட்டுரை), சுதேசமித்திரன், ஏப்ரல், *1943.*
— பக்தியினாலே (கட்டுரை), சுதேசமித்திரன், ஏப்ரல், *1943.*
— வேள்வி (நாடகம்), சுதேசமித்திரன், மே, *1943.*
— தாயின் வேண்டுகோள் (கட்டுரை), சுதேசமித்திரன், மே, *1943.*
— சீடன் குவளைக்கண்ணன் (கட்டுரை), சுதேசமித்திரன், ஜூன், *1943.*
— குயில் அல்லது பகற்கனவு (கட்டுரை), சுதேசமித்திரன், ஜூன் – ஆகஸ்ட், *1943.*
— வினாவும் விடையும் (கட்டுரை), சுதேசமித்திரன், ஆகஸ்ட், *1943.*
— சொல், திரும்பிப் பார் (கட்டுரை), ஜகன்மோகினி, நவம்பர், *1943.*
— பழங்கால நினைவுகள் (கட்டுரை) ஜகன்மோகினி, ஏப்ரல், *1944.*
தமயந்தி, ஸ்திரீகளுக்கான பக்கங்கள் (கட்டுரை), விவேகபோதினி, ஜனவரி, *1917.*
தமயந்தி, அறுசுவை (சமையற்குறிப்பு), மங்கை, நவம்பர், *1947.*
தர்மாம்பாள், பெண் உலகம் (கட்டுரை), மங்கை, ஜூலை / ஆகஸ்ட், *1948.*
தர்மாம்பாள், எஸ்., ஸ்ரீமதி, கண்ணனும் கர்ணனும் (கட்டுரை), ஜகன்மோகினி, செப்டம்பர், *1948.*
தர்மாம்பாள், வி., ஸ்ரீமதி, தாய்க்குல மாட்சி (கட்டுரை), கிரஹலக்ஷ்மி, நவம்பர், *1939.*
தனலட்சுமி முத்தையா, ஸ்ரீ சாரதாமணி தேவி (கட்டுரை), ஜோதி, பிப்ரவரி, *1938.*
''தாமரை'', ''கிரஹலக்ஷ்மி'' (கீர்த்தனை), கிரஹலக்ஷ்மி, ஜனவரி, *1940.*
திருநெல்லையாச்சி, சுப., ஸ்ரீமதி, தாயும் மகளும் (உரையாடல்), மாதர் மறுமணம், ஜனவரி, *1937.*
தியாகராய முதலியார், மிஸ்ரஸ், ஸ்திரீகளின் சபை (கட்டுரை), ஹிதகாரிணி, செப்டம்பர், *1912.*
திருமகள் திலதமணி மாணிக்கம், புதிய ஆண்டின் புதுமை (கட்டுரை), தமிழரசி, ஜனவரி, *1929.*
திலோத்தமா, அழகுக் குறிப்பு (அழகுக் குறிப்பு), மங்கை, ஜூலை/ஆகஸ்ட், *1948.*
தீபிகா, அறுசுவை (சமையற்குறிப்பு), மங்கை, டிசம்பர், *1945,* ஜனவரி, *1946,* மார்ச், *1946,* ஜூன், *1946,* செப்டம்பர், *1946.*
துவாரகாபாய், ஸ்ரீமதி, சில மஹாராஷ்டிர பக்ஷணங்கள் (சமையற்குறிப்பு), கிரஹலக்ஷ்மி, ஜனவரி, *1938.*
துளசி, போர்த்துகீசியர் (கட்டுரை), மங்கை, ஜனவரி, *1947.*
தேவதுணை அம்மாள், ஓர் அரசனின் மூன்று அடுக்கு மெத்தை வீட்டைப் பற்றிய கதை (கதை), மாதர் போதினி, ஏப்ரல், *1921.*

தேவா, கே.வீ.எஸ்., ஸ்ரீமதி, விதவைக்கு விமோசனம்! (கட்டுரை), மாதர் மறுமணம், செப்டம்பர், 1936.

தேவி, கெட்டுப் போன குடை (சிறுகதை), மங்கை, நவம்பர், 1947.

தையல்நாயகி சுப்ரமணியம், ஸ்ரீமதி, இலங்கைத் தமிழ் மாதர் (கட்டுரை), பாரதி, பிப்ரவரி, 1929.

— ஆலிஸ் ராஜ குமாரியின் சரித்திரம் (கட்டுரை), பாரதி, மார்ச், 1930.

நந்தினி, நிர்மலா (சிறுகதை), நவசக்தி, மே, 1944.

நந்தினி, குடும்ப வாழ்க்கை (கட்டுரை), மங்கை, ஜனவரி, மார்ச், ஏப்ரல், ஜூன், ஜூலை, செப்டம்பர், அக்டோபர், 1946 – ஜனவரி, 1947.

நல்லம்மையார், திருச்செல்வி, வள்ளுவர் வருந்துகிறார் (கட்டுரை), தமிழர் நாடு, ஏப்ரல், 1950.

நளினம், பிரதிவாதி பயங்கரம் சட்டைநாதர் (சிறுகதை), தமிழரசு, நவம்பர், 1933.

— சாமி! கொஞ்சங் கள் குடியுங்கோ! (சிறுகதை), தமிழரசு, டிசம்பர், 1933.

— இயற்கை நலங்கண்ட நல்லிசைப் புலவர் (கட்டுரை), தமிழரசு, பிப்ரவரி, 1934.

— யான் ஏன் பெண்ணுய்ப் பிறந்தேன் (தொடர்கதை), தமிழரசு, மார்ச், 1934 – ஜூன், 1934.

''நளினி'', அகங்களிலிருக்கும் சில சாமான்களை சுத்தி செய்யும் முறை (வீட்டுக் குறிப்பு) கிரஹலக்ஷ்மி, ஜனவரி, 1938.

நற்பாட்டி, பாலபோத சிக்ஷா சாதனம் (கட்டுரை), விவேக சிந்தாமணி, அக்டோபர், 1914.

நாகரத்னம்மாள், அ., முற்கால ஆசார சீர்திருத்தக்காரர்களும் தற்கால ஆசார சீர்திருத்தக்காரர்களும் (கட்டுரை), பெண்கல்வி, ஆகஸ்ட், 1916.

மந்தமான குழந்தைகளை வ்ருத்தியாக்குவது (கட்டுரை), பெண்கல்வி, செப்டம்பர், 1916.

நாகலட்சுமி அம்மாள், ஆஸ்திக நாஸ்திக வாதம் (உரையாடல்), ஆனந்தபோதினி, மார்ச், 1929.

நாகலக்ஷ்மி, அழகு (சிறுகதை), மங்கை, ஆகஸ்ட், 1947.

நாகலக்ஷ்மி, எஸ்., ஸ்ரீமதி, பாட்டி பக்ஷணங்கள் (சமையற்குறிப்பு), கிரஹலக்ஷ்மி, ஜனவரி, 1940.

நாகலக்ஷுமி அம்மாள், ஸ்ரீமதி, அறம் பொருள் இன்பம் (கட்டுரை), ஆனந்தபோதினி, அக்டோபர், 1929.

நாகலெக்ஷ்மி, கி., மறக்க முடியுமா? (சிறுகதை), மங்கை, ஏப்ரல், 1948.

நாகு, பெண்களும் சட்டதிட்டங்களும் (கட்டுரை), மங்கை, நவம்பர், 1947.

நாஞ்சாரம்மா, ஏ., உத்தம மனைவி (கட்டுரை), கலா சிந்தாமணி, மே, 1916.

நாமகிரி, ஸ்ரீமதி, டாக்டர், பிரசவ வேதனை (கட்டுரை), மங்கை, ஜூலை, 1947.

— குழந்தை நோய் கள்ளமறியாது (கட்டுரை), குங்குமம், டிசம்பர், 1948.

நாமகிரி, எஸ்., ஸ்ரீமதி, புரட்சி (சிறுகதை), பாரத மணி, ஜனவரி, 1939.

நித்யா, சகோதரர்களின் சந்தேகங்கள் (அழகுக் குறிப்பு, வீட்டுக்குறிப்பு), மங்கை, ஏப்ரல், 1948.

நீலாம்பிகை அம்மையார், தி., நாகை, தனித் தமிழ்ப் பாதுகாப்பு (கட்டுரை), ஆனந்தபோதினி, நவம்பர், 1923.

— ஆதிரை வரலாற்றின் அருங்கருத்துக்கள் (கட்டுரை), ஜகன்மோகினி, மே, 1944.

நீலாயதாக்ஷி, கே.எஸ்., விதுஷி, யாழ்ப்பாணம், ஆத்திசூடி வெண்பாவைப் பற்றிய ஐயங்கள் (கட்டுரை), விவேகோதயம், ஆகஸ்ட், 1917.

— சில குறிப்புகள் (கட்டுரை), விவேகோதயம், செப்டம்பர், 1917.

நீலாவதி, எஸ்., ஸ்ரீமதி, ஒழிக்க வேண்டியதே (கட்டுரை), குமரன், செப்டம்பர், 1932.

நீலாவதி ராமசுப்பிரமணியம், எஸ்., சமூகக் கண்ணாடி (சிறுகதை), மாதர் மறுமணம், ஆகஸ்ட், 1938.

— ஆவேசக் கவிதை (கட்டுரை), சக்தி, செப்டம்பர், 1944.

பங்கஜம், விநாயக சதுர்த்தி (கட்டுரை), பெண்கல்வி, செப்டம்பர், 1916.

பட்டம்மாள், நீ.ல., ஸ்ரீமதி, பம்பாய், இந்திரஜாலம் (சிறுகதை), ஜகன்மோகினி, நவம்பர், 1943.

— சங்கீதக் கச்சேரியா - சந்தைக் கூட்டமா (உரையாடல்), ஜகன் மோகினி, அக்டோபர், 1944.

பட்டு ஸ்ரீநிவாசன், பாஞ்சாலி சபதம் (சிறுகதை), மங்கை, ஜூன், 1946.

பத்மம், பஞ்ச தந்திரம் (கட்டுரை), தமிழரசு, ஆகஸ்ட், 1933.

பத்மம், சாஸ்திரிகளின் சந்திப்பு (சிறுகதை), பிரசண்ட விகடன், டிசம்பர், 1936.

பத்மஜா, குடும்ப வாழ்க்கை (கட்டுரை), மங்கை, பிப்ரவரி, 1947.

பத்மா, ஆர்., நவீன மோகம் (நாடகம்), மங்கை, ஜனவரி, 1946.

பத்மா சேஷாத்திரி , விடிந்தது (சிறுகதை), கலைமகள், மார்ச், 1949.

பத்மாவதி, ஸ்ரீமதி, அதிர்ஷ்டம் (கட்டுரை), சிந்தாமணி, ஏப்ரல், 1926.

பத்மாசனி, இ., பண்டிதை, சைவ மங்கையர் மகாநாடு. தலைமைப் பேருரை (கட்டுரை), சித்தாந்தம், மார்ச், 1950.

பத்மாசனி அம்மாள், ந., பண்டிதை, ஸ்ரீமதி, புலோலி, நமது ஆலயங்கள் (கட்டுரை), தமிழர் போதினி, பிப்ரவரி, 1925.

— தமிழர் போதினி வாழ்த்து (கவிதை), தமிழர் போதினி, ஏப்ரல், 1925.

— தமிழ்ப் பெண்களும் நாகரீகமும் (கட்டுரை), தமிழர் போதினி, அக்டோபர்-நவம்பர், 1924.

— உலகில் பெரிய ஞானசிரியர் (கட்டுரை), சிந்தாமணி, ஏப். - ஜூன். 1925.

— பாஷாபிமானம் (கட்டுரை), பாரதி, ஜன. 1929.

— பாரதியார் கவிநயம் (கட்டுரை), பாரதி, மார். 1929.

பத்மாஸனி அம்மாள், எஸ்., ஸ்ரீமதி, பெல்காம், கற்பு (கட்டுரை), சக்தி, ஜனவரி, 1940.

பத்மினி, ஸ்ரீமதி அருணா ஆஸப் அலி (கட்டுரை), மங்கை, அக்டோபர், 1946.

— சகோதரரி ஆர்.எஸ். சுப்புலக்ஷ்மி (கட்டுரை), மங்கை, பிப்ரவரி, 1947.

பத்மினி சத்யநாதன், ஸ்ரீமதி, இந்திய ஸ்திரீகளின் முற்போக்கு (கட்டுரை), மாதர் மறுமணம், ஜூன், 1938.

பத்மினி ஸ்ரீநிவாஸன், வை.மு., ஸ்ரீமதி, ஸ்ரீ கிருஷ்ணார்ப்பணம் (சிறுகதை), ஜகன்மோகினி, நவம்பர், 1943.

— கன்னுபிடி வெச்சேன் (கட்டுரை), ஜகன்மோகினி, பிப்ரவரி, 1944.

— பெயர்க் கொலை (கட்டுரை), ஜகன்மோகினி, நவம்பர், 1944.

— மாமல்லபுரத்தில் மகாமகம் (கட்டுரை), ஜகன்மோகினி, ஏப்ரல், 1945.

— வனிதா மண்டலம் (உரையாடல்), ஜகன்மோகினி, ஏப்ரல், 1950.

பதுமாவதியம்மாள், த., ஆழ்வார் அருள்மொழி (கட்டுரை), ஆனந்தபோதினி, நவம்பர், 1934.
பவானி, ரா., சிகந்தராபாத், விடுகதைகள் (விடுகதை), கலைமகள், ஜனவரி – பிப்ரவரி, 1946.
பா.ம., ஶ்ரீமதி, ஶ்ரீ ஆண்டாள் (கட்டுரை), குங்குமம், டிசம்பர், 1948.
பாக்கியம், துஷ்டன்! (சிறுகதை), மணிக்கொடி, ஏப்ரல், 1937.
பாக்கியம், எஸ்., ஶ்ரீமதி, நாம் கட்டுப்பட வேண்டியது மனச்சாட்சிக்கா? உலகத்தோருக்கா? (கட்டுரை), ஜகன்மோகினி, டிசம்பர், 1944.
பாக்கியலக்ஷ்மி அம்மாள், ஶ்ரீமதி, தாலிகட்டுக் கல்யாணம் (கட்டுரை), வித்யாவிஹாரிணி, ஆகஸ்ட், 1910.
பாகீரதி, எஸ்., அரசனே தெய்வம் (கட்டுரை), பெண் கல்வி, ஏப்ரல்–மே, 1913.
— வாழ்க்கையின் விதிகள் (கட்டுரை), பெண் கல்வி, மார்ச், 1914.
பாகீரதி அம்மாள், லீலா (சிறுகதை), சிந்தாமணி, அக்டோபர், 1924.
— செலிமாபேகம் அல்லது மொகல்மன்னரின் அந்தப்புரம் (தொடர்கதை), சிந்தாமணி, மார்ச் - டிசம்பர், 1925.
— ஜானகி (நாடகம்), சிந்தாமணி, ஏப்ரல், 1926.
— நூர்ஜஹான் அல்லது பரத கண்டத்துச் சௌந்தரியக் கொடி (தொடர்கதை), சிந்தாமணி, ஜூலை, 1926 - பிப்ரவரி, 1927.
பாகீரதி ஶ்ரீராம், ஶ்ரீ அம்பாள் (கட்டுரை), தர்மஜோதி, டிசம்பர், 1949.
பாத்திமா பீபி, ஶ்ரீமதி, எது உயர்ந்தது? கல்வி ஞானமா? - அனுபவ ஞானமா? (கட்டுரை), ஜகன்மோகினி, செப்டம்பர், 1944.
பாப்பா, செல்லக் குழந்தை (சிறுகதை), மங்கை, ஆகஸ்ட், 1947.
பார்வதி, குழந்தைகள் (கட்டுரை), மங்கை, ஏப்ரல், 1946.
— தாய்மை (கட்டுரை), மங்கை, செப்டம்பர், 1946.
— வருமுன் காப்பு (கட்டுரை), மங்கை, நவம்பர், 1946.
பார்வதி, மிஸ், அம்மணீ! சீனுவைப் பார்! (கட்டுரை), ஊழியன், ஜூலை, 1936.
பார்வதி, ச.மு., ஶ்ரீமதி, வாழ்த்து (கட்டுரை), கிரஹலக்ஷ்மி, ஜன, 1938.
— வாசுகியார் (கட்டுரை), கிரஹலக்ஷ்மி, அக்டோபர், 1939.
— கிரஹலக்ஷ்மி கும்மி (கும்மிப்பாடல்), கிரஹலக்ஷ்மி, ஜனவரி, 1940.
— ஸ்திரீ வித்யா (கட்டுரை), கிரஹலக்ஷ்மி, பிப்ரவரி, 1940.
— ஸ்திரீ தர்மம் (கட்டுரை), கிரஹலக்ஷ்மி, மார்ச், 1940.
பார்வதி சுப்ரமணியம், மங்களூர், மாமா தாதாவின் மடித்தலைகாணி (சிறுகதை), பாரதமணி, மே, 1940.
பார்வதி செல்லம்மாள், ஜீ., மதுரை, ஸங்கீத சாஸ்திரம் (கட்டுலரை), ஆனந்தபோதினி, ஜூன், 1920.
பார்வதி தேவி, எல்., கானுடுகாத்தான், மறுமணமா! விதவைக்கா! (கட்டுரை), மாதர் மறுமணம், அக்டோபர், 1936.
பாரதி அம்மாள், ஏ., ஶ்ரீமதி, ரூபவதி (சிறுகதை), கிரஹலக்ஷ்மி, ஜனவரி, 1940.
பாலம்மாள், வி., சகோதரி, சாணக்ய ஸாஹஸம் என்னும் சந்திரகுப்த சரித்திரம் (தொடர்கதை), விவேகோதயம், பிப்ரவரி, 1917 - ஜனவரி, 1918.
— எனது பத்திரிகாபிமானிகளுக்கு (கட்டுரை), சிந்தாமணி, செப்டம்பர், 1924.
— தேசமெங்கும் (கவிதை), சிந்தாமணி, செப்டம்பர், 1924.

— கட்குடியை ஒழிப்ப தெப்படி? (கட்டுரை), சிந்தாமணி, நவம்பர், 1924.
— புருஷோத்தமன் அல்லது புன்சிரிப்பு (தொடர்கதை), சிந்தாமணி, நவம்பர் 1924 – ஜனவரி, 1925.
— குடியிருப்பு வீடும் சுகாதாரமும் (கட்டுரை), சிந்தாமணி, டிசம்பர், 1924.
— பெண்களும் சொத்துரிமையும் (கட்டுரை), சிந்தாமணி, ஜனவரி – பிப்ரவரி, 1925.
— குழந்தைகளும் விளையாட்டுக் கருவிகளும் (கட்டுரை), சிந்தாமணி, ஜனவரி – பிப்ரவரி, 1925.
— கலாவதி அல்லது காலத்தின் கொடுமை (தொடர்கதை), சிந்தாமணி, பிப்ரவரி - மே, 1925
— மதுபிந்து கலகம் (உரையாடல்), சிந்தாமணி, மார்ச், 1925.
— பெண்கள் சுதந்திரம் (கட்டுரை), சிந்தாமணி, மார்ச்-ஏப்ரல், 1925.
— ஸ்ரீ வேங்கடாசலபதி கீர்த்தனை (கீர்த்தனை), சிந்தாமணி, ஏப்ரல், 1925.
— ஸ்ரீ நடராஜர் கீர்த்தனை (கீர்த்தனை), சிந்தாமணி, மே, 1925.
— பெண்கள் சுதந்திரம் பெறும் வழி (கட்டுரை), சிந்தாமணி, மே, 1925.
— கனகம்மாளின் கல்லட்டிகை (சிறுகதை), சிந்தாமணி, ஜூன், 1925.
— கட்டாயக் கல்வியும் பெண்மக்களும் (கட்டுரை), சிந்தாமணி, ஜூன் – ஜூலை, 1925.
— மோட்டார் கார் பிரயாணம் (சிறுகதை), சிந்தாமணி, ஜூலை, 1925.
— மேரிட்ஸ்பர்க் இந்து வாலிபர் சங்கத்திற்கு சகோதரி வி. பாலம்மாள் விடுத்த செய்தி, சிந்தாமணி, டிசம்பர், 1925.
— கிண்டி குதிரைப் பந்தயம் (சிறுகதை), சிந்தாமணி, பிப்ரவரி, 1926.
— திருச்செந்தூர் கந்தசஷ்டி (சிறுகதை), சிந்தாமணி, ஏப்ரல், 1926.
— பூனையின் உபதேசம் (சிறுகதை), சிந்தாமணி, ஜூலை, 1926.
— சிந்தாமணியின் மூன்றாவது ஆண்டு (கட்டுரை), சிந்தாமணி, ஆகஸ்ட், 1926.
— நமது பத்திரிகாபிமானிகளுக்கு (கட்டுரை), சிந்தாமணி, ஆகஸ்ட், 1926.
— ஜனப்பிரதிநிதித்துவமும் பெண்மக்களும் (கட்டுரை), சிந்தாமணி, ஆகஸ்ட், 1926.
— நிராசை அல்லது நீங்காத் துயரம் (தொடர்கதை), சிந்தாமணி, ஆகஸ்ட் 1926 - ஏப்ரல், 1927.
— இந்தியப் பெண்களின் ஒப்பற்ற ஜீவனம் (கட்டுரை), சிந்தாமணி, ஜனவரி, 1927.
— சில யோசனைகள் (கட்டுரை), பாரதமணி, ஜனவரி, 1939.
பாலம்மாள், வி., பண்டிதை, பொன்மலை, தமிழ்ப்புலவர்களும் நகைச்சுவையும் (கட்டுரை), சக்தி, ஆகஸ்ட், 1939.
— திருவாரூர்க் குறவஞ்சி (கவிதை), சக்தி, நவம்பர், 1939.
— புதுக்கோட்டையும் தமிழ்ப்புலவரும் (கட்டுரை), சக்தி, பிப்ரவரி, 1940.
— ஹிந்து மாதர் லக்ஷியம் (கவிதை), கிரஹலக்ஷ்மி, நவம்பர், 1939.
— பெண்களும் கூட்டுறவுச் சங்கமும் (கட்டுரை), கிரஹலக்ஷ்மி, பிப்ரவரி, 1940.
— இன்பக்கடல் அலை (அழகுக்குறிப்பு), கிரஹலக்ஷ்மி, பிப்ரவரி – மார்ச், 1940.
பாலஸுந்தரி அம்மாள், ஸ்ரீமதி, ஐரோப்பிய யுத்த ஓடம் (பாடல்), விவேகபோதினி, அக்டோபர்-நவம்பர், 1916.
பாலாம்பிகை, வித்வான், வீரத்தாய் (கட்டுரை), மங்கை, ஜூலை-ஆகஸ்ட், 1948.

பாலாம்பிகை, ஸ்ரீமதி, ஆய்ச்சியர் குரவை (கட்டுரை), குங்குமம், டிசம்பர், 1948.
பாலாம்பிகை அம்மாள், சு., பண்டிதை, யாழ்ப்பாணம், தமிழ் வசன நடை (கட்டுரை), கதாரத்ஞகரம், ஜூன், 1924.
— ஒழுக்கம் (கட்டுரை), குமரன், ஜூலை, 1924.
— வள்ளியம்மை திருமணப் படலச்சிறப்பு (கட்டுரை), குமரன், டிசம்பர், 1924.
பாலாம்பிகை அம்மையார், ''பாரதி'' வாழ்த்துப்பா (கவிதை), பாரதி, மே, 1929.
பாலாம்பிகையம்மாள், ஏ.கே., வித்வான், வழியில் கண்ட விநோதம் (கட்டுரை), மங்கை, ஏப்ரல், 1948.
— ஔவைச்சித்திரம் (கட்டுரை), மங்கை, ஜூன், 1948.
பிதாவடியான், எல்.ஏ., திருமதி, கிறிஸ்தவக் குடும்ப இயக்கம் (கட்டுரை), கிரகமணி, மே 1943 – ஜூன், 1943.
— இன்புற்ற கிறிஸ்தவ இல்லற வாழ்க்கை (கட்டுரை), கிரகமணி, அக்டோபர் – நவம்பர், 1945.
— கிறிஸ்தவ குடும்ப இயக்கச் சட்டம் (கட்டுரை), கிரகமணி, ஜனவரி, 1947.
பீகம் அமீருதின், முஸ்லிம் மாதர் முற்போக்கு (கட்டுரை), மாதர் மறுமணம், ஏப்ரல், 1938.
— பெண்களும், சீர்திருத்தமும் (கட்டுரை), மாதர் மறுமணம், டிசம்பர், 1938.
பீகம் அயிஸால் ரஸூல், சட்டசபையில் பெண்மணிகள் (கட்டுரை), மாதர் மறுமணம், ஆகஸ்ட், 1938.
புண்ணியவதி, ஆர்., ஸ்ரீமதி, எது உயர்ந்தது? கல்வி ஞானமா? அனுபவ ஞானமா? (கட்டுரை), ஜகன்மோகினி, செப்டம்பர், 1944.
— வாழ்க்கையின் முட்கள் (கட்டுரை), ஜகன்மோகினி, நவம்பர், 1944.
''புதுமதி'', காதல் கண்ட சாந்தி (நாடகம்), திருமகள், அக்டோபர், 1942.
புதுமைப்பெண், கல்பனு தத் (கட்டுரை), மங்கை, செப்டம்பர், 1946.
— சோவியத் யூனியனில் பெண்கள் (கட்டுரை), மங்கை, நவம்பர், 1947.
புஷ்பம்மையார், ந., அன்பினுல் ஏற்படும் தீமைகள் (கட்டுரை), தமிழ்த் தென்றல், ஜனவரி, 1949.
புஷ்பவதியம்மாள், மிஸ், எனது தென்மலைப் பயணம் (கட்டுரை), ஆனந்தபோதினி, ஜனவரி, 1930.
பூமிஜா, ஊசியும் நாலும் (தையற் குறிப்பு), மங்கை, டிச. 1945, 1946, மார்ச் – ஏப்ரல் 1946.
— ஹெலன் கெல்லர் (கட்டுரை), மங்கை, ஜனவரி, 1947.
— அழகுக்குறிப்பு (அழகுக் குறிப்பு), மங்கை, மார்ச், 1947.
பெண்மணி, என் துயர் (கட்டுரை), பெண்கல்வி, ஜனவரி, 1932.
பெண்மணி, பெண்களும் யோகாசனமும் (கட்டுரை), மங்கை, ஜூலை, 1947.
— ராஜகுமாரி அம்ருத கௌரி (கட்டுரை), மங்கை, நவம்பர், 1947.
— பள்ளிக்கூடங்களுக்கு ஒரு யோசனை (கட்டுரை), மங்கை, டிசம்பர், 1947.
பொருட்செல்வி, ச., சிறந்தவை எவை? (கட்டுரை), தமிழர்நாடு, மார்ச், 1950.
பொற்செல்வி, இளமுருகு, மீ.சு., நல்ல தமிழ் (கட்டுரை), தமிழர் நாடு, ஜூலை, 1950.
— வாழ்க்கை வாழ்வதற்கே! (கட்டுரை), தமிழர்நாடு, செப்டம்பர், 1950.
— குறி காட்டிய குறி (கட்டுரை), தமிழர் நாடு, நவம்பர், 1950.

பொன்னம்மாள், ஸ்ரீமதி, கனவுப் பொடி (சிறுவர் கதை), லக்ஷ்மி, ஆகஸ்ட், 1923.
— மைனுவும் கிளியும் (சிறுவர் கதை), லக்ஷ்மி, செப்டம்பர், 1923.
— குணவதி (சிறுகதை), லக்ஷ்மி, டிசம்பர், 1923.
பொன்னம்மாள், அ., திருமதி, பி.ஏ., எல்.டி., பண்டிதை இராமா பாய் (கட்டுரை), பாரதி, டிசம்பர், 1931.
— கண்டதுங் கேட்டதும் (துணுக்குகள்), தமிழரசு, டிசம்பர், 1932.
— திருக்கோயில் வழிபாடும் சீர்திருத்தமும் (கட்டுரை), நவசக்தி, ஜூன் 1933-ஜனவரி, 1934.
பொன்னம்மாள், எஸ்., ஸ்ரீமதி, நாட்டுவாசமும் நகரவாசமும் (கட்டுரை), வித்யாவிஹாரிணி, பிப்ரவரி, 1910.
மகேஸ்வரி, தமிழ் மாதருக்கு ஆங்கிலக்கல்வி அவசியமா? (கட்டுரை), ஆனந்தபோதினி, ஜனவரி, 1923.
மகேஸ்வரி அம்மாள், மா., பிரார்த்தனை செய்து கொள்ளுதல் (கட்டுரை), ஆனந்தபோதினி, ஜூன், 1928.
மங்களம், ஸ்த்ரீகளின் வருங்கால நிலைமை (கட்டுரை), பெண் கல்வி, ஆகஸ்ட், 1916.
மங்களம், ஸ்ரீமதி, ஜோத்பாய் (சிறுகதை), மணிக்கொடி, அக்டோபர், 1935.
மங்களம்மாள், எஸ்., காதலா? வீரமா? - ஸதி சிந்தா (சிறுகதை), ஜோதி, நவம்பர், 1937.
மங்களாத்ரி மணி, அதிசயப் பிறவி (சிறுகதை), மங்கை, ஜூலை-ஆகஸ்ட், 1948.
மங்களாபாய், பி., ஸ்ரீமதி, வாத்தியப்பெட்டி அல்லது ஹார்மோனியம் (தொடர்கதை), தமிழர் போதினி, அக்டோபர் நவம்பர், 1924 - மார்ச், 1925.
— ஸதீ (கட்டுரை), தமிழர் போதினி, ஏப்ரல், 1925.
— மகாபாரதத்திலுள்ள இனிய கதைகள் (சிறுவர் கதை), சிந்தாமணி, மே, ஜூன், ஜூலை, 1925.
— ஸந்ததிக்காக ஸம்பத்து (கட்டுரை), சிந்தாமணி, ஜூன், 1925
— பகவத்கீதையிலுள்ள சில போத வசனங்கள் (கட்டுரை), சிந்தாமணி, நவம்பர் – டிசம்பர், 1925, பிப்ரவரி – ஆகஸ்ட், 1926.
— உமா (சிறுகதை), சிந்தாமணி, டிசம்பர் 1925.
— சம்சாரிகள் இளைப்பாறும் இடம் (கட்டுரை), சிந்தாமணி, ஆகஸ்ட், 1926.
— சற்போத வினு விடை (கட்டுரை), சிந்தாமணி, ஜனவரி, 1927.
மங்களாம்பிகா பாய், ஸ்ரீமதி, பாவுபீஸ் என்னும் சகோதரத்துவிதிமைய (சிறுகதை), வித்யாவிஹாரிணி, செப்டம்பர், 1909.
— நாம் ஏன் பிழைத்திருக்கிறோம்? (கட்டுரை), வித்யாவிஹாரிணி, ஜனவரி, 1910.
— ஜப்பானிய ஸ்திரீகள் (கட்டுரை), வித்யாவிஹாரிணி, ஜூலை, 1910.
— திருஷ்டி தோஷம் (கட்டுரை), பெண் கல்வி, ஏப்ரல்-மே, 1913.
— ஜப்பானிய ஸ்திரீகள் (கட்டுரை), ஆநந்த குணபோதினி, ஜூலை, 1927.
மங்கை, உங்கள் அபிப்பிராயம் என்ன? (கேள்வி - பதில்), மங்கை, நவம்பர், 1946.
மதி, வீர தேவதை (சிறுகதை), பிரசண்ட விகடன், டிசம்பர், 1936
மதிலதா யூபித், ஸூல்பியா (கட்டுரை), நவசக்தி, மே, 1944.
மதுரம், கொண்டை ஊசி (சிறுகதை), மணிக்கொடி, டிசம்பர், 1935.
— செத்தபின் (சிறுகதை), மணிக்கொடி, டிசம்பர் 1935.

மதுரம், ஏ., தடபுடல் கல்யாணம் (சிறுகதை), ஜோதி, மார்ச், 1939.

மதுரம், டி.யஸ்., காதலின் தியாகம் (சிறுகதை), மாதர் மறுமணம், ஜனவரி, 1939.

மயூரம், எஸ். எம்., இந்தியப் பெண்ணின் கடமை (கட்டுரை), ஆனந்தபோதினி, மார்ச், 1938.

மரகதவல்லியார், மு., ஸ்ரீமதி, காணமற்போன கந்தசாமி (சிறுகதை), குமரன், செப்டம்பர், 1931.

மல்லிகைசுந்தரம் சூட்டியாபிள்ளை, ஸ்ரீமதி, பணத்தினுல் பெறமுடியாதவை எவை? (கட்டுரை), ஜகன்மோகினி, அக்டோபர், 1941.

— பெண்களுக்குச் சொத்துரிமை அவசியந்தானு? (உரையாடல்), ஜகன்மோகினி, பிப்ரவரி, 1950.

மனோரஞ்சனி தேவி, சகோதரி, கல்வியின் இன்சுவை (கட்டுரை), அமிர்தகுணபோதினி, ஏப்ரல், 1928.

— பாரதி ரமணிகளின் வித்வத்துவம் (கட்டுரை), அமிர்த குணபோதினி, மே, ஜூலை – செப்டம்பர், 1928.

— பிரபஞ்ச விலாஸம் (கட்டுரை), அமிர்சகுணபோதினி, ஜூலை, 1929.

மனோன்மணி தேவதாஸ், ஈ., கனம் அருளம்மாள் ஞானுதிக்கம் அம்மாள் ஜீவிய சரித்திரம் (தொடர்கதை), மாதர் போதினி, ஏப்ரல் - டிசம்பர், 1921.

மாலினி, பாகீரதி (சிறுகதை), நவசக்தி, ஆகஸ்ட், 1944.

— ஒன்றுன உள்ளங்கள் (சிறுகதை), நவசக்தி, நவம்பர், 1944.

— கற்பா? கடமையா? (சிறுகதை), நவசக்தி, மார்ச், 1945.

மாயாதேவி, இளங்கோவன், ஆசை (பாடல்), தமிழரசு, ஜூன், 1934.

மீராபாய், கண்ணீர் மாலை (கவிதை), ஜோதி, ஜனவரி, 1938.

மீனு, யார் பொறுப்பு? (சிறுகதை), மங்கை, ஜனவரி, 1946.

— ஈடித் சிட்வெல் (கட்டுரை), மங்கை, ஜூலை, 1947.

மீனு சதாசிவம், பருமன் (உரையாடல்), மங்கை, நவம்பர், 1947.

மீனும்பாள், கங்காதரன் கதை (சிறுவர் கதை), விவேகசிந்தாமணி, செப்டம்பர், 1903.

மீனும்பாள், க., கோயம்புத்தூர், ஆத்திசூடி வெண்பாவைப் பற்றிய ஐயத் தெளிவுரை (கடிதம் - கட்டுரை), விவேகோதயம், டிசம்பர், 1917.

மீனும்பாள், கே., சர்மா, மத்திய இந்தியா, தொழில் - தொழிலாளர் (கட்டுரை), ஆனந்தபோதினி, மே, 1918 – ஜூன், 1918.

மீனுக்ஷி, ஸ்திரீ புருஷ ஸம்வாதம் (கட்டுரை), பிரஜாநுகூலன், ஏப்ரல் – மே, 1910.

மீனுக்ஷி, மதுரை, முகமூடி தவிர்த்த முஸ்லீம் அரசி (கட்டுரை), ஊழியன், ஜூன், 1935.

மீனுக்ஷி, கே., புருஷனும் புடவையும் (சிறுகதை), மங்கை, ஜூன், 1948.

— வள்ளியும் வேலனும் (சிறுகதை), மங்கை, ஜூலை-ஆகஸ்ட், 1948.

மீனுக்ஷி, பி., வெகுளி (சிறுகதை), மங்கை, நவம்பர், 1946.

மீனுக்ஷி அம்மாள், கே., நான் என்ன ஜெந்துவாய்ப் பிறந்திருக்க இஷ்டப்படுகிறேன்? (கட்டுரை), பெண்கல்வி, மார்ச், 1914.

மீனுக்ஷி அம்மாள்., வி., விடுகதைகள் (விடுகதை), ஹிதகாரிணி, ஏப்ரல், 1910.

மீனுக்ஷியம்மாள், ஸ்ரீமதி, வரதக்ஷிணையும், அதைத் தொலைக்கவுபாயமும் (கட்டுரை), வித்யா விஹாரிணி, அக்டோபர், 1909.

— இந்திய பிராசீன சுயம்வரம் (கட்டுரை), வித்யாவிஹாரிணி, ஏப்ரல், 1910.
மீனுக்ஷியம்மாள், எஸ்.என்., ஐநுசார சீர்திருத்தக் காரர்கட் கோர் கடிதம் (கட்டுரை), பிரஜானுகூலன், ஜனவரி – பிப்ரவரி, 1905.
— காமியஞ் செய்து காலங் கழியாதே (கட்டுரை), பிரஜானுகூலன், மார்ச், 1905.
மீனுக்ஷி ராஜகோபாலன், பச்சை பாவாடை (சிறுகதை), மங்கை, பிப்ரவரி, 1947.
முத்துலக்ஷ்மி ரெட்டி, ஸ்ரீமதி, டாக்டர், குழந்தைகளுக்கு உணவு அளிக்கும் விதம் (கட்டுரை), மாதர் மனோரஞ்சினி, டிசம்பர், 1916.
— விலைமாதர்கள் (கட்டுரை), தமிழர், மே, 1926.
— மாதர் மறுமண சகாய சங்கம் நான்காவது ஆண்டு விழாத் தலைமைப் பிரசங்கம் (கட்டுரை), மாதர் மறுமணம், செப்டம்பர், 1937.
— மாதர் மகாநாட்டுப் பேச்சு (கட்டுரை), மாதர் மறுமணம், ஜனவரி, 1938.
— பெண் உரிமையும் ராவ் கமிட்டியும் (கட்டுரை), சக்தி, ஜனவரி, 1945.
— நமது மதம் எது? (கட்டுரை), மங்கை, டிசம்பர், 1946.
— புற்றுநோய் (கட்டுரை), கலைமகள், ஜூலை, 1949.
மைதலிபாய், தேச நன்மையைப் பற்றிய ஓர் விண்ணப்பம் (கட்டுரை), ஆனந்தபோதினி, ஜூலை, 1927.
மைதிலி, சீனிவாசய்யரின் தீர்மானம் (சிறுகதை), கிரஹலக்ஷ்மி, அக்டோபர் – நவம்பர், 1939.
— மார்கழித் திங்கள் (சிறுகதை), கிரஹலக்ஷ்மி, ஜனவரி, 1940.
மைதிலிபாய், ஆர்.கே., ஸ்ரீமதி, வந்தே மாதரம்! (சிறுகதை), கிரஹலக்ஷ்மி, மார்ச், 1940.
— ராணி பாலா (சிறுகதை), கிரஹலக்ஷ்மி, ஏப்ரல், 1940.
"மைதிலீ சுதா", சௌ. சுமித்ராதேவி (கட்டுரை), ஜகன்மோகினி, அக்டோபர், 1943.
— ஸ்பெஷல் டிபன் (சிறுகதை - மொ.பெ.), ஜகன்மோகினி, அக்டோபர், 1943.
— ஸ்ரீமதி வாணி (கட்டுரை), ஜகன்மோகினி, டிச. 1943.
— மூன்று கடிதங்கள் (சிறுகதை), ஜகன்மோகினி, டிச. 1943.
மோகனு, ஸ்ரீமதி, பாட்டி - குட்டி சம்வாதம் (உரையாடல்), கிரஹலக்ஷ்மி, அக்டோபர், 1939.
— விவாக வினை! (சிறுகதை), கிரஹலக்ஷ்மி, மார்ச், 1940.
யதுகிரி அம்மாள், சிட்டுக்குருவி போலே (கட்டுரை), கலைமகள், மார்ச், 1946.
யமுனு, எஸ்., எங்கள் கலாசாலை (கட்டுரை), மங்கை, ஜூன், 1946.
— பழங்கள் பாதுகாப்பு (வீட்டுக்குறிப்பு), மங்கை, ஜூலை, 1946.
— வெளுக்கும் முறை (கட்டுரை), மங்கை, நவம்பர், 1946.
ரங்கதேவி, கன்னியாகுமரி (கட்டுரை), மங்கை, ஏப்ரல், 1948.
— லேடி டைபிஸ்ட் (சிறுகதை), மங்கை, ஜூன், 1948.
ரங்கதேவி, டி.எஸ்., இந்த ஆண் பிராணிகள்! (கட்டுரை), மங்கை, ஜூலை, 1947.
— மாமியார் (கட்டுரை), மங்கை, ஆகஸ்ட், 1947.
ரங்கதேவி சதாசிவம், ஸ்ரீமதி, இந்தக் குழந்தைகள் (கட்டுரை), மங்கை, நவம்பர், 1947.
ரங்கநாயகி, ரா., பண்டிதை, ஸ்ரீமதி, கவியரசி சரோஜினி தேவி (கட்டுரை), ஆனந்தபோதினி, ஜூன், 1930.

— குஷால் (சிறுகதை), ஆனந்தபோதினி, பிப்ரவரி, 1931.

— நான் இந்தியாவுக்கு ஏன் வந்தேன் (கட்டுரை), ஆனந்தபோதினி, மார்ச், 1931.

— மல்லிகா (சிறுகதை), ஆனந்தபோதினி, ஏப்ரல், 1932.

— பதி - லில்லியம் (சிறுகதை), ஆனந்தபோதினி, ஜூன், 1932.

— என்ன செய்கிறேனம்மா பார் உன்னை (சிறுகதை), ஆனந்தபோதினி, செப்டம்பர், 1932.

— ஆனந்தபோதினி புத்தாண்டு வாழ்த்து (கவிதை), ஆனந்தபோதினி, ஜூலை, 1933.

— தற்கொலை (சிறுகதை), ஆனந்தபோதினி, நவம்பர், 1934.

— வீராயிக்கு வந்த விபத்து (சிறுகதை), தமிழரசு, டிசம்பர், 1932.

— புயலும் அமைதியும் (சிறுகதை), பிரசண்ட விகடன், ஆகஸ்ட், 1933.

ரங்கநாயகி அம்மாள், எஸ்., ஸ்ரீமதி, ஓர் புதிய உணர்ச்சி (கட்டுரை), சிந்தாமணி, ஆகஸ்ட், 1926.

ரங்கப்ரியை, ஸ்ரீமதி, ஆனந்தக்களிப்பு (கவிதை), ஜகன்மோகினி, பிப்ரவரி, 1944.

— பக்தி (கட்டுரை), ஜகன்மோகினி, மே, 1944.

— சொறி சிறங்கு நிவாரணி (மருத்துவக் குறிப்பு), ஜகன்மோகினி, பிப்ரவரி, 1945.

— வேப்ப ஈர்க்கு கஷாயம் (மருத்துவக் குறிப்பு), ஜகன்மோகினி, மார்ச், 1945.

— வெற்றிலை கஷாயம் (மருத்துவக் குறிப்பு), ஜகன்மோகினி, ஏப்ரல், 1945.

ரங்கம்மாள், எஸ்., மலாக்கா, விதவைச் சகோதரிகளுக்கு வேண்டுகோள் (கட்டுரை), மாதர் மறுமணம், செப்டம்பர், 1936

ரத்னம், டி.வி. ஸ்ரீமதி, துளசியின் ப்ரபாவம் (கட்டுரை), கிருஹலக்ஷ்மி, ஜனவரி - மார்ச், 1940.

ரதி, உல்லாசப்பேச்சு (செய்தித் துணுக்குகள்), சக்தி, செப்டம்பர் – அக்டோபர் 1940, ஆகஸ்ட், 1941.

ரதி, கிராமியக் காட்சி (கட்டுரை), வசந்தம், ஜூலை--ஆகஸ்ட், 1943, அக்டோபர்–டிசம்பர், 1943.

— வாழ்க்கைப் பயணம் (உரையாடல்), வசந்தம், மார்ச், 1945.

ரதிப்பிரியா, தாய் ஆகப் போகிறவர்களுக்கு (கட்டுரை), காதல், அக்டோபர், 1949.

ரஜியா, மாமியும் மருமகளும் (சிறுகதை), மங்கை, மார்ச், 1946.

ரா., எஸ்.வி., ஸ்ரீமதி, சமயமும் பெண்களும் (கட்டுரை), மங்கை, ஜூலை, 1947.

''ராணி'', என்ன கடிதம்? (சிறுகதை), வசந்தம், டிசம்பர், 1943.

— ரதமும் மனோரதமும் (கட்டுரை), வசந்தம், பிப்ரவரி, 1944.

''ராதா'', கன்னிப்பெண் (சிறுகதை), மணிக்கொடி, பிப்ரவரி, 1938.

ராதாசகி, ஸ்ரீமதி, இல்லாள் (கட்டுரை), மங்கை, ஆகஸ்ட், 1947.

ராதாபாய், ஜெ., ஸ்ரீமதி, சங்கீதத்தின் வசிய சக்தி (கட்டுரை), ஜகன்மோகினி, நவம்பர், 1944.

ராதாபாய் அம்மாள், பி.எஸ்., ஸ்ரீமதி, திருவருணை, பசுவின் பெருமை (கட்டுரை), ஆனந்த போதினி, பிப்ரவரி, 1933.

ராதாபாய் சுப்பராயன், எம்.எல்.ஏ. (டில்லி), ஸ்ரீமதி, பலதார மணத்தடை மசோதா (கட்டுரை), மாதர் மறுமணம், ஜூலை, 1938.

ராதாமணி, வி., ஸ்ரீமதி, நவராத்திரி விரத மகிமை (கட்டுரை), கிரஹலக்ஷ்மி, அக்டோபர், 1939.

— துளசியின் சரிதை (கட்டுரை), கிரஹலக்ஷ்மி, நவம்பர், 1939.

— கிரஹலக்ஷ்மிக்கு வாழ்த்துப்பா (கவிதை), கிரஹலக்ஷ்மி, ஜனவரி, 1940.

— விசாகை (கட்டுரை), கிரஹலக்ஷ்மி, ஏப்ரல், 1940.

— கடவுள் பால் பற்றிய காதல் (கட்டுரை), கிரஹலக்ஷ்மி, மார்ச், 1940.

— ஆதி மந்தியார் (கட்டுரை). கிரஹலக்ஷ்மி, ஏப்ரல், 1940.

— வன்னியும் மடைப்பள்ளியும் சான்று பகர்ந்தது (சிறுகதை), கிரஹலக்ஷ்மி, மே, 1940.

— குக்கூ என்றது கோழி (கட்டுரை), நவசக்தி, மார்ச், 1941.

— குழந்தையின் கவலை (சிறுகதை), நவசக்தி, நவம்பர், 1944.

''ராதை'', தமிழ் கோர்க்கி (கட்டுரை), நவசக்தி, மார்ச், 1941.

ராமன், என்., மிஸ். பம்பா உலகம் (கட்டுரை), மங்கை, ஜூலை–ஆகஸ்ட், 1948.

ராமன், வி., ஸ்ரீமதி. தனிமையின் இனிமை (கட்டுரை), மங்கை, டிசம்பர், 1947.

ராமாபாய், ஆர்., ஸ்ரீமதி, சுமைதாங்கியல்ல (கட்டுரை), மாதர் மறுமணம், டிசம்பர், 1937.

ராஜ்யஸ்ரீ, நாவலாசிரியர்கள் (கட்டுரை), வசந்தம். மார்ச், 1944.

ராஜசூடாமணி, பி.ஆர்., ஸ்ரீ, குழந்தையின் வளர்ச்சியில் தாயின் மகிழ்ச்சி (பாடல்), ஜகன்மோகினி, ஆகஸ்ட், 1943

— பழைய நினைவுகள் (பாடல்), ஜகன்மோகினி, செப்டமபர், 1943.

— மறந்தனையோ? (பாடல்), ஜகன்மோகினி, அக்டோபர், 1943.

— வெள்ளம் (பாடல்), ஜகன்மோகினி, நவம்பர், 1943.

— காளிந்தியின் பின் நினைவுகள் (பாடல்), ஜகன்மோகினி, டிசம்பர், 1943.

— கோயில் (பாடல்), ஜகனமோகினி, மே, 1944.

— மனோராஜ்யம் (பாடல்), ஜகன்மோகினி, செப்டம்பர், 1944.

— கடவுளைக் குழந்தையாகக் கொண்டாடுதல் (பாடல்), ஜகன்மோகினி, அக்டோபர், 1944.

— என் கருவிழியிற் கண்டேனே (பாடல்), ஜகன்மோகினி, நவம்பர், 1944.

— சிறையில் அடைபட்ட குருவியின் விண்ணப்பம் (பாடல்), ஜகன்மோகினி, டிசம்பர், 1944.

ராஜநாயகி, ஸ்ரீ, கோபுரத்தின் மேலேறிய குரங்கு (தொடர்கதை), விவேக சிந்தாமணி, அக்டோபர், 1905 - மார்ச், 1906.

— ஹேமசந்திரஸிங் என்னும் ஆத்மவிசாரி (நாடகம்), விவேகசிந்தாமணி, ஏப்ரல், 1906 - ஏப்ரல், 1907.

ராஜம், ஸரஸ - கோபாலன் (சிறுகதை), தமிழரசு, ஏப்ரல், 1935.

— பிக்ஷு (சிறுகதை, ஆனந்தபோதினி, நவம்பர், 1938.

— தூது (சிறுகதை), மணிக்கொடி, ஏப்ரல், 1939.

ராஜம், நட்டாற்றில் (உரையாடல்), பாரதமணி, பிப்ரல், 1939.

ராஜம், அறுசுவை (சமையற்குறிப்பு), மங்கை, அக்டோபர் - நவம்பர், 1946, மார்ச், 1947.

— க்ஷயரோகம் (கட்டுரை), மங்கை, டிசம்பர், 1946.

ராஜம், ஸ்ரீமதி, பொம்மைக் கொலுவா? (கட்டுரை), கிரஹலக்ஷ்மி, அக்டோபர், 1939.

ராஜம்மாள், ஏ., என் பெருமை (கட்டுரை), ஜகன்மோகினி, செப்டம்பர், 1948.

ராஜம்மாள், செ., ஸ்ரீமதி, கற்பு (கட்டுரை), சிந்தாமணி, ஆகஸ்ட், 1926.
— ஆலயந்தொழுவது சாலவும் நன்று (கட்டுரை), சிந்தாமணி, ஜனவரி, 1927.
— ஆசை (கட்டுரை), சிந்தாமணி, பிப்ரவரி, 1927.
ராஜம்மாள், வி.கெ., மாதுஸ்ரீ, ஸ்ரீராதாகிருஷ்ண லீலைக் கும்மி (கும்மிப்பாடல்), சிந்தாமணி, பிப்ரவரி - ஜூலை, 1925.
ராஜம் ராமமூர்த்தி, தாய் உள்ளம் (சிறுகதை), மங்கை, ஜூலை-ஆகஸ்ட், 1948.
— மாற்றுந்தாய் (சிறுகதை), கலைமகள், பிப்ரவரி, 1949.
ராஜம் வேங்கடராம், வஞ்சனையும் வாஞ்சையும் (சிறுகதை), மங்கை, ஜூலை, 1947.
ராஜலக்ஷ்மி, ஆர்.பி., ஸ்ரீமதி, ஸ்ரீ ராமனே! ஸ்ரீ ரங்கநாயகி (கீர்த்தனை), கிரஹலக்ஷ்மி, மே, 1940.
ராஜலக்ஷ்மி, எஸ். என்., ஸ்ரீமதி, ராதா ராணி (சிறுகதை), சுதேசமித்திரன், மே, 1943.
— வாழ்க்கையில் ஒரு நாள் (சிறுகதை), ஜகன்மோகினி, அக்டோபர், 1944.
— ஜெபுன்னிஸாவின் தோல்வி (சிறுகதை), காவேரி, ஜூலை, 1947.
ராஜலக்ஷ்மி அம்மாள், ஸ்ரீமதி, அகிலாண்டம்மாள் மடி கொண்டாட்டம் ஆதி சேஷய்யர் படுந்திண்டாட்டம் (சிறுகதை), சிந்தாமணி, பிப்ரவரி, 1927.
ராஜலக்ஷ்மி அம்மாள், பி., ஸ்ரீமதி, பெண்புத்தி (சிறுகதை), விவேகபோதினி, நவம்பர், 1919.
ராஜலக்ஷ்மி சுவாமிநாதன், ரோஜா முள் (சிறுகதை), காவேரி, செப்டம்பர், 1947.
ராஜலக்ஷ்மி, ஆர். எஸ்., புதுவை, வேண்டா மண விபரீதம் (கவிதை), ஆனந்தபோதினி, ஜூலை, 1933.
— விடுதலை! விதவையர்க்கு விடுதலை! (பாடல்), மாதர் மறுமணம், ஆகஸ்ட், 1936.
— காந்தா - மணி அல்லது கந்தஸ்வாமியின் கருணை (நாடகம்), மாதர் மறுமணம், அக்டோபர், 1936.
— என்ன வேண்டும்? (பாடல்), மாதர் மறுமணம், ஜனவரி, 1937.
— ராஜா - மணி அல்லது வஞ்சகவீழ்ச்சி (சிறுகதை), மாதர் மறுமணம், ஏப்ரல், 1937.
— விதவையர்க்கு விமோசனமளிக்க! (பாடல்), மாதர் மறுமணம், ஜூலை, 1937.
— என்ன வேண்டும்? (பாடல்), மாதர் மறுமணம், ஆகஸ்ட், 1938.
— மகளில் இல்ல வாழ்த்துமணி (பாடல்), மாதர் மறுமணம், செப்டம்பர், 1938.
ராஜலெட்சுமி, ச.ந., பறித்த மலர் (சிறுகதை), மங்கை, டிசம்பர், 1946.
ராஜி, யாரோ! இவர் யாரோ? (சிறுகதை), மங்கை, ஜூன், 1946.
— அம்மா (சிறுகதை), மங்கை, ஜூலை, 1946.
ராஜி, ஸ்ரீமதி, அன்பின் கனிவு (சிறுகதை), மணிக்கொடி, ஏப்ரல், 1935.
ராஜேசுவரி, வி., தூத்துக்குடிச் சைவ மாதர் மாநாட்டுத் திறப்புரை (கட்டுரை), சித்தாந்தம், ஆகஸ்ட், 1950.
ராஜேந்திரம் இந்திரா, மனத்தின் பொருள் (சிறுகதை), மங்கை, டிசம்பர், 1947.
ராஜேஸ்வரி, திருவாளுரில் பாலாழி மதனம் (கட்டுரை), குமரன், மே, 1932.
ராஜேஸ்வரி பாஸ்கர், சிற்பியின் சாபம் (சிறுகதை - மொ.பெ.), மணிக்கொடி, ஜூலை, 1938.
ருக்கு, அறுசுவை (சமையற்குறிப்பு), மங்கை, ஜூலை-ஆகஸ்ட், 1948.

ருக்குமணி அம்மாள், ஸ்ரீமதி, திருவருணை, செய்ந்நன்றி அறிதல் (கட்டுரை), ஆனந்தபோதினி, பிப்ரவரி, 1933.

ருக்மணி அம்மாள், டி.ஆர்.எஸ், ஸ்ரீமதி, பட்டணம் பார்க்க (தொடர்கதை), கிரஹலக்ஷ்மி, அக்டோபர், 1939 - ஜனவரி, 1940.

— புஷ்பவல்லி (சிறுகதை), கிரஹலக்ஷ்மி, பிப்ரவரி, 1940.

— ஜட்ஜ் அம்மாமி (சிறுகதை), கிரஹலக்ஷ்மி, ஏப்ரல், 1940.

— சாரீர விருத்தி சூரணம் (மருத்துவக் குறிப்பு), கிரஹலக்ஷ்மி, மே, 1940.

ருக்மணி தேவி, ஸ்ரீமதி, சமய சம்பந்தமான நர்த்தனம் (கட்டுரை), தமிழரசு, ஏப்ரல், 1938.

ருக்மிணி, கண்ணன் - துதி (கும்மிப்பாடல்), கலாசிந்தாமணி, மார்ச், 1916.

ருக்மிணி, ஆர்.எஸ்., குழந்தையின் முதற்காதல் (கட்டுரை), மங்கை, அக்டோபர், 1946.

— முதற்கோணல் முற்றும் கோணல் (கட்டுரை), மங்கை, நவம்பர், 1946.

ருக்மிணி தேவி, ஸ்ரீமதி, ஸ்ரீ வஸந்தை அம்மையார் நூற்றுண்டுத் திருவிழா (கட்டுரை), தர்மஜோதி, மார்ச், 1946.

— ஸ்ரீமதி ருக்மிணிதேவியின் உபந்நியாஸம் (கட்டுரை), தர்மஜோதி, மார்ச், 1946.

ருசினி, ஆகாரம் (கட்டுரை), மங்கை, ஜூலை, 1947.

ருபா பிரியா, இவனே வீரன் (சிறுகதை), விவேகபோதினி, மார்ச் – ஏப்ரல், 1913.

ரேவதி, பொழுதுபோக்கு (கட்டுரை), ஆனந்தபோதினி, செப்டம்பர், 1935.

— பூத்தையலும் அதின் பிரயோஜனமும் (கட்டுரை), ஆனந்தபோதினி, டிசம்பர், 1935.

''ரேவதி'', மகா கவி (கட்டுரை), மணிக்கொடி, ஜனவரி, 1938.

''ரோகிணி'', இரு ஸோவியத் கதைகள் (சிறுகதை), மணிக்கொடி, செப்டம்பர், 1938.

ரோஜா, திருநெல்வேலி, விடுகதைகள் (விடுகதை), கலைமகள், அக்டோபர், 1946.

லட்சுமி, எஸ்., ஸ்ரீமதி, பிள்ளைப்பேற்றின் பெருமை (கட்டுரை), ஊழியன், ஏப்ரல், 1935.

''லக்ஷ்மி'', மயிலைக்காளை (சிறுகதை), மணிக்கொடி, ஜனவரி, 1938.

— பவளமாலை (சிறுகதை), நவசக்தி, பிப்ரவரி – மார்ச், 1944.

லக்ஷ்மி, பாசத்தின் வெற்றி (சிறுகதை), மங்கை, ஜனவரி, 1946.

— அவயத்தின் பிசகு (சிறுகதை), மங்கை, ஜூலை, 1946.

லக்ஷ்மி, ஆடை அலங்காரம் (கட்டுரை), சக்தி, ஜனவரி, 1947.

— இரவல் ரத்தம் (கட்டுரை), சக்தி, மார்ச், 1947.

— அழகிய கூந்தல் (கட்டுரை), சக்தி, மே, 1947.

— நித்திரை (கட்டுரை), சக்தி, மே, 1948.

— வீடும் வெளியும் (கட்டுரை), மங்கை, நவம்பர், 1947.

— பானங்கள் (கட்டுரை), மங்கை, டிசம்பர், 1947.

லக்ஷ்மி, எம்., சியாமளா (நாடகம்), மங்கை, ஜூலை. 1947.

லக்ஷ்மி, நீ., ஸ்ரீமதி, இது குற்றமா? (சிறுகதை), மாதர் மறுமணம், மே, 1937.

லக்ஷ்மி, பி.என்., ஸ்ரீமதி, கற்பனை (கட்டுரை), ஜகன்மோகினி, ஏப்ரல், 1945.

— அதிர்ஷ்டம் (சிறுகதை), மங்கை, டிசம்பர், 1946.

லக்ஷ்மி, ரா., ஸ்ரீமதி, சிவலோகத்தில் சிவராத்திரி (கட்டுரை), ஜகன்மோகினி, மார்ச், 1950.

லக்ஷ்மி அம்மாள், ஸ்ரீமதி, கற்றவருக்கு ஒரு விண்ணப்பம் (கட்டுரை), சிந்தாமணி, நவம்பர், 1925.

— எங்கள் சமாஜம் (உரையாடல்), சிந்தாமணி, ஜனவரி, 1927.

லக்ஷ்மி அம்மாள், ஸ்ரீமதி, ஸ்ரீ பகவத் கீதா ஸாரம் (கட்டுரை), ஜகன்மோகினி, செப்டம்பர், 1948.

லக்ஷ்மி அம்மாள், ஆர்., ஸ்ரீமதி, டாக்டர் மாண்டிஸோரி அம்மையாரும் - குழந்தை இராஜ்யமும் (கட்டுரை), தர்மஜோதி, மார்ச், 1948.

லக்ஷ்மி கிருஷ்ணமூர்த்தி, ஸ்ரீமதி, முஸோலினியின் கதையும் கட்டுக்கதையும் (கட்டுரை), சுதேசமித்திரன், ஏப்ரல், 1943.

— பெயராசை (கட்டுரை), மங்கை, ஜூலை, 1947.

— வி.தினமா? டி. தினமா? (கட்டுரை), சக்தி, ஆகஸ்ட், 1947.

லக்ஷ்மி திருவேதி, வி., ஸ்ரீமதி, ராதை அளித்த பரிசு (சிறுகதை), ஜகன்மோகினி, மே, 1944.

லக்ஷ்மி என். நாகராஜன், டொரிரி (சிறுகதை), ஆனந்தபோதினி, நவம்பர், 1950.

லக்ஷ்மி பாரதி, கே., எம்.எல்.ஏ., ஸ்ரீமதி, பலதாரமும், விவாகரத்தும் (கட்டுரை), மாதர் மறுமணம், ஜனவரி, 1939.

லக்ஷ்மியம்மாள், தீபாவளிச்சேலை (உரையாடல்), சிந்தாமணி, அக்டோபர், 1924.

லக்ஷ்மி வெங்கடரமணன், நட்பு (கட்டுரை), ஆநந்தகுணபோதினி, செப்டம்பர், 1926, நவம்பர், 1926 – மார்ச், 1927, ஜூலை, 1927, அக்டோபர், 1927, டிசம்பர், 1927, பிப்ரவரி, 1928.

லக்ஷ்மீ நரசிம்மம், நா., கம்பர் (கட்டுரை), ஜோதி, ஜூலை, 1939.

லக்ஷிமி, க., கண்ணுமூச்சி (சிறுகதை), வசந்தம், ஜூன், 1943

— கோவில்க் காளை (சிறுகதை), வசந்தம், ஜூலை, 1943.

லக்ஷிமி வெங்கடரமணண், எஸ்.வி, நவநாகரிகம் (கட்டுரை), ஆனந்தபோதினி, செப்டம்பர், 1938.

— தேசாபிமானம் (கட்டுரை), ஆனந்தபோதினி, ஜனவரி, 1939.

— அகங்காரம் (கட்டுரை), ஆனந்தபோதினி, ஏப்ரல், 1939.

— ஜீவகனின் அற்புதச் செயல்கள் (கட்டுரை), ஆனந்தபோதினி, ஜூன், 1939.

லலிதா, நமது மாதர்களிடமுள்ள உத்தமகுண விசேஷங்கள் (கட்டுரை), ஹிதகாரிணி, ஜனவரி, 1913.

— எஞ்ஞும் (கட்டுரை), ஹிதகாரிணி, மார்ச், 1913.

லலிதா - நாராயணன், பட்டிக்காட்டுப் பெண் (சிறுகதை), காவேரி, மார்ச், 1943.

லலிதாதேவி, ஸ்ரீமதி, மௌனம் (கட்டுரை), ஜகன்மோகினி, மே, 1944.

லலிதாம்பாள், ஸ்ரீமதி, தணியா அதிமேக தயாபரன் (கட்டுரை), குங்குமம், டிசம்பர், 1948.

லில்லி, நர்ஸ், சகோதரிகளின் சந்தேகங்கள் (கேள்வி - பதில்), மங்கை, நவம்பர், 1947.

லீலாவதி, தோழர், திருச்சி, மறுமணம் (கட்டுரை), மாதர் மறுமணம், ஆகஸ்ட், 1936.

வசுமதி ராமஸ்வாமி, முகஸ்துதி (கட்டுரை), மங்கை, ஜனவரி, 1946.

— அறுசுவை (சமையற்குறிப்பு), மங்கை, டிசம்பர், 1946.
— பாட்டியும் பேத்தியும் (கட்டுரை), மங்கை, மார்ச், 1947.
— இவளன்றோ பெண் (சிறுகதை), ஜகன்மோகினி, ஜனவரி, 1950.
— சங்கம் அவச்யமா? (உரையாடல்), ஜகன்மோகினி, பிப்ரவரி, 1950.
— வாயும், கையும் (உரையாடல்), ஜகன்மோகினி, மார்ச், 1950.
— தாய்மை (கட்டுரை), ஜகன்மோகினி, ஏப்ரல், 1950.
— அன்றும் இன்றும் (உரையாடல்), ஜகன்மோகினி, மே, 1950.
— மஞ்சள் குங்குமம் (உரையாடல்), ஜகன்மோகினி, ஆகஸ்ட், 1950.
— அஸ்தமன வேளையில் அருணோதயம் (கட்டுரை), ஜகன்மோகினி, அக்டோபர், 1950.
— வனிதா மண்டலம் (உரையாடல்), ஜகன்மோகினி, டிசம்பர், 1950.
வத்ஸகுமாரி, டாக்கி விமர்சனம் - பாலயோகினி (கட்டுரை), ஜகன்மோகினி, பிப்ரவரி, 1937.
— டாக்கி விமர்சனம் - சங்கீத ஜேயதேவர் (கட்டுரை), ஜகன்மோகினி, மார்ச், 1937.
வனசாட்சி, மீ., தயிர்கடைதல் (சிறுகதை), தமிழ்த்தென்றல், டிசம்பர், 1948.
— அவியல் (சிறுகதை), தமிழ்த்தென்றல், பிப்ரவரி, 1949.
வஜ்ரேஸ்வரி, ஆர்., ஸ்ரீமதி, மார்க்ரட் கஸின்ஸ் (கட்டுரை), மங்கை, டிசம்பர், 1946.
— ஸ்ரீரமண மகரிஷி (கட்டுரை), குங்குமம், டிசம்பர், 1948.
'வாசுகி'', மனைப்பாம்பு (சிறுகதை), மணிக்கொடி, செப்டம்பர், 1936.
— உபேக்ஷிதா (சிறுகதை), மணிக்கொடி, பிப்ரவரி, 1938.
வாணி, பேயுலாவிய மனை (சிறுகதை), சிந்தாமணி, நவம்பர், 1925.
வாணி, தீபாவளிப் புடவை (சிறுகதை), நாடோடி, அக்டோபர் – நவம்பர், 1946.
— பவானி (சிறுகதை), நாடோடி, நவம்பர், 1947.
''வாணி'', அறிவியக்கம் (கவிதை), ஆனந்தபோதினி, நவம்பர், 1950.
''வாணீ'', உள்ளும் புறமும் (சிறுகதை), காவேரி, மார்ச், 1944.
விசாலம், ஸ்ரீமதி, ஆசை (சிறுகதை), வசந்தம், ஜுலை, 1944.
விசாலம், எம்.எஸ். ,திருடன் (சிறுகதை), வசந்தம், ஜனவரி, 1945.
விசாலம், எஸ்.ஜி., பி.எ., ஸ்ரீமதி , ஆசை நிறைவேறியது (சிறுகதை), குங்குமம், டிசம்பர், 1948.
விசாலாட்சி, எஸ்., பெண்கள் ஓட்டு (உரையாடல்), சக்தி, ஜுலை, 1940.
— மண்கூஜா (சிறுகதை), சக்தி, ஆகஸ்ட், 1941.
— சகோதரிகளின் சந்தேகங்கள் (கேள்வி - பதில்), மங்கை, ஜுலை, 1947.
— குடும்ப வாழ்க்கை (கேள்வி - பதில்), மங்கை, நவம்பர்-டிசம்பர், 1947.
விசாலாட்சி அம்மாள், பி.நா.சொ., ஸ்ரீமதி, பால்ய விதவைகளின் பரிதாப நிலை (கட்டுரை), மாதர் மறுமணம், செப்டம்பர், 1936.
விசாலாக்ஷி அம்மாள், பண்டிதை, ஜெயத்ஸேநா (தொடர்கதை), ஹிதகாரிணி, ஜனவரி, 1911.
— மஹீஸுதா (தொடர்கதை), ஹிதகாரிணி, ஏப்ரல் – மே, 1911.
— கல்பகம் (சிறுகதை), ஹிதகாரிணி, டிசம்பர், 1911.
வித்தியாவதி வர்மா, இப்படியும் நடக்கிறது! (சிறுகதை), சக்தி, ஏப்ரல், 1948.
விந்தியா, குழந்தை உள்ளம் (சிறுகதை), கலைமகள், மே, 1950.

விரஜாதேவி, ஸ்ரீமதி, உண்மைத் தத்துவம் (கட்டுரை), ஜகன்மோகினி, நவம்பர், 1944.
விலாசினி, பெண்களுக்கு ரஸாயனம் (சமையற் குறிப்பு), குங்குமம், டிசம்பர், 1948.
விவேகத்தாய், பாவனு - சித்திரவிலாஸம் (கட்டுரை), விவேகசிந்தாமணி, ஜூன், 1914.
வினோதினி தேசாய், ஸ்ரீமதி, சித்தத்துணிவுடைய பிறநாட்டுப் பெண்மணிகள் (கட்டுரை), ஜகன்மோகினி, மே, 1944.
விஜயஸ்ரீ, நவராத்திரி நாடகம் (சிறுகதை), நவசக்தி, செப்டம்பர், 1944.
— யாருக்குத் தெரியும்? (சிறுகதை), நவசக்தி, அக்டோபர், 1944.
— பாசம் (சிறுகதை), காவேரி, ஜனவரி, 1944.
— சிதைந்த கனவு (சிறுகதை), காவேரி, மே, 1944.
— சலனம் (சிறுகதை), காவேரி, நவம்பர், 1945.
விஜயா, நரியின் தந்திரம் (சிறுவர் கதை), கலைமகள், பிப்ரவரி, 1946.
விஜயா, சாசியின் பாவாடை (சிறுகதை), கலைமகள், மார்ச், 1949.
"விஜி", அல்லி (உரையாடல்), மங்கை, டிசம்பர், 1947.
— மல்லிகை (உரையாடல்), மங்கை, ஏப்ரல், 1948.
வெங்கடலக்ஷ்மி பாய், ஸ்ரீமதி, வஸந்தாவின் திருமணம் (சிறுகதை), ஆனந்தபோதினி, பிப்ரவரி, 1936.
வேங்கடலட்சுமி, ஞாபகச்சின்னம் (சிறுகதை), காவேரி, டிசம்பர், 1945.
வேங்கடலட்சுமி, பி.ஏ., ரதம் வாங்கிய பலி (சிறுகதை), காவேரி, மார்ச், 1949.
வேங்கடலக்ஷ்மி, வளையல்காரன் (சிறுகதை), மங்கை, டிசம்பர், 1945.
— இரு குழல்கள் (சிறுகதை), மங்கை, ஏப்ரல், 1946.
— மனோரதம் (சிறுகதை), மங்கை, செப்டம்பர், 1946.
— காகிதப்படகு (சிறுகதை), மங்கை, ஜனவரி, 1947.
வேங்கடலக்ஷ்மி, நஞ்சும் அமிர்தமும் (சிறுகதை), கலைமகள், அக்டோபர், 1946.
வேங்கடவன் தேவி, வாழ்த்து (கவிதை), மங்கை, டிசம்பர், 1945.
— பெண் (கவிதை), மங்கை, ஜனவரி, 1946.
வேதம்மங்கார், வை.மு., எட்டுமிரண்டும் (கவிதை), ஜகன்மோகினி, ஜனவரி, 1950.
— கீர்த்தனை (கீர்த்தனை), ஜகன்மோகினி, ஏப்ரல், 1950.
வேதம்மாள், ஏ., ஸ்ரீமதி, மாதர் முன்னேற்ற கும்மி (கும்மிப்பாடல்), கிரஹலக்ஷ்மி, ஏப்ரல் – மே, 1940.
வேலுத்தாயம்மாள், ஸ்ரீமதி, இல்வாழ்க்கை (கட்டுரை), கமலாஸனி, டிசம்பர், 1915.
"ஜயம்", கல்யாணி (நாடகம்), கிரஹலக்ஷ்மி, ஜனவரி, 1938.
ஜயலக்ஷ்மி, ஸ்ரீமதி, பிருந்தாவனம் (கட்டுரை), பாரதமணி, ஜூன், 1939.
ஜயலக்ஷ்மி, ஸ்ரீமதி, அறுசுவை (சமையற்குறிப்பு), மங்கை, ஏப்ரல், 1947.
ஜயலக்ஷ்மி, எஸ்.ஆர்., ஸ்ரீமதி, அலமேலுவின் விவாகம் (சிறுகதை), கிரஹலக்ஷ்மி, நவம்பர், 1939.
— உத்தம மாது (சிறுகதை), கிரஹலக்ஷ்மி, ஜனவரி, 1940.
— பொங்கல் சீர் (சிறுகதை), கிரஹலக்ஷ்மி, பிப்ரவரி, 1940.
— புத்தகம் படித்தல் (கட்டுரை), கிரஹலக்ஷ்மி, ஏப்ரல், 1940.

ஜயலக்ஷ்மி, கே.ஆர்., ஸ்ரீமதி, காய்கறிக் கூடைக்காரி (சிறுகதை), கிரஹலக்ஷ்மி, அக்டோபர், 1939.
— சமையற்காரன் (சிறுகதை), கிரஹலக்ஷ்மி, நவம்பர், 1939.
— விருந்தாளி (கட்டுரை), கிரஹலக்ஷ்மி, பிப்ரவரி, 1940.
ஜயலக்ஷ்மி, ஜி.ஆர்., பாட்டி மடிசஞ்சியின் மகாத்மியம் (சிறுகதை), தமிழரசு, மே, 1938.
— கமலசுந்தரன் அல்லது காரிகையின் வெற்றி (சிறுகதை), தமிழரசு, ஜூன், 1938.
— ராஜராஜேஸ்வரி (சிறுகதை), தமிழரசு, நவம்பர், 1938.
ஜயலக்ஷ்மி அம்மாள், ஆர்., இந்திய ஸ்திரீகளும் ஜனங்களின் க்ஷேமமும் (கட்டுரை), பெண்கல்வி, செப்டம்பர், 1916.
ஜயலக்ஷ்மி ஆர். ஸ்ரீனிவாசன், ஸ்ரீமதி, மாலதி (சிறுகதை), பாரதமணி, ஏப்ரல், 1939.
— ஐந்து கடிதங்கள் (சிறுகதை), பாரதமணி, மே, 1939.
— என் தந்தை ராஜமந்திர பிரவீணு ஏ.வி. ராமநாதன் (கட்டுரை), பாரதமணி, பிப்ரவரி, 1944.
— புஷ்ப ஹாரம் (தொடர்கதை), சுதேசமித்திரன், ஏப்ரல் – மே, 1943.
— மனுவின் ராணி (சிறுகதை - மொ.பெ.) வசந்தம், ஜூலை, 1943.
— பச்சைப் பாவாடை (சிறுகதை), வசந்தம், ஆகஸ்ட், 1943.
— பீபி நாச்சியார் (சிறுகதை), வசந்தம், ஜனவரி, 1944.
— மறுமலர்ச்சி (சிறுகதை), வசந்தம், மே, 1944.
— தெய்வ சித்தம் (சிறுகதை), வசந்தம், மார்ச், 1945.
— அன்புக் காணிக்கை (சிறுகதை), வசந்தம், செப்டம்பர், 1945.
— அன்பளிப்பு (சிறுகதை), ஜகன்மோகினி, மே, 1943.
— ஸ்ரீமதி ஆர். கல்யாணியம்மாள் (கட்டுரை), ஜகன்மோகினி, செப்டம்பர், 1943.
— கடவுள் எங்கே? (சிறுகதை - மொ.பெ.), ஜகன்மோகினி, செப்டம்பர், 1943.
— ஸ்ரீமதி ருக்மணியம்மாள் பி.ஏ. (கட்டுரை), ஜகன்மோகினி, நவம்பர், 1943.
— கோலம் (கட்டுரை), ஜகன்மோகினி, மார்ச், 1944.
— பொறுமை (கட்டுரை), ஜகன்மோகினி, மே, 1944.
— சிக்கனம் (கட்டுரை), ஜகன்மோகினி, செப்டம்பர், 1944.
— நன்றி (கட்டுரை), ஜகன்மோகினி, டிசம்பர், 1944.
— சுதந்திர இந்தியாவின் பெண்மணிகளுக்கு இரண்டு வார்த்தை (கட்டுரை), ஜகன்மோகினி, பிப்ரவரி, 1950.
— காத்திருந்த மாப்பிள்ளை (சிறுகதை), நவசக்தி, பிப்ரவரி – மார்ச், 1944.
— பேரக்குழந்தை (சிறுகதை), மங்கை, ஜூன், 1946.
— கடைசிப்பெண் (சிறுகதை), மங்கை, நவம்பர், 1946.
— லின்னி (சிறுகதை - மொ.பெ.), மங்கை, பிப்ரவரி, 1947.
— அசட்டுப்பெண் (சிறுகதை), மங்கை, மார்ச், 1947.
— வேலன் (சிறுகதை), மங்கை, ஆகஸ்ட், 1947.
— புக்ககத்தில் நாட்டுப்பெண் (சிறுகதை), மங்கை, டிசம்பர், 1947.
— பயணம் (சிறுகதை - மொ.பெ.), மங்கை, ஜூன், 1948.
— போயே விட்டிருந்தான் (சிறுகதை - மொ.பெ.), நாடோடி, ஜனவரி, 1947.
ஜயஸ்ரீ, அதிசயப் பிறவி (சிறுகதை), மங்கை, நவம்பர், 1947.
ஜயா, ஸ்ரீமதி, இயற்கை அன்னை (கட்டுரை), வசந்தம், ஜூலை, 1944.

''ஜனககுமாரி'', தனுர்மாச வைபவம் அல்லது பீமசேனரின் பக்தி (கட்டுரை), கிரஹலக்ஷ்மி, ஜனவரி, 1938.

— ஜிலேப்பி, காகித பர்பி முதலியன (சமையற்குறிப்பு), கிரஹலக்ஷ்மி, நவம்பர், 1939.

— கோதுமைப்பால் பொங்கல் முதலியன (சமையற்குறிப்பு), கிரஹலக்ஷ்மி, பிப்ரவரி, 1940.

— கம்பு அடையும் ரவா பாத்தும் (சமையற்குறிப்பு), கிரஹலக்ஷ்மி, மார்ச், 1940.

— பரதநாட்டியமும் பாவையரும் (கட்டுரை), கிரஹலக்ஷ்மி, மே, 1940.

ஜாய்ஸ், எஸ்., வாழப் பிறந்தவள் (சிறுகதை), காதல், அக்டோபர், 1949.

ஜானகி, ஸ்திரீகளுக்கு மட்டும் (கட்டுரை), நாடோடி, நவம்பர், 1946.

ஜானகி, மிஸஸ், வளர்ந்தது மோதிரமா உடம்பா (சிறுகதை), மாதர் மறுமணம், டிசம்பர், 1936.

ஜானகி, ஆர்., ரோஜாக் கொத்து (சிறுகதை), வசந்தம், டிசம்பர், 1943.

ஜானகி, எம்., ஸ்ரீமதி, மங்கையர் தியாக யாகம்! (கட்டுரை), கிரஹலக்ஷ்மி, அக்டோபர், 1939.

— சியாமளா தண்டகம் (கட்டுரை), கிரஹலக்ஷ்மி, நவம்வர், 1939.

ஜானகி, பி.ஆர்., கமலாவின் கணவன் (சிறுகதை), மணிக்கொடி, மார்ச், 1936.

ஜானகி அம்மாள், ஸ்ரீமதி, கெட்டிக்கார ராஜா (சிறுவர் கதை), பாரதமணி, மார்ச், 1939.

ஜானகி அம்மாள், என்.எஸ்., ஸ்ரீமதி, மறுமண கீதம் (பாடல்), மாதர் மறுமணம், நவம்பர், 1936.

— ஸ்ரீரங்கத்து ஜெம்பகவல்லி (சிறுகதை), மாதர் மறுமணம், ஜனவரி, 1937.

ஜானகி அம்மாள், டி.எஸ்., ஸ்ரீமதி, பஞ்சக்ரோச க்ஷேத்திரங்கள் (கட்டுரை), கிரஹலக்ஷ்மி, ஜனவரி, 1938.

— பிரயாகை (கட்டுரை), கிரஹலக்ஷ்மி, அக்டோபர், 1939.

— பள்ளி கொண்டை அல்லது உத்தர ரங்கம் (கட்டுரை), கிரஹலக்ஷ்மி, நவம்பர், 1939.

— பேரூரின் பெருமை (கட்டுரை), கிரஹலக்ஷ்மி, ஜனவரி, 1940.

— திருவையாறு (கட்டுரை), கிரஹலக்ஷ்மி, பிப்ரவரி, 1940.

— இரத்தினகிரி (கட்டுரை), கிரஹலக்ஷ்மி, மார்ச், 1940.

— துல்ஜாபூர் மகத்துவம் (கட்டுரை), கிரஹலக்ஷ்மி, ஏப்ரல், 1940.

— கங்கை கண்ட சோழபுரம் (கட்டுரை), கிரஹலக்ஷ்மி, மே, 1940.

— சான்றோர் இனத்திரு (கட்டுரை), ஆனந்தபோதினி, மே, 1939.

ஜானகி கிருஷ்ணன், நமது சமூகம் (கட்டுரை), மங்கை, ஜனவரி, 1947.

ஜானம்மாள், ஸ்ரீ, ஸகோதரி ஸுப்பலக்ஷ்மி அம்மாள் (கட்டுரை), ஜகன்மோகினி, ஜூன், 1942.

— சக்தி (கட்டுரை), ஜகன்மோகினி, ஜூலை, 1942.

— என்னே இவ்வுலகம் (கட்டுரை), ஜகன்மோகினி, ஜனவரி–பிப்ரவரி, 1943.

— காசினி (கட்டுரை), ஜகன்மோகினி, ஏப்ரல், 1943.

ஜெசுதாஸன், ஏ., ஸ்ரீமதி, காடி (வீட்டுக்குறிப்பு), கிரகமணி, அக்டோபர், 1945.

ஜெம்பகம், நல்லயுக்தி (சிறுகதை), சுதேசமித்திரன், ஆகஸ்ட், 1943.

ஜெயம்மாள், மாதர் பகுதி (வீட்டு, சமையற் குறிப்புகள்), ஆனந்தபோதினி, டிசம்பர், 1933.

ஜெயலட்சுமி அம்மாள். வ.கு., பி.ஏ., பி.எட்., கிரீஸ் தேசத்துக் கல்விமுறை (கட்டுரை), ஜோதி, செப்டம்பர், 1937.

— புராதன ரோம தேசத்துக் கல்விமுறை (கட்டுரை), ஜோதி, டிசம்பர், 1937.

ஜெயலக்ஷ்மி, எஸ்., ஸ்ரீமதி, பணத்தினுல் பெறமுடியாதவை எவை? (கட்டுரை), ஜகன்மோகினி, அக்டோபர், 1944.

ஜெயலக்ஷ்மி, கி., ஸ்ரீமதி, நாம் கட்டுப்பட வேண்டியது மனச்சாட்சிக்கா? உலகத்தோருக்கா? (கட்டுரை), ஜகன்மோகினி, டிசம்பர், 1944.

— பிறந்தநாள் பரிசு (சிறுகதை), மார்ச், 1950.

— கர்ணனின் வெற்றி (கட்டுரை), ஜகன்மோகினி, அக்டோபர்–நவம்பர், 1950.

ஜெயலக்ஷ்மி, வி., ஸ்ரீமதி, பெங்களூர் தக்காளிக்காய் (சமையற்குறிப்பு), கிரஹலக்ஷ்மி, மே, 1940.

ஜெயலக்ஷ்மி திருவேங்கடாசாரி, டி.வி., ஸ்ரீமதி, கதம்பக் கொண்டாட்டம் கவலைத் திண்டாட்டம் (சிறுகதை), ஜகன்மோகினி, மே, 1944.

ஜெயலக்ஷுமி அம்மாள், ஆர்., ஸ்ரீ, தற்காலப் பெண்கல்வியின் கெடுதிகள் (கட்டுரை), ஆனந்தபோதினி, ஜனவரி, 1919.

ஜெயஸ்ரீ, உலகம் உண்மையை உணராது (சிறுகதை), மங்கை, ஜுன், 1948.

— இறுதிக் கோரிக்கை (தொடர்கதை), மங்கை, ஜுலை–ஆகஸ்ட், 1948.

ஸ்வப்னேஸ்வரி அம்மாள், இல்லரசி (கட்டுரை), பெண்கல்வி, ஏப்ரல்-மே, 1913.

ஸ்வர்ணம், இந்தக் குழந்தைகள் (கட்டுரை), மங்கை, டிசம்பர், 1945, ஜனவரி, 1946, பிப்ரவரி, 1947.

— டாக்டர் முத்துலக்ஷ்மி ரெட்டி (கட்டுரை), மங்கை, மார்ச், 1946.

— விஜயலக்ஷ்மி பண்டிட் (கட்டுரை), மங்கை, ஜுன், 1946.

— பாட்டி சொல்லுகிருள் (கட்டுரை), மங்கை, செப்டம்பர், 1946.

— உறைவிடம் எது? (சிறுகதை), மங்கை, அக்டோபர், 1946.

— அம்மா (துணுக்கு), மங்கை, நவம்பர்–டிசம்பர், 1946.

ஸ்வாதி, பிறந்த வேளை (சிறுகதை), மங்கை, மார்ச், 1947.

ஸத்யவதி, ஸி., புலி வேட்டை (சிறுகதை), பாரதமணி, அக்டோபர், 1941.

''ஸமுத்ரா'', ஸ்ரீமதி, ரஜமான சம்பாஷணை (உரையாடல்), ஜகன்மோகினி, மார்ச், 1943.

— சந்தோஷ வாழ்க்கைக்குத் தேவை யாது? (உரையாடல்), ஜகன்மோகினி, ஏப்ரல்–மே, 1943.

ஸரஸ்வதி, பகவத் கீதை 5ஆம் அத்தியாயம் (கட்டுரை), ஞானபாநு, ஏப்ரல், 1914.

'ஸரஸ்வதி', சாகஸத்துக்குக் காணிக்கை (சிறுகதை), மணிக்கொடி, மார்ச், 1938.

ஸரஸ்வதிபாய், ஸி., ஸ்ரீமதி, ரஸிகர்களின் வேற்றுமை (கட்டுரை), ஜகன்மோகினி, பிப்ரவரி, 1944.

ஸரோஜா, பூப்ரிபாயசமும் சுவர்ண குழலும் (சமையற்குறிப்பு), கிரஹலக்ஷ்மி, அக்டோபர், 1939.

ஸரோஜா, விசாலி (சிறுகதை), சக்தி, ஆகஸ்ட், 1941.

ஸரோஜினி, வி., தேள் வேட்டை (சிறுகதை), சக்தி. டிசம்பர், 1941.

ஸாரநாயகி ஜகன்னாதன், ஸ்ரீமதி, அலை மோதல் (சிறுகதை), ஜகன்மோகினி, மே, 1944.

ஸீதம்மாள், ஸ்ரீமதி, சிறுவர்களின் பயிற்சி (கட்டுரை), விவேகபோதினி, ஜனவரி, 1917.

ஸீதா, ஸ்ரீமதி, ஸ்ரீமான் ஜினராஜதாஸ (கட்டுரை - மொ.பெ.), தர்மஜோதி, ஜனவரி, 1946.

ஸீதாபாயம்மாள், ஸௌ., ஸ்ரீநிவாஸ மந்திரத்தில் நடந்த மாதர் ஸபை உபந்யாஸம் (கட்டுரை), ஹிதகாரிணி, ஏப்ரல், 1912.

ஸுதா, பனரிஸ், பெண்களும் சொத்துரிமையும் (கட்டுரை), மங்கை, ஜனவரி, 1946.

— படித்த பெண்கள் (கட்டுரை), மங்கை, செப்டம்பர், 1946.

ஸுமதி, காகித ரோஜாப்புஷ்பம் (கைவினைப்பொருள் குறிப்பு), கிரஹலக்ஷ்மி, நவம்பர், 1939.

ஸுமதி தேவி, ஸ்ரீமதி, ஏகாந்தமும் சிந்தனையும் (சிறுகதை), சிந்தாமணி, நவம்பர், 1925.

ஸுரி, வி., மிஸ், தற்காலப் பெண் (கட்டுரை), மாதர் மறுமணம், டிசம்பர், 1938.

ஸௌந்திரம் ராமச்சந்திரன், குருதேவர் பெருந்தன்மை (கட்டுரை), சக்தி, டிசம்பர், 1945.

ஹரிணி, வழிகாட்டி (தொடர்கதை - மொ.பெ), காவேரி, மார்ச், 1943.

— தெய்வப்பெண் (சிறுகதை), காவேரி, ஆகஸ்ட், 1943.

— சீர்திருத்தம் (சிறுகதை - மொ.பெ), காவேரி, ஜனவரி, 1944.

— மனமாற்றம் (சிறுகதை), காவேரி, பிப்ரவரி, 1944.

— இரு சகோதரர்கள் (சிறுகதை), காவேரி, செப்டம்பர், 1944.

— பரிகாரமா? (சிறுகதை), மங்கை, டிசம்பர், 1945.

— சிரஞ்சீவி மருந்து (சிறுகதை), மங்கை, ஜுன், 1946.

— தோல்வி (சிறுகதை), மங்கை, பிப்ரவரி, 1947.

ஹிந்து ஸகோதரி, உறுதி (சிறுகதை), ஹிதகாரிணி, அக்டோபர், 1910.

ஹிஜாப் இஸ்மாயில், ஐந்து முஸ்லிம் பெண்கள் (கட்டுரை), காந்தி, அக்டோபர், 1931.

ஹேமா, ஐந்தே நிமிஷம்! (கட்டுரை), மங்கை, மார்ச், 1946.

ஸ்ரீரங்கம்மாள், ஸ்ரீமதி, ஸ்திரீகளும் நாகரிகமும் (கட்டுரை), கலாசிந்தாமணி, மே, 1919.

ஸ்ரீனிவாசாசாரியார், கே.கே., மிஸஸ், மதுரையம்பதிச் சிறப்பு (கட்டுரை), பெண்கல்வி, ஏப்ரல்-மே, 1913.

பின்னிணைப்பு 2

இதழ்கள்

1. அமிர்த குணபோதினி (ஆனந்த குணபோதினி)
2. அமிர்த வசனி
3. அன்பானந்தன்
4. ஆனந்த போதினி
5. ஊழியன்
6. கதாநிதி
7. கதாரத்னாகரம்
8. கமலாஸனி
9. கலாசிந்தாமணி
10. கலைமகள்
11. காதல்
12. காந்தி
13. காவேரி
14. கிரகமணி
15. கிரஹலக்ஷ்மி
16. குங்குமம்
17. குமரன்
18. சக்தி
19. சக்ரவர்த்தினி
20. சித்தாந்தம்
21. சிந்தாமணி
22. சுதேசமித்திரன்
23. ஞானபானு
24. ஞானபோதினி
25. தமிழகம்
26. தமிழரசி
27. தமிழரசு
28. தமிழ்த்தென்றல்
29. தமிழர்
30. தமிழர்நாடு
31. தமிழர்போதினி
32. தர்மஜோதி
33. தனவணிகன்
34. தியாகி
35. திருமகள்
36. நவீனபாரதி (பாரதி)
37. நவசக்தி
38. நாடோடி
39. பாரதமணி
40. பிரசண்ட விகடன்
41. பிரஜானுகூலன்
42. பூந்தோட்டம்
43. பெண்கல்வி
44. மங்கை
45. மணிக்கொடி
46. மாதர் போதினி
47. மாதர் மனோரஞ்சனி
48. மாதர் மறுமணம்
49. லக்ஷ்மி
50. வசந்தம்
51. வித்யா விஹாரிணி
52. விவேக சிந்தாமணி
53. விவேக போதினி
54. விவேகோதயம்
55. ஜகன்மோகினி
56. ஜோதி
57. ஹிதகாரிணி
58. ஸ்ரீ வாணீ விலாஸினீ

பெண் எழுத்து

பின்னிணைப்பு 3

இதழ்களின் முன் அட்டைகள்

CHINTHAMANI.

A HIGH CLASS TAMIL MONTHLY.

(*Devoted mainly to the cause of Indian Women.*)

EDITED BY SISTER V. BALAMMAL.

ol. I. August 1924. No. 1.

श्रीशारदायै नमः ।

श्रीरामचन्द्र परब्रह्मणे नमः

REG. NO. M. 1957. 1925. VOL. II. NO. 5.

சிந்தாமணி

தமிழ் நாட்டுப் பெண்மணிகளின் முன்னேற்றத்தை முக்கிய மாகக்கொண்டு வெளிவரும் ஓர் உயர்தர மாதாந்தத் தமிழ்ப் பத்திரிகை.

பத்திராதிபர். சகோதரி வி. பாலம்மாள்.

மலர் II. | குரோதன—மார்கழி. [இதழ் 5.

மார்கழி

DECEMBER

பொருளடக்கம்.

பெண்மக்களும் தேச பாஷையும்.
(பத்திராதிபர்.)

பிள்ளை வளர்ப்பு.
(ஸ்ரீமான் V. நடராஜன், B.A. L.

போட்டி.
(ஸ்ரீமதி சசிலா.)

நம்மவரது பழக்க வழக்கங்கள்.
(ஸ்ரீமான் எஸ். ஆர். வெங்கடராமனன், பி.ஏ., பி.எல்.)

பாட்டியம்மாளின் சமூக ஊழியம்.
(ஸ்ரீமதி அன்னபூரணி.)

உமா—சிறு கதை.
(ஸ்ரீமதி P. லக்ஷ்மீபாயி.)

இன்னும் பல சிறந்த விஷயங்கள்.

சந்தா.—உள் நாடு ரூ. 3. வெளி நாடு ரூ. 6.

No. M. 2210

வருஷ சந்தா ரூ. 1-8-0

Authoress: வை. மு. கோதைநாயகி அம்மாள்,
(Mrs. V. M. PARTHASARATHY IYENGAR.)

JEGAN MOHINI

ஜகன்மோகினி

மலர் 9 FEBRUARY 1932 இதழ் 3

ஜகன்மோகினி ஆபீஸ்,
26, தேரடித் தெரு,
திருவல்லிக்கேணி, மதராஸ்.

தனிப் பிரதி அணா 3

மாதர் மறுமணம்

"MATHAR MARUMANAM."

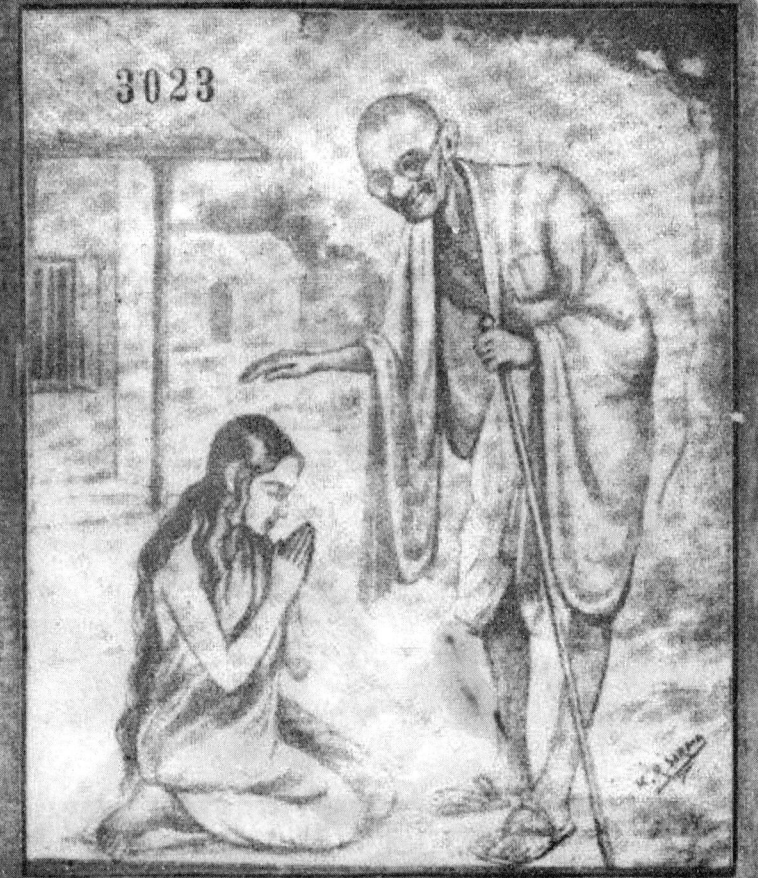

மலர் 1. இதழ் 2.

தாது புரட்டாசி.

மஞ்சரி

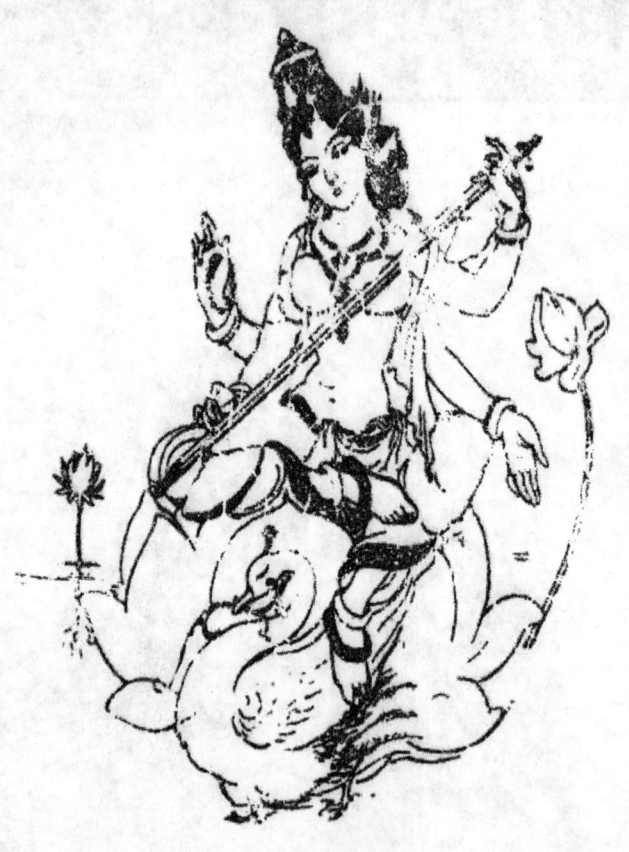

சக்தி காரியாலயம்

1

மங்கை

பெண்களின்
புத்தகம்

1

*

பதிப்பாசிரியர் :

"குகப்ரியை"

சக்தி காரியாலயம்
ராயப்பேட்டை : சென்னை

சுட்டி

அச்சு ஊடகம் 16, 120, 154
அசலாம்பிகையம்மாள் 126, 130-131, 134, 137, 145
அசலாம்பிகையார் 116
அம்புஜம்மாள், எஸ். 98
அம்மணி அம்மாள் 117-118, 159
அமிர்தகுணபோதினி 51
அமிர்தவசனி 28
அமிருதவல்லி 83
ஆநந்தமகிளா 33
ஆரியகுமாரி 33
ஆனந்த போதினி 51, 77, 114, 116, 130, 146-147, 151
ஆனந்த விகடன் 89
இந்திய வாலிபன் 51
இந்திர மோகனா 46
இந்துநேசன் 51, 77, 86
இராசேசுவரி அம்மாள், ஈ.த. 147
ஈழகேசரி 93
உரையாடல் 106, 119, 121, 123
எழுத்தறிவு 19, 20, 120
ஐந்தாவது சுதந்திரம் 99
கட்டுரை 17, 36, 74, 88, 93-94, 97, 106, 120-121, 127-128, 159, 160
கடிவாளம் 102-103
கதை 17, 74, 94, 97, 106, 110-111, 159
கம்மபாலன் 51
கமலா பத்மநாபன் 103
கர்நாடக யோகினித் கதை 81
கல்கி 89
கலைமகள் 101, 152
கவிதை 72, 106, 108-109, 127, 159-160
கற்பக மலர் 43, 84-85
கற்பகம் 51, 77
காந்தி புராணம் 151
காமதேனு 51
காலைப் பிறை 100
காவேரி 74, 93, 100-103, 148
கிசரஸ்வதி அம்மாள் 101-102, 120
கிரஹலக்ஷ்மி 16, 39, 51, 58, 61, 74, 91, 116, 123-124, 133, 139, 144, 146, 149-150, 153
கிருபை சத்தியநாதனின் கமலா 34
கிருஷிகன் 51, 85
குகப்ரியை 30, 49, 67, 74, 88-90, 104, 109, 116, 120-121, 157, 159
குமரன் 154, 161
குமுதினி 17, 49, 93, 102, 116, 152, 159
கோதைநாயகி அம்மாள், வை.மு. 16, 29-30, 34, 45-49, 51, 85-87, 97, 104, 114, 120, 125, 152, 153, 157, 160
கோமளம் காஞ்சி யாத்திரை 79, 80
கௌரி அம்மாள் 102
கௌரீ 33
சக்தி 74, 94, 146, 148, 153
சகுணா 34
சண்பகவிஜயம் 86
சந்திரகுப்த சரித்திரம் 43
சந்திரிகா, ஞான 33, 88, 89
சரோஜா ராமமூர்த்தி 120
சாதனா 33
சாரதா சட்டம் 65
சாரநாயகி அம்மாள், செய்யூர் 88
சாவித்திரி அம்மாள், கி. 100, 116
சித்தன் 51
சிந்தாமணி 16, 30, 39-41, 44, 74, 84, 109, 116, 121-122, 134, 136, 142, 148, 150, 152, 154
சிறுகதை 16, 36-37, 55, 72-74, 77, 89, 93-94, 97-98, 102-104, 106, 111, 114-120, 127, 128, 159, 160
சுத்தானந்த பாரதியார் 97
சுதேச நாட்டியம் 51, 77
சுதேசமித்திரன் 17, 95, 123, 140

சுப்ரமண்யர் கோத்திரக் கொத்து 81
செல்லம்மா பாரதி 153
சேது அம்மாள், கு.ப. 116, 118, 120
சொத்துரிமை 49, 65, 71, 128, 142
ஞானக்கொழுந்து 88
ஞானசந்திரிகா 33
ஞானப்ரகாசம் 34
ஞானபோதினி 126-127, 130
டெய்லி எக்ஸ்பிரஸ் 51
தத்துவபோதினி 29
தமிழ் மாது 78
தமிழ்த்தென்றல் 147
தமிழ்ப் பெருமாட்டி 88, 114
தமிழர் போதினி 84, 150
தர்மஜோதி 153
தனித்தமிழ் இயக்கம் 147
த ஹிந்து 51
தாமரைப் பெண் 79, 80
தாரா/மகர கண்டியின் மர்மம் 33
தாயாரம்மா 30
திருமகள் 74
திவான் மகள் 93
திராவிடன் 84
தேவகி முதலிய கதைகள் 89
தேவதாசி முறை 128-129, 143, 144, 145, 154
தேவிசந்திரப்ரபா 33, 78
தொடர்கதை 36, 74, 106, 111, 113-114, 127, 159
நச்சினார்க்கினியன் 51, 77
நந்தவனம் 50, 51
நவசக்தி 147
நவமணிமாலை 92
நாகை நீலாம்பிகை அம்மை, 146, 147
நாடகம் 72, 106, 109, 159
நாமக்கல் கவிஞர் 89
நியாயாபிமானி 51, 77
நிர்மலா 33
நீர்க்குமிழி 101
ப்ரஸந்நகுமாரி 91
பண்டிதை அசலாம்பிகையம்மாள் 150, 151

பத்மாசனி அம்மாள், ந. 84, 150
பாரததேவி 88
பாரதமணி 74, 92, 93, 124
பாரதி 84, 130, 150
பாலசரஸ்வதி தேவகுஞ்சரியம்மாள் 81
பாலம்மாள், வி, சகோதரி 30, 39-44, 83-85, 104, 120, 134, 136-137, 142, 143, 151, 154, 157, 159
பாலர் மோகினி 50-51
பாலவிநோதினி 86, 87
பிரசண்ட் சிகடன் 51
பிரஜானுகூலன் 131, 138, 140
பிரேமகாந்தன் 80
பிரேமா 98
புதினம் 16, 27, 32, 35, 37, 73, 77, 78, 88, 89, 93, 95, 102-104, 111-115, 160
புதுமைப்பெண் 90
புனர் விவாக சமாஜம் 60
புனைகதை 16, 20, 44, 95, 111-113
புஷ்ப ஹாரம் 95, 96
பூமாவின் புன்னகை 97
பெண் எழுத்து 17, 128, 159, 162
பெண் கல்வி 15, 20, 22-26, 31, 37, 40-41, 49-50, 69, 70-71, 74, 80, 116, 123, 129-132, 134, 136, 160
பெண்ணியம் 15
மக்கள் மலர்ச்சி 93
மகளிர் இல்லம் 60
மங்கை 30, 68-75, 90, 99, 116, 123-126, 149, 160
மணிக்கொடி 16-17, 109, 116
மரகதவல்லி, மு. 30, 61-62, 66-67, 53-55, 157
மலைமகள் 33, 79, 81, 83
மறுமணம் 23, 53
மனோரஞ்சனி 114
மஹீஸூதா 35
மஹேசஹேமா 33
மாதர் மறுமண சகாய சங்கம் 53-54, 58-59
மாதர் மறுமண மாநாடு, 58

மாதர் மறுமணம் 16, 30, 53-62, 64-67; 110, 116, 138, 141, 149
முத்துலக்ஷ்மி ரெட்டி, டாக்டர் 58-59, 144, 154
முரளீதரன் 33, 79, 81-83
மொழிபெயர்ப்பு 88, 93, 94, 109, 120
ரங்கநாயகி, ரா, பண்டிதை 120
ராதாமணி அம்மாள், வி. 91
ராஜப்ரபா 33
ராஜலக்ஷ்மி, டி.எஸ். 99, 104
ராஜாத்தி அம்மாள் 34
லட்சுமி கடாட்சம் 88, 89, 94, 95
லலிதாங்கி 32
லக்ஷ்மி 16, 51, 116, 130, 152
லக்ஷ்மி கிருஷ்ணமூர்த்தி 99
லோகோபகாரி 32, 33, 51, 77
வ.ரா 102
வசந்தம் 95, 96, 118
வசன கவிதை 107, 108, 160
வசுமதி இராமசாமி 49
வர்த்தக ஊழியன் 51
விசாலாட்சி அம்மாள், எஸ். 91, 116, 117, 126
விசாலாக்ஷி அம்மாள், பண்டிதை 30-31, 33, 37, 39, 78-79, 104, 157, 159, 160
விசித்திர வைத்தியன் 34
விடுகதை 36, 106, 125, 126
வித்தியாபானு 78, 79
வித்யா விஹாரிணி 133, 147
விதவா விவாஹசகாய சபை 60
விதவை 22
விதவை மறுமணம் 24, 31, 54, 55, 61, 66, 123, 139-141, 154
விவேக சிந்தாமணி 23, 29, 108, 109, 114, 116
விவேக போதினி 116-118
விவேகோதயம் 39, 43, 127
வெண்மதி 99
வேங்கடரமணி, கா.சி. 89
வைதேகி 46, 47, 85
ஜகந்நாதன், தி.வா. 94
ஜகன் மோகினி 30, 45-52, 74, 77, 85-87, 97-98, 109, 113-114, 124-125, 142, 152-153, 160
ஜலஜாக்ஷி 33
ஜனாபிமானி 81-82
ஜீவகலை 90
ஜெயத்ஸேனா 35
ஜெயலக்ஷ்மி, எஸ்.ஆர். 92, 95
ஜெயலக்ஷ்மி ஆர். ஸ்ரீநிவாசன் 94, 96, 120, 159
ஜோதிக்ஷ்மதி 33
ஸ்ரீ வாணீ விலாஸினீ 78, 132
ஸ்வப்பனேஸ்வரி அம்மாள், கோ. (தமிழ் மாது) 30, 78, 104
ஹநுமான் 89
ஹரிதகாரிணி 29-30, 33-38, 79-80, 117, 124, 134, 147
ஹிந்து விதவா நிலையம் 60